സിനിമയുടെ ഭാവനാദേശങ്ങൾ

Cinemayude Bhavanadeshangal
Film Study

C S Venkiteswaran

CHINTHA PUBLISHERS
Thiruvananthapuram

First Edition
December 2022

Published & Typesetting
Chintha Publishers, Thiruvananthapuram

Cover Design
Vinod Mangoes

ISBN : 978-93-94753-54-9

CO - 3211 / 6247

₹ 300

Email: chinthapublishers@gmail. com
Website: www. chinthapublishers. com

A version is available at National Libraries
Kolkata, Mumbai, Chennai and Delhi

Distribution
DESHABHIMANI BOOKHOUSE
H O Thiruvananthapuram 695035

Branch
Head Office Kunnukuzhi • Statue Thiruvananthapuram
KSRTC Bus Terminal Thampanoor • Saphalyam Complex Thiruvananthapuram
KSRTC Bus Station Alappuzha • KSRTC Bus Station Ernakulam
Machingal Lane Thrissur • IG Road Kozhikode
Mavoor Road Kozhikode • NGO Union Building Kannur
Central Bus Terminal Complex Thavakkara Kannur

സിനിമയുടെ ഭാവനാദേശങ്ങൾ

സി എസ് വെങ്കിടേശ്വരൻ

ചിന്ത പബ്ലിഷേഴ്സ്
തിരുവനന്തപുരം-695 035
വില: ₹ 300

സി എസ് വെങ്കിടേശ്വരൻ

ഇരിങ്ങാലക്കുട ഗവണ്മെന്റ് ബോയ്സ് ഹൈസ്കൂൾ, ക്രൈസ്റ്റ് കോളേജ്, എന്നിവിടങ്ങളിൽനിന്ന് വിദ്യാഭ്യാസം. കാലിക്കറ്റ് യൂണിവേഴ്സിറ്റിയിൽനിന്ന് കോമേഴ്സ് ആന്റ് മാനേജ്മെന്റ് സ്റ്റഡീസിൽ ഡോക്ടറേറ്റ്. നാഷണൽ ഇൻസ്റ്റിറ്റ്യൂട്ട് ഓഫ് ബാങ്ക് മാനേജ്മെന്റ്, പൂണെ, സ്കൂൾ ഓഫ് മീഡിയ സ്റ്റഡീസ്, കാക്കനാട് എന്നിവിടങ്ങളിൽ ജോലി ചെയ്തിട്ടുണ്ട്. സെന്റർ ഫോർ ടാക്സേഷൻ സ്റ്റഡീസ്/ഗുലാത്തി ഇൻസ്റ്റിറ്റ്യൂട്ട് ഓഫ് ഫിനാൻസ് ആന്റ് ടാക്സേഷൻ, തിരുവനന്തപുരത്ത് ഫാക്കൽറ്റിയായി വിരമിച്ചു.

ഡോക്യുമെന്ററി സിനിമയ്ക്കും സിനിമാ നിരൂപണത്തിനും സംസ്ഥാന ദേശീയ പുരസ്കാരങ്ങൾ ലഭിച്ചിട്ടുണ്ട്.

കൃതികൾ: *സമാന്തരയാത്രകൾ: കെ ആർ മോഹനന്റെ സിനിമകൾ, ഉടലിന്റെ താരസഞ്ചാരങ്ങൾ, മലയാളസിനിമാ പഠനങ്ങൾ, സിനിമാ ടാക്കീസ്, നമ്മെയൊക്കെയും ബന്ധിച്ച സാധനം: ടെലിവിഷൻ പഠനങ്ങൾ, സിനിമാ ടിക്കറ്റ്, ഇനി വെളിച്ചം മാത്രം: ഫെർണാണ്ടോ സൊളാനസിന്റെ സിനിമ, മലയാളിയുടെ നവമാധ്യമജീവിതം.*

ഭാര്യ : ഡോ. കെ മുത്തുലക്ഷ്മി.

മക്കൾ : മേധ, ഗൗതമൻ

ഫോൺ : 9446487940

ഉള്ളടക്കം

ഭാഗം ഒന്ന്
ചരിത്രം, സാങ്കേതികവിദ്യ

ഭാഗം രണ്ട്
പ്രമേയങ്ങൾ, പ്രവണതകൾ

പ്രസാധകക്കുറിപ്പ്

സിനിമയെന്ന മാധ്യമം ഉല്പാദിപ്പിക്കുന്ന കാഴ്ചകൾ കേവലം ആനന്ദോപാധികൾ മാത്രമല്ലെന്ന് ചൂണ്ടിക്കാണിച്ച സൈദ്ധാന്തികരുടെ നിര ഉയർന്നുവരുന്നത് എഴുപതുകൾക്കുശേഷമാണ്. ജനപ്രിയ രസക്കൂട്ടുകൾ സൃഷ്ടിക്കുന്ന ഹർഷമൂല്യങ്ങൾക്കുള്ളിലെ കമ്പോള അജണ്ടകൾ ഇത്തരം വിശകലനങ്ങളിലൂടെ പുറത്തുവന്നു. ക്ലാസിക് ചിത്രങ്ങളുടെ ദൃശ്യഭാവുകത്വത്തെ മാത്രം വിശകലനം ചെയ്തു വന്നിരുന്നതായ നിരൂപണ പദ്ധതിയെ പുതിയ വിതാനങ്ങളിലേക്ക് നയിച്ചത് രവീന്ദ്രനും സി എസ് വെങ്കിടേശ്വരനുമുൾപ്പെടെയുള്ളവരായിരുന്നു.

സെല്ലുലോയ്ഡിൽനിന്നും ഡിജിറ്റലിലേക്കു സഞ്ചരിച്ച സിനിമയുടെ ഭാവനാ തലങ്ങളെ അതിസൂക്ഷ്മമായി ആലേഖനം ചെയ്യുന്ന ഗ്രന്ഥമാണ് *സിനിമയുടെ ഭാവനാ ദേശങ്ങൾ.* സിനിമയെന്ന മാധ്യമത്തിന്റെ സാങ്കേതികവും സൗന്ദര്യശാസ്ത്രപരവുമായ സാദ്ധ്യതകളെയും അസാദ്ധ്യതകളെയും സ്വതന്ത്രമായി വിലയിരുത്തുന്ന ആഴമേറിയ പഠനങ്ങൾ. സിനിമയിലെ സ്ത്രീപക്ഷവും അരിക് ജീവിതങ്ങളും വാർദ്ധക്യത്തിന്റെ അവസ്ഥാന്തരങ്ങളുമെല്ലാം വിശകലനം ചെയ്യുന്ന ഈ ഗ്രന്ഥം മലയാള സിനിമയുടെ ഭാവുകത്വ പരിണാമങ്ങളെ വിവിധ തലങ്ങളിൽനിന്ന് വിലയിരുത്തുന്നു. ചലച്ചിത്ര പഠനമേഖലയിലെ ദിശാവ്യതിയാനത്തെ അടയാളപ്പെടുത്താൻ പര്യാപ്തമായ ഈ കൃതി ചലച്ചിത്ര പഠിതാക്കൾക്കും അക്കാദമിക് ഗവേഷകർക്കും അദ്ധ്യാപകർക്കും ചലച്ചിത്രാസ്വാദകർക്കും ഒരുപോലെ ഉപയോഗപ്രദമാണ്.

ചിന്ത പബ്ലിഷേഴ്സ്

നന്ദി

ആത്മസുഹൃത്തും സഹയാത്രികനുമായിരുന്ന പി എ ഉത്തമന്. സിനിമാപ്രവർത്തനത്തെ മാനുഷികവും സൗഹൃദോത്സവവുമാക്കിയ പ്രസന്നകുമാറിന്.

ഈ ലേഖനങ്ങൾ എഴുതുവാൻ കാരണക്കാരായ ചെലവൂർ വേണു, കമൽറാം സജീവ്, ഷിബു മുഹമ്മദ്, ഡോ. കെ മുരളി, എൻ പി സജീഷ്, സിവിക് ചന്ദ്രൻ തുടങ്ങിയ പത്രാധിപസുഹൃത്തുക്കൾക്ക്.

എന്നെ സംഭാഷണങ്ങളിലൂടെയും പ്രകോപനങ്ങളിലൂടെയും പ്രചോദിപ്പിച്ചുകൊണ്ടിരുന്ന നിരൂപകസുഹൃത്തുക്കൾ ഐ ഷണ്മുഖദാസ്, പി കെ സുരേന്ദ്രൻ, ദാമോദർ പ്രസാദ് എന്നിവരെ ഇത്തരുണത്തിൽ സ്നേഹത്തോടെ ഓർമ്മിക്കുന്നു.

ഒട്ടേറെ പ്രിയസുഹൃത്തുക്കൾ കഴിഞ്ഞ രണ്ടുവർഷത്തിനിടയിൽ നമ്മെ വിട്ടുപോയി: സുഹൃത്തും നടനുമായ രാമചന്ദ്രൻ മൊകേരി, കവി ടി പി രാജീവൻ, വാസ്തുശില്പിയും രാഷ്ട്രീയപ്രവർത്തകനുമായിരുന്ന പ്രിയസഖാവ് ശംഭുദാസ്, കലാകാരനായ കോവളം സുനിൽ, ഫെമിനിസ്റ്റ് പ്രവർത്തക ഷീനാ ജോസ്, വടക്കാഞ്ചേരി ഡെലിസ ഹോട്ടലുടമയും സുഹൃത്തുമായ പ്രേമേട്ടൻ, ഉത്സവങ്ങളേയും ആനകളേയും സ്നേഹിച്ച അനിയൻകുട്ടൻ തുടങ്ങിയവരെ ഈ അവസരത്തിൽ ഓർക്കുന്നു.

ഈ പുസ്തകം പ്രസിദ്ധീകരിക്കാൻ മുൻകൈയെടുത്ത പ്രിയ രഞ്ജിത്തിന് പ്രത്യേക നന്ദി.

ഭാഗം ഒന്ന്
ചരിത്രം, സാങ്കേതികവിദ്യ

‘മറ്റൊരു സിനിമ’ സാദ്ധ്യമാണോ?

കഴിഞ്ഞ പതിറ്റാണ്ടുകളിൽ, കൃത്യമായി പറഞ്ഞാൽ അടിയന്തരാവസ്ഥയ്ക്കുശേഷമുള്ള കാലയളവിൽ, കേരളത്തിലെ ബദൽ സിനിമാപ്രസ്ഥാനം ഒട്ടേറെ ചെറുതെങ്കിലും പ്രസക്തവും റാഡിക്കലുമായ ചില മുന്നേറ്റങ്ങൾ നടത്തി. മുമ്പ് ചിത്രലേഖ, അശ്വിനി, ദൃശ്യകല, ശ്രുതി പോലുള്ള ഫിലിം സൊസൈറ്റികൾ/സംരംഭങ്ങൾ പ്രദർശനം, വിതരണം, നിർമ്മാണം, പ്രസാധനം തുടങ്ങിയ രംഗങ്ങളിൽ നടത്തിയ ഇടപെടലുകളെ ഒഡേസ പോലുള്ള കൂടുതൽ ജനകീയമായ ശ്രമങ്ങൾ കേരളീയ സമൂഹത്തിൽ മറ്റൊരു സിനിമാസംസ്കാരം സാദ്ധ്യമാണോ എന്ന പരീക്ഷണത്തെ കൂടുതൽ സമ്പന്നവും സജീവവുമാക്കി.

ഇന്ന് നമ്മൾ ജീവിക്കുന്നത് ഡിജിറ്റൽ ദൃശ്യ-ആഖ്യാന-വിവര ആധിക്യത്തിന്റേതായ ഒരു കാലത്താണ്, ഇന്നത്തെ സാഹചര്യത്തിൽ സമാന്തരം എന്നു വിശേഷിപ്പിക്കാവുന്ന സിനിമ എന്നത് സാദ്ധ്യമോ അവശ്യമോ ആണോ? പ്രത്യേകിച്ചും ഇന്നത്തെ ദൃശ്യാധിക്യം എല്ലാ വൈവിദ്ധ്യങ്ങളെയും വ്യത്യാസങ്ങളെയും ഉൾക്കൊള്ളുന്നു എന്ന ഒരു പ്രതീതി സൃഷ്ടിച്ചുകൊണ്ടിരിക്കുമ്പോൾ. അതുകൊണ്ടുതന്നെ നിലനില്ക്കുന്നതിൽനിന്ന് വ്യത്യസ്തമോ വേറിട്ടതോ അതിനോട് കലഹിക്കുന്നതോ ആയ ഒന്നിനെ നമുക്ക് സങ്കല്പിക്കാനാകുമോ, അത്തരം ഒരു സങ്കല്പത്തിന്റെ ആവശ്യമുണ്ടോ എന്നതാണ് ആദ്യത്തെ പ്രശ്നം/ചോദ്യം..

‘മറ്റൊന്ന്’ എന്ന ഭാവനതന്നെ സാദ്ധ്യമാകുന്നത് അല്ലെങ്കിൽ വേണ്ടിവരുന്നത് ഇനിയും ആവിഷ്കരിക്കപ്പെടാത്ത, അല്ലെങ്കിൽ ഇന്ന് ആവിഷ്കാരം നിഷേധിക്കപ്പെടുന്ന എന്തോ ഒന്നുണ്ട് എന്ന തോന്നലിൽനിന്നോ ബോദ്ധ്യത്തിൽനിന്നോ ആണ്. നമ്മൾ നിരന്തരം

ഉല്പാദിപ്പിക്കുകയും പ്രസരിക്കയും ചെയ്യുന്ന വിവരങ്ങൾക്കും ദൃശ്യങ്ങൾക്കും ആഖ്യാനങ്ങൾക്കും പ്രതിനിധാനങ്ങൾക്കും അപ്പുറം അല്ലെങ്കിൽ അവയുടെ വരുതിക്കകത്തു നില്ക്കാത്ത, ഇനിയും പറയപ്പെടേണ്ടതും, കാണിക്കപ്പെടേണ്ടതും കേൾപ്പിക്കപ്പെടേണ്ടതും ആയ എന്തൊക്കെയോ ഉണ്ട് എന്ന തോന്നൽ; അത് ഇനിയും ആവിഷ്കരിക്കപ്പെടാത്ത ജീവിതമോ അനുഭവമോ ആയിരിക്കണം..

യഥാർത്ഥത്തിൽ ഏതൊരു റാഡിക്കൽ ചിന്തയ്ക്കും കലയ്ക്കും രാഷ്ട്രീയപ്രവർത്തനത്തിനും പിന്നിലുള്ള ചോദനയും പ്രചോദനവും ആയി പ്രവർത്തിക്കുന്നത് ഇത്തരത്തിലുള്ള ഒരു അലോസരം തന്നെയാണ്. ഉള്ളതിനും ഉണ്ടാവേണ്ടതിനും ഇടയിലുള്ള ഈ ഗർത്തമാണ്, അല്ലെങ്കിൽ അതിനെക്കുറിച്ചുള്ള ഉല്ക്കടമായ (അ)ബോധമാണ് 'മറ്റൊന്നി'നെ ഭാവനചെയ്യാൻ ഒരാളെ/ഒരു കൂട്ടത്തെ പ്രേരിപ്പിക്കുന്നതും അങ്ങനെ അതിലൂടെ ആ വിഷയത്തെയും അവരെത്തന്നെയും ആവിഷ്കരിക്കുന്നതും.

മറ്റൊരു ചോദ്യം 'മറ്റൊരു സിനിമ സാദ്ധ്യമാണോ?' എന്ന ചോദ്യം എന്തിനെയാണ് പ്രശ്നമോ വിഷയമോ കേന്ദ്രമോ ആക്കുന്നത് എന്നതാണ്; എന്തെന്നാൽ ഇതേ ചോദ്യം ഒരു ലാവണ്യപ്രശ്നമായും, സിനിമ എന്ന സമ്പദ് അല്ലെങ്കിൽ കച്ചവടവ്യവസ്ഥയുടെ പ്രശ്നമായോ അല്ലെങ്കിൽ ഒരു രാഷ്ട്രീയപ്രശ്നമായോ എല്ലാം ഉന്നയിക്കാവുന്നതാണ്? തീർച്ചയായും ഓരോ മണ്ഡലത്തിലും ഈ പ്രശ്നം ഉന്നയിക്കപ്പെടുകയും അതാത് മണ്ഡലത്തിന്റെ വ്യവഹാരങ്ങളിൽ അവ പ്രതിഫലിക്കുകയും ചെയ്യുന്നുണ്ട്. ഒരു വ്യവസായം എന്ന രീതിയിൽ മലയാളം പോലുള്ള സിനിമ നേരിടുന്ന പ്രതിസന്ധിക്ക് തീർച്ചയായും അത് എങ്ങനെ ദേശീയ സിനിമാവ്യവസായത്തിനകത്തും, ആഗോളവിനോദസമ്പദ് വ്യവസ്ഥയ്ക്കകത്തും പ്രാദേശികവല്ക്കരിക്കപ്പെടുന്നു/പാർശ്വവല്ക്കരിക്കപ്പെടുന്നു എന്ന വ്യവസ്ഥാപരമായ നിലയും നിലനില്പുമായി ബന്ധമുണ്ട്. അത്തരം പരിധികളുടെ/പരിമിതികളുടെ അതിർത്തികൾ ഭേദിക്കുക എന്നത് പലപ്പോഴും സമ്പദ് ഘടനാപരമായ ഒരു അസാദ്ധ്യതയാണ്. എന്നാൽ വിനോദവ്യവസായത്തിന്റെയും ദൃശ്യമാധ്യമത്തിന്റെയും ആഗോളീയതയും നിരന്തരമായ ആഗോളീകരണവും ഇത്തരം പരിമിതികൾ സൃഷ്ടിക്കുന്നതിനൊപ്പം തന്നെ സാങ്കേതികതലത്തിൽ പുതിയ വിനിമയ–വിതരണ സാദ്ധ്യതകളും തുറന്നിടുന്നുണ്ട്. അതിനോട് ഒരു പ്രാദേശികസംസ്കാരം/സംസ്കാരവ്യവസായം എങ്ങനെ പ്രതികരിക്കുന്നു, അല്ലെങ്കിൽ ഉന്മുഖമായിരിക്കുന്നു എന്നതാണ് നിർണ്ണായകമായ പ്രശ്നം. ഘടനാപരമായ പരിമിതികളെ പ്രയോഗസാദ്ധ്യതകളാക്കാൻ കഴിയുമോ എന്നും, സാങ്കേതികവിദ്യ ഉപയോഗിച്ച് പുതിയ പ്രകാശന പ്രയോഗങ്ങൾ വികസിപ്പിക്കാനാകുമോ എന്നും, വിപണിയുടെ ആഗോളവ്യാപ്തിയെ പ്രേക്ഷകവൈവിദ്ധ്യത്തിന്റെ വൈപുല്യമാക്കാൻ കഴിയുമോ തുടങ്ങി പലതും അവിടെ പരീക്ഷിക്കപ്പെടാം.

എന്തു തരത്തിലും തലത്തിലും ഉള്ള പ്രമേയങ്ങൾക്കും ആഖ്യാനങ്ങൾക്കും ഇന്നത്തെ വിപണി എന്ന തുറന്നരശിൽ പ്രവേശിക്കുകയും, അവിടെ അതുപോലെതന്നെ പ്രവേശിച്ച മറ്റു ഉല്പന്നങ്ങളുമായി മത്സരിക്കാനാകും എന്നുമുള്ള ഒരു മായാപ്രതീതി ഇന്നുണ്ട്; സിനിമയെയും മികവിനെയും വിജയത്തെയും പറ്റിയുള്ള പല വ്യവഹാരങ്ങളിലും ഇത് ഒരു മാനദണ്ഡമോ സ്വാഭാവികമായ അവസ്ഥയോ ആയി അറിഞ്ഞും അറിയാതെയും കടന്നുവരാറുണ്ട്. ഈ തുറസ്സ്-പ്രതീതിയാണ് യഥാർത്ഥത്തിൽ ഇന്ന് 'സാമാന്യ ബോധ'മായി മാറിക്കഴിഞ്ഞ വിപണിയുക്തിയുടെ വിജയവും. മറ്റൊരു സിനിമ പലതലങ്ങളിലും മല്ലിടുന്നത് ഈ സാമാന്യബോധവും അതിന്റെ സർവ്വാന്തര്യാമിയായ യുക്തിയുമായാണ്.

ചരിത്രത്തിൽനിന്നുള്ള പാഠങ്ങൾ

ലോകസിനിമാചരിത്രം പരിശോധിക്കുകയാണെങ്കിൽ അതിലുണ്ടായിട്ടുള്ള ഓരോ ഭാവുകത്വവിപ്ലവങ്ങളും നിലനില്ക്കുന്നതിനെതിരെ മറ്റൊരു യുക്തിയും കാഴ്ചയും കാഴ്ചപ്പാടുമായി ഉയർന്നുവന്നവയാണ് എന്നു കാണാം. അവയെല്ലാം ഒരേ സമയം സ്വന്തം സംസ്കാരത്തിലും (പ്ര)ദേശത്തിലും അധീശത്വം പുലർത്തിയിരുന്ന മൂല്യസഞ്ചയങ്ങളോടും ഒപ്പം പുറംലോകത്തോടും (അല്ലെങ്കിൽ ആഗോളീയമായ സമകാലീനതയോടും) വിമർശനാത്മകമായ സംവാദത്തിൽ ഏർപ്പെടുന്നവയായിരുന്നു. 1920 കളിൽ വിപ്ലവാനന്തര റഷ്യയിൽ ഐസൻസ്റ്റീൻ, പുഡോവ്കിൻ തുടങ്ങിയവർ രൂപം നല്കിയ മൊണ്ടാഷ് സിനിമാദർശനമായാലും, 1940 കളിൽ ലോകമഹായുദ്ധാനന്തര ഇറ്റലിയിൽ രൂപമെടുത്ത

ഐസൻസ്റ്റീൻ

പുഡോവ്കിൻ

നിയോറിയലിസ്റ്റ് പ്രസ്ഥാനമായാലും, പിന്നീട് 1950/60കളിൽ സിനിമാ ഭാവുകത്വത്തെ അടിമുടി മാറ്റിമറിച്ച ഫ്രഞ്ച് നവതരംഗമായാലും, അതിനോടൊപ്പവും അതിനുശേഷവും ഏഷ്യൻ, ലാറ്റിനമേരിക്കൻ, ആഫ്രിക്കൻ ഭൂഖണ്ഡങ്ങളിലെ മൂന്നാം ലോകരാജ്യങ്ങളിൽ പലയിടത്തും ഉയർന്നുവന്ന ദേശീയസിനിമാപ്രസ്ഥാനങ്ങളായാലും 'അക'ത്തോടും 'പുറ'ത്തോടും കലഹിക്കുന്നതിലൂടെ സ്വയം ആവിഷ്കരിച്ചവയാണ്. ഇവിടെയെല്ലാം ഒരേസമയം നിലനില്ക്കുന്ന അധീശത്വങ്ങളോടുള്ള അതായത് ലാവണ്യപരവും, സാമ്പത്തികവ്യവസ്ഥാപരവും, രാഷ്ട്രീയവും ആയ തലങ്ങളിലുള്ള പ്രതിരോധവും, അതോടൊപ്പം 'തന്റേട'ങ്ങളെയും വേരുകളെയും കുറിച്ചുള്ള അന്വേഷണങ്ങളും അതിന്റെ സ്വത്വസംഘർഷങ്ങളും ഉൾച്ചേരുന്നു. പ്രതിരോധത്തിന്റെയും സ്വത്വാന്വേഷണത്തിന്റെതുമായ ഒരു അന്തർധാര യാദൃച്ഛികമല്ല; ലാവണ്യസങ്കല്പങ്ങൾ, രാഷ്ട്രീയ ശരിതെറ്റുകൾ, വ്യാവസായികമായ കുത്തകഭാവനകൾ, സാമൂഹ്യ-സദാചാരശ്രേണികൾ - ഇവയിലെല്ലാമുള്ള അധികാരബന്ധങ്ങളുമായുള്ള സംഘർഷാത്മകമായ മുഖാമുഖത്തിൽ നിന്നുരുവാകുന്ന ഒന്നാണത്.

അങ്ങനെ നോക്കുമ്പോൾ ഓരോ കാലത്തുമുണ്ടാവുന്ന 'മറ്റൊരു' സിനിമ അല്ലെങ്കിൽ ബദൽ/സമാന്തര സിനിമ, 'ആർട്ട്' സിനിമ തുടങ്ങിയ പരികല്പനകൾ പ്രസ്ഥാനങ്ങൾ എന്നിവ അന്നു യാദൃച്ഛികമെന്നോ അത്ഭുതകരമെന്നോ പറയാവുന്ന രീതിയിലുണ്ടായ ചിത്രങ്ങളും പ്രതിഭാധനരായ ഒരുകൂട്ടം സംവിധായകരുടെയും പ്രത്യക്ഷപ്പെടൽ കൊണ്ടു മാത്രം സംഭവിക്കുന്നതല്ല മറിച്ച്, അവയെ/അവരെ ചൂഴ്ന്നുനിന്ന, അവർ മല്ലിട്ട, അനുഭവിക്കാനും ആവിഷ്കരിക്കാനും ശ്രമിച്ച സാമൂഹ്യസാഹചര്യങ്ങളും രാഷ്ട്രീയാവസ്ഥകളും കച്ചവട അന്തരീക്ഷങ്ങളും ലാവണ്യ-ഉച്ചനീചത്വങ്ങളും എല്ലാം കൂടിച്ചേർന്നുണ്ടായ ഒരു 'സംഭവം' കൂടിയാണ്.

അതുകൊണ്ടുതന്നെ ആ കലാകാരന്മാരുടെ വ്യക്തിപ്രതിഭാപരമായ സൃഷ്ടിപരതയോടൊപ്പം തന്നെ അവരുടെ ആവിഷ്കാരങ്ങൾ, അവയുയർത്തിയ ഉൽക്കണ്ഠകൾ എന്നിവ ആ കാലഘട്ടത്തിന്റെയും സ്ഥലത്തിന്റെയും കൂടിയായിരുന്നു. പലപ്പോഴും മായികമെന്നു തോന്നിക്കുന്ന ഈ യാദൃച്ഛികതയ്ക്കു പിന്നിൽ ഒരു പ്രത്യേകതരം ഒത്തുചേരലിന്റെ അഥവാ കൈകോർക്കലുകളുടെ, കൂട്ടിമുട്ടലുകളുടെ അഥവാ പരസ്പരം തിരിച്ചറിയലുകളുടെ ഊർജ്ജം കൂടിയുണ്ട്:

സൃഷ്ടി/സ്രഷ്ടാക്കൾ > പ്രയോഗങ്ങൾ/ഇടങ്ങൾ > വിമർശനങ്ങൾ/വ്യവഹാരങ്ങൾ

പൊതുവായി നോക്കിയാൽ മൂന്നുതരം ചലനങ്ങളുടെ ഒരു സങ്കലനം ഈ 'സംഭവ'ങ്ങളുടെ ഭാഗമായി പ്രവർത്തിക്കുന്നതു കാണാം.: ഒന്ന്, ഒരു കൂട്ടം കലാസൃഷ്ടികൾ/അവയ്ക്കു പിന്നിലുള്ള രചയിതാക്കൾ/സംവിധായകർ, രണ്ട്, ഈ രചനകളും കലാകാരന്മാരും സൃഷ്ടിച്ചെടുക്കുന്നതോ

അല്ലെങ്കിൽ അവയ്ക്കായി ഉരുവപ്പെടുന്നതോ ആയ നൂതനമായ കലാപ്രയോഗങ്ങൾ, മൂന്ന് ഇവ രണ്ടുമായി ബന്ധപ്പെട്ട് അവയുടെ പശ്ചാത്തലമായും ഉത്ഘോഷണമായും വികസിക്കുന്ന വിമർശന/നിരൂപണ വ്യവഹാരങ്ങൾ.

ഇവ മൂന്നും പരസ്പരം സംവദിച്ചും കലഹിച്ചും വർത്തിക്കുകയും വളരുകയും ചെയ്യുന്നു; ഒന്ന് മറ്റൊന്നിനെ പോഷിപ്പിക്കുകയും ഉത്തേജിപ്പിക്കുകയും ഭാവുകത്വപരിസരത്തെ കൂടുതൽ സങ്കീർണ്ണമാക്കുകയും അങ്ങനെ പുതിയ സാദ്ധ്യതകളിലേക്ക് തുറക്കുകയും ചെയ്യുന്നു. ആദ്യഘടകം ഭാവനയുടെ മണ്ഡലത്തിൽ കാലത്തെയും ദേശത്തെയും ആവിഷ്കരിക്കുമ്പോൾ, രണ്ടാമത്തേത് അവ സൃഷ്ടിക്കാൻ ശ്രമിക്കുന്ന നവഭാവുകത്വത്തെ പ്രേക്ഷകസമൂഹവുമായി മുഖാമുഖം കൊണ്ടുവരികയും നിലനിന്നിരുന്ന ആസ്വാദന–ഭാവുകത്വപരിസരങ്ങളെ പുനർനിർവ്വചിക്കുകയും പുനർനിർമ്മിക്കുകയും ചെയ്യുന്നു. മൂന്നാമത്തേത്, സൃഷ്ടികളെയും സ്രഷ്ടാക്കളെയും കലാപ്രയോഗങ്ങളെയും താത്ത്വികമായ തലത്തിൽ വിസ്തരിക്കുകയും അവയെ കലാചരിത്രത്തിന്റെ വിച്ഛേദമായി തിരിച്ചറിയുകയും ആവിഷ്കരിക്കുകയും ചെയ്യുന്നു.

കേരളത്തിന്റെ തന്നെ പശ്ചാത്തലത്തിൽ സോഷ്യൽ റിയലിസ്റ്റ്/സാമൂഹ്യപ്രതിബദ്ധതാ പ്രസ്ഥാനവും, 70 കളിലെ ആധുനികസാഹിത്യവും സിനിമയിലെ നവതരംഗവും ചിത്രകലയിലെ റാഡിക്കൽ പ്രസ്ഥാനവുമെല്ലാം പരിശോധിക്കുമ്പോഴും ഈ വിവിധ ഇഴകളുടെ പരസ്പരപൂരകവും പരസ്പരോത്തേജകവുമായ കെട്ടുപിണയലുകൾ കാണാം. ഒരുകൂട്ടം പുതിയ രചനകളും കലാകാരന്മാരെയും കൊണ്ടു മാത്രമല്ല അവ ചരിത്രത്തിൽ സ്ഥാനമുറപ്പിക്കുന്നത്, മറിച്ച് അവയെ ചുറ്റിപ്പറ്റി വികസിച്ചുവന്ന പുതിയ കലാപ്രയോഗങ്ങൾ – ചെറുപ്രസിദ്ധീകരണങ്ങൾ, സംവാദസംഘങ്ങൾ, ഫിലിം സൊസൈറ്റികൾ, ചലച്ചിത്രമേളകൾ, ചൊൽക്കാഴ്ചകൾ, പൊതു ഇടങ്ങളിലെ പ്രദർശനങ്ങൾ, തെരുവു നാടകങ്ങൾ തുടങ്ങി പലതും അവയെ പ്രേക്ഷകരോട് അടുപ്പിക്കുകയും പുത്തൻ പാരസ്പര്യങ്ങൾ വികസിപ്പിക്കുവാൻ ഉതകുന്ന രീതിയിലുള്ള പുതിയ സാംസ്കാരിക ഇടങ്ങളും വേളകളും സൃഷ്ടിച്ചെടുക്കുകയും ചെയ്തു. ഇവയ്ക്കൊപ്പം തന്നെ ഇവ രണ്ടിനെയും ലാവണ്യധാരകളുടെയും പാരമ്പര്യത്തിന്റെയും കലാചരിത്രത്തിന്റെയും ഭാഗമായി നിർവ്വചിച്ചെടുക്കുകയും ഈ പുതിയ ചലനങ്ങൾ ആവിഷ്കരിക്കുന്ന തുടർച്ചയുടെയും ഇടർച്ചയുടെയും തലങ്ങളെ നിർദ്ധാരണവും ചെയ്തു. അങ്ങനെ ഒരുകൂട്ടം പുതിയ നിരൂപകരും വിമർശനരചനകളും അവയിലൂടെ നവതാത്ത്വികപരികല്പനകളും സമകാലികമായ സങ്കല്പനങ്ങളും നിരന്തരം സൃഷ്ടിക്കപ്പെടുന്നു, പുതുക്കപ്പെടുന്നു.

ഈ പ്രക്രിയ ഒരർത്ഥത്തിൽ പുതിയതിനെ വേർതിരിക്കുക മാത്രമല്ല, പഴയതിനെ പഴയതായി തിരിച്ചറിയുകയും ലോകവും അനുഭവങ്ങളും ജീവിതവുമായുള്ള നമ്മുടെ മാറുന്ന ബന്ധത്തെത്തന്നെ പുനരാ

വിഷ്കരിച്ചു. ഈയൊരർത്ഥത്തിലാണ് "ഒരു രാഷ്ട്രീയസിനിമ ഉണ്ടാക്കാൻ എളുപ്പമാണ്, പക്ഷേ, സിനിമ ഉണ്ടാക്കലിനെ രാഷ്ട്രീയവല്ക്കരിക്കുക എന്നതാണ് കഠിനം" എന്ന് ഗൊദാർദ് പറയുന്നതും.

രാഷ്ട്രീയവും സാമ്പത്തികവും മാത്രമല്ല, ലാവണ്യപരവും പരികല്പനാപരവുമായ ഒരു പ്രതിരോധമാണത്.

ഡിജിറ്റൽ പ്രതീക്ഷകൾ, ആശങ്കകൾ

സെല്ലുലോയ്ഡ് കാലത്തുണ്ടായിരുന്ന വിവിധങ്ങളായ പരിമിതികൾ – മൂലധനപരവും, ദൃശ്യബിംബപരവും, സാങ്കേതികപരവും, വിനിമയ പരവും പ്രദർശനപരവും എല്ലാം – ഇന്നത്തെ ഡിജിറ്റൽ കാലത്ത് ഒരു തലത്തിൽ പരിമിതികളല്ലാതായിത്തീർന്നിരിക്കുന്നു. ഇന്നത്തെ സെല്ലു ലോയ്ഡ്–അനന്തര സിനിമ അത് ഭാവന ചെയ്യപ്പെടുന്ന നിമിഷം മുതൽ പ്രേക്ഷകരുടെ അടുത്ത് എത്തുന്നതുവരെയുള്ള തലങ്ങളിൽ അങ്ങേയറ്റം വ്യത്യസ്തമാണ്. അനലോഗ് യുഗത്തിലെ ഭൗതികപരമായ അടിമത്ത ത്തിൽനിന്ന് സിനിമയെ ഡിജിറ്റൽ സങ്കേതങ്ങൾ മോചിപ്പിച്ചിരിക്കുന്നു. ആർക്കും എത്തിപ്പിടിക്കാമെന്നവണ്ണമുള്ള മോഹിപ്പിക്കുന്ന ലാളിത്യം അതിനുണ്ട്.

ഈ ഡിജിറ്റൽ ജനാധിപത്യം ആർക്കും ഇന്ന് സ്വന്തം നിലയിൽ,

സ്വയംവരം ചിത്രീകരണവേള

ഒരു സ്ഥാപനത്തിന്റെയും സഹായമില്ലാതെ സിനിമയെടുക്കാം എന്ന അവസ്ഥ ഉണ്ടാക്കിയിരിക്കുന്നു. അന്തർദ്ദേശീയ മൊബൈൽ ഫിലിം ഫെസ്റ്റിവലുകളുള്ള കാലത്താണ് നമ്മൾ ഇന്ന് ജീവിക്കുന്നതും സിനിമ കാണുന്നതും. എന്നാൽ സാങ്കേതികവിദ്യാപരമായ ഈ സ്വാതന്ത്ര്യം, സുഗമത, സാദ്ധ്യത എത്രകണ്ട് ഏതൊക്കെ രീതിയിലാണ് പ്രയോഗിക്കപ്പെടുന്നത് എന്നുള്ളതാണ് നിർണ്ണായകം. ഇന്നത്തെ നിയന്ത്രണസമൂഹത്തിൽ ഉല്പാദനത്തെക്കാൾ പ്രധാനം വിനിമയമാണ്; ആഗോളതലത്തിലുള്ള ഡിജിറ്റൽ ദൃശ്യവിനിമയവലയിൽ നമ്മളും സജീവമായി പങ്കാളികളാണ്; എന്നാൽ ഇവയുടെ ദിശയെയും ഉള്ളടക്കത്തെയും വേഗങ്ങളെയും നിർണ്ണയിക്കുന്നത് ആ ആഗോളവലയക്രമം തന്നെയാണ്, അത് ആഗോളമൂലധനത്തിന്റെ താല്പര്യങ്ങൾക്കനുസരിച്ചും നിയന്ത്രണത്തിനും വഴങ്ങുന്ന ഒന്നാണ്.

പക്ഷേ, ഡിജിറ്റൽ സാങ്കേതികത എല്ലാവരെയും ചലച്ചിത്രകാരന്മാരോ ചലച്ചിത്രകാരികളോ ആക്കുമ്പോൾ, അത് കൂടുതൽ സാമൂഹിക ബഹുസ്വരതയും രാഷ്ട്രീയ സക്രിയതവും സാദ്ധ്യമാക്കുന്നുണ്ടോ?

ജീവിതത്തിന്റെയും രാഷ്ട്രീയത്തിന്റെയും കലയുടെയും സമസ്ത തലങ്ങളെയും തരങ്ങളെയും മാധ്യമങ്ങളും അവയുടെ വിപണിലാവണ്യവും വിജയയുക്തിയും കൈയടക്കുമ്പോൾ, അതിന്റെ വ്യാജവ്യാപ്തി അരികുകളെത്തന്നെ ക്രമേണ അദൃശ്യമാക്കുന്നു; അതായത് യഥാർത്ഥത്തിൽ ജീവിതത്തിലും ജീവിതായോധനത്തിലും മനുഷ്യർ അനുഭവിക്കുന്ന/ജീവിക്കുന്ന ശ്രേണീനിലയെയും അരികുനിലയെയും അത് അതിന്റെ വ്യാജസമവായംകൊണ്ടും പ്രതീതിസമത്വം കൊണ്ടും ഒരു 'യഥാർത്ഥാ'നുഭവമല്ലാതെ ആക്കിയിരിക്കുന്നു. ഉപഭോഗം അനുഭവത്തിൽ നിന്ന് യാഥാർത്ഥ്യത്തെ ചോർത്തുന്നു; നിർവ്വാഹകത്വമില്ലാത്ത, എന്നാൽ ഒരിക്കലുമവസാനിക്കാത്ത ഒരു പങ്കാളിത്ത/ഇടപെടൽ പ്രതീതിയിൽ അത് ജീവിതത്തിന്റെ അനീതികളെ, അനുഭവവേദ്യമല്ലാതാക്കി തീർക്കുന്നു; അതോടെ വിപണിയുക്തിക്കും മാധ്യമങ്ങൾ സൃഷ്ടിച്ചെടുക്കുന്ന എല്ലാറ്റിനെക്കുറിച്ചുമുള്ള സമവായപ്രതീതിക്കും അപ്പുറം ഇടങ്ങളില്ലാതെയാവുന്നു; എല്ലാം മുഖ്യധാരയാകുമ്പോൾ സമാന്തരങ്ങൾ അപ്രസക്തമോ അപഹാസ്യമോ ആയിത്തീരുന്നു; ആ സമവായ-അധീശത്വത്തിനു പുറത്തുള്ള അത്തരം മറ്റ് അനുഭവങ്ങൾ, ജിവിതങ്ങൾ, ആവിഷ്കാരങ്ങൾ, അഭിലാഷങ്ങൾ എന്നിവ 'പ്രക്ഷേപണയോഗ്യ'മോ, വ്യവഹാരപ്രസക്തിയോ ഇല്ലാത്തവയായി മാറുന്നു. അവയെ വീണ്ടെടുക്കുക എന്നത് ഒരു രാഷ്ട്രീയപ്രവർത്തനമായി മാറുന്നു. ഉഭയലൈംഗികതയ്ക്കു പുറത്തുള്ള അഭിലാഷങ്ങൾ, വിപണിയുടെ രേഖീയതയെ അലോസരപ്പെടുത്തുന്ന ആഖ്യാനങ്ങൾ, മദ്ധ്യവർഗ്ഗസദാചാരത്തിന്റെ സാമാന്യബോധങ്ങളെ/ പെരുമാറ്റച്ചട്ടങ്ങളെ അനുസരിക്കാത്തവർ, ആദിവാസികൾ, മത/ജാതി ന്യൂനപക്ഷങ്ങൾ, മറ്റുസംസ്ഥാനങ്ങളിൽ നിന്ന് ഇവിടെ വന്ന് കായികാദ്ധ്വാനം ചെയ്തു പുലരുന്നവർ, വ്യവസ്ഥാപിത പാർട്ടി-മത

അമ്മ അറിയാൻ

വിശ്വാസികളല്ലാത്തവർ.. ഇവർക്ക് ഈ ലോകത്ത് പ്രകാശനം സാദ്ധ്യമാകുന്നത് ഇരയായോ പ്രതിയായോ കുറ്റവാളിയായോ സംശയാസ്പദരായോ അല്ലെങ്കിൽ ഭാവിയിൽ ഇതെല്ലാം മാത്രം ആകാൻ സാദ്ധ്യതയുള്ളവരോ ആയി മാത്രമാണ്. വൈയക്തികതയെയും നിർവ്വാഹകത്വത്തെയും അതിന്റെ പ്രതീതിപങ്കാളിത്തം കൊണ്ട് ഒറ്റയടിക്ക് റദ്ദാക്കുന്ന ഒരു മാധ്യമ/വിനോദവ്യവസായ സന്ദർഭത്തിൽ 'മറ്റൊന്നി'ന്റെ ഇടങ്ങൾ, ഇളക്കങ്ങൾ, ഈടുവെയ്പുകൾ, പ്രകാശങ്ങൾ, പ്രകാശനങ്ങൾ എവിടെയാണ്, എങ്ങനെയാണ് സാദ്ധ്യമാകുക?

ഈ അവസ്ഥ മുമ്പുസൂചിപ്പിച്ച ഡിജിറ്റൽ ആധിക്യത്തിന്റെയും സമവായ-അധീശത്വത്തിന്റെയും പശ്ചാത്തലത്തിൽ കൂടുതൽ രൂക്ഷമായിക്കൊണ്ടിരിക്കയാണ്. മറ്റൊന്നിനും ഇടമോ സമയമോ ഇല്ലാത്ത ഈ വിവരവിനിമയപ്രവാഹത്തിനിടയിൽ, സമാന്തരങ്ങളും ബദലുകളും അവയുടെ ഇടങ്ങളും അതുകൊണ്ടുതന്നെ പ്രയോക്താക്കളും വക്താക്കളും പ്രേക്ഷകരുമെല്ലാം മുങ്ങിപ്പോകുന്നു. ജീവിതം, കല, രാഷ്ട്രീയം, എന്നീ മേഖലകളിലെല്ലാം ഇത്തരം ഒരു സമീകരണപ്രക്രിയ വമ്പിച്ച രീതിയിൽ നമ്മുടെ സമൂഹത്തിൽ സംഭവിച്ചു കഴിഞ്ഞിരിക്കുന്നു.

ആഗോളീയമാക്കപ്പെട്ട വെല്ലുവിളികൾ, പ്രാദേശിക സാദ്ധ്യതകൾ

അതുകൊണ്ടുതന്നെ 'മറ്റൊരു'സിനിമയുടെ ഇന്നത്തെ ദൗത്യം നമ്മുടെ സമൂഹത്തിൽ 'ഐകകണ്ഠേന' അംഗീകരിക്കപ്പെടുകയും

അങ്ങനെ ഒരു സാമാന്യബോധമായി മാറിക്കൊണ്ടിരിക്കയും ചെയ്യുന്ന അനവധി സങ്കല്പങ്ങളെ/ മുൻ വിധികളെ അട്ടിമറിക്കുക എന്നുള്ളതാണ്: വികസനം, സദാചാരം, നമ്മൾ/അവർ, നന്മ/തിന്മ, സുന്ദരം/അസുന്ദരം, മാന്യം/അമാന്യം, ഇടത്/വലത് എന്നിങ്ങനെ പലതിനെ സംബന്ധിച്ചും നിലനില്ക്കുന്നതും മാധ്യമങ്ങളിലൂടെയും പൊതുവ്യവഹാരങ്ങളിലൂടെയും സനാതനവല്ക്കരിക്കപ്പെട്ടുകൊണ്ടിരിക്കുന്നതുമായ നിരവധി ധാരണകളെ ചോദ്യം ചെയ്യുകയും അത്തരം ദ്വന്ദ്വയുക്തികൾക്കും സമവായത്തിന്റേതായ ആ അധീശത്വത്തിനും പുറത്തുകടക്കുമ്പോഴും ആയിരിക്കും മറ്റൊരു കാഴ്ച, കാഴ്ചപ്പാട്, അഥവാ, സിനിമ സാദ്ധ്യമാവുക.

*

മറ്റൊരു സിനിമ നേരിടുന്ന മറ്റൊരു വെല്ലുവിളി സ്വന്തം പ്രേക്ഷകസമൂഹത്തെച്ചൊല്ലിയുള്ളതാണ്. ആഗോളീകരിക്കപ്പെട്ട ഒരു മാധ്യമാന്തരീക്ഷത്തിൽ – പ്രത്യേകിച്ചും കേരളം പോലുള്ള ഇടങ്ങൾ – സ്വന്തം ഭാഷയിലെ/പ്രദേശത്തെ പ്രേക്ഷകർ എന്നത് സിനിമയ്ക്ക് നഷ്ടപ്പെട്ടുകൊണ്ടിരിക്കയാണ്. അതായത്, മുമ്പ് ഒരു മലയാളസിനിമയ്ക്ക് അതിന്റേതായ ഒരു വിപണിയും പ്രേക്ഷകസമൂഹവും അവരിലേക്കുള്ള നിശ്ചിതവഴികളും (അവർക്ക് തിരിച്ചും) ഉണ്ടായിരുന്നുവെങ്കിൽ, ഇന്ന് ഇവയെ എല്ലാം ആഗോളമാധ്യമങ്ങൾ കൈയടക്കിയിരിക്കുന്നു. എല്ലാ പ്രേക്ഷകരും ആഗോളമാധ്യമം ഉല്പന്നങ്ങളുടെ ഉപഭോക്താക്കളായി 'വളരു'മ്പോൾ, അവർക്കു ലഭ്യമാകുന്ന ഉല്പന്നങ്ങൾ വളരെയധികം സമീകരിക്കപ്പെട്ടതും ചിട്ടപ്പെടുത്തപ്പെട്ടതും ആയതുകൊണ്ട് ക്രമേണ അവരുടെ രുചിശീലങ്ങളും ഒപ്പം പ്രതീക്ഷകളും മികവിനെക്കുറിച്ചുള്ള ധാരണകളും എല്ലാം അതിനനുസരിച്ച് ചിട്ടപ്പെടുന്നുണ്ട്. അതോടെ തനത് എന്നു വിശേഷിപ്പിക്കാവുന്ന പ്രകാശനങ്ങൾക്ക് അവയുടേതായ ഇടവും ലഭിക്കുന്ന സമയത്തിൻമുകളിലുള്ള നിയന്ത്രണവും മേൽക്കൈയും നഷ്ടപ്പെടുന്നു. ഓരോ പ്രാദേശിക ഉല്പന്നവും മത്സരിക്കുന്നത് ആഗോളമൂലധനം ഉല്പാദിപ്പിക്കുന്ന ഉല്പന്നങ്ങളോടും, അവ നേരിടുന്നത് ആഗോളീകരിക്കപ്പെട്ട രുചിപ്രതീക്ഷകളുള്ള ഒരു പ്രേക്ഷകസമൂഹത്തെയുമാണ്. താഴ്ന്ന മൂലധന അടിത്തറയും അതുകൊണ്ടുതന്നെ പരിമിതമായ സാങ്കേതികസന്നാഹവുമുള്ള തനത് ഉല്പന്നങ്ങൾ ഇവിടെ അസന്തുലിതമായ ഒരു മത്സരമാണ് നേരിടുന്നത്.

ജോൺ എബ്രഹാം

ഇത്തരമൊരു സാഹചര്യത്തിൽ ഒരു രചയിതാവിന് പലപ്പോഴും അന്യന്റെ/ശത്രുവിന്റെ ഭാഷയിൽ സംസാരിക്കേണ്ടിവരുന്നു; അപരത്തിന്റെ ബിംബ'കല്പന'കളെയും ശൈലികളെയും ആശ്രയിക്കേണ്ടിവരുന്നു..

സ്വന്തം പ്രേക്ഷകരും ഇടവും നഷ്ടപ്പെട്ട അത്തരമൊരു സാഹചര്യത്തിൽ 'മറ്റൊരു' സിനിമ എങ്ങനെ അവരിലേക്കെത്തും? എന്താണ് അതിനുള്ള വഴികൾ, ചാലുകൾ? മുമ്പ് സമാന്തരമായ സംരംഭങ്ങളെ പ്രോത്സാഹിപ്പിച്ചിരുന്ന ബദൽ സംഘങ്ങളും കൂട്ടായ്മകളും ഉണ്ടായിരുന്നുവെങ്കിൽ ഇന്ന് ഭൗതികമായ തലത്തിൽ അത് സാദ്ധ്യമല്ലെങ്കിൽ പോലും അവയുടെ വിർച്വൽ സമാന്തരങ്ങൾ വികസിച്ചിട്ടുണ്ട്. അവ അന്വേഷിക്കയും വികസിപ്പിച്ചെടുക്കയും ചെയ്യുക എന്നത് പുതിയ കലാപ്രവർത്തന/പ്രയോഗങ്ങൾ വികസിപ്പിക്കാനും പ്രേക്ഷകരുമായുള്ള പുതിയ മുഖാമുഖങ്ങൾ തുറക്കാനും സഹായിക്കും.

*

അതുകൊണ്ടുതന്നെ 'മറ്റൊരു സിനിമ'യുടെ ഇന്നത്തെ ആവാസ വ്യവസ്ഥ ആഗോളീയവും പ്രാദേശികവുമായ തലങ്ങളിൽ ഒരേസമയം പരിമിതികളും സാദ്ധ്യതകളും നമ്മുടെ മുന്നിൽ വളരെ പ്രകോപനമായ രീതിയിൽ തുറന്നിടുന്ന ഒന്നാണ്.. അതുകൊണ്ടുതന്നെ അതിനെക്കുറിച്ചുള്ള ചിന്തയും പ്രവർത്തനവും അകത്തേക്കും പുറത്തേക്കും തുല്യതീവ്രതയോടെ ഉന്മുഖമാകേണ്ടതുണ്ട്: തദ്ദേശചരിത്രത്തോടും സംസ്കാരത്തോടുമൊപ്പം ലാവണ്യതലത്തിലും ആവിഷ്കാരമാദ്ധ്യമങ്ങളിലും ആഗോളീയതലത്തിൽ നടക്കുന്ന ചലനങ്ങളോട് ഇന്ദ്രിയങ്ങളും മനസ്സും ബുദ്ധിയും ഭാവനയും തുറന്നിരിക്കുന്നതുമായ ഒരു ശ്രദ്ധ (അതിന്റെ രണ്ട് അർത്ഥത്തിലും) നമ്മിൽനിന്ന് ആവശ്യപ്പെടുന്നുണ്ട്.

ഈ ദൗത്യം ഒരുതലത്തിൽ തന്റേടത്തോടെ സ്വന്തം ഇടം ഭൗതികവും നൈതികവും മാനസികവുമായത് – തിരിച്ചുപിടിക്കുക എന്നതാണ്: സ്വാഭാവികമായും അത് നമ്മുടെ ചരിത്രവും ജീവിതവും അനുഭവവും പ്രകൃതിയും സംസ്കാരവും ബോധവും അബോധവും എല്ലാമടങ്ങുന്ന ഒന്നാണ്. അത് 'ഒറ്റപ്പെട്ട ഒരു കൂട്ടം' ചലച്ചിത്രകാരന്മാരിലൂടെയോ കുറച്ചു ചിത്രങ്ങളിലൂടെയോ മാത്രം സാധിക്കുന്ന ഒന്നല്ല. എന്തെന്നാൽ അവരാവിഷ്കരിക്കുവാൻ ശ്രമിക്കുന്ന മറുലോകങ്ങളെ തിരിച്ചറിയാനും അതിനെ പൊതുസമൂഹത്തിലെ ഒരു സമാന്തരധാരയായി തെളിയിച്ചെടുക്കേണ്ടതുണ്ട്. അത് കലാസൃഷ്ടികളുടെയും കലാകാരികളുടെയും സാന്നിദ്ധ്യം ഒന്നുകൊണ്ടു മാത്രമോ ഒന്നിന്റെയും ഇടപെടലില്ലാതെ യാദൃച്ഛികമായോ ഉരുത്തിരിയുന്ന ഒന്നല്ല. മറിച്ച്, അവരും അവരുടെ സൃഷ്ടികളും എന്ത് എങ്ങനെ എവിടെനിന്നുകൊണ്ട് എപ്പോൾ പറയുന്നു എന്നതിനെക്കുറിച്ച് ഒരു ഉപസമൂഹമെങ്കിലും പങ്കിടുന്ന പൊതുവായ ചില ബേജാറുകൾ /ആകാംക്ഷകൾ / സ്വപ്നങ്ങൾ, കുറഞ്ഞത് ചില ഭീതികളോ, ആശങ്കകളോ, എങ്കിലും ആയി തിരിച്ചറിയപ്പെടേണ്ടതുണ്ട്; ആവിഷ്കരിക്കേണ്ടതുണ്ട്. എങ്കിൽ മാത്രമേ അവ പങ്കിടുന്ന അല്ലെങ്കിൽ

പങ്കിടാനോ ആവിഷ്കരിക്കാനോ ശ്രമിക്കുന്ന മറുലാവണ്യമോ രാഷ്ട്രീയ–ഉദ്വേഗങ്ങളോ വ്യവഹാരക്ഷമമാവുകയുള്ളൂ.

ഇവിടെ ഉണ്ടാകുന്ന ബദൽ അന്വേഷണങ്ങൾക്ക് അതിന്റെ പ്രേക്ഷകരുമായി ഇടപെടാൻ കഴിയുന്നതും, അവർ തമ്മിലുള്ള മുഖാമുഖങ്ങൾ ഒരുക്കുന്നതുമായ അണിയറകളും അരങ്ങുകളും ആവശ്യമുണ്ട്: അത്തരത്തിലുള്ള ശ്രമങ്ങളിലൂടെ മാത്രമേ നമുക്ക് നവീനമായ കലാപ്രയോഗങ്ങളും പാരസ്പര്യത്തിന്റെ ഇടങ്ങളും വേളകളും സൃഷ്ടിച്ചെടുക്കാനാവൂ: ഇന്നത്തെ സാഹചര്യത്തിൽ അത് ഭൗതികമായ വേദികളോ, അച്ചടിച്ച താളുകളോ, തികച്ചും ശാരീരികമായ സാന്നിദ്ധ്യങ്ങളോ മാത്രമായി കാണേണ്ടതില്ല. സമയത്തിന്റെയും സ്ഥലത്തിന്റെയും പരിമിതികളെ അതിവർത്തിക്കുവാൻ കഴിയുന്ന തരത്തിലുള്ള പാരസ്പര്യങ്ങൾ ഇന്ന് വിർച്വൽ ആയിത്തന്നെ സാദ്ധ്യമാണ്.

അല്ലെങ്കിൽ ഇന്ന് വ്യത്യസ്തമായ പാത പിന്തുടരുവാനും മറ്റൊരു സിനിമ നിർമ്മിക്കുവാനും മുതിരുന്നവരുടെ ശ്രമങ്ങൾ –അവ എത്രതന്നെ 'പുരസ്കരിക്ക'പ്പെട്ടാലും – ഏകാന്തമായ സാഹസങ്ങളും, വ്യക്തിപരമായ വിജയങ്ങളുടെ അഭാവത്തിൽ അങ്ങേയറ്റത്തെ ഒറ്റപ്പെടലിലേക്കും കയ്പിലേക്കും മാത്രം നയിക്കുന്നവയും ആയിത്തന്നെ തുടരും.

'മറ്റൊരു സിനിമ സാദ്ധ്യമാണോ?' എന്ന ചോദ്യം ഉന്നയിക്കുക എന്നത് നിലനില്ക്കുന്നതിനെതിരെ, സനാതനമോ സാമാന്യബോധമോ ഒക്കെയായി മാറിക്കഴിഞ്ഞ കലയിലും രാഷ്ട്രീയത്തിലും ജീവിതത്തിലുമുള്ള ചില പൊതുസമവായങ്ങൾക്കെതിരെയുള്ള പ്രതിരോധമാണെങ്കിൽ, അത് 'മറ്റൊരു ജീവിതം സാദ്ധ്യമാണോ?' എന്ന ചോദ്യത്തിലേക്കാണ് നമ്മെ നയിക്കുക.

മലയാളം എന്ന ബ്രോയ്ലർ സിനിമ

കഴിഞ്ഞ രണ്ടു പതിറ്റാണ്ടു കാലത്തിനിടയിൽ മലയാളി ജീവിതത്തിനും വിനോദരീതികൾക്കും സംഭവിച്ച ഗാഢമായ മാറ്റങ്ങളുടെ പശ്ചാത്തലമായിരിക്കും മലയാളസിനിമയ്ക്കുവന്ന പരിണാമങ്ങളെക്കുറിച്ച് ആലോചിക്കാൻ ഏറ്റവും സഹായിക്കുക എന്നു തോന്നുന്നു. ടെലിവിഷൻ, മൊബൈൽ ഫോൺ, ഇന്റർനെറ്റ് തുടങ്ങിയ പുതിയ മാധ്യമങ്ങളുടെയും വിനോദോപാധികളുടെയും കടന്നുവരവ് നമ്മുടെ സിനിമയെ വ്യവസായം, വിനോദം, സാങ്കേതികവിദ്യ, മാധ്യമം എന്ന നിലകളിലെല്ലാം മാറ്റിമറിച്ചു. ആ മാറ്റത്തിന്റെ ചില അടരുകളെയും അവസ്ഥകളെയും കുറിച്ചാണ് താഴെ പ്രതിപാദിക്കുന്നത്:

ടെലിവിഷൻ യുഗം

1990 കളുടെ തുടക്കത്തിൽ 'ആകാശം തുറന്നിടപ്പെട്ട' തോടെ സ്വകാര്യ ചാനലുകൾ രംഗപ്രവേശം ചെയ്തു. അതുവരെ തീയറ്ററിൽ മാത്രം ലഭ്യമായിരുന്ന ദൃശ്യവിനോദം അതോടെ വീടകങ്ങളിലെത്തി. അതുവരെ സിനിമയുടേതുമാത്രമായിരുന്ന പ്രമേയങ്ങളിൽമേലുള്ള ഒരു കൈയേറ്റം കൂടിയായിരുന്നു അത്. 'പടങ്ങൾ' വീട്ടിലെത്തിയതോടെ കുടുംബങ്ങൾ തിയറ്ററുകളിലെത്താൻ മടിച്ചു തുടങ്ങി. അത് തിയറ്ററുകളിലെത്തുന്ന പ്രേക്ഷകസമൂഹത്തിന്റെ ചേരുവയെ മാറ്റി. തിരിച്ച് ഈ മാറ്റം സിനിമ കൈകാര്യം ചെയ്യുന്ന പ്രമേയത്തെയും വിഷയങ്ങളെയും സ്വാധീനിച്ചു; മുഴുനീളഹാസ്യത്തിലേക്കും മൃദുരതിയിലേക്കും അതു കൂപ്പുകുത്താൻ ശ്രമിച്ചു. മറ്റു സിനിമകളെപ്പോലെ സ്വയം വലുതാകാൻ കഴിയാത്തതിനാൽ സ്വന്തം നായകരെ അമാനുഷതലത്തിലേക്ക് വലുതാക്കി.

സിനിമ ഇടം, ഉള്ളടക്കം

മറ്റൊന്ന് തിയറ്റർ എന്ന ഇടത്തിനും ആ ഇടത്തെക്കുറിച്ചുള്ള കാഴ്ചപ്പാടുകളിലും വന്ന മാറ്റമാണ്. ഒന്ന്, അതുവരെയുള്ള ദശകങ്ങളിൽ തിയറ്ററുകൾ (സർക്കാർ ഓഫീസുകളെപ്പോലെ) ഭൂമികേരളത്തിലെ 'ആധുനികവും' നാഗരികവുമായ ഇടങ്ങൾ ആയിരുന്നു എങ്കിൽ, പുതിയ സാമ്പത്തികക്രമം കൊണ്ടുവന്ന വരുമാനവർദ്ധനയ്ക്കനുസരിച്ച് ഭൗതിക സൗകര്യങ്ങളും ജീവിതനിലവാരവും ഉയർന്ന ശരാശരി മലയാളിയെ സംബന്ധിച്ചിടത്തോളം തിയറ്റർ പോലുള്ള പൊതുഇടങ്ങൾ അത്ര വൃത്തിയില്ലാത്ത ഇടമായിത്തീർന്നു; ചെറുപ്പക്കാർ (പ്രൊഫഷണൽ കോഴ്സുകൾക്കു കൊള്ളാത്ത) അതും പുരുഷന്മാർ – മാത്രം വിഹരിക്കുന്ന ഒരിടമായിത്തീർന്നിരുന്നു തിയറ്ററുകൾ. സീരിയലുകൾ വഴി സ്ത്രീകൾ കൈയൊഴിഞ്ഞത് തിയറ്റർ മാത്രമല്ല, സിനിമയെയും കൂടിയായിരുന്നു: 1990 കൾക്കു ശേഷം നമ്മുടെ സിനിമ അങ്ങേയറ്റം പുരുഷകേന്ദ്രിതവും സ്ത്രീസാന്നിദ്ധ്യമില്ലാത്തതുമായ ഒന്നായി മാറി. സിനിമ എന്ന മാധ്യമത്തിലും സിനിമ എന്ന ഇടത്തിലും സ്ത്രീകളുടെ സ്ഥാനം വളരെ പരുങ്ങലിലായി. അതിനനുസരിച്ച് പുരുഷനായക–സ്ത്രീനായിക പ്രായ–അനുപാതം ഗണനീയമായി തോതിൽ സ്ത്രീവിരുദ്ധമായിത്തീരുകയും ചെയ്തു. അതേ സമയം പുറംലോകത്ത്, റിയൽ എസ്റ്റേറ്റ് കച്ചവടത്തിന്റെ മായാപ്രഭയിൽ തിയറ്ററുകൾ നിന്നിരുന്ന ഇടങ്ങൾ 'പ്രൈം പ്രോപ്പർട്ടി' എന്ന രീതിയിൽ മറ്റൊരു നോട്ടത്തിനു വിധേയമായി. റിയൽ എസ്റ്റേറ്റുകാർ കണ്ണേറിയാൻ തുടങ്ങിയതോടെ, 79 കളിലും 80 കളിലും പണിത പ്രധാനപ്പെട്ട തിയറ്ററുകളെല്ലാം തന്നെ വില്ക്കപ്പെടുകയോ ഷോപ്പിങ് കോംപ്ലക്സുകളും വിവാഹാലയങ്ങളുമായി മാറാനോ തുടങ്ങി. (1987 ൽ 1389 തിയറ്ററുകൾ ഉണ്ടായിരുന്നു എങ്കിൽ അത് 2009 തോടെ 670 ആയി കുറഞ്ഞു) സിനിമ എന്ന അകവും വ്യവസായവും തിയറ്റർ എന്ന പുറവും അതോടെ ആർക്കും വേണ്ടാത്ത ഒന്നായിത്തീരുകയും ചെയ്തു. പ്രധാനപ്പെട്ട നിർമ്മാണക്കമ്പനികളെല്ലാം പെട്ടിമടക്കി മറ്റു രംഗങ്ങളിലേക്ക് നിഷ്ക്രമിച്ചു. പിന്നെയും അവശേഷിച്ച തിയറ്ററുകളിൽ തമിഴ്–ഹിന്ദി സിനിമകൾ അരങ്ങടക്കി വാണു, ഇപ്പോഴും വാഴുന്നു, അവയ്ക്കാണ് കൂടുതൽ ഡിമാന്റ് പുതിയ പ്രേക്ഷകർക്കിടയിലും പഴയ തിയറ്ററുടമകൾക്കിടയിലും. അതായത് സ്വന്തം ഭാഷയിൽ സ്വന്തം കാണികളോട് സംസാരിക്കാൻ പറ്റാത്ത അവസ്ഥയാണിത്. ഒരർത്ഥത്തിൽ പറഞ്ഞാൽ കാണികൾ കൈയൊഴിഞ്ഞ ഒരു സിനിമാരംഗമാണ് മലയാളം ഇന്ന്.

നമ്മുടെ കാണികൾ എങ്ങോട്ടാണ് പോയത്?

പ്രേക്ഷകസമൂഹത്തിനുവന്ന മാറ്റം

ടെലിവിഷൻ, മൊബൈൽ ഫോൺ, ഡിവിഡി/വിസിഡി/ ടൊറന്റ് തുടങ്ങിയ ഒട്ടനവധി മാധ്യമങ്ങളിലൂടെയാണ് ഇന്നത്തെ മലയാളി തന്റെ ജീവിതത്തെ വിന്യസിക്കുന്നതും വിസ്തരിക്കുന്നതും. ചടുലവും ആർക്കും എത്തിപ്പിടിക്കാവുന്നതും, ഒറ്റ നോട്ടത്തിൽ ജനകീയമെന്നും ആർക്കും പങ്കാളിത്തമുള്ളതെന്നും എല്ലാരെയും എല്ലാറ്റിനെയും ഉൾക്കൊള്ളുന്നതെന്നും തോന്നിപ്പിക്കുന്ന ഈ മാധ്യമങ്ങൾ നമ്മുടെ ലോകബോധ(ദ്ധ്യ)ത്തെയും വിനോദത്തെയും വിനിമയത്തെയും കുറിച്ചുള്ള ധാരണകളെ പുനർനിർവ്വചിച്ചു. സാധാരണക്കാരന്റെപോലും നിത്യജീവിതത്തിൽ വന്ന ഈ രീതിയിലുള്ള വമ്പിച്ച മാറ്റം അവരുടെ ജീവിതശൈലികളെ മാത്രമല്ല, ദൃശ്യബോധത്തെയും ആഖ്യാനാഭിരുചിക ളെയും ആഴത്തിൽ രൂപപ്പെടുത്തി. എന്നാൽ മാറിയ ഈ മാധ്യാമാന്ത രീക്ഷത്തോട് മലയാളസിനിമയ്ക്ക് എത്രകണ്ട് നീതിപുലർത്താൻ കഴിഞ്ഞു എന്നത് സംശയമാണ്. അത് പിന്നെയും പഴയ പ്രമേയങ്ങൾക്കും അനുഭവലോകങ്ങൾക്കും ദൃശ്യപരിചരണരീതികൾക്കും താരകേന്ദ്രങ്ങൾക്കും ചുറ്റും കറങ്ങിക്കൊണ്ടിരിക്കുന്നു; അതുകൊണ്ടുതന്നെ സാങ്കേതികമിക വുള്ളതും മുന്തിയതുമായ ദൃശ്യ-ആഖ്യാന-അനുഭവങ്ങൾ തേടിയ പ്രേ ക്ഷകർ അതിനെ പുറത്തു തേടി; തമിഴ്/ഹിന്ദി സിനിമകളിൽ കണ്ടെത്തി.

സമ്പദ്ഘടനാപരമായിത്തന്നെ പരിമിതമായ ഒരു മൂലധനവൃത്ത ത്തിൽ കുടുങ്ങിപ്പോയ മലയാളം സിനിമ അതിനെ അതിവർത്തിക്കാനോ പുതിയ മേഖലകൾ കണ്ടെത്താനോ സ്വന്തം വിപണിയെ ആഗോള തലത്തിലേക്ക് വികസിപ്പിക്കാനോ ശ്രമിച്ചില്ല. മറിച്ച് പ്രാദേശിക ടെലിവിഷൻ എന്ന ഒരൊറ്റ സമ്പദ്ചക്രവാളത്തിനകത്ത് സ്വയം പരിമിതപ്പെടുത്താനാണ് അത് തീരുമാനിച്ചത്.

ടെലിവിഷന്റെ പ്രതികരണം

എന്നും ഇന്നും ടെലിവിഷന്റെ മുഖ്യ ഇന്ധനവും ഭക്ഷണവും സിനിമയാണ്. സിനിമയിലെ രംഗങ്ങൾ പാട്ടുകൾ ഹാസ്യരംഗങ്ങൾ താരങ്ങൾ ഇവയെ എല്ലാം ആശ്രയിച്ചും അവയ്ക്കു ചുറ്റും കറങ്ങിക്കൊ ണ്ടുമാണ് ടെലിവിഷൻ എന്ന വിനോദവ്യവസായം മലയാളത്തിൽ നിലനില്ക്കുന്നത്. (വാർത്താ ചാനലുകൾ പോലും സിനിമയെക്കുറിച്ചുള്ള 'വാർത്ത'കൾക്കു പുറമെ രാഷ്ട്രീയത്തിന്റെ വിനോദ-വിവാദമൂല്യം കുറയു മ്പോഴെല്ലാം ആശ്രയിക്കുന്നത് സിനിമയെത്തന്നെയാണ്). എന്നിരിക്കിലും സിനിമയെ പരിപോഷിപ്പിക്കാനോ ആ വ്യവസായത്തിൽ ക്രിയാത്മക മായി ഇടപെടാനോ ടെലിവിഷൻ ശ്രമിക്കുന്നില്ല. ടെലിവിഷന് സിനിമയോ ടുള്ള സമീപനം ഒരു ബ്രോയ്ലർ പക്ഷിയുടെയോടുള്ളതു പോലുള്ള ഒന്നാണ്. സിനിമ ഉണ്ടാക്കിയെടുക്കുന്ന ഉല്പന്നങ്ങളെ താരങ്ങളായാലും ചിത്രങ്ങളായാലും അതിനകത്തെ വിവിധ ഘടകങ്ങളായാലും വിപണ

യന്തിരൻ – രജനികാന്ത്, ഐശ്വര്യറായ്

നമൂല്യമായാലും വിവാദങ്ങളായാലും പലവിധ പരിപാടികൾക്കുള്ള അസംസ്കൃതവസ്തുക്കളായും താരനിശകൾ പോലുള്ള പരിപാടികൾക്കു മാറ്റുകൂട്ടാനുള്ള ഉപാധികളായും ഉപയോഗിക്കുക എന്നതുമാത്രമാണ് ടെലിവിഷൻ ഇവിടെ ചെയ്യുന്നത്. ഒരു ഉപഭോക്താവ് എന്നതിനപ്പുറം ഉല്പാദകർ എന്ന നിലയിലേക്ക് ടെലിവിഷൻ കടന്നുവരികയോ അതിന്റെ ഉത്തരവാദിത്വങ്ങൾ ഏറ്റെടുക്കുകയോ ചെയ്യുന്നില്ല. അതേ സമയംതന്നെ 'ടെലിവിഷൻ അവകാശം' എന്ന മുൻകൂർ സാമ്പത്തിക പ്രലോഭനം സിനിമാവ്യവസായത്തെ ടെലിവിഷന്റെ കുറ്റിയിൽ കെട്ടിയിടുകയും പുതിയ പരീക്ഷണങ്ങൾക്കോ മാറ്റങ്ങൾക്കോ ഒരുമ്പെടാൻ അനുവദിക്കാത്തവണ്ണം ചെടിച്ച പ്രമേയങ്ങളിലും താരങ്ങളുടെ തെരഞ്ഞെടുപ്പിലും പരിമിതപ്പെടുത്തിക്കൊണ്ടേയിരിക്കുകയും ചെയ്യുന്നു.

നവമാധ്യമ രുചികളും സിനിമയുടെ പഴഞ്ചൻ വിഭവങ്ങളും

നവമാധ്യമ അന്തരീക്ഷത്തിൽ ജീവിക്കുകയും അത്തരം ആഗോളീയമായ സാങ്കേതികത തങ്ങളുടെ രുചിയും പ്രതീക്ഷകളും നിർണ്ണയിക്കുകയും ചെയ്യുന്ന ഒരു ജനതയെയാണ് ഇന്നത്തെ മലയാളസിനിമ അഭിസംബോധന ചെയ്യുന്നത്. അതു സാദ്ധ്യമാകണമെങ്കിൽ, ഒന്നുകിൽ സ്വന്തം ഭാഷയോടും അതിലെ ആഖ്യാനങ്ങളോടും അത്രയ്ക്കും പ്രതിബദ്ധത വേണം, അല്ലെങ്കിൽ ആ ഭാഷയിലുണ്ടാകുന്ന സാംസ്കാരിക ഉല്പന്നങ്ങൾക്ക് പുറത്തുനിന്നുവരുന്ന ഉല്പന്നങ്ങളുമായി മത്സരിക്കുവാനുള്ള ശേഷിയും ശേമുഷിയും ഉണ്ടാകണം. ഇതു രണ്ടുമില്ലാത്ത – ഉയർന്ന ഉപഭോഗം, താഴ്ന്ന ഉല്പാദനം എന്ന 'കേരള മാതൃക' – സാഹചര്യത്തിൽ വളരെ ചുരുങ്ങിയ ഒരു വിപണിക്കായി നിലവാരം കുറഞ്ഞ ചരക്കുകൾ ഉല്പാദിപ്പിക്കുക എന്നതു മാത്രമാണ് അതിനു ചെയ്യാൻ

കഴിയുക. ഗതാനുഗതികമായ ചില ചിട്ടവട്ടങ്ങൾക്കകത്ത് സ്വയം തളച്ചിട്ട ഒരു സിനിമാരംഗമായി നമ്മുടേത് മാറിയിരിക്കുന്നു.

ബദലുകളുടെ അസാധു(ദ്ധ്യ)ത

എന്നാൽ എക്കാലത്തും കേരളത്തിൽ പ്രബലമായിരുന്ന സമാന്തര സിനിമയ്ക്ക് എന്തു സംഭവിച്ചു? അത് മറ്റൊരുതരം പ്രതിസന്ധിയിലാണിന്ന്. ലാവണ്യപരമായും സാമ്പത്തികമായും അതിന് പിടിച്ചുനില്ക്കാൻ പറ്റാത്ത ഒരു അവസ്ഥ വന്നുചേർന്നിരിക്കുന്നു. ഇന്നത്തെ മാറിയ സാഹചര്യത്തിൽ സമാന്തര/ബദൽ സിനിമ എന്നത് അസാദ്ധ്യമോ അസാധുവോ ആക്കപ്പെട്ടിരിക്കുന്നു. 'ആർട്ട്' 'കച്ചവടം' തുടങ്ങിയവ തമ്മിലുള്ള വേർതിരിവുകൾ ഇല്ലാതായതും, 'ആർട്ട്' അഥവാ 'അവാർഡ്' സിനിമ എന്ന വിശേഷണം അപഹാസ്യമായി തീർന്നതും വെറുമൊരു നിരൂപണവ്യവഹാര പ്രശ്നം മാത്രമല്ല. ഒരു വശത്ത് വിരുദ്ധലാവണ്യബോധം പുലർത്തുന്ന സിനിമകൾ ഇല്ലാതാവുന്നതോടൊപ്പം തന്നെ അത്തരം സമാന്തരമായ ധാരണകൾ പുലർത്തുന്ന വ്യവഹാരങ്ങളും കൂട്ടായ്മകളും ഇല്ലാതായി. അങ്ങനെ സ്രഷ്ടാക്കളും കാണികളും നഷ്ടപ്പെട്ട ഒരവസ്ഥയിലാണ് സമാന്തര സിനിമ ഇന്ന്. നിലനില്ക്കുന്ന അധീശത്വലാവണ്യത്തോട് വിപണിയുടെ സൗന്ദര്യബോധത്തിനോട് കലഹിക്കുന്ന, അതിനെ നിഷേധിക്കുന്ന, അതിന്റെ രീതികളെ എതിർക്കുന്ന കലാശ്രമങ്ങൾ ഇല്ലാതാവുകയും, അത്തരം ബദൽ കൂട്ടായ്മകൾ മാറിയ സാഹചര്യത്തിൽ അപ്രസക്തമോ അസംബന്ധമോ ആയി മാറുകയും ചെയ്തു. മലയാളത്തിൽ 'വ്യത്യസ്ത'മായി സിനിമകൾ ചെയ്യുന്ന സ്വതന്ത്രർ ഇന്ന് ഒരുകൂട്ടം വ്യക്തികളായി, ഭാഗ്യാന്വേഷികളായി മാറിയിരിക്കുന്നു. തങ്ങളുടെ മുന്നിൽ ഭീമാകാരമായ രൂപമെടുത്തിട്ടുള്ള ആഗോളീകരിക്കപ്പെട്ടിട്ടുള്ള വിപണി ലാവണ്യത്തോട് അവർ വ്യക്തിപരമായി കലഹിക്കുമ്പോഴും ഒരുതരത്തിലുള്ള കൂട്ടായ്മയും അവരുടെ ഇടയിൽ ഉണ്ടാവുന്നില്ല എന്നതും, അവരുടെ കൃതികളെ ആസ്പദമാക്കി മൂന്നാം ലോകത്തിന്റെയും പ്രാദേശികവല്ക്കരണത്തിന്റെയും പശ്ചാത്തലത്തിൽ ഗൗരവപൂർണ്ണമായ നിരൂപണവ്യവഹാരങ്ങളൊന്നും ഉണ്ടാകുന്നില്ല എന്നതും നമ്മുടെ മാധ്യമവ്യവഹാരങ്ങളെയും സമൂഹത്തിൽ സംഭവിച്ചിട്ടുള്ള അരാഷ്ട്രീയവല്ക്കരണത്തിന്റെയും സൂചനകളാണ്.

മറ്റൊന്ന്, മുമ്പ്, ദേശീയ പുരസ്കാരം, പനോരമയിലെ പങ്കാളിത്തം തുടങ്ങിയ അംഗീകാരങ്ങൾ ഒരു ചിത്രത്തെ സംബന്ധിച്ചിടത്തോളം ഒരു പരിധിവരെ സാമ്പത്തികമായിക്കൂടി രക്ഷപ്പെടുത്തുന്ന ഒരു സംഗതിയായിരുന്നു (ദൂരദർശൻ സംപ്രേഷണം തുടങ്ങിയ സാദ്ധ്യതകളിലൂടെ). എന്നാൽ ഇന്ന് അത്തരം അംഗീകാരങ്ങൾ വെറും സാമൂഹ്യമൂലധനം മാത്രമാണ്. ഒപ്പംതന്നെ മുമ്പ് വ്യത്യസ്തവും പരീക്ഷണാത്മകവും സ്വതന്ത്രവുമായ സിനിമാസംരംഭങ്ങളെ അനുതാപത്തോടെ കാണുകയും

പിറവി

അവയെ പ്രോത്സാഹിപ്പിക്കുകയും ചെയ്യുന്ന ഒരു ഉപസമൂഹം കേരളത്തിലുണ്ടായിരുന്നു. മുമ്പ് അത്തരം സിനിമകളെ കേന്ദ്രീകരിച്ചുകൊണ്ടുള്ള നിരൂപണവ്യവഹാരങ്ങളും അത്തരം ശ്രമങ്ങളുമായി കൈകോർക്കുന്ന സമാന്തരപ്രസിദ്ധീകരണങ്ങളും ഫിലിം സൊസൈറ്റി പോലുള്ള കൂട്ടായ്മകളും ഉണ്ടായിരുന്നു എന്നാൽ, ഇന്ന് 'എല്ലാം മുഖ്യധാര'യായി തീർന്ന നമ്മുടെ സമൂഹത്തിൽ വ്യത്യസ്ത ശ്രമങ്ങൾക്ക് സൂചികുത്താനുള്ള ഇടം പോലും ആരും നല്കുന്നില്ല. ഇത് മാധ്യമ-പ്രസിദ്ധീകരണ രംഗത്തുള്ളവരുടെ കാര്യം മാത്രമല്ല, മറിച്ച് എഴുത്തുകാരുടെയും നിരൂപകരുടെയും ഏറ്റവും പ്രധാനമായി ആസ്വാദകരുടെയും കാര്യത്തിൽ സംഭവിച്ചിരിക്കുന്നു എന്നതാണ് ഏറ്റവും ദാരുണമായ കാര്യം. എല്ലാം, എല്ലാവരും മുഖ്യധാരയായിത്തീർന്ന ഒരു സമൂഹത്തിൽ എങ്ങനെയാണ് ബദലുകളെക്കുറിച്ച് സംസാരിക്കുക? ഇത്രയും ഭീകരമായ തോതിലും വ്യാപ്തിയിലും അഭിപ്രായ ഐക്യം സംഭവിച്ചുകഴിഞ്ഞ ഒരു സംസ്കാരത്തിൽ വേറിട്ടുനില്ക്കുന്ന വാദങ്ങൾക്ക് എന്താണ് സാദ്ധ്യത? എല്ലാം എല്ലാവരും മുഖ്യധാരാ മാധ്യമ ഒഴുക്കിൽ കുത്തിയൊലിക്കുമ്പോൾ ആരാണ് അതിനു പുറത്തു നില്ക്കുന്ന, നില്ക്കാൻ തീരുമാനിച്ച അഥവാ പുറത്താക്കപ്പെട്ട ചെറിയ ശബ്ദങ്ങൾക്ക് കാതോർക്കുന്നത്? ആധിക്യത്തിന്റേതായ ഇക്കാലം എല്ലാറ്റിനും ഇടമുണ്ട് എന്തിനും സ്വാതന്ത്ര്യമുണ്ട് എന്ന ഒരു പ്രതീതിസമവായം അഥവാ സമവായപ്രതീതി ഉണ്ടാക്കിയെടുത്തിട്ടുണ്ട്. ഒരുപക്ഷേ, മറുചിന്തകളോടും ശ്രമങ്ങളോടും ഏറ്റവുമധികം അസഹിഷ്ണുത പുലർത്തുന്നത് ഈ മനഃസ്ഥിതിയാണ്. ഇതുതന്നെയാണ് ഉപഭോഗത്തിൽ മുഴുകിയിരിക്കുന്ന ഒരു സമൂഹത്തിന്റെ മൂർത്തമായ അനുഭവലക്ഷണം; രാഷ്ട്രീയത്തിലെന്ന

പോലെ സാംസ്കാരികരംഗത്തും സമാന്തരങ്ങളോ വിഘടനങ്ങളോ ഇല്ലാത്ത ഒരു സമൂഹത്തിൽ മാത്രം എളുപ്പം സാദ്ധ്യമാകുന്ന ഒന്ന്.

വിപണി എന്ന സമവായം

കാണി മാത്രമാണ് ശരി എന്ന വിശ്വാസത്തിനാണ് ഇന്ന് പ്രാമാണ്യം; ഇക്കാര്യത്തിൽ എല്ലാവരും ഇന്നു യോജിക്കുന്നു. ഇത് സൂക്ഷ്മമായി നോക്കിയാൽ 'ഉപഭോക്താവ് എപ്പോഴും ശരിയാണ്' (consumer is always right) എന്ന വിപണിയുക്തിയുടെ/നിയമത്തിന്റെ കലാരംഗത്തേക്കുള്ള ഒരു വലിച്ചുനീട്ടൽ മാത്രമാണ്. കല കാണിയെ രസിപ്പിക്കാനും പ്രീണിപ്പിക്കാനും മാത്രമുള്ളതാണ് എന്ന കാഴ്ചപ്പാടിലാണ് ആ യുക്തിയുടെ വേരുകൾ. എന്നാൽ കല എന്നത് കാണിയോട് കലഹിക്കുകയും അയാളെ പ്രകോപിപ്പിക്കുകയും ആഴത്തിൽ പിടിച്ചുലയ്ക്കുകയും ചെയ്യുന്ന ഒന്നുകൂടിയാണ്, അല്ലെങ്കിൽ ആയിരിക്കേണ്ടതുണ്ട്; അത് നിങ്ങൾ നിത്യജീവിതത്തിൽ നിരന്തരം സ്വാംശീകരിച്ച അയുക്തികളെ തലകീഴാക്കിയിടുന്നു; നിരന്തരമായ ചലനത്തിനെതിരായി അചലനത്തെയും, ശബ്ദഘോഷങ്ങൾക്കെതിരായി അശബ്ദത്തെയും ജൈവവിരുദ്ധമായ സമവായത്തിനെതിരെ വിഘടനചിന്തകളെയും പ്രതിഷ്ഠിക്കുന്നു. ബോധത്തിന്റെ അധീശത്വത്തിനെതിരെ അത് അബോധത്തിന്റെ ഭൂതങ്ങളെ തുറന്നുവിടുന്നു; ആദിമദ്ധ്യാന്തയുക്തികൾക്കെതിരെ ആഖ്യാനത്തെ ഒടിച്ചുമടക്കി നിങ്ങളുടെ ഉള്ളിലേക്കാഴ്ത്തുന്നു. മറിച്ച് കാണിയുടെ താല്പര്യം/രസം/വിനോദം മാത്രമാണ് ഏക ലക്ഷ്യം./ശരണം എന്നത് വിപണിയുടെ ലളിതയുക്തികൾക്ക് കീഴടങ്ങുന്ന ഒരു സിനിമാസംസ്കാരത്തിന്റെ മുദ്രാവാക്യമാണ്.

ചുരുക്കിപ്പറഞ്ഞാൽ, സിനിമയുടെ മാത്രം പ്രശ്നമല്ല, ഇത് നമ്മുടെ സമൂഹം എത്തിപ്പെട്ടിരിക്കുന്ന അവസ്ഥയുടെകൂടി ഒരു ചിത്രമാണ്. ആഗോളവിപണി, മൂലധനവ്യവസ്ഥ, സാങ്കേതികവിദ്യ, മലയാളം എന്ന പ്രാദേശികത, നമ്മുടെ സ്വത്വം/ഭാഷ തുടങ്ങിയവയുമായി കെട്ടുപിണഞ്ഞുകിടക്കുന്ന ഒരു പ്രശ്നം കൂടിയായി ഇതിനെ കാണേണ്ടതുണ്ട്.

മാറ്റത്തിന്റെ തുടക്കങ്ങൾ

മലയാളസിനിമയിൽ ഈ അവസ്ഥയ്ക്കു കഴിഞ്ഞ രണ്ടുമൂന്നു വർഷങ്ങൾക്കിടയിൽ ചെറുതെങ്കിലും ശ്രദ്ധേയമായ ഒരു കുലുക്കം സംഭവിക്കുന്നുണ്ട് എന്നുതോന്നുന്നു. താരങ്ങളുടെ അനിവാര്യതയെയും മുഖ്യധാരാ കച്ചവടയുക്തിയെയും ചോദ്യം ചെയ്യുന്ന, അഥവാ അവയെ ഒഴിവാക്കുവാൻ ശ്രമിക്കുന്നതും, മലയാളിയുടെ സാമാന്യബുദ്ധിയെയും ചരിത്രത്തെയും അവമതിക്കാത്തതുമായ ചില ചിത്രങ്ങൾ ഉണ്ടാകുന്നു എന്നതാണ് ശുഭകരമായ ഒരു കാര്യം.

ഈ ചെറിയ ഓളങ്ങൾ കച്ചവടസിനിമയുടെ ഒഴുക്കിൽ അലിയാതെ

ഒരു തിരയായി വളരുകയാണെങ്കിൽ ഒരുപക്ഷേ, നമ്മുടെ സിനിമയുടെ തന്നെ കെട്ടും (ലഹരി എന്ന അർത്ഥത്തിലും) മട്ടും (അടിഞ്ഞുകിടക്കുന്നത് എന്ന അർത്ഥത്തിലും) മാറിയേക്കാം. നാടും വീടും ജൈവികമായതുമെല്ലാം നഷ്ടപ്പെട്ടുകൊണ്ടിരിക്കുന്ന മലയാളസിനിമ എന്ന ഈ ബ്രോയ്ലർ പക്ഷിക്ക് ഒരുപക്ഷേ, അതിന്റെ ആവാസവ്യവസ്ഥയിലേക്ക് തിരിച്ചുകൊണ്ടുവരാൻ അത്തരമൊരു തരംഗത്തിനു മാത്രമേ സാദ്ധ്യമാകൂ. അതിന് സിനിമകളും വ്യക്തിപ്രതിഭകളും മാത്രം പോരാ, ഒപ്പം തുറന്ന പൊതു ഇടങ്ങളും പുതിയ കൈകോർക്കലുകളും പുത്തൻ വ്യവഹാരങ്ങളും ബദൽ ബോദ്ധ്യങ്ങളും കൂടി ഉണ്ടാവേണ്ടതുണ്ട്.

മൾട്ടിപ്ലെക്സ് ആകസ്മികത, ആകസ്മിക മൾട്ടിപ്ലിസിറ്റി - ചില കുറിപ്പുകൾ

കഴിഞ്ഞ രണ്ടു പതിറ്റാണ്ടായി ഗതാനുഗതികതയിൽ കുടുങ്ങിക്കിടക്കുന്ന മലയാളസിനിമയിൽ ഒരു പുതിയ ധാര ഉദയം കൊണ്ടിരിക്കുന്നു എന്ന് പലരും സംശയിക്കുന്നു. ദൃശ്യശൈലീപരവും പ്രമേയപരവുമായ വ്യത്യസ്തതകൾ വ്യക്തമായിത്തന്നെ പ്രകടിപ്പിക്കുന്ന/എടുത്തണിയുന്ന ഒന്ന്. വളരെ ഹ്രസ്വവും കൃത്യവുമായ രീതിയിൽ ഈ 'പുതിയ' സിനിമകളുടെ സ്വഭാവത്തെക്കുറിച്ച് അബൂബക്കർ തന്റെ വിമർശനത്തിൽ വിവരിക്കുന്നതിങ്ങനെയാണ് (www.malayal.am/വിനോദം/സിനിമ/ഫിലിം റിവ്യൂ/13797/ഈ അടുത്ത കാലത്ത് ബുദ്ധിജീവികളേ ഇതിലേ ഇതിലേ):

> *ഈ അടുത്തകാലത്ത്* തുടങ്ങിയ മൾട്ടിപ്ലക്സ്‌വിപ്ലവം പൊടുന്നനെയാണ് മലയാളത്തിൽ ഒരു നവതരംഗമായി അലയടിച്ചുയർന്നത്. *ട്രാഫിക്കി*ലായിരിക്കണം അതിന്റെ തുടക്കം. തുടർന്ന് *ചാപ്പാ കുരിശ്, സോൾട്ട് ആന്റ് പെപ്പർ, കോക്ടെയിൽ, ബ്യൂട്ടിഫുൾ* എന്നീ ചിത്രങ്ങളുടെ രൂപഭാവശില്പങ്ങളും അവ ബോക്സോഫീസിൽ നേടിയ വിജയങ്ങളും ബുദ്ധിജീവിവൃത്തങ്ങളിലും സി ഡി വിപണിയിലും നേടിയ സ്വീകാര്യതയും ഇപ്പോൾ ഇതാ *ഈ അടുത്ത കാലത്ത്* എന്ന ചിത്രത്തിലെത്തിനില്ക്കുന്നു.
>
> ഈ മൾട്ടിപ്ലക്സ്ചിത്രങ്ങൾ ലോകത്തൊട്ടാകെ ഇത്തരം തരംഗങ്ങളിൽ സൃഷ്ടിച്ച ചില മൗലികമായ ഗുണവശങ്ങളെ പിൻപറ്റുന്നുണ്ട്. താരങ്ങളെ, താരവൃന്ദത്തെ നിരാകരിക്കുകയോ താരങ്ങളുടെ താരപരിവേഷത്തെ നിഷേധിക്കുകയോ ചെയ്യുന്ന കഥാപാത്രങ്ങളും കഥയും, നായകന്, വില്ലന്, നായിക, ഉപനായിക തുടങ്ങിയ സാമ്പ്രദായിക ജനപ്രിയ രീതികളും ജനപ്രിയ ഫോർമുലയിൽ

പടച്ചെടുത്ത ഇതിവൃത്തവും ആഖ്യാനരീതിയും ഉപേക്ഷിക്കുക, തീർത്തും ലളിതമെന്നു തോന്നിപ്പിക്കുന്ന ഇതിവൃത്തങ്ങളിലൂടെ സമകാലിക സംഭവവികാസങ്ങളെ രേഖപ്പെടുത്തുകയും നിത്യ ജീവിതത്തോട് അടുത്തുനില്ക്കുന്നതും മദ്ധ്യവർത്തിജീവിതത്തെ അടയാളപ്പെടുത്തുന്നതുമായ പ്രമേയങ്ങളെ ചിത്രവല്ക്കരിക്കു കയും ചെയ്യുക, സംഘട്ടനങ്ങളെയും തലയ്ക്കു മുകളിൽപോകുന്ന ഇടിവെട്ടു സംഭാഷണങ്ങളെയും മരംചുറ്റിപ്പാട്ടുകളെയും മറ്റു ജനപ്രിയചേരുവകളെയും വേണ്ടെന്നു വയ്ക്കുക തുടങ്ങിയ പല കാര്യങ്ങളും ഏകതാനമായി നീങ്ങുന്ന ഏതൊരു ജനപ്രിയചലച്ചി ത്രവ്യവസായത്തിലും നവംനവങ്ങളെന്ന പ്രതിച്ഛായ മൾട്ടിപ്ലക്സ് ചിത്രങ്ങൾക്കു നല്കുന്നുണ്ട്. ഇതേ കാരണങ്ങളാലാണ് ബുദ്ധി ജീവികളും ഇത്തരം ചിത്രങ്ങളെ അംഗീകരിക്കുകയും പുകഴ് ത്തുകയും ചെയ്യുന്നത്."

രാജേഷ് പിള്ളയുടെ *ട്രാഫിക്*, ആഷിക് അബുവിന്റെ *സോൾട്ട് ആന്റ് പെപ്പർ*, വി കെ പ്രകാശിന്റെ *ബ്യൂട്ടിഫുൾ*, സമീർ താഹിറിന്റെ *ചാപ്പാ ക്കുരിശ്*, അരുൺ കുമാർ അരവിന്ദിന്റെ *ഈ അടുത്ത കാലത്ത്* തുടങ്ങിയ സിനിമകളെ മുൻനിർത്തി മലയാളസിനിമയിൽ സംഭവിച്ചുകൊണ്ടിരി ക്കുന്നു എന്നു പറയപ്പെടുന്ന ഈ 'നവതരംഗ'ത്തെ (അബൂബക്കറിന്റെ ഭാഷയിൽ 'മൾട്ടിപ്ലെക്സ് വിപ്ലവം') മനസ്സിലാക്കാനുള്ള ശ്രമമാണിത്. ഈ ചിത്രങ്ങളെക്കുറിച്ചും അവയുടെ പ്രതിനിധാനപരമായ വശങ്ങളെ ക്കുറിച്ചും പ്രത്യയശാസ്ത്രവിവക്ഷകളെക്കുറിച്ചും അവ പ്രസരിപ്പിക്കുന്ന പിന്തിരിപ്പൻ ആശയങ്ങളെക്കുറിച്ചും മറ്റും ധാരാളം എഴുതപ്പെട്ടുകഴിഞ്ഞു, പ്രത്യേകിച്ചും സൈബർ ബ്ലോഗ് ലോകങ്ങളിൽ. അതുകൊണ്ടുതന്നെ അത്തരം കാര്യങ്ങൾ വീണ്ടും ആവർത്തിക്കേണ്ടതില്ല. പകരം ഇവിടെ ശ്രമിക്കുന്നത്, ഈ ചിത്രങ്ങൾ പൊതുവായി പങ്കുവെയ്ക്കുന്ന ചില 'സാ മാന്യബോധ'ങ്ങളെയും ഔന്മുഖ്യങ്ങളെയും ചൂണ്ടിക്കാണിക്കുക എന്ന താണ്.

2

ഈ ചിത്രങ്ങൾക്കുണ്ട് എന്നു കരുതപ്പെടുന്ന പുതുമതന്നെ വെറുമൊരു ആരോപണമോ ആഭരണമോ ആണെന്നും അവ പഴയ വീഞ്ഞ് പുതിയ കുപ്പിയിലിറക്കുക മാത്രമാണ് ചെയ്യുന്നത് എന്ന വിമർശനവും സൈബർ ചർച്ചകളിൽ വളരെ വിശദവും രൂക്ഷവുമായ രീതിയിൽ ഉന്നയിക്കപ്പെട്ടിട്ടുണ്ട്.

ഒരു തലത്തിൽ അവയ്ക്കുള്ള 'പുതുമ' അവയുടെ സാങ്കേതികപരി ചരണത്തിൽ പ്രകടമായിത്തന്നെയുണ്ട്. ഛായാഗ്രഹണത്തിലും ദീപസം വിധാനത്തിലും ചിത്രസന്നിവേശത്തിലും പ്രകടമായിത്തന്നെ ഇവ ഹിന്ദി മൾട്ടിപ്ലെക്സ് ചിത്രങ്ങളുടെ ശൈലി അവലംബിക്കുന്നുണ്ട്. നാഗരിക

ട്രാഫിക്

മാണ് അവയുടെ ആഖ്യാനലോകവും പരിസരവും; നഗരത്തിന്റെ തന്നെ ഏറ്റവും സമ്പന്നമായ ഇടങ്ങളെയും ഒപ്പം ചേരികളെയും അവതരിപ്പിക്കാനും രണ്ടിടത്തെയും ജീവിതങ്ങളുടെ വൈജാത്യങ്ങളിൽ ഊന്നാനും അവ ശ്രമിക്കുന്നു. മുമ്പും ചേരികൾ ഇന്ത്യൻ സിനിമകളിൽ — പ്രത്യേകിച്ചും മുംബൈ കേന്ദ്രമാക്കി ഹിന്ദിയിൽ — പ്രത്യക്ഷപ്പെടാറുണ്ട് എങ്കിലും കൂടുതലും അധോലോകത്തിന്റെയോ തികഞ്ഞ വറുതിയിടത്തിന്റെ രൂപത്തിലോ ആയിരുന്നു അവ ആ ആഖ്യാനങ്ങളിൽ ഇടം കണ്ടെത്തിയത്. എന്നാൽ *സ്ലം ഡോഗ് മില്ല്യണയർ* ചേരികൾക്ക് പുതിയ 'സൗന്ദര്യ' വും ആഖ്യാനസാദ്ധ്യതകളും നല്കി . വറുതിയും ദാരിദ്ര്യവും ചൂഷണവും ഹിംസയും നിറഞ്ഞ ആ അന്തരീക്ഷത്തിനകത്തും ആ ചിത്രം തിരഞ്ഞതും കണ്ടെത്തിയതും കണ്ണഞ്ചിപ്പിക്കുന്ന ദൃശ്യവല്ക്കരണസാദ്ധ്യതകളും അതു സൃഷ്ടിക്കുന്ന സൗന്ദര്യവുമായിരുന്നു. നിരന്തരചൂഷണത്തിന്റേതായ യാഥാർത്ഥ്യത്തിന്റെ മടുപ്പിക്കുന്ന ഗതാനുഗതികതയിൽ നിന്ന് മുക്തമാക്കപ്പെട്ട വ്യക്തികേന്ദ്രിതമായ ഈ പുതിയ ആഖ്യാനത്തിൽ സ്വാഭാവികമായും ആകസ്മികതകൾക്ക് വലിയ സ്ഥാനമുണ്ടായിരുന്നു; അവിടെ പൊടുന്നനെ നഗരം എന്നത് അവിടെ വസിക്കുന്ന ഏതൊരു വ്യക്തിക്കും 'തുല്യ'മായ അവസരം നല്കുന്ന മായികമായ ഒരു ഇടമായി പ്രത്യക്ഷപ്പെടുന്നു; കഴിവും ആകസ്മികതയും കൈകോർക്കുകയാണെങ്കിൽ ഒരാൾക്ക് ഇവിടെ കോടിപതിയാകാം; ചേരിജീവിതം നല്കിയ തിക്താനുഭവങ്ങൾ ടെലിവിഷൻ ഷോയിൽ മുന്നേറാനുള്ള

'അറിവു'കളായി മാറാം; സാമൂഹികതയുടെയും സമ്പദ് വ്യവസ്ഥയുടെയും എല്ലാവിധ കെട്ടുപാടുകളിൽനിന്നും മാറി, വ്യക്തി തന്റെ ധീരതയും വൈഭവവുംകൊണ്ട് അയാൾക്കു മുന്നിലുള്ള എല്ലാവിധ തടസ്സങ്ങളെയും മറികടന്നുകൊണ്ട് തന്റെ പ്രണയസാഫല്യത്തിലേക്ക് കുതിക്കുവാനും ഇവിടെ കഴിയും. അതുവരെ ആകസ്മികത എന്നത് ആഖ്യാനത്തിനകത്ത് നായകനെ ഓർമ്മയിലേക്കും സമൂഹത്തിലേക്കും തിരിച്ചെത്തിക്കുന്ന ഒരു ആഖ്യാനതന്ത്രമായിരുന്നു: കുട്ടിക്കാലത്ത് വേറിട്ടുപോയ സഹോദരർ പരസ്പരം തിരിച്ചറിയുന്നു; ചിതറിപ്പോയ കുടുംബം ഒത്തുചേരുന്നു എന്നൊക്കെയുള്ള രീതികളിൽ അത് വ്യക്തിയെ സമൂഹത്തിലേക്കും അയാളുടെ സാമൂഹികതയിലേക്കും തിരിച്ചെത്തിക്കുന്ന/തിരിച്ചറിയിക്കുന്ന ഒരു സന്ദർഭം ആയിരുന്നു അത്. ആഖ്യാനത്തിൽ അതുവരെ 'സ്വതന്ത്ര'മായി ഒഴുകിനടന്നിരുന്ന ഒരു കഥാപാത്രം പെട്ടെന്ന് അയാളുടെ ഉല്പത്തിയിലേക്ക് ഉണർത്തപ്പെടുകയാണ് ഇവിടെ. നേരെ മറിച്ച് ഇന്നത്തെ ആഖ്യാനങ്ങളിൽ ആകസ്മികത നായകനെ/വ്യക്തിയെ എതിർദിശയിലേക്കാണ് കൊണ്ടുപോകുന്നത്; അയാൾക്ക് അതോടെ സ്വന്തം സമൂഹത്തിന്റെ/സാമൂഹികതയുടെ ഭാരത്തിൽനിന്ന് സ്വാതന്ത്ര്യം ലഭിക്കുന്നു; ആകസ്മികതകൾ പുതിയ ലോകങ്ങൾ തുറക്കുവാനുള്ള താക്കോൽ അയാൾക്ക് നല്കുന്നു. ചാപ്പാക്കുരിശിലെ അൻസാരിയുടെ കൈയിലെത്തിച്ചേരുന്ന ഫോൺ പുതിയ അധികാരപ്രയോഗങ്ങളുടെയും ലോകത്തെ നിയന്ത്രിക്കാനുള്ള സാദ്ധ്യതകളെയും കുറച്ചു നേരത്തേക്കെങ്കിലും അയാൾക്കുമുന്നിൽ തുറന്നിടുന്നു, ഉപരിവർഗ്ഗനായികയുമായുള്ള ആകസ്മികമായ കൂട്ടിമുട്ടൽ വിഷ്ണുവിനെ അതുവരെ അയാൾ അനുഭവിച്ചിരുന്ന വറുതിയിൽ നിന്ന് മോചിപ്പിക്കുന്നു (*ഈ അടുത്ത കാലത്ത്*), തെറ്റിവന്നെത്തിച്ചേർന്ന ഒരു ഫോൺ വിളി അവിവാഹിതരായ രണ്ടു മദ്ധ്യവയസ്കരെ പ്രണയബദ്ധരാക്കുന്നു (*സോൾട്ട് ആന്റ് പെപ്പർ*); ഒരു സിനിമാതാരത്തിന്റെ മകളുടെ ജീവൻ രക്ഷിക്കാനുള്ള സാഹസികതയിൽ യാദൃച്ഛികമായി എത്തിപ്പെടുന്ന രണ്ടുപേരുടെ കുറ്റകൃത്യങ്ങൾ ഒന്ന് കൈക്കൂലിയും മറ്റൊന്ന് കൊലപാതശ്രമവും തേഞ്ഞുമാഞ്ഞുപോകുന്നു (*ട്രാഫിക്ക്*).

ഈ ചിത്രങ്ങൾക്ക് ദൃശ്യതലത്തിൽ തന്നെയുള്ള മറ്റൊരു പ്രത്യേകത, നഗരത്തിന്റെ മറുപുറം (അപര ഇടങ്ങളായ ചേരികൾ, ചവറുകൂനകൾ, അധോലോകങ്ങൾ) എന്നതിനൊപ്പം തന്നെ നഗരത്തിന്റെ പൊതുവായതും തൊഴിൽപരവുമായ പല ആധുനിക ഇടങ്ങളെയും കൂടി പ്രത്യക്ഷപ്പെടുത്തുന്നുണ്ട് എന്നതാണ്. ഏറ്റവും പ്രധാനമായി ഈ ചിത്രങ്ങൾ ദൃശ്യതലത്തിലെങ്കിലും സിനിമയെ കുടുംബത്തിനും വീടിനും പുറത്തുകൊണ്ടുവരുന്നുണ്ട്. പൊതുവാഹനങ്ങൾ, റെയിൽവേ സ്റ്റേഷൻ, ബസ് സ്റ്റാന്റ്, പൊതുനിരത്തുകൾ, പാർക്കുകൾ, ഹോട്ടലുകൾ, തിയേറ്ററുകൾ, ഷോപ്പിങ് മാളുകൾ, റേഡിയോ/ടെലിവിഷൻ കേന്ദ്രങ്ങൾ, ഓഫീസുകൾ, സ്റ്റുഡിയോകൾ, കെട്ടിടപ്പണിയിടങ്ങൾ തുടങ്ങി പല തുറന്ന ഇടങ്ങളി

ലുമാണ് ഈ ആഖ്യാനങ്ങൾ വിസ്തരിക്കപ്പെടുന്നത്. തീർച്ചയായും ഇത് നമ്മുടെ സമൂഹത്തിൽ സ്ത്രീക്കു ലഭിച്ച പുതിയ സാമ്പത്തിക–സാമൂഹ്യ അധികാരം/സാന്നിദ്ധ്യത്തിന്റെ കൂടി ഫലവും പ്രതിഫലനവുമാണ് ഈ യാഥാർത്ഥ്യവുമായി തന്നെയാണ് ഈ ആഖ്യാനങ്ങൾ ഒരുതലത്തിൽ കെട്ടിമറിയുന്നതും.

മറ്റൊന്ന് ആഖ്യാനഘടനയിൽ ഈ ചിത്രങ്ങൾ കൊണ്ടുവന്ന മാറ്റങ്ങളാണ്: ഏറെ ഘോഷിക്കപ്പെടുന്ന മൾട്ടിപ്പിൾ നരേറ്റീവ്സ് – ഒന്നിലധികം ആഖ്യാനധാരകളുടെ ഇഴചേർക്കൽ, ആകസ്മികതയിലുള്ള ഊന്നൽ തുടങ്ങിയവ അതിന്റെ അവിഭാജ്യഘടകങ്ങളായി ഇവിടെ പ്രത്യക്ഷപ്പെടുന്നുണ്ട്.

അതിനോടൊപ്പം തന്നെ ഈ ചിത്രങ്ങൾ അവ 'സൂപ്പർ താരാനന്തര' സിനിമകളാണെന്ന ഒരു സ്വയംബോധം (പലപ്പോഴും അഹങ്കാരം) കൂടി വളരെ വാചാലമായിത്തന്നെ പ്രഖ്യാപിക്കുന്നുമുണ്ട്. *ബ്യൂട്ടിഫുൾ* എന്ന ചിത്രത്തിനകത്തെ മുൻ കാല ചിത്രങ്ങൾ/പാട്ടുകൾ, അവയെക്കുറിച്ചുള്ള പരാമർശങ്ങൾ, *ട്രാഫിക്കിൽ* ഒരു സിനിമാതാരം തന്നെ കഥാപാത്രമായി വരുന്നത്, *ചാപ്പാക്കുരിശിൽ* മമ്മുട്ടിയെക്കുറിച്ചുള്ള നേരിട്ടുള്ള പരാമർശങ്ങൾ/പോസ്റ്ററുകൾ (മലബാറുകാരനായ അൻസാരിക്കും അയാളെ പ്രേമിക്കുന്ന നഫീസയ്ക്കും മറ്റേത് താരത്തെ ആരാധിക്കാനാകും?) എന്നിവയുടെയൊക്കെ സാന്നിദ്ധ്യം മലയാളസിനിമയ്ക്കകത്ത് ഈ

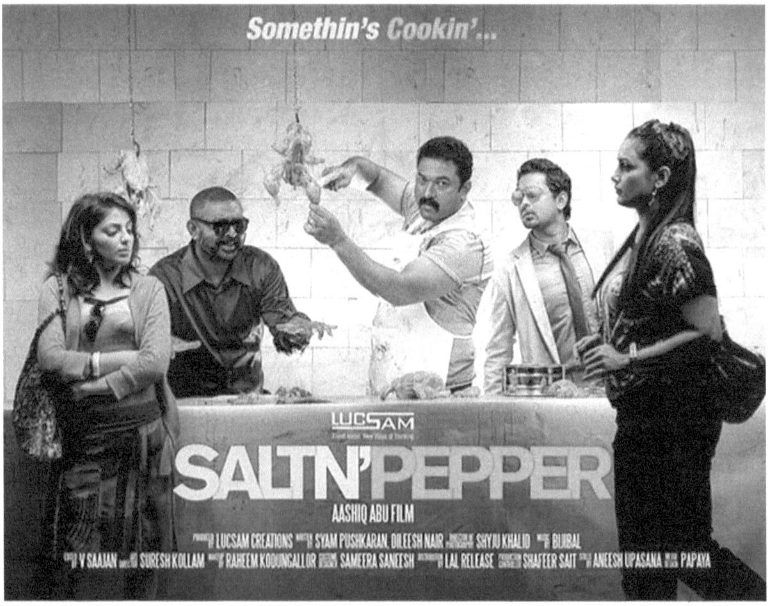

സോൾട്ട് & പെപ്പർ

ചിത്രങ്ങൾ സ്വീകരിക്കുന്ന സ്വന്തം 'ശേഷ'നിലയെയും നിലപാടുകളെയും കൂടി സൂചിപ്പിക്കുന്നു. ഈ അടുത്ത കാലത്ത് എന്ന ചിത്രത്തിൽ ഇത് ഒരു പടികൂടി കടന്ന് *പ്രണയം* എന്ന സിനിമയെക്കുറിച്ച് ഒരു ബീറ്റ് പൊലീസുകാരൻ സഹപ്രവർത്തകനോട് നടത്തുന്ന 'മറ്റേ കഷണ്ടിക്കാരൻ ആരാണ്?' എന്ന ചോദ്യത്തിലും, ഇൻകം ടാക്സ് റെയ്ഡ്, പുരാവസ്തുക്കളുടെ ശേഖരത്തെക്കുറിച്ചുള്ള പരാമർശങ്ങളിലും നേരിട്ടുള്ള പരിഹാസത്തിന്റെ തന്നെ തലത്തിലേക്കെത്തുന്നു. അതുകൊണ്ടുതന്നെ ഈ ചിത്രങ്ങൾ സ്വയം അവകാശപ്പെടുന്ന 'അനന്തരത്വം' (post-ness) എന്നതും വിമർശനാത്മകമായ പരിശോധന അർഹിക്കുന്നുണ്ട്. ഈ ചിത്രങ്ങൾ മുൻകാലചിത്രങ്ങളിൽനിന്ന് അടിസ്ഥാനപരമായി എത്രകണ്ട് വ്യത്യസ്തത പുലർത്തുന്നുണ്ട്? അത്തരം വ്യത്യസ്തതകളിലൂടെ പ്രത്യക്ഷമാകുന്ന ലാവണ്യബോധവും രാഷ്ട്രീയവും എന്താണ്? പല വിഷയങ്ങളെക്കുറിച്ചും ഈ ആഖ്യാനങ്ങൾ പിന്തുടരുന്ന യുക്തി അങ്ങേയറ്റം പിന്തിരിപ്പനും സ്ത്രീവിരുദ്ധവും ഒക്കെയാണെന്ന് വിമർശനങ്ങൾ ചൂണ്ടിക്കാണിച്ചിട്ടുണ്ട്. ഈയൊരു പശ്ചാത്തലത്തിൽ ഈ ചിത്രങ്ങളെ മുൻനിർത്തി അവയുടെ ചില ലക്ഷണങ്ങളെയും സമീപനങ്ങളെയും അനുമാനങ്ങളെയും ഇവിടെ പരിശോധിക്കുവാൻ ആണ് ഇവിടെ ശ്രമിക്കുന്നത്.

3

ആഖ്യാനകേന്ദ്രത്തിലെ നായകശൂന്യത

തീർച്ചയായും കല എന്നത് ഒരുതരം 'മനസ്സിലാക്കൽ' രൂപംകൂടിയാണ് കലാരൂപം/കലാപ്രവർത്തനം എന്നത് ജീവിതത്തിനും കാലത്തിനും അനുഭവങ്ങൾക്കും ഒരു ആദിമദ്ധ്യാന്തക്രമമോ പാറ്റേണോ നല്കി അവയുടെ അവ്യവസ്ഥിതിയെയും അനുസ്യൂതിയെയും മറികടക്കാനുള്ള ശ്രമം കൂടിയാണ്. ഈ ക്രമനിർമ്മാണ പ്രക്രിയയ്ക്കകത്ത് പല ദിശയിലുമുള്ള സമ്മർദ്ദങ്ങൾ പ്രത്യക്ഷപ്പെടാറുണ്ട്. ഒന്ന്, ജീവിതത്തിലെ അ–ക്രമത്തെ/ക്രമരാഹിത്യത്തെ അംഗീകരിക്കുകയും, അതിലെ യാദൃച്ഛികതയും അനിവാര്യതയും തമ്മിലുള്ള വൈരുദ്ധ്യാത്മകതയുമായി കെട്ടിമറിയുകയും ചെയ്യുക എന്നതാകാം. മറ്റൊന്ന്, ഈ അവ്യവസ്ഥിതിയെ ഏതെങ്കിലും ആദിയും അടിസ്ഥാനവുമായി ഘടിപ്പിച്ച് ദൈവം, വിധി, ചരിത്രം, പരിണാമം അതിന് ഒരു പുതിയ കാര്യകാരണക്രമം നല്കുക എന്നതുമാകാം. ആദ്യത്തെ വഴി വ്യക്തിപരമോ സാമൂഹികമോ ആയ തലത്തിൽ ചില നൈതികനൈരന്തര്യങ്ങളെ തിരയുമ്പോൾ രണ്ടാമത്തെ ധാര പലപ്പോഴും ആഖ്യാനത്തിന്റെതന്നെ പരിണാമ'ഗുസ്തി'യിലൂടെ ചില അതിമാനുഷനായകരൂപങ്ങളിലും ദൈവരൂപങ്ങളിലും അഭയം തേടുന്നു.

അങ്ങനെ നോക്കുമ്പോൾ മുൻപറഞ്ഞ ചിത്രങ്ങൾ പിന്തുടരുന്ന ആഖ്യാന ഇഴകളെ നമ്മൾ ജീവിക്കുന്ന ലോകത്തിന്റെ അവ്യവസ്ഥി

തിയുടെ പ്രതിഫലനങ്ങളായി കാണാനാകുമോ?

ഈ ആഖ്യാനങ്ങളുടെ ഒരു സവിശേഷത അവയുടെ കേന്ദ്രത്തിൽ ഒരു അതിമാനുഷികമോ സാമ്പ്രദായികരീതിയിലുള്ളതോ ആയ നായകരൂപങ്ങളില്ല എന്നതാണ്. ട്രാഫിക്കിലെ സുദേവൻ എന്ന കൈക്കൂലി വാങ്ങുന്ന പൊലീസുകാരൻ, പൊങ്ങച്ചക്കാരനായ സിനിമാതാരം, ഭയന്നു ഭയന്ന് ഒരു സാഹസികദൗത്യം ഏറ്റെടുക്കുന്ന, ആദ്യത്തെ തടസ്സത്തിനുതന്നെ അത് ഉപേക്ഷിക്കാൻ തയ്യാറാകുന്ന പൊലീസ് കമ്മീഷണർ, *ചാപ്പാക്കുരിശി*ലെ പലരീതിയിലും നിസ്സഹായരായ/ആകുന്ന അർജ്ജുൻ, അൻസാരി, ഈ അടുത്ത കാലത്തിലെ നഗരമാലിന്യക്കൂമ്പാരത്തെ ആശ്രയിച്ചു ജീവിക്കുന്ന വിഷ്ണു, ലൈംഗികശേഷി നഷ്ടപ്പെട്ട ഭർത്താവ് അജയ് കുര്യൻ, ആരോ ചെയ്ത സാഹസികകൃത്യത്തെ ഒരുളുപ്പുമില്ലാതെ തന്റേതായി അവകാശപ്പെടുന്ന റോയി, *സോൾട്ട് ആന്റ് പെപ്പറി*ലെ ആത്മവിശ്വാസമില്ലാത്ത മദ്ധ്യവയസ്കനായ ആർക്കിയോളജിസ്റ്റ്, *ബ്യൂട്ടിഫുൾ* എന്ന ചിത്രത്തിലെ ശരീരം തളർന്നു കിടക്കുന്ന സ്റ്റീഫൻ, അയാൾ വാടകയ്ക്കെടുക്കുന്ന ഗായകൻ – ഇവരൊന്നും തന്നെ സാമ്പ്രദായികമായ രീതിയിൽ പൗരുഷം പ്രകടിപ്പിക്കുകയോ, സ്ത്രീയെ ആകർഷിക്കുകയോ ആദർശധീരത പ്രദർശിപ്പിക്കുകയോ ചെയ്യുന്ന ശൃംഗാരികളോ വീരന്മാരോ ദുരന്തനായകരോ അല്ല.

ആഖ്യാനങ്ങൾക്കകത്തെ നായകത്വശോഷണം അഥവാ നായകശൂന്യത എന്നതിനെ മലയാളി മദ്ധ്യവർഗ്ഗത്തിന്റെയും മലയാള സിനിമയുടേയും കൂടി അമ്പരപ്പുമായി ബന്ധപ്പെടുത്തി കാണാവുന്നതാണ്. സൂപ്പർ താരങ്ങളുടെ കാലഹരണത്തെ ആഘോഷിക്കുമ്പോഴും ആഖ്യാന കേന്ദ്രത്തിൽ ഒരു നികത്താനാവാത്ത അസാന്നിദ്ധ്യമായോ, നായകകഥാപാത്രങ്ങളുടെ പൗരുഷ ശൂന്യതയുടെ രൂപത്തിലോ അവരുടെ നിഴൽ ഈ ചിത്രങ്ങളെ വിടാതെ പിന്തുടരുന്നു. ഈ പൗരുഷനഷ്ടത്തിന്റെ പശ്ചാത്തലത്തിൽ ഉദാരവല്ക്കരണാനന്തര കാലത്തെ സമ്പദ് വ്യവസ്ഥയ്ക്കകത്തു രാഷ്ട്രീയപ്രസ്ഥാനങ്ങൾക്കും ഭരണകൂടത്തിനും സംഭവിച്ച പലതരത്തിലുള്ള ശോഷണങ്ങളുമായി ബന്ധപ്പെട്ടിരിക്കുന്നു, അവയ്ക്കുമേലുണ്ടായിരുന്ന വിശ്വാസത്തിനും സംരക്ഷണശേഷിയെ സംബന്ധിച്ച ഉറപ്പുകൾക്കും വന്ന ഇടർച്ച ഇവിടെ പ്രകടമാണ്. അത്, സ്ത്രീകളുടെ രാഷ്ട്രീയ–സാമൂഹ്യ സാന്നിദ്ധ്യങ്ങൾ (പേരിനുമാത്രമെങ്കിലും) മൂലം കുടുംബത്തിനകത്ത് ഭർത്താവിനുവന്ന സ്ഥാനനഷ്ടത്തിലും പ്രതിഫലിക്കുന്നു; അതുവരെ സുദൃഢവും സനാതനവും എന്നു വിശ്വസിച്ചിരുന്ന കുടുംബം എന്ന സ്ഥാപനത്തിനുവന്ന ഇളക്കം പ്രധാനമായും അതുവരെ അതിന്റെ 'കെടാവിളക്കാ'യിരുന്ന സ്ത്രീക്കു കൈവന്ന പുതിയ ആത്മബോധവും അഭിലാഷങ്ങളുമായി കൂടി ബന്ധപ്പെട്ടതാണ്. നായകന്റെ ഈ പൗരുഷനഷ്ടത്തിൽ സ്ത്രീയുടെ തന്റേടവും തൻപ്രമാണിത്തവും സൃഷ്ടിച്ച അന്ധാളിപ്പിന്റെ കൂടി അനുരണനങ്ങളുണ്ട്. അതിനുള്ള ഒരുദാഹരണമാണ് കാറോടിക്കുന്ന സ്ത്രീയോടുള്ള അസ്സഹിഷ്ണുത

ബ്യൂട്ടിഫുൾ

(*ചാപ്പാക്കുരിശിൽ* അത് കരി ഓയിൽ അഭിഷേകത്തിന്റെ രൂപത്തിലും, *ട്രാഫിക്കിൽ* റെയ്ഹാന്റെ മരണത്തിനു കാരണമാകുന്ന വണ്ടിയായും, *ഈ അടുത്തകാലത്തിലെ* കൊല ചെയ്യപ്പെട്ട ശരീരവുമായുള്ള രാത്രിഞ്ചരത്വമായും സ്ത്രീയോടിക്കുന്ന കാർ പ്രത്യക്ഷപ്പെടുന്നു. മറുവശത്ത്, *സോൾട്ട് ആന്റ് പെപ്പറിലെ* മദ്ധ്യവയസ്കനായ നായകന്റെ പഴഞ്ചൻ കാറിനെക്കൂടി പ്രതിഷ്ഠിക്കുമ്പോൾ ചിത്രം പൂർത്തിയാവുന്നു.)

ഒരർത്ഥത്തിൽ സാമ്പ്രദായിക ആഖ്യാനങ്ങൾക്കും നായകസങ്കല്പങ്ങൾക്കും വന്ന ഈ ശൈഥില്യം അഥവാ കേന്ദ്രനഷ്ടം എന്നത് മലയാളി സമൂഹത്തിന്റേയും സിനിമയുടെയും സമകാലികാവസ്ഥയെക്കുറിച്ചു കൂടി ചിലതു സൂചിപ്പിക്കുന്നുണ്ട്. 1990 കൾക്കു ശേഷമുള്ള നവസാമ്പത്തിക 'ക്രമ'ത്തിന്റെ 'ക്രമക്കേടു'കൾ നമുക്ക് അതിന്റെ പൂർണ്ണരൂപത്തിൽ അനുഭവവേദ്യമാകുന്ന ഒരു കാലഘട്ടം കൂടിയാണിത്. മറ്റൊരു രീതിയിൽ പറഞ്ഞാൽ, നവസാമ്പത്തികക്രമത്തിൽ ജനിച്ച ഒരു തലമുറ പ്രായപൂർത്തി കൈവരിച്ച വർഷങ്ങൾ കൂടിയാണ് ഈ ദശകം.

4

അനലോഗ് നായകർ ഡിജിറ്റൽ കാലം

നിത്യജീവിതത്തിലും സമൂഹത്തിലും സംസ്കാരത്തിലും ഇന്നും നിലനില്ക്കുന്ന സാമ്പ്രദായിക മൂല്യങ്ങളും അനുഭവത്തിലും പ്രതീക്ഷകളിലും പരിസരങ്ങളിലും വന്ന മാറ്റവും തമ്മിലുള്ള ആഴത്തിലുള്ള ഒരു വൈരുദ്ധ്യം ഇവിടെ പ്രവർത്തിക്കുന്നുണ്ട്. അത്തരമൊരു സാഹചര്യത്തിൽ സാങ്കേതികവിദ്യ എന്നത് മാറ്റത്തിന്റെ ത്വരകം എന്ന നിലയെ

ക്കാൾ മാറ്റത്തെ പ്രതിരോധിക്കുവാനും പഴയതിനെ നിലനിർത്തുവാനുമുള്ള ഒരു ഉപകരണമോ ആയുധമോ ആയി മാറുന്നു. മൊബൈൽ ഫോണിനോടും ഇന്റർനെറ്റിനോടും മറ്റുമുള്ള നമ്മുടെ സമീപനം ഇതാണ് സൂചിപ്പിക്കുന്നത്. കേരളത്തിന്റെ സവിശേഷസാഹചര്യം മാധ്യമത്തെ സന്ദേശമാകുന്നതിൽനിന്ന് (മാർഷൽ മക്ലുഹൻ) പ്രതിരോധിക്കുന്ന ഒന്നാണ് എന്നു പറയാവുന്നതാണ്. ഈ മാറ്റത്തിൽ ഏറ്റവും വിറളിപിടിച്ചിട്ടുള്ളത് സമൂഹത്തിന്റെയും സമ്പദ് വ്യവസ്ഥയുടെയും അടിത്തട്ടിലോ മുകൾത്തട്ടിലോ ഉള്ളവരല്ല. അവരെ രണ്ടുപേരെയും സംബന്ധിച്ചിടത്തോളം സാങ്കേതികവിദ്യകളിൽ വരുന്ന മാറ്റം പുതിയ സാദ്ധ്യതകൾ തുറന്നിടുന്ന സംഭവങ്ങളാണ്. അടിത്തട്ടിലുള്ളവരെ സംബന്ധിച്ചിടത്തോളം സാങ്കേതികമാറ്റങ്ങൾ അവരുടെ ജീവിതാനുഭവത്തെ വികസ്വരമാക്കുകയോ അതിന്മേലുള്ള നിയന്ത്രണം വർദ്ധിപ്പിക്കുവാനോ ഉള്ള സാദ്ധ്യതകൾ അവർക്കു മുന്നിൽ തുറന്നിടുമ്പോൾ, മുകൾത്തട്ടിലുള്ളവരെ സംബന്ധിച്ചിടത്തോളം ഈ ഉപകരണങ്ങൾ സ്വന്തം അധീശത്വത്തിന്റെ പുതിയ അനുഭവ–ആനന്ദലോകങ്ങൾ തന്നെയായിത്തീരുന്നു. എന്നാൽ മദ്ധ്യവർഗ്ഗത്തിന്റെ കാര്യത്തിൽ പുതിയതായ എന്തും ഒരു ഭീഷണിയുടെ രൂപത്തിലാണ് കടന്നുവരിക. നിലനില്ക്കുന്ന വ്യവസ്ഥിതിയോട് അവർ ഒരേസമയം ആഴത്തിലുള്ള സംരക്ഷണത്വരയും ഒപ്പം അസംതൃപ്തിയും പുലർത്തുന്നു. ഒരു വശത്ത് നിലനില്ക്കുന്ന വ്യവസ്ഥയെ നിഷേധിക്കാനുള്ള താല്പര്യം, മറുവശത്ത് വരാനിരിക്കുന്നതിനെച്ചൊല്ലിയുള്ള ആശങ്ക/ഭീതിയും അവിടെയുണ്ട്. ഭാവി എന്ന പ്രലോഭനം/സാദ്ധ്യത, വർത്തമാനം എന്ന യാഥാർത്ഥ്യം/ഒത്തുതീർപ്പ്, ഭൂതകാലം എന്ന ബാദ്ധ്യത/ഗൃഹാതുരത്വം ഇവയ്ക്കിടയിലാണ് മദ്ധ്യവർഗ്ഗസംസ്കാരം മുട്ടിത്തിരിയുന്നത്. ഈ വൈരുദ്ധ്യത്തിന്റെ അകത്തുനിന്നുകൊണ്ടാണ് അവർ സാമൂഹിക–സാങ്കേതിക മാറ്റങ്ങളെ കാണുന്നതും അനുഭവിക്കുന്നതും ആവിഷ്കരിക്കുന്നതും. വിരുദ്ധദിശകളിലേക്കുള്ള ഈ പിടിവലി മദ്ധ്യവർഗ്ഗലോകത്തിന്റെ പ്രകാശനങ്ങളെയും നിരന്തരം പിന്തുടരുന്നുണ്ട്. ഈ അവസ്ഥയുടെ സംഘർഷങ്ങളെല്ലാം തന്നെ ഈ ചിത്രങ്ങളിൽ ഒളിഞ്ഞും തെളിഞ്ഞും പ്രത്യക്ഷപ്പെടുന്നുണ്ട്. പ്രകാശനസാദ്ധ്യതയില്ലാത്ത അഭിലാഷങ്ങൾ, എന്നാൽ ഒരുവിധത്തിലുമുള്ള അതിർത്തിലംഘനങ്ങളും അനുവദിക്കാത്ത സാമൂഹ്യസ്ഥാപനങ്ങൾ, നിരന്തരം എല്ലാവരെയും നിരീക്ഷണത്തിനു വിധേയമാക്കിക്കൊണ്ടിരിക്കുന്ന ഒരു സദാചാരസേനയായി പ്രവർത്തിക്കുന്ന പൊതുസമൂഹം, ഇതിനെയെല്ലാം അപ്രസക്തമാക്കുന്നരീതിയിൽ നമ്മിലെ ആസക്തികളെയും തൃഷ്ണകളേയും നിരന്തരം ജ്വലിപ്പിക്കുന്ന ദൃശ്യമാധ്യമാന്തരീക്ഷം ഇതാണ് മലയാളിമദ്ധ്യവർഗ്ഗത്തിന്റെ ആവാസവ്യവസ്ഥ. (ഈ ചിത്രങ്ങളിലുടനീളം പ്രത്യക്ഷപ്പെടുന്ന വ്യക്തികൾക്കു മുകളിൽ ചിറകുവിരിച്ചു നില്ക്കുന്ന കൂറ്റൻ പരസ്യബോർഡുകൾ, അഭിലാഷങ്ങളെപ്പോലെ മിന്നിമറയുന്ന നിയോൺ ലൈറ്റുകൾ, നഗരനിരത്തിലൂടെ പായുന്ന വാഹനവെളിച്ചങ്ങൾ

ഇവയെല്ലാം തന്നെ അതിന്റെ ദീപപ്രകാശനങ്ങളാണ്).

നവസാങ്കേതികവിദ്യയും മലയാളിമദ്ധ്യവർഗ്ഗവുമായുള്ള മുഖാമുഖത്തിൽ അന്തർഭവിച്ചിട്ടുള്ള ഭയാശങ്കകളുടെ ഏറ്റവും നല്ല ഉദാഹരണം നമ്മുടെ സിനിമാ ആഖ്യാനങ്ങൾക്കകത്ത് മൊബൈൽ ഫോൺ എന്ന ഉപകരണത്തിന്റെ സാന്നിദ്ധ്യവും അതിനു ലഭിക്കുന്ന പ്രാധാന്യവും തന്നെയാണ്. മുകളിൽ പറഞ്ഞ 'മൾട്ടിപ്ലെക്സ്' സിനിമകളിലെല്ലാം തന്നെ അത് പലരീതിയിൽ പലരുടെയും കൈയിൽ പ്രത്യക്ഷപ്പെടുന്നുണ്ട്. ഒരു വിനിമയ ഉപാധി എന്നതിനേക്കാളധികം അത് പലപ്പോഴും കുടുംബത്തിന്റെ (സമൂഹത്തിന്റേയും രാഷ്ട്രത്തിന്റേയും) സുസ്ഥിരതയെ കളങ്കപ്പെടുത്തുവാൻ ശ്രമിക്കുന്ന ഒരു വില്ലന്റെ രൂപത്തിലാണ് ആഖ്യാനങ്ങളിൽ കടന്നുവരുന്നത് എന്നത് ഡിജിറ്റൽ സാങ്കേതികവിദ്യയും മലയാളിമദ്ധ്യവർഗ്ഗത്തിന്റെ അനലോഗ് ജീവിതവുമായുള്ള വൈരുദ്ധ്യത്തെത്തന്നെയാണ് സൂചിപ്പിക്കുന്നത്. അനലോഗ് ഫോണിന്റെ സ്ഥലപരമായ പരിമിതികളെ (ഒരിടത്തിൽ ഉറപ്പിക്കപ്പെട്ടതും കൃത്യമായ ഉടമസ്ഥതയും വിലാസവുമുള്ളത്) ഭേദിക്കുന്ന മൊബൈൽ സാങ്കേതികവിദ്യ വ്യക്തികൾക്ക് പരസ്പരം ബന്ധപ്പെടാനുള്ള ഒരുപാധി എന്നതിനൊപ്പം പുതിയ സ്വാതന്ത്ര്യങ്ങളും അതിനുള്ള ഭാഷയും നല്കുന്നു. സ്ഥലത്തിൽനിന്നുള്ള മുക്തി സ്ഥാപനങ്ങളിൽനിന്നുള്ള മുക്തി തന്നെയാണിവിടെ. അതുകൊണ്ടുതന്നെ നമ്മുടെ ആഖ്യാനങ്ങളിൽ മനുഷ്യർ തമ്മിലുള്ള വിനിമയത്തിൽ പ്രശ്നങ്ങൾക്കും തൊന്തരവുകൾക്കും കാരണമായിത്തീരുന്ന ഒന്നായാണ് മൊബൈൽ പ്രത്യക്ഷപ്പെടുന്നത്. അത് സ്ത്രീകൾക്ക് നല്കുന്ന വിനിമയസ്വാതന്ത്ര്യത്തെക്കുറിച്ചുള്ള പുരുഷഭീതിയുമായി ബന്ധപ്പെട്ടതാണ് എന്നത് യാദൃച്ഛികമല്ല. (കഴിഞ്ഞ പതിറ്റാണ്ടിനിടയിൽ ഇറങ്ങിയ എത്രയധികം മലയാളചിത്രങ്ങളിലാണ് മൊബൈൽ ഫോൺ പെൺകുട്ടികളുടേയും കുലീനസ്ത്രീകളുടേയും 'വഴിതെറ്റലി'നും 'പതന'ത്തിനും കാരണമായിട്ടുള്ളത് എന്നു പരിശോധിച്ചാൽ ഇതു വ്യക്തമാകും). സ്ത്രീക്ക് തന്നിഷ്ടത്തോടെ പുരുഷന്റേ

ചാപ്പാകുരിശ്

യും കുടുംബത്തിന്റേയും നോട്ടത്തിനും നിയന്ത്രണത്തിനും പുറത്തു നിന്നുകൊണ്ട് ഉപയോഗിക്കാവുന്ന ഒരു വിനിമയോപാധി പുറം ലോകത്തേക്കുള്ള ഒരു വാതിൽ/വഴി മൊബൈൽ ഫോൺ ലഭ്യമാക്കുന്നു എന്നതുതന്നെയാണ് ഈ സാമൂഹ്യ/പുരുഷ ഭീതിക്കു പുറകിൽ പ്രവർത്തിക്കുന്നത്. സ്ത്രീയുടെ ചാരിത്ര്യം, ശുദ്ധി, കുലീനത, പാതിവ്രത്യം എന്നിവയ്ക്കാണ് ഈ പുതിയ സാങ്കേതികവിദ്യ ഭീഷണ യിയാവുന്നത്. *സോൾട്ട് ആന്റ് പെപ്പറി*ൽ കാളിദാസൻ എന്ന മദ്ധ്യവർഗ്ഗ നായകൻ മൊബൈൽ ഫോണിനെ വളരെ സംശയത്തോടെയും ഭയത്തോടെയുമാണ് ആദ്യം കാണുന്നത്. പിന്നീട് രണ്ടു മദ്ധ്യവയസ്കർ ക്കിടയിൽ അത് ആകസ്മികമായി ഒരു പ്രണയ/വിനിമയ-ഉപകരണമായി മാറുമ്പോൾ പോലും കൂടുതൽ ആശയക്കുഴപ്പങ്ങൾക്കും അതു നിരന്തരം വഴിയൊരുക്കുന്നുണ്ട്. *ട്രാഫിക്കി*ൽ ഏബൽ തന്റെ ഭാര്യയും ആത്മ സുഹൃത്തുമായുള്ള അടുപ്പം തിരിച്ചറിയുന്നതും ആ സുഹൃത്ത് യാദൃച്ഛികമായി അയാളുടെ ഫോൺ തന്റെ കാറിൽ വെച്ചുമറക്കുന്ന ഒരു സന്ദർഭത്തിലാണ്. *ചാപ്പാക്കുരിശി*ൽ മൊബൈൽ ഫോൺ ഒരു മുഖ്യ കഥാപാത്രം തന്നെയാണ്. അത് അർജ്ജുനും അൻസാരിക്കും രണ്ടുതരം അനുഭവങ്ങളായാണ് പ്രത്യക്ഷപ്പെടുന്നത്. രണ്ടു പേർക്കും അത് തങ്ങ ളുടെ കാമുകിയെ വിളിക്കാനുള്ള മാധ്യമം ആയിരിക്കുമ്പോഴും അർജ്ജുന്റെ കൈയിൽ അത് ഒരു പ്രൊഫഷണൽ ഉപകരണം എന്നതി നൊപ്പം ഒരു ആനന്ദോപകരണം കൂടിയാണ്. ആ ഫോൺ അൻസാരിക്ക് കിട്ടുമ്പോൾ അത് അർജ്ജുനെ വിളിക്കുന്ന വെറുമൊരു ഉപകരണം എന്ന തിലുപരി അയാളുടെ കൈയിൽ ഒരു ആർഭാടമോ കൗതുകവസ്തുവോ മാത്രമാണ്. അർജ്ജുന്റെ ജോലിപരവും വ്യക്തിപരവുമായ രഹസ്യങ്ങള ടങ്ങുന്ന അത്യാധുനികമായ ആ യന്ത്രം കിട്ടുമ്പോഴും അൻസാരിക്ക് അതിന്റെ മായാലോകം തുറക്കാനുള്ള താക്കോൽ കൈവശമില്ല കുറച്ചു ദിവസത്തേക്ക് അർജ്ജുന്റെ ജീവിതത്തെ (പുറം ലോകത്തെ) നിയന്ത്രിക്കാനുള്ള ഒരു ഉപാധിയാവുന്നുണ്ടെ ങ്കിലും. ഈ അടുത്ത കാല ത്തിൽ മാധുരിയുടെ ഭർത്താവിന് അത് തന്റെ ലൈംഗികശേഷി തെളിയി ക്കാനുള്ള ഉപകരണം കൂടിയാണ്; റസ്റ്റം എന്ന അധോലോക ഏജന്റിന് അത് മാധുരി എന്ന കുടുംബനായികയുടെ സ്വകാര്യതയിലേക്ക് കടന്നുക യറാനുള്ള ആയുധമാണ്. വാട്സൻ എന്ന ഗുണ്ടയുടെ കൊലപാത കിയാകുന്ന പിണിയാളുടെ ചതി തിരിച്ചറിയപ്പെടുന്നതും വാട്സൻ നടത്തുന്ന മൊബൈലുകളുടെ ഒരു മിന്നൽ പരിശോധനയിലൂടെയാണ്.

ഗ്രാമത്തിൽനിന്ന് സ്ഥലപരവും ഗ്രാമീണതയിൽനിന്ന് കാലപര മായും സഞ്ചരിച്ചിട്ടും നഗരത്തിന്റെ തുറസ്സുകളിലേക്കോ നാഗരികതയുടെ അനാമികമായ സ്വാതന്ത്ര്യത്തിലേക്കോ വ്യക്തിപരതയിലേക്കോ എത്തിപ്പെടാൻ കഴിയാതെ, ആധുനികവല്ക്കരിക്കപ്പെടാത്ത ഗ്രാമീണത യ്ക്കും ഗ്രാമീണോഷ്മളതകൾ നഷ്ടപ്പെട്ട വ്യാജനാഗരികതയ്ക്കുമിടയി ലാണ് മലയാളിയുടെ ആധുനികതാനുഭവം ഇന്നും സ്ഥിതി ചെയ്യുന്നത്.

5

ആകസ്മികതയോ ആകസ്മികവല്ക്കരണമോ?

ജീവിതത്തിലായാലും സമൂഹത്തിലായാലും ആകസ്മികതകൾ പുതിയ സംഗതിയല്ല. എന്നാൽ ആകസ്മികതയ്ക്ക് ഇന്ന് നമ്മുടെ ജീവിതത്തിൽ പുതിയ പ്രസക്തിയോ ആഘാതശേഷിയോ കൈവന്നിരിക്കുന്നു എന്ന് ഈ ചിത്രങ്ങൾ സൂചിപ്പിക്കുന്നു. ഒരുപക്ഷേ, മുമ്പ് ആകസ്മികതകളെ മറികടക്കാനും അത്തരം വിശദീകരണക്ഷമമല്ലാത്ത സംഭവങ്ങളെ ജീവിതത്തിന്റെയും ജീവനത്തിന്റെയും യുക്തിയിലേക്ക് പരിവർത്തനം ചെയ്യാനും നമ്മുടെ സമൂഹമനസ്സിനു കഴിഞ്ഞിരിക്കാം. മനസ്സിലാക്കലിന്റേയും അതിജീവനത്തിന്റേതുമായ ചില ആഖ്യാനങ്ങളുടെ രാഷ്ട്രീയലക്ഷ്യങ്ങൾ, ചരിത്രദൗത്യങ്ങൾ. ജീവിതാദർശങ്ങൾ തുടങ്ങിയവയുടെ – അനുസ്യൂതിയിലേക്ക് അവയെ കണ്ണിചേർക്കാൻ ഇന്നു നമുക്കു കഴിയുന്നില്ല എന്നതു കൂടിയായിരിക്കണം ആകസ്മികതയ്ക്കും യാദൃച്ഛികതയ്ക്കും ഇന്നത്തെ ആഖ്യാനങ്ങൾക്കകത്ത് ഇത്ര പ്രാധാന്യം ലഭിക്കാനുള്ള പല കാരണങ്ങളിലൊന്ന്.

ഓഹരി വിപണി, വിവരസാങ്കേതികവ്യവസായം, റിയൽ എസ്റ്റേറ്റ് തുടങ്ങി നമ്മുടെ സമൂഹത്തിലും സമ്പദ് വ്യവസ്ഥയിലും കേന്ദ്രത്വം നേടിക്കൊണ്ടിരിക്കുന്ന ധനാഗമമാർഗ്ഗങ്ങളും തൊഴിലുകളും ഉണ്ടാക്കുന്ന ഒരു മനഃസ്ഥിതിമാറ്റം കൂടിയാണിത്. അത്തരം മേഖലകളിലെ ആഗോളവ്യാപകമായ ഊഹക്കച്ചവടങ്ങളും പണക്കറക്കങ്ങളും അസ്ഥിരതയുടേതായ ബൃഹദ് ആഖ്യാനങ്ങൾ തന്നെയാണ് ഈ പുതിയ സാമ്പത്തിക 'ക്രമ'ത്തിൽ പ്രകൃതിയുടെയോ ഭൗതിക–ഉല്പാദനവ്യവസ്ഥയുടേതോ ആയ ക്രമങ്ങളില്ല; അന്തം വിട്ട കയറ്റിറങ്ങളുടേയും ഭാഗ്യനിർഭാഗ്യങ്ങളുടേതുമായ ഈ ലോകത്ത് എന്തും സംഭവിക്കാം, അവിടെ മനുഷ്യന്റെ (നായകന്റെ/പുരുഷന്റെ) കർതൃത്വത്തിനും നിർവാഹകത്വത്തിനുമുള്ള സ്ഥാനം/പ്രസക്തി വളരെ പരിമിതമോ അല്ലെങ്കിൽ തികച്ചും യാദൃച്ഛികമോ ആണ്.

അത്തരമൊരു അന്തരാളലോകത്തിന്റെ പകർപ്പുകൾ കൂടിയാണ് ഈ ചിത്രങ്ങൾ. ഇവിടെ ആഖ്യാനകേന്ദ്രത്തിൽതന്നെ ഒരു ശൂന്യതയോ പോരായ്മയോ കുറവോ ആണുള്ളത്. അത് ഒരുരീതിയിൽ പറഞ്ഞാൽ രേഖീയമായ ആഖ്യാനങ്ങളിൽ മുമ്പുണ്ടായിരുന്ന കേന്ദ്രം തന്നെയാണ് വീരനായകനായും സംരക്ഷണ–സംഹാരശേഷിയുള്ള കർത്താവായും എല്ലാം അത് നമ്മുടെ സിനിമയിൽ മൂന്നു പതിറ്റാണ്ടോളം നിറഞ്ഞുനിന്ന താരസാന്നിദ്ധ്യങ്ങൾ (പിതൃരൂപങ്ങൾ) തന്നെയാണ്. മാറിയ സാഹചര്യത്തിൽ ഒരുരീതിയിലും പകരം വെക്കാനില്ലാതെയുള്ള ആ അമ്പരപ്പിൽ നിന്നുകൂടിയാണ് നമ്മുടെ ആഖ്യാനങ്ങളുടെ രേഖീയതയും ചിതറുന്നത്. വർഗ്ഗപരമായും വീര/ദുരന്തനായകത്വപരമായും ഒക്കെ നായകനുണ്ടായിരുന്ന പ്രാതിനിദ്ധ്യമൂല്യം ഇന്നു നഷ്ടപ്പെട്ടിരിക്കുന്നു; ഒപ്പം സമൂഹ

ത്തെയും ലോകത്തെയുംകുറിച്ചുള്ള ചരിത്രഹേതുവാദപരമായ ഉറപ്പുകളുടെ നഷ്ടവും എല്ലാം ചേർന്നാണ് ഇന്നത്തെ ആഖ്യാനത്തിന്റെ രേഖീയതയിലും കേന്ദ്രത്തിലും തുളകൾ വീഴ്ത്തുന്നത്.

പല തരത്തിലുള്ള പോരായ്മകളും ശൂന്യതകളും ആഖ്യാനകേന്ദ്രത്തെ വേട്ടയാടുന്നു: *സോൾട്ട് ആന്റ് പെപ്പറിൽ* ചില കുടുസ്സുജീവിതങ്ങളിൽ കുടുങ്ങി ജീവിതം നഷ്ടപ്പെട്ട രണ്ടു മദ്ധ്യവയസ്കരാണെങ്കിൽ, *ട്രാഫിക്കി*ലെ കുടുംബങ്ങൾ വിശ്വാസനഷ്ടത്താലും സ്നേഹരാഹിത്യത്താലും മുറിവേറ്റവയാണ്; ചാപ്പാക്കുരിശിലെ അർജ്ജുൻ കാമുകിയെയും വധുവിനെയും വഞ്ചിക്കുമ്പോൾ, ബ്യൂട്ടിഫുളിൽ നായകൻ പരസഹായമില്ലാതെ ജീവിക്കാനാവാതെ തളർന്നുകിടക്കുന്ന ഒരു ശരീരം മാത്രമാണ്. *ഈ അടുത്തകാലത്ത്* എന്ന ചിത്രത്തിൽ ഒരു കഥാപാത്രം ലൈംഗികശേഷി നഷ്ടപ്പെട്ടവനാണെങ്കിൽ മറ്റേയാൾ പൊലീസധികാരി എന്ന സ്ഥാനം സ്വന്തം കഴിവിന്റെ പേരിൽ അർഹിക്കുന്നില്ല. ഒഴിഞ്ഞുകിടക്കുന്ന ഈ ആഖ്യാനകേന്ദ്രം അഥവാ ആർക്കും അവകാശപ്പെടാനാവാത്ത ഈ നായകസ്ഥാനം സൂപ്പർ താരങ്ങളെ നഷ്ടപ്പെട്ട മലയാളസിനിമയേയും നിർവ്വാഹകത്വം നഷ്ടപ്പെട്ട മദ്ധ്യവർഗ്ഗമലയാളി പുരുഷനേയും ഒരുപോലെ വേട്ടയാടുന്ന ഒന്നാണ്. ഈ വീഴ്ച/വീര്യനഷ്ടം കുടുംബത്തിൽ പുരുഷനും നഷ്ടപ്പെട്ടിരിക്കുന്നു എന്നത് ഈ ചിത്രങ്ങളിലെ സ്ത്രീപ്രാതിനിദ്ധ്യങ്ങൾ വീണ്ടും വീണ്ടും ഓർമ്മിപ്പിക്കുന്നു.

വീടിന്റെ അതിർത്തികൾ ലംഘിച്ചു പുറത്തുകടന്ന സ്ത്രീ നഗരത്തിന്റെ രൂപംപൂണ്ട് പുരുഷനെ വീണ്ടും വലയം ചെയ്യുന്നു: നഗരത്തെ തന്നെ സ്ത്രീശരീരമോ മനസ്സോ ആയിട്ടാണ് ചില ചിത്രങ്ങൾ സങ്കല്പിക്കുന്നത്. ഉദാഹരണത്തിന്, *ഈ അടുത്തകാലത്ത്* എന്ന സിനിമ അതിന്റെ ആഖ്യാനസ്ഥലത്തിന്റെ തിരുവനന്തപുരം ഒരു വിവരണത്തോടെയാണ് തുടങ്ങുന്നത്. ഈ വിവരണം അവസാനിക്കുന്നത് രഹസ്യങ്ങളെക്കുറിച്ചുള്ള പരാമർശത്തിലും ദൃശ്യഖണ്ഡം 'തോപ്പിൽ ശാല' എന്ന നഗരമാലിന്യക്കൂമ്പാരത്തിലുമാണ്. നഗരത്തിന്റെ പുറംപൂച്ച്/അതിന്റെ മറുപുറം എന്ന തോപ്പിൽ ശാല എന്ന സമവാക്യത്തിനു സമാന്തരമായാണ് മാധുരി എന്ന ഭാര്യയും അവളുടെ സിനിമാഭിനയ ഭൂതകാലവും പിന്നീട് അവൾ മറച്ചുവെക്കാൻ നിർബ്ബന്ധിതയാകുന്ന കൊലപാതകം എന്ന രഹസ്യവും അതുപോലെ അവളുടെ ചങ്ങാതിയും ടി വി ജേർണലിസ്റ്റുമായ രൂപയുടെ മുൻകാല പുരുഷബന്ധങ്ങളും മറ്റും ആഖ്യാനത്തിലേക്കു കടന്നുവരുന്നത്. ഇതിനു സമാനമായി വികസിക്കുന്ന അവളുടെ ഭർത്താവിന്റെ ലൈംഗികശേഷിയില്ലായ്മ എന്ന രഹസ്യം ആഖ്യാനത്തിനകത്തുതന്നെ വെളിപ്പെടുത്തപ്പെടുകയും തിരിച്ചറിയപ്പെടുകയും ചെയ്യുന്നുണ്ട്; അതുകൊണ്ടു തന്നെ പിന്നെയും അവശേഷിക്കുന്ന മാലിന്യങ്ങൾ മാധുരിയുടെ കൊലപാതകപങ്കാളിത്തവും, രൂപയുടെ ഭൂതകാല പ്രണയവുമാണ് എന്നത് തീർച്ച. അബൂബക്കർ ചൂണ്ടിക്കാണിക്കുന്നതുപോലെ ചാപ്പാക്കുരിശിൽ അർജുന്റെ കളഞ്ഞുപോകുന്ന

മൊബൈൽ ഫോണിലുള്ള രഹസ്യം എന്നത് അയാളും സോണിയയുമായുള്ള രതിദൃശ്യങ്ങൾ മാത്രമല്ല, നഗരത്തിൽ അയാൾ രഹസ്യമായി പദ്ധതിയിടുന്ന വികസനപ്രൊജക്റ്റിന്റെ മാസ്റ്റർ പ്ലാൻ കൂടിയാണ്.

6

അപരത്തെക്കുറിച്ചുള്ള ഭീതി

ദളിതർ, തൊഴിലാളികൾ, ഭിക്ഷക്കാർ, ലൈംഗികത്തൊഴിലാളികൾ, ആദിവാസികൾ, ഇതരലൈംഗികാഭിമുഖ്യമുള്ളവർ തുടങ്ങിയവരോടുള്ള വെറി/അസഹിഷ്ണുത ഈ ചിത്രങ്ങളിൽ പലയിടത്തും പ്രത്യക്ഷപ്പെടുന്നത് യാദൃച്ഛികമല്ല. അതുകൊണ്ടാണ് ഇവിടെ ആദിവാസികൾ കാഴ്ചവസ്തുക്കളും (*സോൾട്ട് ആന്റ് പെപ്പർ*), അന്യസംസ്ഥാനത്തൊഴിലാളികൾ അപായകാരികളും (*ഈ അടുത്ത കാലത്ത്*), ഇതര മതസ്ഥർ ചൂഷകരും സാമൂഹ്യവിരുദ്ധരും ആൾക്കൂട്ടവും (*ഈ അടുത്ത കാലത്ത്, ട്രാഫിക്ക്..*) ഇതരലൈംഗികൌന്മുഖ്യമുള്ളവർ പരിഹാസപാത്രങ്ങളും (*സാൾട്ട് ആന്റ് പെപ്പർ, ചാപ്പാക്കുരിശ്*) ഒക്കെയായിത്തീരുന്നത്.

ക്ലോഡ് ലെവിസ്ട്രോസിന്റെ അഭിപ്രായത്തിൽ മാനവചരിത്രത്തിൽ രണ്ടു രീതിയിലാണ് സമൂഹങ്ങൾ അപരന്മാരെയും അപരത്വത്തെയും നേരിട്ടിട്ടുള്ളത്: ഒന്നുകിൽ അതിനെ ഛർദ്ദിച്ചോ തുപ്പിയോ പുറത്തുകളയണം, അല്ലെങ്കിൽ അവയെ വിഴുങ്ങിയോ തിന്നോ അകത്താക്കണം. ആദ്യത്തേത്, സമൂഹഗാത്രത്തിൽനിന്ന് വ്യത്യസ്തവും വിചിത്രവും അപരിചിതവുമായതിനെ 'ഛർദ്ദിച്ചു' കളയുകയോ തുപ്പിക്കളയുകയോ ചെയ്യുന്നു; അങ്ങനെ അവരുമായുള്ള സമ്പർക്കം, സംഭാഷണം, സംബന്ധം ഒഴിവാക്കുക എന്നതാണ് ലക്ഷ്യം. ഈ തന്ത്രത്തിന്റെ ഏറ്റവും രൂക്ഷമായ

ഈ അടുത്ത കാലത്ത്

രൂപങ്ങളാണ് കൂട്ടക്കൊലയും നാടുകടത്തലും തുറുങ്കിലടയ്ക്കലും മറ്റും എങ്കിൽ, അതിന്റെ 'പരിഷ്കൃത'മായ രൂപങ്ങളാണ് അത്തരക്കാരെ നഗരത്തിലെ ചേരികളിലേക്ക് സ്ഥലപരമായി ഒതുക്കുക, പല പൊതു ഇടങ്ങളിലേക്കും അവർക്കു പ്രവേശനം നിഷേധിക്കുക/പരിമിതപ്പെടുത്തുക തുടങ്ങിയ നീക്കങ്ങൾ.

രണ്ടാമത്തെ വഴി, അവരെ 'വിഴുങ്ങുക'യും അതിലൂടെ അവരെ ദഹിപ്പിച്ച് ഒതു/രുക്കിയെടുക്കുക എന്നുള്ളതുമാണ്; ഇവിടെ മാനക ശൈലികളിൽനിന്നും രീതികളിൽനിന്നും നിലപാടുകളിൽനിന്നും രൂപഭാവങ്ങളിൽനിന്നും അതായത് അവരുടെ വ്യത്യസ്തതകളിൽ നിന്ന് അവരെ 'മോചിപ്പിച്ച്' തങ്ങളെപ്പോലെയാക്കുക എന്നതാണ്. അത് ചിലപ്പോൾ യുദ്ധങ്ങളിലൂടെയും നിർബ്ബന്ധിതമായ പരിവർത്തനങ്ങളിലൂടെയും മറ്റും രൂപങ്ങൾ കൈക്കൊള്ളാം.

ആദ്യത്തെ രീതി അപരസമൂഹത്തെ നാടുകടത്തുകയോ നശിപ്പിക്കുകയോ ആണ് എങ്കിൽ, രണ്ടാമത്തെ രീതി അവരുടെ അപരത്വത്തെത്തന്നെയാണ് മെരുക്കുന്നതും നശിപ്പിക്കുന്നതും. ഈ ചിത്രങ്ങളിലെ അപരസമൂഹങ്ങളുമായുള്ള മുഖാമുഖത്തിൽ ഈ രണ്ടു തന്ത്രങ്ങളും പ്രവർത്തനക്ഷമമാകുന്നതു കാണാം.

7

ആകസ്മികത, സാമൂഹികത, രാഷ്ട്രീയം

ആകസ്മികത എന്നത് ഒരർത്ഥത്തിൽ ഒരു കാര്യത്തിന്റെ സന്ദർഭമുക്തതയാണ്; സ്വന്തം സന്ദർഭത്തിൽനിന്നും കാര്യകാരണബന്ധത്തിൽനിന്നും അടരുമ്പോഴോ അടർത്തുമ്പോഴോ ആണ് ഒന്ന് അസ്ഥാനത്താകുന്നത്. ആകസ്മികം/യാദൃച്ഛികം എന്നു തോന്നിപ്പിക്കുന്ന ഒരു സംഭവം, വസ്തു, സംഗതി എന്നത് അതിന്റെ സന്ദർഭത്തിലും സ്ഥാനത്തിലും തുടർച്ചയിലും കാണപ്പെടുകയാണെങ്കിൽ സ്വാഭാവികമായിമാറും.

കഥാപാത്രങ്ങളുടെ ജീവിതഗതികൾ കൂട്ടിമുട്ടുന്ന ഇടത്തിന് എന്നപോലെ അവിടെ കൂട്ടിമുട്ടുന്ന വ്യക്തികൾക്കും യഥാർത്ഥത്തിൽ അവരുടേതായ അനുസ്യൂതവും സാമൂഹ്യബന്ധിതവുമായ ഒരു ആഖ്യാനവും നിലനില്പുമുണ്ട്. ആ തുടർച്ച ജീവന്റേതെന്നപോലെ ജീവിതത്തിന്റേതുമാണ്. അവയിൽനിന്ന് അവരെ അടർത്തിമാറ്റുമ്പോഴാണ് അവർ ആഖ്യാനത്തിനകത്ത് ആകസ്മികഘടകങ്ങളായി മാറുന്നത്. തമ്മിൽ കൂട്ടിമുട്ടുന്ന ആ ബിന്ദുവിലെത്തുന്നതുവരെയുള്ളതും അതിനുശേഷമുള്ളതുമായ അവരുടെ തികച്ചും യഥാർത്ഥമായ അവരുടെ ജീവിതയാത്രയെ വിസ്മരിക്കുകയോ തമസ്കരിക്കുകയോ ചെയ്യുമ്പോഴാണ് 'കൂടിച്ചേരൽ' ഒരു 'കൂട്ടിമുട്ടൽ' മാത്രമായിത്തീരുന്നത്. അവിടെയാണ് തുടർച്ചയുടെ യുക്തിക്ക് ആഖ്യാനത്തിലുള്ള മേൽക്കൈ നഷ്ടപ്പെടുന്നതും അതിന്റെ വിശദീകരണക്ഷമത/നൈതികത്രാണി അതായത് അവരുടെ

'വിധി'കളെ പരസ്പരം ബന്ധിപ്പിക്കുന്ന ആന്തരികമോ ബാഹ്യമോ ആയ യുക്തി അതിനു നഷ്ടപ്പെടുന്നതും.

അതുകൊണ്ടാണ് ഉറ്റചങ്ങാതിമാരായ മാധുരിയും രൂപയും തമ്മിൽ വളരെക്കാലമുള്ള ബന്ധത്തിന്റെ തുടർച്ചയെക്കാൾ അവരുടെ ജീവിതത്തിൽ സംഭവിച്ച ചില യാദൃച്ഛിക സംഭവങ്ങൾ – പൂർവ്വകാല പ്രണയം, ആകസ്മികമായ കൊലപാതകത്തിന് സാക്ഷ്യം വഹിക്കൽ എന്നിവ – അവരുടെ ജീവിതത്തിൽ നിർണ്ണായകമാകുന്നതും; അപ്രതീക്ഷിതമായ സാഹചര്യങ്ങളിൽ ഉപരിവർഗ്ഗനായികയുടെ രക്ഷകനായി എത്തുന്ന ദരിദ്രൻ അവളുടെ ദയ കൊണ്ടുമാത്രം രക്ഷപ്പെടുന്നതും; (ഈ അടുത്ത കാലത്ത്). ചികിത്സാച്ചെലവിനായി കൈക്കൂലി വാങ്ങാൻ നിർബ്ബന്ധിതനാകുന്ന ഒരു പൊലീസുകാരൻ സ്വന്തം ജീവൻ അപായപ്പെടുത്തിക്കൊണ്ട് ഒരു സാഹസത്തിൽ ആകസ്മികമായി പങ്കാളിയാകുന്നതും (*ട്രാഫിക്ക്*). അതുകൊണ്ടുതന്നെയാണ് ഇവരുടെ ദാരിദ്ര്യത്തിനും സാമ്പത്തികാവസ്ഥയ്ക്കും കാരണമായി പ്രത്യക്ഷപ്പെടുന്നത് വളരെ വ്യക്തിപരമായ ചില ആവശ്യങ്ങളോ ദുരന്തങ്ങളോ ആയിരിക്കുന്നത്. *ബ്യൂട്ടിഫുളി*ലെ ഗായകന് തന്റെ അനുജത്തിയുടെ മെഡിക്കൽ പ്രവേശനത്തിനുള്ള ക്യാപിറ്റേഷൻ തുകയാണ് എങ്ങനെയെങ്കിലും സംഘടിപ്പിക്കേണ്ടത് എങ്കിൽ, *ഈ അടുത്ത കാലത്തിലെ* വിഷ്ണുവിന് തന്റെ അമ്മയെ ചികിത്സിക്കാനുള്ള തുക തേടിയുള്ള പരക്കം പാച്ചിലാണ് അയാളെ കടക്കെണിയിൽ വീഴ്ത്തുന്നത്; *ട്രാഫിക്കി*ലും ചികിത്സാവശ്യം തന്നെയാണ് സുദേവനെ കൈക്കൂലി വാങ്ങൽ എന്ന സാഹസികതയിലേക്ക് തുരത്തുന്നതും. അതുകൊണ്ടാണ് ഇവിടെ ദാരിദ്യം എന്ന അവസ്ഥ ഒരു വ്യക്തിപരമായ അവസ്ഥയോ ദുരന്തമോ ആകുന്നതും ഒരിക്കലും സാമൂഹികമായ ഒരു ഫലമോ അവസ്ഥയോ ആയി കാണപ്പെടാതിരിക്കുന്നതും.

8

നാഗരിക ഇടങ്ങൾ – 'പൊതു'വായത് എന്നാൽ 'സിവിൽ' അല്ലാത്തത്

ഈ ചിത്രങ്ങളുടെയെല്ലാം പ്രത്യേകത ഇവ അരങ്ങേറുന്നത് നാഗരികം എന്നു വിശേഷിപ്പിക്കാവുന്ന കൊച്ചി, തിരുവനന്തപുരം തുടങ്ങിയ ഇടങ്ങളിലാണ് എന്നുള്ളതാണ്. ഇവരെല്ലാം അത്തരം പട്ടണസ്ഥലങ്ങളിൽ കഴിയുന്നു എങ്കിലും എല്ലാവരെയും സംബന്ധിച്ചിടത്തോളം എല്ലാ ഇടങ്ങളും സ്വാതന്ത്ര്യവും പ്രവേശനവും ഉള്ള 'പൊതു' സ്ഥലങ്ങളല്ല. പലപ്പോഴും അവരുടെ ആവാസവ്യവസ്ഥകൾ നഗരത്തിനകത്തു തന്നെയുള്ള വിരുദ്ധധ്രുവങ്ങളിൽ പോലുമാണ് (അർജ്ജുൻ ഏറ്റവും സമ്പന്നവും ഉയർന്നതുമായ അപാർട്ടുമെന്റിൽ വസിക്കുമ്പോൾ അൻസാരി കൊച്ചിയിലെ ഒരു ചേരിയിലാണ് താമസം, വിഷ്ണുവിന്റെ

താമസം ഒരു ഇടിഞ്ഞുപൊളിഞ്ഞ കെട്ടിടത്തിലും ജീവിതമാർഗ്ഗം ചവറു കൂനയുമാണെങ്കിൽ, ആ ചിത്രത്തിലെ മറ്റു ഉപരിവർഗ്ഗനായകർ ആശുപത്രി, അപ്പാർട്ട്മെന്റ്, ഓഫീസ് പോലുള്ള ആധുനിക ഇടങ്ങളിലാണ് ചുറ്റിത്തിരിയുന്നതും ജീവിക്കുന്നതും, *സോൾട്ട് ആന്റ് പെപ്പറി*ലെ ആദിവാസി മൂപ്പൻ കാളിദാസന്റെ വീട് പങ്കിടുമ്പോഴും അയാളവിടെ ഒരന്യഗ്രഹജീവിയെപ്പോലെ അസ്ഥാനത്താണ്.

അവർ ഇടപഴകുന്ന ഇടങ്ങൾ മുകളിൽ സൂചിപ്പിച്ച തരത്തിൽ തികച്ചും വ്യത്യസ്തവും വ്യതിരിക്തവുമായവയാണ്; അതേപോലെ അവർ ഒന്നിച്ചുവരുന്ന 'പൊതു'ഇടങ്ങളിലും ഈ അതിർത്തികൾ വേറെ രീതിയിൽ തുടരുന്നു. അവിടേയും അവർ തമ്മിൽ സാമൂഹികമോ മാനുഷികമോ ആയ ഒരുവിധ സമ്പർക്കവും ഇടപെടലുകളും ഇല്ല. അതായത് അസ്തിത്വം പരസ്പരം അംഗീകരിക്കുന്ന വിധത്തിലുള്ള മുഖാമുഖങ്ങൾ ഇവിടെയും സാദ്ധ്യമല്ല. തെരുവുകൾ, സിനിമാതിയറ്റർ, പാർക്ക് തുടങ്ങിയ ചില പൊതുഇടങ്ങൾ ഒഴിച്ചാൽ, പിന്നെയുള്ള ബസ്, ബോട്ട് പോലുള്ള പൊതുവാഹനങ്ങൾ, ഹോട്ടൽ എന്നിവ പോലും വർഗ്ഗവിവേചനം നിലനില്ക്കുന്ന സ്ഥലങ്ങളാണ്. ഇവിടങ്ങളിൽ അപരനെയോ അപരത്വത്തെയോ ഒരാൾക്ക് പരിഗണിക്കുകയോ നേരിടുകയോ ചെയ്യേണ്ടിവരുന്നില്ല. അവ ഔപചാരികമായ അർത്ഥത്തിൽ 'പൊതു' ഇടങ്ങളാണെങ്കിലും ഫലത്തിൽ എല്ലാവർക്കും ഒരുപോലെ ഇടപെടാനുള്ള അവസരമുള്ള 'സിവിൽ' ഇടങ്ങളല്ല. ഈ ആഖ്യാനങ്ങളിലെ കഥാപാത്രങ്ങളും ഈ രീതിയിൽ മനുഷ്യർ എന്ന നിലയ്ക്ക് ഇടകലരാൻ ഇടം നല്കാത്ത രണ്ടു ലോകങ്ങളിൽ വസിക്കുന്നവരാണ്.

അതുകൊണ്ടു തന്നെ ചിത്രത്തിന്റെ അന്ത്യത്തിൽ, തുടക്കത്തിലെന്ന പോലെ കഥാപാത്രങ്ങളുടെ ആന്തരികവും ബാഹ്യവും സ്വകാര്യവും സാമൂഹികവും ആയ ഇടങ്ങൾ വ്യത്യസ്തവും വ്യതിരിക്തവും വ്യക്തികേന്ദ്രിതവുമായിത്തന്നെ തുടരുന്നു. അൻസാരി/അർജ്ജുൻ, വിഷ്ണു/മാധുരി, സുദേവൻ/ഏബൽ, കാളിദാസൻ/മൂപ്പൻ തുടങ്ങിയവരുടെ കാര്യത്തിൽ മുമ്പും പിൻപും ഒരു മാറ്റവുമില്ല എന്നുമാത്രമല്ല അതിനുള്ള സാദ്ധ്യതകളുടെ സൂചനകളുമില്ല.

അങ്ങനെ നോക്കുമ്പോൾ ഈ ആഖ്യാനങ്ങളിലെ ആകസ്മികതയുടെ അടിസ്ഥാനം എന്നത് ജൈവസാമൂഹികതയുടെയും സാമൂഹികജൈവികതയുടെയും ചോർത്തിക്കളയലും, ചരിത്രപരതയുടെ നിരാസവും ആണ് എന്നു കാണാം. അതുകൊണ്ടുതന്നെ ആകസ്മികതയുടെ ഈ ആഖ്യാനങ്ങളെ നമ്മൾ ആഖ്യാനങ്ങളുടെ ആകസ്മികവല്ക്കരണമായിക്കൂടി കാണേണ്ടതുണ്ട്. ജീവിതത്തിന്റെയും ലോകത്തിന്റേയും അനുഭവത്തിന്റേയും ആകസ്മികവല്ക്കരണം ഇവയുടെയെല്ലാം ചരിത്രപരതയെതന്നെയാണ് മറ(യ്)ക്കുന്നത്. ഇവ വിസ്മരിക്കുന്നത് ഈ ആഖ്യാനങ്ങൾക്കകത്തു തന്നെ കാഴ്ചപ്പെടുന്ന ജീവിതാവസ്ഥകളുടെ ഒരു രീതിയിലും ആകസ്മികമല്ലാത്ത അനുസ്യൂതിയെയാണ്; അതിന

കത്ത് ആകസ്മികമായ ഒന്നും സംഭവിക്കുന്നില്ല.

ആകസ്മികത വിമർശനാത്മകവും അട്ടിമറിസാദ്ധ്യതയുള്ളതുമാകുന്നത് അതിൽ പ്രത്യക്ഷപ്പെടുന്ന ആകസ്മികതകൾ നമ്മുടെ ജീവിതത്തിനുമേൽ അടിച്ചേല്പിക്കപ്പെട്ടിട്ടുള്ളതും നമ്മൾ സ്വാഭാവികമായി കരുതുന്നതുമായ രേഖീയതകളെ/രേഖീയയുക്തികളെ ആ ആഖ്യാനം നേരിടുമ്പോഴാണ്. അവിടെ ആകസ്മികത എന്നത് ജീവിതത്തിന്റെ തന്നെ പ്രവചനത്തിനു വഴങ്ങാത്ത ഊർജ്ജത്തിന്റെ പ്രകാശനമാണ്; ആയിത്തീരലിന്റെ അനന്തസാദ്ധ്യതകളെക്കുറിച്ചുള്ള മുന്നറിയിപ്പാണ്.. എന്നാൽ യാന്ത്രികവും രൂപപരവും മാത്രമായ ആഖ്യാനഭദ്രതാനിരാസം യഥാർത്ഥത്തിൽ നമ്മെ ചൂഴ്ന്നുനില്ക്കുന്ന നിശ്ചിതത്വങ്ങളെയും അതിന്റെ അടിസ്ഥാനമായി വർത്തിക്കുന്ന രേഖീയയുക്തികളേയും ആഖ്യാനത്തിൽനിന്നു സൗകര്യപൂർവ്വം പുറന്തള്ളുകയോ ഒഴിവാക്കുകയോ അദൃശ്യവല്ക്കരിക്കുകയോ ആണ് ചെയ്യുന്നത്. ആകസ്മികതയുടെ പരമ്പരകൾ ആഖ്യാന-ഉപരിതലത്തെ ത്രസിപ്പിക്കുമ്പോഴും ഈ ആകസ്മികതകളെയെല്ലാം ചൂഴ്ന്നുനില്ക്കുന്ന സൂക്ഷ്മവും ആഗോളീയവുമായ മാനങ്ങളുള്ള ബൃഹദ് ആഖ്യാനങ്ങൾ - കുടുംബം, ലിംഗപദവി, ജാതി-വർണ്ണം, ഭരണകൂടം, മൂലധനം എന്നിവ ഇവിടെ അദൃശ്യവല്ക്കരിക്കപ്പെടുകയും സ്വാഭാവികവല്ക്കരിക്കപ്പെടുകയും സനാതനമാക്കപ്പെടുകയും ആണ് ചെയ്യുന്നത്. അതുകൊണ്ടാണ് ഓരോ തവണ വിഷ്ണു എന്ന പാവത്താൻ കടക്കാരാൽ തുരത്തപ്പെടുമ്പോഴും 'യാദൃച്ഛിക'മായെന്നവണ്ണം അയാളെത്തിപ്പെടുന്നത് ഒരു വർഗ്ഗീയവാദി സംഘത്തിന്റെയടുത്തായിത്തീരുന്നതും, അപ്പോഴെല്ലാം അവർ അയാളുടെ രക്ഷകരായിത്തീരുന്നതും, ബ്രാഹ്മണവരം ഫലപ്രാപ്തി നേടുന്നതും (*ഈ അടുത്ത കാലത്ത്*). ഈ ആഖ്യാനങ്ങളിൽ എപ്പോഴും ജീവത്യാഗം ചെയ്യേണ്ടി വരുന്നത് അപരസമുദായക്കാരാകുന്നതും, സ്ത്രീ കാറോടിക്കുന്നത് അപായകരമോ പരിഹാസ്യമോ ആവുന്നതും, സ്ത്രീ ജേർണലിസ്റ്റിന്റെ വിജയകാരണം പൊലീസ് അധികാരിയുമായുള്ള സ്വകാര്യ അടുപ്പവുമായി പ്രത്യക്ഷപ്പെടുന്നതുമെല്ലാം. അതുപോലെതന്നെയാണ്, ആധുനികമലയാളിപൊതുമണ്ഡലത്തിന്റെ മാറിലൂടെ നേർവഴിക്കും സ്വച്ഛമായും കുതിക്കുന്ന നമ്മെ അലോസരപ്പെടുത്തിക്കൊണ്ട് ഹൈവേയിൽനിന്നുള്ള ഒരു വഴിതെറ്റലായി 'ബിലാൽ കോളനി' കയറിവരുന്നതും; താരാരാധകർ നിറഞ്ഞതും എപ്പോൾ വേണമെങ്കിലും ഹിംസയിലേക്കോ സ്നേഹത്തിലേക്കോ വഴിതിരിച്ചുവിടാവുന്നതുമായ ആൾക്കൂട്ടം നിറഞ്ഞ ആ ഇടുങ്ങിയ ഇടം ത്രസിപ്പിക്കുന്ന നമ്മുടെ സാഹസികയാത്രയ്ക്ക് തടസ്സമാകുന്നതും. ഈ ആകസ്മികതകൾ ഒന്നുംതന്നെ ഒട്ടും യാദൃച്ഛികമല്ല.

അങ്ങനെ നോക്കുമ്പോൾ ഈ ചിത്രങ്ങൾ അവയുടെ ഉപരിതലത്തിൽ ആകസ്മികതയിലും യാദൃച്ഛികതയിലും ഊന്നുമ്പോഴും, നായകകേന്ദ്രിതവും രേഖീയവുമായ ആഖ്യാനത്തെ മറികടക്കുമ്പോഴും,

വളരെ രേഖീയവും അതീതവും ആയ ചില തലങ്ങൾ അതിനകത്തു തന്നെ കാര്യക്ഷമമായി പരിരക്ഷിക്കുന്നുണ്ട്. ഒരുവിധ സാമൂഹ്യപരിഹാര വുമില്ലാത്തവണ്ണം ഇവിടെ അധഃസ്ഥിതജീവിതങ്ങൾ വളരെ രേഖീയമായി ത്തന്നെ ഈ നഗരകാന്താരസീമകളിൽ പ്രവഹിച്ചുകൊണ്ടിരിക്കുന്നു. യാദൃച്ഛികമായി കണ്ടുമുട്ടുന്ന ഈ ജീവിതങ്ങളെയെല്ലാം ചൂഴ്ന്നുനിൽ ക്കുന്ന വളരെ യഥാർത്ഥമായ അധികാരവ്യവസ്ഥയും ജാതിവർണ്ണവ്യ വസ്ഥയും ലൈംഗികാധിപത്യവും സാമ്പത്തികക്രമവുമെല്ലാം ഇവിടെ ഒരുവിധത്തിലും ആകസ്മികമോ യാദൃച്ഛികമോ അല്ലാത്ത രീതിയിൽ അവയുടെ വളരെ രേഖീയമായ പഥങ്ങൾ പിന്തുടരുന്നു. വ്യക്തിജീവിത ങ്ങളിലെ ആകസ്മികതകളിലും അതു സൃഷ്ടിക്കുന്ന നാടകീയതയിലും മുഴുകുന്ന ആഖ്യാനം അദൃശ്യമാക്കുന്നത് ഈ രേഖീയവിധികളെക്കൂടി യാണ്.

'അറിയാനും അറിയിക്കാനുമല്ല, വാദിക്കാനും ജയിക്കാനുമാണ്' സാമൂഹ്യമാധ്യമങ്ങളും സിനിമാനിരൂപണവും

'**മാ**ധ്യമം തന്നെയാണ് സന്ദേശം' എന്ന മാർഷൽ മക്ലൂഹന്റെ പ്രശസ്തമായ നിരീക്ഷണം ഇന്ന് ഏറ്റവും സ്പഷ്ടമായി അനുഭവിക്കാവുന്നത് നമ്മുടെ സാമൂഹ്യമാധ്യമജീവിതത്തിലാണ്. ലോകത്തെയും അവനവനെയുമെല്ലാം ഇന്നു നമ്മൾ അനുഭവിക്കുന്നതും അറിയുന്നതും പ്രകാശിപ്പിക്കുന്നതും വാട്സപ്പ് പോലുള്ള സാമൂഹ്യമാധ്യമങ്ങളിലൂടെയും മൊബൈൽ ഫോൺ പോലുള്ള ഉപകരണങ്ങളിലൂടെയും ആയിരിക്കും. വിവരവേഗം കൊണ്ട് ലോകം അങ്ങനെ നമ്മുടെ കൈപ്പിടിയിലൊതുങ്ങുമ്പോൾ തിരശ്ശീല മാത്രമല്ല ചുരുങ്ങുന്നത്, മറ്റുപലതും കൂടി അതോടൊപ്പം ചുരുങ്ങുന്നുണ്ട്. അതിൽ ഏറ്റവും പ്രധാനം സ്ഥലകാലബോധവും, അപരത്തോടുള്ള/അപരരോടുള്ള 'ശ്രദ്ധ'യും (അറ്റൻഷൻ, കെയർ എന്നീ രണ്ടർത്ഥത്തിലും) വ്യത്യസ്തതയോടുള്ള സഹിഷ്ണുതയും ആണ്. അതുകൊണ്ടുതന്നെ സാമൂഹ്യമാധ്യമസംസ്കാരം എന്നത് സിനിമയെക്കുറിച്ചുള്ള നിരൂപണങ്ങളെ മാത്രമല്ല, നമ്മുടെ ജീവിതത്തെയും ലോകാനുഭവത്തെയുമാകെ ബാധിക്കുന്ന ഒന്നാണ്.

2

തൽക്ഷണത്വം, നിരന്തരമായ ഒഴുക്ക്, ആഗോളീയത, പാരസ്പര്യശേഷി (ഇന്ററാക്റ്റിവിറ്റി) – ഇവയൊക്കെയായിരിക്കും നവമാധ്യമങ്ങളെ സാമ്പ്രദായികമാധ്യമങ്ങളിൽനിന്ന് വ്യത്യസ്തമാക്കുന്നത്. ഉല്പാദകനും ഉപഭോക്താവും തമ്മിലുള്ള ഭൗതികമായ അകലം അപ്രസക്തമായിരിക്കുന്നു; ഒപ്പം വിനിമയത്തിനുള്ള കാലതാമസവും ഇന്ന് ഇല്ലാതായിരിക്കുന്നു. ലോകത്തെ മുഴുവൻ കൂട്ടിക്കെട്ടി 'നമ്മെയൊക്കെയും ബന്ധിച്ച ഈ സാധനം' – ഇന്റർനെറ്റ് വലയം – നമ്മുടെ ജീവിതത്തെ മാത്രമല്ല

നമ്മുടെ ലോകാനുഭവത്തെയും സ്ഥലകാലബോധത്തെയും എല്ലാം വിപ്ലവകരമായ രീതിയിൽ മാറ്റിമറിച്ചിരിക്കുന്നു.

മുൻതലമുറയ്ക്ക് ചിന്തിക്കാനാവാത്തത്ര വേഗത്തിലും വ്യാപ്തിയിലും തോതിലുമുള്ള നിരന്തരമായ വിവരവിനിമയ ഒഴുക്കിലാണ് നമ്മളിന്ന് ജീവിക്കുന്നത്. അതിനെയും അതിന്റെ സ്വാധീനങ്ങളെയും നമുക്ക് അവഗണിക്കാനാവില്ല; നമ്മൾ അവഗണിച്ചാലും അത് – നമ്മെയെല്ലാം ചുഴ്ന്നുനില്ക്കുന്ന ഈ വിവരവിനിമയ വലയം – നമ്മെ ഒരു നൊടിയിട പോലും അവഗണിക്കുന്നില്ല എന്നതാണ് സത്യം; എന്തെന്നാൽ ഇത് ഒരു വിനിമയവേദിയും ഉപാധിയും ആയിരിക്കുമ്പോൾത്തന്നെ ഒരു നിരീക്ഷണയന്ത്രം കൂടിയാണ്. ഭരണകൂടത്തിന്റെയും മൂലധനത്തിന്റെയും ആവശ്യങ്ങൾക്കനുസരിച്ച് മനുഷ്യരുടെ – അതായത് പൗരന്മാരുടെയും ഉപഭോക്താക്കളുടെയും – ചിന്തയെയും അഭിലാഷങ്ങളെയും അഭിപ്രായങ്ങളെയും ശേഖരിക്കാനും വിശകലനം ചെയ്യാനും അതിലൂടെ അവയെ രൂപപ്പെടുത്താനും നിയന്ത്രിക്കാനും ഈ യന്ത്രത്തിനു കഴിയും. അതുകൊണ്ടുതന്നെ സാമൂഹ്യമാധ്യമങ്ങൾ പോലുള്ള ഡിജിറ്റൽ സാങ്കേതിക വിദ്യ/സൗകര്യം എന്നത് ഒരുവശത്ത് ജനാധിപത്യപരമായ വിനിമയ സാദ്ധ്യതകളും കൈകോർക്കൽ വേദികളും തുറന്നിടുമ്പോൾത്തന്നെ വലിയരീതിയിൽ നിരീക്ഷണത്തിനും നിയന്ത്രണത്തിനുംവേണ്ടി ഉപയോഗിക്കപ്പെടുന്ന ഭരണയന്ത്രം കൂടിയാണത് എന്ന് ഓർക്കേണ്ടതുണ്ട്. ഈ ഇരുതലമൂർച്ചയുള്ള ആയുധം എങ്ങനെയൊക്കെ ഉപയോഗിക്കപ്പെടും എന്നതായിരിക്കും നമ്മുടെ ഭാവി പൗരജീവിതത്തെയും ജനാധിപത്യത്തിന്റെ ഗുണനിലവാരത്തെയും നിർണ്ണയിക്കുക.

3

ആധിക്യമാണ് സാമൂഹ്യമാധ്യമങ്ങളുടെ മുഖമുദ്ര – ദൃശ്യങ്ങൾ, ശബ്ദങ്ങൾ, പാഠങ്ങൾ, വിവരങ്ങൾ, ആഖ്യാനങ്ങൾ എന്നിവയുടെ നിരന്തരമായ ഒഴുക്ക് സൃഷ്ടിക്കുന്ന ആധിക്യം മനുഷ്യരുടെ ഇന്ദ്രിയാനുഭവശേഷിയെയും ബൗദ്ധികഗ്രഹണശക്തിയെയും എല്ലാം മറികടക്കുന്നത്ര വേഗവും വ്യാപ്തിയുമുള്ളതാണ്. അത് നിരന്തരമായി നമ്മുടെ ഇന്ദ്രിയങ്ങളെയും ബുദ്ധിയെയും വിവര–ശകലങ്ങൾ (വാർത്ത, ശബ്ദം, ദൃശ്യം തുടങ്ങി പലരൂപത്തിലുമുള്ള ഇൻഫൊർമേഷൻ ബൈറ്റ്സ്) കൊണ്ട് ഉത്തേജിപ്പിച്ചുകൊണ്ടേയിരിക്കുന്നു. ആവശ്യത്തിനനുസരിച്ച് വിവേചനപൂർവ്വം ഉൾക്കൊള്ളാനോ തള്ളിക്കളയാനോ കഴിയാതെ നമ്മെ ചൂഴ്ന്നുനില്ക്കുന്ന – നമ്മൾ ശ്വസിക്കുന്ന ഈ വിനിമയാന്തരീക്ഷം (ഉത്തേജനതരംഗങ്ങൾ)അവയുടെ ആധിക്യവും വേഗതയും കൊണ്ട് അക്ഷമയുടേയും നിർവ്വേദത്തിന്റേതുമായ ഒരു മാനസികാവസ്ഥയിലേക്കാണ് നമ്മെ നയിക്കുന്നത്; നമ്മുടെ ശ്രദ്ധ ഒന്നിലും തങ്ങിനില്ക്കുന്നില്ല, ഒന്നിനെയും അവധാനതയോടെ സ്വാംശീകരിക്കാനുള്ള സമയവുമില്ല.

ഒന്നിൽനിന്ന് മറ്റൊന്നിലേക്ക് നിരന്തരം തെന്നിത്തെറിക്കുന്ന ഹൈപ്പർലിങ്കുകളിലൂടെയാണ് നമ്മൾ എപ്പോഴും കടന്നുപോകുന്നത്. ഉത്തേജനത്തിന്റെ ഈ ആധിക്യം നമുക്ക് ലോകത്തോടും നമ്മോടും അപരരോടും ഉള്ള അല്ലെങ്കിൽ ഉണ്ടാകേണ്ട സഹാനുഭൂതിയെയും അനുകമ്പയുമാണ് ശോഷിപ്പിക്കുന്നത്. നിരന്തരമായ അക്ഷമയിലും, വിവരോത്തേജന ഒഴുക്കിലും ഒന്നിലും ശ്രദ്ധ നിലനിർത്താൻ കഴിയാത്ത മാനസികാവസ്ഥയിലാണ് ഇന്നത്തെ സാമൂഹ്യമാധ്യമപൗരജീവിതം.

സാമൂഹ്യമാധ്യമ സിനിമാനിരൂപണങ്ങളും ഇത്തരമൊരു മാനസികാവസ്ഥയിൽനിന്നാണ് ഉരുവാകുന്നത്. തൽക്ഷണപ്രതികരണങ്ങൾ, അത്തരം പ്രതികരണത്തിനുള്ള ലൈക്കുകൾ, കമന്റുകൾ, ഷെയറുകൾ, തുടർന്നുള്ള തർക്കങ്ങൾ എന്നിങ്ങനെ അതീവചടുലവും വേഗത്തിലുള്ളതുമായ പരസ്പരവിനിമയത്തിലൂടെയാണ് ഒരു കലാസൃഷ്ടിയെക്കുറിച്ചുള്ള നിരൂപണങ്ങളോ അഭിപ്രായങ്ങളോ പ്രകടിപ്പിക്കപ്പെടുന്നതും പ്രചരിപ്പിക്കപ്പെടുന്നതും. ഇവിടെ ഒരാൾ അയാളുടെ ആശയം അവതരിപ്പിക്കുമ്പോൾ ആവശ്യം/പ്രസക്തം അതിനയാളെടുക്കുന്ന സാവധാനമോ അവധാനതയോ അല്ല, മറിച്ച് വേഗതയും ചടുലതയുമാണ്. യുക്തിയുക്തമായ സംവാദങ്ങൾക്കോ നീണ്ടതും സങ്കീർണ്ണവും ആയ വിശകലനങ്ങൾക്കോ ഇവിടെ സമയമോ ക്ഷമയോ ഇല്ല. അതുകൊണ്ട് അഭിപ്രായപ്രകടനങ്ങൾക്കപ്പുറത്തുള്ള, ബൗദ്ധികതലത്തിലുള്ള ആശയവിനിമയങ്ങൾ സംഭവിക്കുക ഇവിടെ ദുഷ്കരമാണ്. ഒന്നിനും – വിവരമായാലും അഭിപ്രായമായാലും ആശയമായാലും – ഇവിടെ ആയുർദൈർഘ്യമില്ല; പുതിയതിന്റെ തള്ളിച്ചയിൽ, അടുത്തതിന്റെ വരവിൽ എല്ലാം മാഞ്ഞുമറഞ്ഞുപോകുന്നു. തർക്കത്തിലേർപ്പെടുന്നവർ ഒന്നിൽനിന്ന് അടുത്ത വിവാദത്തിലേക്ക്, മറ്റൊരു സിനിമയിലേക്ക്, സംഭവത്തിലേക്ക് ഒഴുകിനീങ്ങുന്നു. ഇവിടെ തുടർച്ചകളെക്കാളധികം ആവർത്തനമാണ്. ആശയങ്ങളുടെ വിസ്താരങ്ങൾക്കോ വിശദീകരണങ്ങൾക്കോ പകരം അഭിപ്രായൈക്യമുള്ളവർ പറ്റം ചേർന്ന് എതിരഭിപ്രായപ്പറ്റങ്ങളെ ആക്രമിച്ച് സ്വന്തം നിലപാടുകളെ ആവർത്തിച്ചുറപ്പിക്കുന്നതാണ് ഇവിടെയുള്ള വിനിമയ/പ്രകാശന രീതി. ഇവിടെ 'അറിയാനും അറിയിക്കാനുമല്ല, വാദിക്കാനും ജയിക്കാനുമാണ്' എല്ലാവരുടെയും ശ്രമം.

4

പരസ്പരസംഭാഷണത്തിനും ആശയവിനിമയത്തിനും ഉള്ള സമയമോ താല്പര്യമോ സ്വാസ്ഥ്യമോ ഇല്ലാത്തതിനാൽ സ്വന്തം അഭിപ്രായങ്ങൾ പങ്കിടുന്നവരുടെ ആൾക്കൂട്ടങ്ങളായി – കണ്ണാടിക്കൂടുകളായി – ഈ വിനിമയവേദികൾ മാറുന്നു – അവനവനെ നിരന്തരം പ്രതിഫലിപ്പിക്കുന്ന, അവനവന്റെ ശബ്ദത്തെ ഇരട്ടിപ്പിക്കുന്ന, അഭിപ്രായങ്ങളെ മുഴക്കുന്ന ഇടങ്ങളിൽ മാത്രം നമ്മൾ അഭയം തേടുന്നു. ബൗദ്ധികമായ സത്യസന്ധ

ത, വിശകലനത്തിലെ സൂക്ഷ്മത, നിലപാടുകളിലെ നിഷ്പക്ഷത, ചർച്ച യിലെ ജനാധിപത്യമര്യാദകൾ എന്നിവയൊന്നും ഇവിടെ പാലിക്ക പ്പെടേണ്ടതില്ല. അത്തരം വസ്തുതാപരിശോധനകളോ തിരിഞ്ഞുനോ ക്കലുകളോ ആത്മവിമർശനങ്ങളോ ഇവിടെയില്ല. അതൊന്നുമല്ല ഇവിടെ ഒരാൾ തേടുന്നതും നേടുന്നതും, മറിച്ച് എന്റെ അഭിപ്രായങ്ങളോടും താല്പര്യങ്ങളോടും മുൻവിധികളോടും ചേർന്നുനില്ക്കുന്നവരുമായി പറ്റം ചേരുകയും അതിനെ ആവർത്തിച്ചുറപ്പിക്കുകയുമാണ്. ഒരുപക്ഷേ, നമ്മൾ ജീവിക്കുന്ന കാലത്തിന്റെ അസ്ഥിരതയ്ക്കെതിരെയുള്ള വൈയക്തിക മായ പ്രതികരണമാകാം ഇത്തരം ഒരു മാനസികാവസ്ഥയിലേക്ക് മനുഷ്യരെ എത്തിക്കുന്നത്.

ബൗദ്ധികവും മാനസികവുമായ ഒരു ചുരുക്കം ഇവിടെ സംഭവിക്കു ന്നുണ്ട്; അപരത്തിലേക്കും വ്യത്യസ്തതയിലേക്കും വൈവിദ്ധ്യത്തി ലേക്കും സ്വയം തുറക്കുന്നതിനും അവയുമായി കൂടുതൽ ആഴത്തിലുള്ള വിനിമയങ്ങൾക്ക് സന്നദ്ധരാകുന്നതിനും പകരം നമ്മൾ നമുക്ക് പരിചി തവും നമ്മെ ഒരുവിധത്തിലും അലോസരപ്പെടുത്താത്തതുമായ ചിന്താ ക്കുമിളകളിൽ – അഭിപ്രായസാമ്യത്തിന്റേതായ ഏകമാനമായ അന്തരീ ക്ഷത്തിൽ – ജീവിക്കാൻ തുടങ്ങുന്നു. സംഭാഷണങ്ങൾ എല്ലാം ക്രമേണ മുദ്രാവാക്യങ്ങളോ ആത്മഭാഷണങ്ങളോ ആയി മാറുന്നു

5

മാറ്റത്തിന്റെ ദിശകളെ ഇങ്ങനെ സംക്ഷേപിക്കാം:

വിവരത്തിൽനിന്ന് വിവാദത്തിലേക്ക്

ധ്യാനത്തിൽനിന്ന് തൽക്ഷണത്വത്തിലേക്ക്

വസ്തുനിഷ്ഠതയിൽനിന്ന് വ്യക്തിനിഷ്ഠതയിലേക്ക്

വസ്തുതകളിൽനിന്ന് അഭിപ്രായങ്ങളിലേക്ക്

പൊതുസമൂഹം എന്ന ബോധത്തിൽനിന്ന് പറ്റമനോഭാവങ്ങളിലേക്ക്

പരസ്പരബഹുമാനത്തോടെയുള്ള തർക്കങ്ങളിൽനിന്ന് വ്യക്തി പരമായ അധിക്ഷേപങ്ങളിലേക്ക്

സംഭാഷണത്തിൽനിന്ന് തർക്കത്തിലേക്ക്

സംവാദങ്ങളിൽനിന്ന് വിവാദങ്ങളിലേക്ക്

എല്ലാവരും ഉപഭോക്താക്കളും ഒപ്പം ഉല്പാദകരും, വായനക്കാരും ഒപ്പം എഴുത്തുകാരും ആയിരിക്കുന്ന ഈ മാധ്യമാന്തരീക്ഷം നമ്മെ കൂടുതൽ ആഴത്തിൽ ലോകത്തെ അറിയാനും അനുഭവിക്കാനും ഉള്ള അവസരമൊരുക്കുന്നുണ്ടോ എന്ന് നമ്മൾ സ്വയം ചോദിക്കേണ്ടതുണ്ട്. അഭിപ്രായപ്രകടനതലത്തിലുള്ള ജനാധിപത്യം കൂടുതൽ വൈവിദ്ധ്യ പൂർണ്ണമായ കാഴ്ചപ്പാടുകളെയും ലോകവീക്ഷണങ്ങളെയും ആകർഷി ക്കാനും അവയ്ക്ക് ആതിഥ്യം നല്കാനുമുള്ള കെല്പും ശ്രദ്ധയുമു ള്ളതായിരിക്കണം. വ്യത്യസ്തതയെ അറിയാനും അതുമായി

ക്രിയാത്മകമായി സമ്പർക്കത്തിലേർപ്പെടാനുമുള്ള വേദിയാകുക എന്നതാണ് ഏതൊരു ആശയവിനിമയശ്രമത്തിന്റെയും ലക്ഷ്യമാകേണ്ടത്. അങ്ങനെ നോക്കുമ്പോൾ തൽക്ഷണപ്രതികരണങ്ങൾ, അഭിപ്രായ പ്രകടനങ്ങൾ എന്നതിലുപരി സാമൂഹ്യമാധ്യമങ്ങളിൽ നടക്കുന്ന സിനിമാ നിരൂപണങ്ങൾ സംവാദാത്മകമായ ഒരു അന്തരീക്ഷം സൃഷ്ടിക്കാനല്ല സഹായിക്കുന്നത് മറിച്ച് ബൗദ്ധികമായ ഉത്തരവാദിത്വങ്ങളൊന്നുമില്ലാത്ത രീതിയിൽ അഭിപ്രായം പ്രകടിപ്പിക്കാനും വിരുദ്ധ നിലപാടുകളുള്ളവരെ പറ്റം ചേർന്ന് ആക്രമിക്കാനുമുള്ള വേദികൾ ആയി മാറുകയാണവ.

6

സാമൂഹ്യമാധ്യമങ്ങളിലൂടെ ഒരു സിനിമയെക്കുറിച്ചുള്ള ഉടൻ പ്രതികരണങ്ങൾ വരുന്നതോടെ, അതുവഴിയുണ്ടാക്കുന്ന അഭിപ്രായ തരംഗം (ഭാവി) കാണികളിൽ മുൻവിധി സൃഷ്ടിക്കുകയും അവരെ സിനിമ കാണുന്നതിൽനിന്നുതന്നെ പിന്തിരിപ്പിക്കയും ചെയ്യും എന്നതാണ് സിനിമാനിർമ്മാതാക്കളും രചയിതാക്കളും ഉന്നയിക്കുന്ന ഭയാശങ്ക. അത് ഒരു പരിധിവരെ ശരിയാണുതാനും. ഇതിന്റെ മറുവശം ഇന്ന് സിനിമയ ടക്കമുള്ള ഏതൊരു ഉല്പന്നമിറങ്ങുമ്പോഴും അത് വിപണനം ചെയ്യുന്ന തിന് സാമൂഹ്യമാധ്യമസങ്കേതങ്ങളും തന്ത്രങ്ങളും (സോഷ്യൽ മീഡിയ ഹാൻഡിൽസ്) ഉല്പാദകരും മെനയുന്നുണ്ട് എന്നതാണ്. രാഷ്ട്രീയപാർ ട്ടികൾ, കോർപ്പറേറ്റ് സ്ഥാപനങ്ങൾ തുടങ്ങി എഴുത്തുകാർക്കും സിനിമാ നിർമ്മാതാക്കൾക്കുംവരെ അത്തരം 'സാങ്കേതികസഹായങ്ങൾ' തേടു കയും പ്രയോഗിക്കുകയും ചെയ്യുന്നുണ്ട്. അങ്ങനെയുള്ള ഒരു കാലത്ത് ഏതൊരു ഉല്പന്നവും പലരീതിയിലുമുള്ള പ്രതികരണതരംഗങ്ങളെ മുന്നിൽ കാണുന്നുമുണ്ട്. ഇത്തരത്തിലുള്ള സാമൂഹ്യമാധ്യമ എഞ്ചി നീയറിങ്ങിലൂടെ പ്രേക്ഷകവിപണിയെയും പൗരസമൂഹത്തെയും സ്വാധീ നിക്കാൻ കഴിയും എന്നത് സിനിമ മാത്രമല്ല നമ്മുടെ ജനാധിപ ത്യവ്യവസ്ഥ തന്നെ നേരിടുന്ന ഒരു പ്രതിസന്ധിയാണ്.

ഈ അഭിപ്രായപ്രകാശന വിസ്ഫോടനത്തെ ഒരു ജനാധിപത്യ സമൂഹം എങ്ങനെ അഭിസംബോധന ചെയ്യുന്നു എന്നത് ആ സമൂഹ ത്തിൽനിലനില്ക്കുന്ന ജനാധിപത്യബോധത്തിന്റെ ആഴത്തെയും വ്യാപ്തിയെയും കൂടി വെളിപ്പെടുത്തുകയും നിർണ്ണയിക്കുകയും കൂടി ചെയ്യുന്നുണ്ട്. സാമൂഹ്യമാധ്യമങ്ങൾ പോലുള്ള തുറന്നരശുകളുടെ അടിസ്ഥാനസ്വഭാവം തന്നെ ഇത്തരത്തിലുള്ളതായിരിക്കെ മുകളിൽ നിന്നുള്ള നിയന്ത്രണങ്ങൾ കൊണ്ടുവരിക എന്നത് അസാദ്ധ്യമോ അനാ ശാസ്യമോ ആണ്. മാധ്യമസങ്കേതങ്ങളുടെ സുലഭതയെയും അഭിപ്രാ യപ്രകടനത്തിനുള്ള സ്വാതന്ത്ര്യത്തെയും ഹനിക്കാതെ അത് സാദ്ധ്യ വുമല്ല. അതുകൊണ്ടുതന്നെ കൂടുതൽ വിവേചനബോധവും വിശകലന ശേഷിയും പരസ്പരവിനിമയങ്ങളിലും ജനാധിപത്യമര്യാദകളും എഴുത്തു

കാരിൽനിന്ന് ആവശ്യപ്പെടുന്ന അത് സ്വന്തം പ്രകാശനങ്ങളിൽ നിലനിർത്തുന്ന - സാമൂഹ്യമാധ്യമവേദികൾ ഉണ്ടാവേണ്ടതുണ്ട്. അതിന് പൗരസമൂഹധർമ്മവും ജനാധിപത്യനൈതികതയും പുലർത്തുന്ന സംഘടിതമായ ഇടപെടലുകൾ ആവശ്യമുണ്ട്.

സങ്കുചിത താല്പര്യങ്ങളുടെ സംരക്ഷണവും പക്ഷംപിടിക്കലും വെറുപ്പ് പ്രചരിപ്പിക്കുന്നതുമായ മാധ്യമപ്രയോഗങ്ങളെയും രീതികളേയും ചോദ്യം ചെയ്യുകയും വൈവിദ്ധ്യങ്ങൾക്കും വ്യത്യസ്തതകൾക്കും ആതിഥ്യമരുളുന്ന ഒരു മാധ്യമാന്തരീക്ഷം സൃഷ്ടിക്കുക എന്നത് നമ്മുടെയെല്ലാം ഉത്തരവാദിത്വമാണ്. അതിനു കൂട്ടായ ശ്രമങ്ങളുടെയും വിമർശനാത്മകമായ ചിന്തകളുടെയും തുറന്ന നിലപാടുകളുടെയും ആവശ്യമുണ്ട്, അത്തരം വേദികൾ സാമൂഹ്യമാധ്യമരംഗത്തുതന്നെ ഉണ്ടാവേണ്ടതുണ്ട്. അഭിപ്രായങ്ങളെ അവഹേളിച്ചുകൊണ്ടോ നിരോധിച്ചുകൊണ്ടോ അല്ല, മറിച്ച് കൂടുതൽ സൂക്ഷ്മവും അനുഭൂതിസഹജവുമായ പ്രതികരണ/പ്രകാശനരീതികളും സംഭാഷണശൈലികളും സംവേദനഭാഷകളും വികസിപ്പിച്ചുകൊണ്ടുമാത്രമേ അന്തരീക്ഷത്തെ മാലിന്യമുക്തമാക്കാനാവൂ.

മാറുന്ന തിരശ്ശീലകൾ, മാറേണ്ട തിരക്കഥകൾ
പുതിയ സിനിമാപ്രദർശനവേദികളും സിനിമയുടെ നിലനില്പും

കോവിഡ് 19 എന്ന മഹാവ്യാധി നമ്മെ ഒരുപാട് വിഷയങ്ങളെക്കുറിച്ച് പുനരാലോചിക്കാനും ഒട്ടേറെ മേഖലകളെ പുനഃസംഘടിപ്പിക്കാനും പ്രേരിപ്പിക്കുന്നു. ജീവൻ, പ്രകൃതി, രോഗം, മരണം, യാത്ര, 'വികസനം,' ആഗോളീകരണം, അദ്ധ്വാനം തുടങ്ങിയവയെക്കുറിച്ചെല്ലാം കോവിഡ്–അനന്തര കാലത്ത് മാറിച്ചിന്തിക്കുവാൻ നമ്മൾ നിർബ്ബന്ധിതരായിരിക്കുന്നു. ശാരീരികമായ അകലം ഒരു സാമൂഹ്യനിയമം ആയി മാറുന്ന കാലത്ത് ശരീരസമ്പർക്കം അവശ്യമായിവരുന്നതും ആൾക്കാർ ഒത്തുചേരുന്നതുമായ സ്ഥലങ്ങളും സന്ദർഭങ്ങളും ആഘോഷങ്ങളും എല്ലാം ഇനി കുറച്ചുകാലത്തേക്കെങ്കിലും അസാദ്ധ്യമോ ഭീതിജനകമോ ആയിത്തീർന്നിരിക്കുന്നു. ജോലിക്കായാലും കച്ചവടത്തിനായാലും ആഘോഷങ്ങൾക്കായാലും പ്രതിഷേധങ്ങൾക്കായാലും, മനുഷ്യശരീരങ്ങൾ ഒത്തുചേരുന്നതും സമ്പർക്കത്തിലേർപ്പെടുന്നതുമായ ഇടങ്ങളെല്ലാം തന്നെ മാറ്റത്തിനും നിയന്ത്രണങ്ങൾക്കും വിധേയമാകുമെന്നതിന് സംശയമില്ല. ഇവയ്ക്കു പകരം വിർചൽ ആയ വിനിമയവേദികളിലേക്കും ഡിജിറ്റൽ സമ്പർക്കരീതികളിലേക്കും കൂടുതൽ പേർ കുടിയേറും എന്നതും ഉറപ്പാണ്. അത്തരമൊരു സാഹചര്യത്തിൽ സിനിമ എന്ന ബഹുജനവിനോദ മാധ്യമത്തിനും അതിന്റെ ഏറ്റവും അടിസ്ഥാനപരവും സാമ്പ്രദായികവുമായ പ്രദർശന–ആസ്വാദന അരങ്ങായ തിയറ്ററുകൾക്കും എന്തുസംഭവിക്കും എന്നുള്ളത് സിനിമാവ്യവസായരംഗത്തെയാകെ അലട്ടുന്ന പ്രശ്നവും വെല്ലുവിളിയുമാണ്.

സിനിമ എന്ന മാധ്യമത്തിന് പ്രചാരം ലഭിച്ചപ്പോൾ നാടകരംഗത്തിനും, ടെലിവിഷൻ വന്നപ്പോൾ സിനിമാമേഖലയ്ക്കും, മൊബൈൽ ഫോൺ/കമ്പ്യൂട്ടർ/ടാബ്ലറ്റ് പോലുള്ള ചെറിയതും വൈയക്തികവുമായ

സി യു സൂൺ

വിനോദോപകരണ സങ്കേതങ്ങൾ വന്നപ്പോൾ ടെലിവിഷനും ഉണ്ടായ അതേ 'കാലഹരണപ്പെടൽ ഭീതി' പോലെയാണോ ഇതും? ചരിത്രാനുഭവം കാണിക്കുന്നത്, പുതുതായി ഉയർന്നുവന്ന മാധ്യമങ്ങളും വിനോദ സങ്കേതങ്ങളും വാസ്തവത്തിൽ മുമ്പുള്ളതിന് പകരമാവുകയും അവരെ ഇല്ലാതാക്കുകയുമല്ല ചെയ്തത് എന്നാണ്. മറിച്ച്, പരസ്പരം സ്വാധീനിക്കുമ്പോൾ തന്നെ പുതിയ മാധ്യമാനുഭവങ്ങളുടെ പ്രചാരം ഒരു പുതിയ പ്രേക്ഷകസമൂഹത്തെയും ആസ്വാദനരീതിയെയും സൃഷ്ടിക്കുകയാണ് ചെയ്യുന്നത്. ഇന്ന് സിനിമ എന്ന ദൃശ്യവിനോദം തിയറ്ററിൽ മാത്രമല്ല, ടെലിവിഷനിലും മറ്റു ചെറുതിരശ്ശീലകളിലും പ്രദർശിപ്പിക്കപ്പെടുകയും ആസ്വദിക്കപ്പെടുകയും ചെയ്യുന്നു. ഒരിക്കലും തിയറ്ററിൽ പോയി സിനിമ കാണാൻ സാദ്ധ്യതയില്ലാത്തവർ ഗാർഹികവും വൈയക്തികവുമായ സങ്കേതങ്ങളിലൂടെ സിനിമാപ്രേക്ഷകരായി മാറുന്നു. സിനിമ ടെലിവിഷനിൽനിന്ന് വ്യത്യസ്തമായ ഒരു ദൃശ്യാനുഭവമായി സ്വയം പുനർനിർമ്മിക്കുന്നു, ഒപ്പം ടെലിവിഷനിലൂടെത്തന്നെ പ്രചരിക്കുകയും ചെയ്യുന്നു. ടെലിവിഷനിലൂടെ സിനിമ കാണുന്നവരുടെ എണ്ണം ഗണ്യമായ തോതിൽ വർദ്ധിക്കുമ്പോൾ അവരെക്കൂടി മുന്നിൽക്കണ്ടുകൊണ്ടുള്ള രീതിയിൽ സിനിമ സ്വന്തം പ്രമേയങ്ങളെയും ആഖ്യാനങ്ങളെയും പരുവപ്പെടുത്തുന്നു. ഒന്ന് മറ്റൊന്നിനെ ഇല്ലാതാക്കുകയോ ഒന്നിന്റെ വിപണിയെ കീഴടക്കുകയോ അല്ല ചെയ്യുന്നത്, സങ്കീർണ്ണമായ രീതിയിൽ പുതിയ കാഴ്ചാശീലങ്ങളും വിപണനരീതികളും അതുവഴി പുതിയ പ്രേക്ഷക സമൂഹങ്ങളും ഉണ്ടാവുകയാണ് ചെയ്യുന്നത്.

അങ്ങനെനോക്കുമ്പോൾ ഒ ടി ടി വേദികൾ സിനിമാതിയറ്ററുകളെയും അത്തരം പ്രദർശനരീതികളേയും കാലഹരണപ്പെടുത്തും എന്ന ഭീതിക്ക് സാധുതയുണ്ടോ?

സാങ്കേതികവിദ്യ ആനയിക്കുന്ന അനിവാര്യത

വിവരസാങ്കേതികവിദ്യയിൽ വരുന്ന മുന്നേറ്റങ്ങളെ അവഗണിച്ചു കൊണ്ടോ നിയന്ത്രിച്ചുകൊണ്ടോ ഒരു വിനോദവ്യവസായത്തിനും ഇന്ന് നിലനില്ക്കാനാവില്ല. സമസ്തമേഖലകളും ആഗോളീകരിക്കപ്പെട്ട ഇന്നത്തെ ലോകത്തിൽ ഒരു പ്രദേശത്തിനോ രാഷ്ട്രത്തിനോ പോലും ഇത്തരം സാങ്കേതികരംഗങ്ങളിൽനിന്ന് ഒഴിഞ്ഞുനില്ക്കാനാവില്ല. സാങ്കേതികവിദ്യ ഉപയോഗിക്കുന്ന രംഗങ്ങളിൽ മുമ്പത്തെപ്പോലെ പഴയതും പുതിയതുമായ രീതികൾക്ക് സഹവർത്തിക്കാൻ കഴിയാതായിരിക്കുന്നു. അതായത് ഒരിടത്ത് കാലഹരണപ്പെട്ടത് മറ്റൊരിടത്ത് വ്യാപകമായി ഉപയോഗിക്കുന്ന ഒരു രീതി ഇന്ന് അസാദ്ധ്യമാണ്. ഡി വി ഡി വന്നപ്പോൾ വി എച്ച് എസ് പോലുള്ളവയും ഡിജിറ്റൽ ടേപ്പുകൾ വന്നപ്പോൾ ബീറ്റ പോലുള്ള ലേഖനരീതികളും മറ്റും ഇല്ലാതായതു പോലെ പഴയതിന് പിടിച്ചുനില്ക്കാനാവാത്ത ഒരു സാങ്കേതികലോകത്തിലാണ് നമ്മളിന്ന് ജീവിക്കുന്നത്. ഒരു കാഴ്ചബംഗ്ലാവിലോ പുരാവസ്തുശേഖരത്തിലോ പുറം ലോകവുമായി ബന്ധമില്ലാത്ത ചെറുസംഘങ്ങൾക്കിടയിലോ മാത്രമായിരിക്കും വിപണിയിൽനിന്ന് പുറത്തായ സങ്കേതങ്ങളുടെ ജീവിതം. അതുകൊണ്ടുതന്നെ ഈ അനിവാര്യതയെ അഭിസംബോധന ചെയ്യാതെ സിനിമയ്ക്ക് മുന്നോട്ടുപോകാനാവില്ല.

മറ്റൊന്ന്, വിപണിയുടെയും അതുകൊണ്ടുതന്നെ മുതൽമുടക്കിന്റെയും നിർബ്ബന്ധങ്ങളും സമ്മർദ്ദങ്ങളുമാണ്. – മാറ്റത്തിനൊപ്പം നില്ക്കുക എന്നത് അവിടെ അതിജീവനത്തിന്റെ ഭാഗവും വളർച്ചയ്ക്ക് അനിവാര്യവുമാണ്. പുതിയ വേദികളും പ്രക്ഷേപണ–വിതരണ–ആസ്വാദന രീതികൾക്കും ഒപ്പമാണ് ലോകം പ്രത്യേകിച്ചും യുവജനങ്ങൾ – സഞ്ചരിക്കുന്നത് എന്നതിനാൽ തന്നെ സ്വന്തം പ്രേക്ഷകസമൂഹത്തെ അല്ലെങ്കിൽ വളരുന്ന വിപണിയെ തൃപ്തിപ്പെടുത്തണമെങ്കിൽ വരുന്ന മാറ്റങ്ങളെ നിരന്തരമായി സ്വാംശീകരിച്ചുകൊണ്ടിരുന്നേ മതിയാവൂ.

ഇന്ത്യയിൽ ഇന്ന് കൊറോണവ്യാധി കൊണ്ടുണ്ടായ 'തിയറ്റർ ഇടവേള' ഈ മാറ്റത്തിന് ഒരു ത്വരകമായി മാറുക മാത്രമാണ് ചെയ്തത്. ഇന്ന് ഇവിടെ സംഭവിച്ചുകൊണ്ടിരിക്കുന്ന പ്രേക്ഷകശീലങ്ങളിൽ വരുന്ന മാറ്റം മറ്റു പല പ്രദേശങ്ങളിലും രാജ്യങ്ങളിലും നേരത്തേതന്നെ സംഭവിച്ചു തുടങ്ങിയിരുന്നു. ഡിജിറ്റൽ ആൾക്കൂട്ടത്തിന്റെ രുചിശീലങ്ങൾക്കനുസൃതമായി നിർമ്മാണവിതരണരീതികളെയും വിപണി തന്ത്രങ്ങളേയും മാറ്റുകയും അതിനാവശ്യമായ രീതിയിൽ ഉള്ളടക്കത്തെ രൂപപ്പെടുത്തുകയും ചെയ്തു എന്നതിന്റെ തെളിവാണ് ഇന്ന് ദൃശ്യമാധ്യമവ്യവസായരംഗത്ത് ആഗോളടെലിസീരിയലുകൾക്കു ലഭിക്കുന്ന വമ്പിച്ച പ്രചാരം. ഗെയിം ഓഫ് ത്രോൺസ്, മണി ഹിയസ്റ്റ്, നോർമ്മൽ പീപ്പിൾ, കമ്യൂണിറ്റി തുടങ്ങിയ വിദേശപരമ്പരകൾക്ക് ഇന്ത്യയിൽ ലഭിച്ചിട്ടുള്ള സ്വീകരണവും

സ്വീകാര്യതയും സൂചിപ്പിക്കുന്നത് പ്രേക്ഷസമൂഹത്തിൽ, പ്രത്യേകിച്ച് യുവാക്കൾക്കിടയിൽ വന്ന മാറ്റത്തെയാണ്. ഇതിനെ തുടർന്ന് ഇന്ത്യൻ ഭാഷകളിൽ നിർമ്മിക്കപ്പെട്ട സേക്രഡ് ഗെയിംസ്, ഫാമിലി മാൻ, ലൈല, പാതാൾ ലോക്, പഞ്ചായത്ത് തുടങ്ങിയ പരമ്പരകൾ ഈ പുതിയ വിപണിയുടെ തദ്ദേശീയ സാദ്ധ്യതകളെത്തന്നെയാണ് ലക്ഷ്യം വെക്കുന്നത്. ഒരുപക്ഷേ, സിനിമയെക്കാളധികം പ്രേക്ഷകവ്യാപ്തി ഇന്ന് ഈ പരമ്പരകൾ നേടിയിട്ടുമുണ്ട്. ഒപ്പം ഉള്ളടക്കത്തിലും അവതരണത്തിലും കൂടുതൽ നൂതനതയും സ്വാതന്ത്ര്യവും ഇവ പുലർത്തുകയും ചെയ്യുന്നുണ്ട് എന്നുവേണം പറയാൻ.

ഇതെല്ലാം സൂചിപ്പിക്കുന്നത്, സാമ്പ്രദായികമായ തിയറ്റർ വേദികളും, അതിന്റെ പ്രേക്ഷകരും ഇപ്പോൾ തന്നെ മാറിക്കൊണ്ടിരിക്കയാണ് എന്നുള്ളതാണ്. കോവിഡ് കാലത്തെ ലോക്ഡൗണും വീട്ടിലിരിപ്പും ഈ ദിശയിലുള്ള മാറ്റത്തിന് വമ്പിച്ച ഉത്തേജനവും ഉണർവ്വും നല്കുകയും ചെയ്തു എന്നുമാത്രം.

മറ്റൊരു കാര്യം ഇപ്പോൾ ഓ ടി ടിയിലൂടെ റിലീസ് ചെയ്യാൻ പോകുന്ന ചിത്രങ്ങളൊന്നും ആ വേദിയിലൂടെ പ്രദർശിപ്പിക്കാൻ ഉദ്ദേശിച്ചു നിർമ്മിച്ചവയല്ല എന്നുള്ളതാണ്. മൂലധന നിക്ഷേപം മുടങ്ങിക്കിടക്കുന്നതിനാലും, തിയറ്ററുകൾ അടുത്തൊന്നും തുറക്കാൻ സാദ്ധ്യതയില്ല എന്ന ബോദ്ധ്യവുമാണ്, ഇത്തരം ഒരു പരീക്ഷണത്തിന്റെ വരുംവരായ്കകളെ നേരിടാൻ ആ നിർമ്മാതാക്കളെ പ്രേരിപ്പിക്കുന്നത്. തീർച്ചയായും ഇത് ഒരു പുതിയ തുടക്കമായി മാറാനാണ് സാദ്ധ്യത. പലകാരണങ്ങളാലും തിയറ്റർ റിലീസ് ലഭിക്കാതെ തങ്ങിക്കിടക്കുന്ന ചിത്രങ്ങൾക്ക് ഇത് വലിയ ഒരു അനുഗ്രഹമാകാനും മതി. അതായത്, പുതിയ പ്രേക്ഷകവിപണി ഉള്ളടക്കത്തിലെ വൈവിദ്ധ്യത്തെ സ്വീകരിക്കാനും ക്ഷണിക്കാനും തയ്യാറാണ് എങ്കിൽ.

ഇന്ത്യയിലെ പ്രേക്ഷകവിപണി ഇത്തരത്തിലുള്ള ഒരു മാറ്റത്തിന് തയ്യാറാണോ എന്നതാണ് അടുത്ത ചോദ്യം. കണക്കുകൾ വ്യക്തമാ

പാതാൾ ലോക്

ക്കുന്നത് ഇന്ന് ഇന്ത്യയിൽ 19 കോടി വീടുകളിൽ ടെലിവിഷൻ ലഭ്യമാണ് എങ്കിൽ മൊബൈൽ ഉപഭോക്താക്കളുടെ എണ്ണം 65 കോടി കവിഞ്ഞിരിക്കുന്നു, അവരിൽ 40 കോടി പേർക്കെങ്കിലും (മൂന്നിൽ രണ്ടു പേർക്ക്) 2020 ഓടെ സ്മാർട്ട് ഫോൺ ഉണ്ടായിരിക്കും എന്നാണ് അനുമാനം; അതും ഒന്നുരണ്ട് വർഷങ്ങൾക്കുള്ളിൽ 50 കോടി കടക്കും എന്നും പ്രതീക്ഷിക്കപ്പെടുന്നുണ്ട്. ഈ കണക്കുകൾ സൂചിപ്പിക്കുന്നത് മൊബൈൽ ഫോൺ പോലുള്ള വൈയക്തികമായ വിനോദസങ്കേതങ്ങളിലേക്ക് പ്രേക്ഷകർ ചുവടുമാറാനുള്ള കളം ഒരുങ്ങിക്കഴിഞ്ഞു എന്നുള്ളതാണ്.

ടെലിവിഷനും പുതുവേദികളും

തീർച്ചയായും ഒ ടി ടി വേദികളുടെ പ്രചാരം ഏറ്റവുമധികം ബാധിക്കാൻ പോകുന്നത് ടെലിവിഷൻ വ്യവസായത്തെയാണ്. സ്പോർട്സ്, റിയാലിറ്റി ഷോകൾ, സീരിയലുകൾ തുടങ്ങിയ ജനപ്രിയ പരിപാടികളെല്ലാം മുടങ്ങിയ സാഹചര്യത്തിൽ, ടെലിവിഷൻ പഴയ പരിപാടികളുടെ പുന:സംപ്രേഷണത്തിലും സിനിമകളുടെ പലരൂപത്തിലുള്ള പുനഃചംക്രമണത്തിലും അഭയം തേടിയിരിക്കയാണ്. പുതിയ ഉള്ളടക്കത്തിനുള്ള തെരച്ചിൽ സ്വാഭാവികമായും പ്രേക്ഷകരെ നെറ്റ്ഫ്ളിക്സ്, ആമസോൺ, ഹോട്ട്സ്റ്റാർ തുടങ്ങിയ വേദികളിലേക്ക് ആകർഷിക്കുകയും ചെയ്യുന്നു; ഒപ്പം ഈ കുടിയേറ്റത്തെ പ്രോത്സാഹിപ്പിക്കാനുതകുന്ന രീതിയിലുള്ള വരിസംഖ്യാനിരക്കുകളും പ്രോഗ്രാമിങ്ങും അവർ ഒരുക്കുന്നുമുണ്ട്.

ഒരു പ്രധാന ചുവടുമാറ്റം, ഹ്രസ്വകഥാരൂപങ്ങളിൽനിന്ന് ദീർഘമായ രൂപങ്ങളിലേക്കുള്ള ഒന്നാണെന്നു കൂടി കരുതപ്പെടുന്നുണ്ട്. കാണികളിൽ അമിതാസക്തിയുണർത്തി തുടർച്ചയായി മണിക്കൂറുകളോളം കാണാൻ പ്രേരിപ്പിക്കുന്ന (ബിഞ്ച് വ്യൂയിങ്) ഒരു രീതിയിലേക്കാണ് ആഗോള ജനപ്രിയ ടെലിസീരീസുകൾ നമ്മെ കൊണ്ടെത്തിക്കുന്നത്. ഈ ദൃശ്യലഹരിയും ആഖ്യാനത്തിന്റെ പിരിമുറുക്കവും അയയാതെയും പതറാതെയും നിലനിർത്തുന്ന രീതിയിലാണ് ആ സീരിയലുകളുടെ കഥപറച്ചിൽ വേഗങ്ങളും പരിണാമഗുപ്തികളും ചിട്ടപ്പെടുത്തിയിരിക്കുന്നത്. ടെലിവിഷന്റെ ദിനസരിയുള്ള സീരിയൽ കാണൽ അനുഭവത്തിനു സമാനമല്ല ഇത്, ടെലിവിഷൻ തിരശ്ശീലപോലെ മറ്റൊരുപാട് അക്ഷരങ്ങളും ദൃശ്യങ്ങളുമുള്ള ശിഥിലമായ ഒരു കൊളാഷുമല്ല ഒ ടി ടിയിൽ ലഭിക്കുന്നത്. ആഖ്യാനത്തിന്റെ ഒഴുക്കിനെ ബാധിക്കുന്ന പരസ്യങ്ങളുടെയോ മറ്റ് ദൃശ്യ ഇടപെടലുകളോ ശ്രദ്ധാവ്യതിചലനങ്ങളോ ഇവിടെയില്ല.

തിയറ്ററിൽ ചെന്ന് വലിയ തിരശ്ശീലയിൽ സിനിമ കാണുന്ന അനുഭവവുമായും ഇതിനു വലിയ താരതമ്യമൊന്നുമില്ല. എങ്കിലും, പ്രേക്ഷകരെ നിരന്തരം അതിന്റെ ആകർഷണവലയത്തിലും ലഹരിത്തുടർച്ചയിലും പിടിച്ചുനിർത്തുകവഴി അതിനെ ഒരു ശീലമാക്കി മാറ്റിയെടുക്കാനുള്ള കെല്പും കോപ്പും ഒ ടി ടി വേദികൾക്കും ഉള്ളടക്കത്തിനുമുണ്ട്.

ഇതെല്ലാം സൂചിപ്പിക്കുന്നത് ഒ ടി ടി വേദികൾക്ക് പ്രചാരമേറുന്ന

തോടെ ടെലിവിഷൻ മേഖലയിലും അത് വലിയരീതിയിലുള്ള ചലനങ്ങൾ ഉണ്ടാക്കും എന്നുള്ളതാണ് ഉള്ളടക്കത്തിന്റെയും അവതരണത്തിന്റെയും കാണികളെ പങ്കെടുപ്പിക്കുന്നതിലും മറ്റും കൂടുതൽ പരീക്ഷണങ്ങൾ ടെലിവിഷൻ രംഗം നടത്താനിടയുണ്ട്. ഈ പുതിയ സാഹചര്യത്തിൽ ടെലിവിഷന് സിനിമയിലുള്ള ആശ്രയം വർദ്ധിക്കുവാനുള്ള സാദ്ധ്യത യുള്ളതിനാൽ അത് സിനിമാവ്യവസായത്തെ മറ്റൊരു രീതിയിൽ സഹായിച്ചെന്നും വരാം.

പുതിയ തിരശ്ശീലകളുടെ കാലത്തെ സിനിമ

ദൃശ്യവിനോദരംഗത്ത് ടെലിവിഷനുമായി മത്സരിക്കേണ്ടിവന്ന സന്ദർഭത്തിൽ സിനിമ കൂടുതൽ വലുതും നിർമ്മാണ മികവേറിയതും ദൃശ്യശ്രാവ്യ സ്പെഷ്യൽ ഇഫക്റ്റുകളുപയോഗിച്ചുകൊണ്ട് വിസ്മയിപ്പി ക്കുന്നതും ആയി മാറി; അതുപോലെ ഒ ടി ടി നല്കുന്ന ഉല്പന്നങ്ങളുടെ വൈവിദ്ധ്യത്തെയും സാങ്കേതികമികവിനെയും നിർമ്മാണമൂല്യങ്ങളെയും നേരിടണമെങ്കിൽ സിനിമാവ്യവസായം കാണികളെ പിടിച്ചുനിർത്താനും യുവാക്കളെ ആകർഷിക്കാനും സ്വയം പുതുക്കേണ്ടതുണ്ട്.

സിനിമയുടെ കാര്യത്തിലെന്നപോലെ ഒ ടി ടി വേദികൾക്ക് നിശ്ചിതമായ സമയക്രമമില്ല, ഓരോ സിനിമയ്ക്കും പ്രത്യേകമായി ടിക്കറ്റ് എടുക്കേണ്ട കാര്യവുമില്ല. ടെലിവിഷന്റെ രേഖീയതയും സമയക്രമങ്ങളും ഇവിടെ പാലിക്കേണ്ടതില്ലാത്തതിനാൽ ഈ വേദി പ്രേക്ഷകർക്ക് എവിടെയും എപ്പോഴും എത്രയും കാണാനുള്ള സ്വാതന്ത്ര്യം നല്കുന്നു. അത്തരം വേദികൾ പ്രോത്സാഹിപ്പിക്കുന്ന സവിശേഷമായ കാഴ്ചാരീതി മൂലം പ്രേക്ഷകർ ക്രമേണ അതിലെ കഥാപാത്രങ്ങളോടൊപ്പവും, എപ്പോഴും വലിഞ്ഞുമുറുകിയ അന്തരീക്ഷത്തിനകത്തും ജീവിച്ചുതുട ങ്ങുന്നു. ഇവിടെ സിനിമപോലെ ആഖ്യാനങ്ങൾക്കോ നടീനടന്മാർക്കോ വിപുലവും തീവ്രവും ആരാധനാനിർഭരവുമായ ഒരു പുറംലോക ജീവിത മില്ല; ഉണ്ടെങ്കിൽതന്നെ അപൂർവ്വം സന്ദർഭങ്ങളൊഴിച്ചാൽ അതിന് സിനിമയുടെയത്ര താരപ്പൊലിമയോ ആരാധകക്കൂട്ടമോ ശ്രദ്ധാദൈർഘ്യ മോ ഇനിയും ലഭിച്ചിട്ടില്ല. ഇത് സൂചിപ്പിക്കുന്നത് ഒരുപക്ഷേ, സിനിമയുടെ ഇനിയും നഷ്ടപ്പെടാത്ത മായികതയാണ്, അല്ലെങ്കിൽ ഒരിക്കലും നശിക്കാത്ത സിനിമക്കാഴ്ചയുടെ ഹരം തന്നെയായിരിക്കണം അതിനു കാരണം: വലിയ തിരശ്ശീലയിൽ പ്രക്ഷേപിക്കപ്പെടുന്ന ദൃശ്യങ്ങൾ, കാണി കളുടെ ഇരുട്ടിലുള്ള ഇരിപ്പ്, ഒന്നിച്ചാണെങ്കിലും ഒറ്റയ്ക്കുള്ള ഇരിപ്പ്, അങ്ങനെ ഇരുന്നുള്ള ഒളിഞ്ഞുനോട്ടസുഖം, ഇതെല്ലാം കൂടി സൃഷ്ടിക്കുന്ന പരിസരബോധം നഷ്ടപ്പെടുത്തുന്ന ഒരു ദൃശ്യലഹരി. ഈ അനുഭ വത്തിന്റെ അനന്യതയും ഹരവുമാണ് സിനിമയെ മറ്റുപല ദൃശ്യവി നോദസങ്കേതങ്ങളിൽനിന്ന് വ്യത്യസ്തമാക്കുന്നതും നമ്മെ വീണ്ടും അതിലേക്ക് ആകർഷിച്ചുകൊണ്ടിരിക്കുന്നതും. നിങ്ങൾ ഏതൊരു ചലച്ചി

ത്രകാരനോടും ചോദിച്ചുനോക്കുക, എത്രകണ്ട് ചെറിയതിരശ്ശീലകളുടെ പണപ്രലോഭനങ്ങളുണ്ടെങ്കിലും അവരേറ്റവുമധികം ആഗ്രഹിക്കുന്നത് തങ്ങളുടെ ചിത്രങ്ങൾ വലിയ തിരശ്ശീലയിൽ കാണപ്പെടാൻ തന്നെയാണ്. അതുസൂചിപ്പിക്കുന്നത്, തിയറ്ററിന്റെ മായികതയെ ഇന്നും മറ്റൊരു മാധ്യമത്തിനും പകരം വെക്കാനായിട്ടില്ല എന്നാണ്. അങ്ങനെ നോക്കുമ്പോൾ ഈ സന്ദർഭം പ്രാഥമികമായും നിർമ്മാണ–വിതരണ–പ്രദർശന മേഖലയിൽ മുതൽമുടക്കുന്നവരുടെ പ്രശ്നമായിരിക്കുമ്പോഴും അടുത്തപടി പ്രേക്ഷകവിപണിയിൽ അതുണ്ടാക്കുവാൻ പോകുന്ന മാറ്റം മൂലം ഉള്ളടക്കത്തെയും തുടർന്ന് ആ രംഗത്തുപ്രവർത്തിക്കുന്നവരുടെ സർഗ്ഗാത്മകപ്രവർത്തനങ്ങളെയും ബാധിക്കാതിരിക്കില്ല.

പ്രിതീഷ് നന്ദി ഒ ടി ടി വേദികൾ നിലനില്ക്കുന്ന കച്ചവടസിനിമാരീതികളിൽ ഉണ്ടാക്കാവുന്ന ആഘാതത്തെക്കുറിച്ച് പറഞ്ഞത് ഇങ്ങനെയാണ്: "കഥയോ, സംവിധായകനോ, നിർമ്മാതാവോ, ഛായാഗ്രാഹകനോ, സംഭാഷണരചയിതാവോ അല്ല ഞങ്ങളാണ് കാണികളെ ആകർഷിക്കുന്നത് എന്ന് വീമ്പിളക്കുന്ന സൂപ്പർതാരങ്ങളുടെ താല്പര്യങ്ങളിലും ഭ്രമങ്ങളിലും നമുക്കുണ്ടായിരുന്ന വിധേയത്വത്തെ ഇത് കുറയ്ക്കുന്നു.." അങ്ങനെ നോക്കുമ്പോൾ പുതിയ വേദികൾ കൊണ്ടുവരുന്ന വെല്ലുവിളി എന്നത്, സിനിമയിൽ ഇന്ന് നിലനില്ക്കുന്ന പലതരം അധീശത്വങ്ങളെയും അട്ടിമറിക്കാനും പുതിയ രീതിയിൽ അതിന്റെ ക്രിയാത്മകതയെയും വിഭവങ്ങളെയും പുനർവിന്യസിക്കാനുമുള്ള അവസരം കൂടിയാണ്.

ഒ ടി ടി വേദികൾ അനുഭവിക്കുന്ന മറ്റൊരു സൗകര്യം എന്നത് ഇപ്പോൾ സിനിമയുടെ മുകളിലുള്ളതുപോലുള്ള കർശനമായ സെൻസർ നിയമങ്ങൾ സീരിയലുകളുടെ കാര്യത്തിലില്ല എന്നതാണ്. ഇപ്പോൾ കാര്യങ്ങൾ ഒ ടി ടി വേദികൾക്ക് അനുകൂലമായിരിക്കാമെങ്കിലും എല്ലാ മേഖലകളിലുമുള്ള നിയന്ത്രണങ്ങൾ കൂടുതൽ കർക്കശമായിക്കൊണ്ടിരിക്കുന്ന ഒരു രാഷ്ട്രീയസാഹചര്യത്തിലാണ് ഇന്ത്യ കടന്നുപോയിക്കൊണ്ടിരിക്കുന്നത് എന്നതിനാൽത്തന്നെ ഈ അവസ്ഥ അധികകാലം നിലനില്ക്കാനിടയില്ല.. അത്തരം വേദികളുടെ വ്യാപനം വർദ്ധിക്കുന്നതോടെ ഇപ്പോഴവർ അനുഭവിക്കുന്ന താരതമ്യേനയുള്ള സ്വാതന്ത്ര്യത്തിന്റെ മുകളിൽ നിയന്ത്രണങ്ങൾ വരാനാണ് സാദ്ധ്യത.

സ്വകാര്യ/ഗാർഹിക വിനോദമാധ്യമങ്ങളുടെ പ്രചാരം സിനിമാവ്യവസായത്തിൽ സൃഷ്ടിച്ച പ്രതിസന്ധിയെ മറികടക്കാൻ, അടുത്തകാലത്ത് തിയറ്റർ/പ്രദർശന രംഗത്ത് സംഭവിച്ച പ്രത്യക്ഷമായ മാറ്റം എന്നത് മൾട്ടിപ്ലെക്സുകളുടെ വരവായിരുന്നു. സീറ്റുകളുടെ എണ്ണം കുറച്ച് ദൃശ്യാനുഭവത്തെ മികച്ചതും സിനിമകാണലിനെ ഷോപ്പിങ്ങുമായി ബന്ധപ്പെടുത്തിയും മറ്റും കാണികളുടെ വിനോദസമയത്തെ കൂടുതൽ സമ്പന്നമാക്കുകയായിരുന്നു അതിന്റെ ലക്ഷ്യം. അത്തരം ഒരു കാഴ്ചാരീതിക്ക് പ്രചാരം ലഭിച്ചുവരുന്ന സമയത്താണ് കോവിഡ് വരുന്നതും മൾട്ടിപ്ലെക്സ് വികസനത്തിന് ഒരു പരിമിതിയോ പ്രശ്നമോ ആകുന്നതും. റിലയൻസ്

പോലുള്ള പ്രദർശനശൃംഖലകൾ തിയറ്ററുകളിലെ ടിക്കറ്റ് സമ്പ്രദായം മാറ്റി വരിസംഖ്യയുടെ അടിസ്ഥാനത്തിലുള്ള ഒരു രീതിയിലേക്ക് മാറുവാൻ പോകുന്നതായും സൂചനകളുണ്ട്; അതായത് ഒരു നിശ്ചിത വരിസംഖ്യ അടച്ചാൽ ഒരു കുടുംബത്തിന് നിശ്ചിത എണ്ണം സിനിമകൾ കാണാനുള്ള സംവിധാനം ഉണ്ടാകും. ടെലിവിഷനെയും ഒ ടി ടിയെയും പോലെ 'ലോയൽ' ആയ ഒരു കാണിസമൂഹത്തെയും നിശ്ചിതവും തുടർച്ചയുള്ളതുമായ വരുമാനമാർഗ്ഗവും ഉറപ്പുവരുത്തുകയാണ് ഇവിടെ ലക്ഷ്യം. അയൽപക്ക-തിയറ്റർ എന്ന രീതിയിൽ ചില ആവാസയിടങ്ങളിൽ ഇത് ഫലപ്രദമായേക്കാം എങ്കിലും എല്ലായിടത്തും, പ്രത്യേകിച്ച് വലിയ നഗരകേന്ദ്രങ്ങളിൽ ഈ രീതി എത്രകണ്ട് വിജയിക്കും എന്നത് പരീക്ഷിച്ചറിയേണ്ട കാര്യമാണ്.

സാങ്കേതികമികവു പുലർത്തുന്ന ആഗോളീയ ദൃശ്യവിനോദങ്ങളുടെ ലഭ്യത, വരിക്കാർക്ക് കാണാവുന്ന ദൃശ്യവിരുന്നിന്റെ വൈവിദ്ധ്യം, സിനിമയെ അപേക്ഷിച്ചുള്ള ചെലവുകുറവ്, കാണിയുടെ സൗകര്യത്തിനനുസരിച്ച് ആവശ്യമുള്ളത് ആസ്വദിക്കാനുള്ള സ്വാതന്ത്ര്യം, പലതരം കാണിസമൂഹങ്ങളുടെ ഇഷ്ടാനിഷ്ടങ്ങൾക്കനുസരിച്ചുള്ള വിനോദം നല്കാനുള്ള ശേഷി, താരതമ്യേന കുറഞ്ഞ സെൻസർ നിയന്ത്രണങ്ങൾ, അതു നല്കുന്ന 'വിഷയ'സ്വാതന്ത്ര്യം, ഇങ്ങനെ പലതലങ്ങളിലുള്ള 'ഗുണ'ങ്ങളാണ് പുതിയ ഒ ടി ടി വേദികൾ നമുക്കായി വെച്ചുനീട്ടുന്ന പ്രലോഭനങ്ങൾ.

കാണിപക്ഷം/ഉള്ളടക്കം

ഈ വിപണിയുക്തിക്ക് പുറത്തുകടന്ന് പ്രേക്ഷകസമൂഹത്തിന്റെ ഭാഗത്തുനിന്ന് നോക്കുകയാണെങ്കിൽ ഈ ചുവടുമാറ്റം എങ്ങനെയൊക്കെ ആയിരിക്കും അവരുടെ താല്പര്യങ്ങളെയും തെരഞ്ഞെടുപ്പുകളെയും ബാധിക്കുവാൻ പോകുന്നത്?

കാണിയെ സംബന്ധിച്ചിടത്തോളം പ്രധാനപ്പെട്ട സംഗതികൾ വിനോദത്തിനുള്ള ചെലവിലുള്ള കുറവ്, കാഴ്ചയനുഭവത്തിലെ സ്വകാര്യത, ആവശ്യമുള്ളത് തെരഞ്ഞെടുക്കുവാനുള്ള സ്വാതന്ത്ര്യം, ഉള്ളടക്കത്തിലെ വൈവിദ്ധ്യം, സാങ്കേതികനിലവാരം തുടങ്ങി പലതും ഇവിടെ പ്രസക്തമാണ്. ഇപ്പോൾ തന്നെ സിനിമാടിക്കറ്റിന്റെ വില കൂടാൻ സാദ്ധ്യതയുണ്ട് എന്നുള്ള സൂചനകളുണ്ട്. പക്ഷേ, വൈവിദ്ധ്യത്തിന്റെ കാര്യത്തിൽ ഒ ടി ടികൾ എങ്ങനെയായിരിക്കും പുരോഗമിക്കുക എന്ന കാര്യം പലതരം ആശങ്കകൾ ഉയർത്തുന്ന ഒന്നാണ്.

കാണികളുടെ താല്പര്യങ്ങൾക്കനുസരിച്ച് വൈവിദ്ധ്യപൂർണ്ണമായ ഉല്പന്നങ്ങൾ ഉണ്ടാകും എന്ന കച്ചവടയുക്തി യഥാർത്ഥത്തിൽ എത്രകണ്ട് സംഗതമാണ് എന്നത് ചിന്തിക്കേണ്ട ഒരു വിഷയമാണ്. ഒ ടി ടി വേദികളുടെ കാര്യത്തിൽ ഉള്ളടക്കത്തിന്റെ ദിശയും രൂപവും നിർണ്ണയിക്കുക കാണികളുടെ രുചിശീലങ്ങളെ സംബന്ധിച്ചുള്ള വിവരശേഖരമാ

സൂഫിയും സുജാതയും

യിരിക്കും. കാണിക്കൂട്ടത്തിന്റെ പ്രതികരണങ്ങൾ (ആര്, ഏതുസമയത്ത്, എവിടെ, ഏതൊക്കെ സിനിമകൾ/സീരിയലുകൾ എത്രസമയം ഏതു വരെ കാണുന്നു തുടങ്ങിയ വിവരങ്ങൾ) ശേഖരിച്ച് സമാഹരിച്ച് അതിന്റെ അടിസ്ഥാനത്തിൽ റേറ്റിങ് തീരുമാനിക്കുകയും അതിനനുസരിച്ച് സീരിയലുകളുടെതന്നെ ഗതിവിഗതികൾ നിർണ്ണയിക്കുകയും, വിപണിക്കനുസൃതമായി ഭാവിയിലുള്ള ഉള്ളടക്കത്തെ രൂപപ്പെടുത്തുകയും ചെയ്യാൻ കഴിയും. വിവരശേഖരങ്ങളെ അടിസ്ഥാനമാക്കിയുള്ള അൽഗോരിതങ്ങൾ ഉള്ളടക്കത്തെ നിർണ്ണയിക്കുന്ന ഈ രീതി ദീർഘകാലത്തിൽ വൈവിദ്ധ്യത്തെ പരിമിതപ്പെടുത്തുകയാണ് ചെയ്യുക. എന്തെന്നാൽ ആൾക്കൂട്ട അൽഗോരിതങ്ങൾ ഏറ്റവും ശരാശരി രുചികളേയും ശീലങ്ങളെയുമാണ് പിടിച്ചെടുക്കുക, അതുകൊണ്ടുതന്നെ ശരാശരിയിൽ നിന്നു വ്യതിചലിക്കുന്നവയെ അത് എപ്പോഴും നിരുത്സാഹപ്പെടുത്തുകയാണ് പതിവ് എന്നാണ് പൊതുവെയുള്ള അനുഭവം. ടെലിവിഷൻ പഠനങ്ങൾ സൂചിപ്പിക്കുന്നത് ഉള്ളടക്കത്തിലെ വൈവിദ്ധ്യത്തെക്കാളധികം വിപണിയുക്തി കൊണ്ടുവരിക സമീകരണമാണ് എന്നാണ്.

ഇത്തരം പ്ലാറ്റ്ഫോമുകളിലെ സിനിമകളുടെ തെരഞ്ഞെടുപ്പ് നോക്കിയാൽ ഇത് കൂടുതൽ വ്യക്തമാകും. ചില ജനുസ്സുകൾക്ക് – ജനപ്രീതി, താരസാന്നിദ്ധ്യം, വിവാദമൂല്യം തുടങ്ങിയവയ്ക്ക് മുൻതൂക്കമുള്ളവ മാത്രമാണ് അവിടെ കാര്യമായ സാന്നിദ്ധ്യമുള്ളത്. സമാന്തരമെന്നോ, പരീക്ഷണാത്മകമെന്നോ, വ്യവസ്ഥാവിരുദ്ധമെന്നോ വിളിക്കാവുന്ന ചിത്രങ്ങൾ തീരെയില്ല എന്നുതന്നെ പറയാം, ഉണ്ടെങ്കിൽ തന്നെ തങ്ങൾ ജനുസ്സുപരമായ വൈവിദ്ധ്യം പുലർത്തുന്നു എന്ന് അവകാശപ്പെടാൻ മാത്രം ആവശ്യമുള്ള മിനിമം സാന്നിദ്ധ്യമായിരിക്കും അത്.

ആ രീതിയിൽ നോക്കുമ്പോൾ യഥാർത്ഥത്തിൽ സിനിമയുടെ

സാംഗത്യം ഒരിക്കലും ഒ ടി ടി വേദികൾ ഇല്ലാതാക്കുവാൻ പോകുന്നില്ല, എന്തെന്നാൽ സിനിമ – ഒറ്റയ്ക്കൊറ്റയ്ക്കുള്ള സംരംഭങ്ങൾ പ്രത്യേകിച്ചും – എക്കാലത്തും നിലനില്ക്കുന്നതിനും ശരാശരിക്കും പുറത്തുകടക്കാൻ ധൈര്യപ്പെടുന്നു; എല്ലാ വർഷവും അധീശത്വം പുലർത്തുന്ന ലാവണ്യത്തിനും ജനപ്രിയപ്രമേയങ്ങൾക്കും എതിരായി നിരവധി പരീക്ഷണങ്ങൾ ലോകത്തെല്ലായിടത്തും സിനിമയിൽ സംഭവിക്കുന്നുണ്ട്. സീരിയലുകളുടെ ദൈർഘ്യം കാണിയിലുണർത്തുന്ന വിധേയത്വങ്ങളെ അത് നൂതനത്വംകൊണ്ട് തകിടം മറിക്കുന്നു, വേഗതയെ ധ്യാനാത്മകതകൊണ്ടും ശബ്ദഘോഷങ്ങളെ മൗനംകൊണ്ടും, ദൃശ്യജാലങ്ങളെ തീവ്രതകൊണ്ടും അവ മറികടക്കുന്നു. സീരിയലുകളുടെ ഒഴുക്കിനെതിരെ നീന്താനുള്ള ശേഷി സിനിമയ്ക്ക് ഇന്നുമുണ്ട്. അതാണ് സമകാലിക ഇന്ത്യൻ സിനിമയിൽ വളരെ വ്യക്തമായി സംഭവിച്ചുകൊണ്ടിരിക്കുന്നതും.

സിനിമ നവമാധ്യമാന്തരീക്ഷത്തിൽ

മറ്റു ദൃശ്യമാധ്യമങ്ങൾക്ക് പ്രചാരം ലഭിച്ചിട്ടും സാമ്പ്രദായിക രൂപത്തിലുള്ള സിനിമ നിലനില്ക്കുന്നതിനുള്ള സിനിമയുടെ ഏറ്റവും വലിയ സവിശേഷതയായ 'പൊതുമ' (പബ്ലിക്നെസ്) മൂലമായിരിക്കും. തിയറ്റർ പോലുള്ള ഒരു പൊതുഇടത്തിൽ ഒരു കൂട്ടം മനുഷ്യരുടെകൂടെ ഇരുട്ടിലിരുന്ന് വലിയ തിരശ്ശീലയിൽ കാണുന്ന ആ അനുഭവത്തെ മറ്റൊരു മാധ്യമത്തിനും പകരം വെക്കാനായിട്ടില്ല. പലപ്പോഴും അപരിചിതരായ മനുഷ്യരടങ്ങിയ ഒരാൾക്കൂട്ടത്തിന്റെ കൂടെ പൊതു ഇടത്തിലിരുന്ന് കാണുന്ന വൈകാരികാനുഭവത്തിന്റെ കാതൽ അതിന്റെ പൊതുമയാണ്. അത്

ട്വൽത്ത് മാൻ

ഒരുപക്ഷേ, സമൂഹജീവി എന്ന നിലയിൽ മനുഷ്യന്റെ ഏറ്റവും പ്രാകൃതവും മൗലികവുമായ ചോദന കൂടി ആയിരിക്കാം. അതുകൊണ്ടുതന്നെ സിനിമ എന്ന മാധ്യമവും കലാരൂപവും അതിന്റെ തിയറ്റർ പ്രദർശന അരങ്ങുകളും ഒരിക്കലും കാലഹരണപ്പെടുകയുമില്ല.

മറ്റൊന്ന്, സിനിമകാണൽ അനുഭവത്തിൽ നവമാധ്യമങ്ങളുണ്ടാക്കിയ പരിണാമങ്ങളാണ്. നവമാധ്യമദാർശനികർ സൂചിപ്പിക്കുന്നതുപോലെ പുതിയ മാധ്യമാന്തരീക്ഷത്തിൽ ദൃശ്യാനുഭവം എന്നത് അടിസ്ഥാനപരമായും 'പരസ്പരവിനിമയപര'മാണ് (ഇന്ററാക്ടീവ്). സിനിമയെയോ ടെലിവിഷനെയോപോലെ നിഷ്ക്രിയനായ കാണിയെ അഭിസംബോധന ചെയ്യുന്ന ഏകദിശാമുഖമായ ഒരു ആവിഷ്കാരമല്ല, നവമാധ്യമങ്ങളുടേത്. ഡിജിറ്റൽ ദൃശ്യങ്ങളുടെ ലോകത്ത് കാണിക്കും ഇടപെടാനുള്ള ഇടമുണ്ട്; കാഴ്ചയെ നിയന്ത്രിക്കാനും ഗതിതിരിച്ചു വിടാനുമൊക്കെയുള്ള സ്വാതന്ത്ര്യം ലഭിച്ച കാണി സാമ്പ്രദായികമായ രീതിയിലല്ല ദൃശ്യത്തെയും വിനോദത്തെയും സമീപിക്കുന്നത്. ആരും ഇന്ന് നിഷ്ക്രിയരായ ഉപഭോക്താക്കളല്ല, മറിച്ച് ഉല്പാദകരും ഉല്പന്നത്തെ സ്വാധീനിക്കുന്നവരും മാറ്റാൻ കെല്പുള്ളവരുമാണ്. ക്രിസ്റ്റൻ ഡാലി നിരീക്ഷിക്കുന്നതുപോലെ, "കാലത്തിന്റെ അപ്രതിഹതമായ ഒഴുക്കിന് കീഴടങ്ങുന്ന നിഷ്ക്രിയനായ കാഴ്ചക്കാരനല്ല ഇന്നത്തെ കാണി. അയാൾക്കിന്ന് കാണലിനും വായിക്കലിനുമിടയിലും, ലയിച്ചലിഞ്ഞുള്ള കാഴ്ചയ്ക്കും, സക്രിയമായി നിയന്ത്രിക്കുന്ന ദർശനരീതികൾക്കിടയിലും ഒരുപോലെ സഞ്ചരിക്കാനുള്ള സ്വാതന്ത്ര്യമുണ്ട്.. അങ്ങനെ കാഴ്ചക്കാർ അപ്രത്യക്ഷമാകുന്നതോടെ കെട്ടുകാഴ്ചകൾക്ക് എന്തു സംഭവിക്കും? അപ്പോൾ ലോകം ഒരു ദൃശ്യം എന്ന നിലവിട്ട് ഒരു ലീല എന്ന നിലയിലേക്ക് മാറുന്നു" (സിനിമ 3.0 ഇന്ററാക്റ്റീവ് ഇമേജ്)

ഒരുപക്ഷേ, ഭാവിയിൽ സിനിമയും നവമാധ്യമസങ്കേതങ്ങളും അവയുടെ ഏറ്റവും മൗലികമായ തനതുസ്വഭാവങ്ങൾ നിലനിർത്തുകയും അവയുടെ അനന്യമായ അനുഭവ/പ്രകാശന സാദ്ധ്യതകളെ കൂടുതൽ സർഗ്ഗാത്മകവും സമകാലികവും ആക്കുകയാവും ചെയ്യുക. വീടിന്റെ ചുമരുകൾക്കുള്ളിൽനിന്ന് തിയറ്ററിന്റെ വിശാലതയിലേക്കും, സീരിയലുകളുടെ ദൈർഘ്യഹരങ്ങളിൽനിന്ന് സിനിമയുടെ ഹ്രസ്വധ്യാനങ്ങളിലേക്കും സ്വകാര്യലഹരികളിൽനിന്ന് പൊതുആഘോഷങ്ങളിലേക്കും സമൂഹജീവിയായ മനുഷ്യന് സഞ്ചരിക്കാതിരിക്കാനാവില്ല.

സാമൂഹിക അകലത്തിൽനിന്ന് പൊതുമയിലേക്ക്

കോവിഡാനന്തര സിനിമ ചില കുറിപ്പുകൾ

കോവിഡ് 19 എന്ന മഹാവ്യാധി മനുഷ്യരും ലോകവും തമ്മിലുള്ള പാരസ്പര്യത്തെ അല്ലെങ്കിൽ ആശ്രയ-ആശ്ലേഷ-ചൂഷണ ബന്ധത്തെക്കുറിച്ച് ആഴത്തിലും വിമർശനാത്മകവുമായി സമീപിക്കുവാനും ചിന്തിക്കുവാനും നിർബ്ബന്ധിക്കുന്നുണ്ട്. നമ്മുടെ ജീവിതത്തിലും ജീവനത്തിലും കാഴ്ചപ്പാടുകളിലും കോവിഡ് ഉണ്ടാക്കിക്കൊണ്ടിരിക്കുന്ന ആഘാതങ്ങൾ സമ്പദ് വ്യവസ്ഥയെയും രാഷ്ട്രീയത്തെയും എന്നപോലെ നമ്മുടെ നിത്യജീവിതത്തെയും കലയേയുംകുറിച്ച് പുനരാലോചിക്കുവാനുള്ള പ്രേരണ കൂടിയാണ്.

ചലനം, വിനിമയം, പാരസ്പര്യം

മനുഷ്യന്റെ ലോകവാസത്തിനും ആവാസവ്യവസ്ഥയ്ക്കും അവശ്യമായ മൂന്നു കാര്യങ്ങളാണ് ചലനം, വിനിമയം, പാരസ്പര്യം (movement, communication/exchange and interaction/interface) എന്നിവ. ഒരർത്ഥത്തിൽ പലതരം ചലനങ്ങളോ ഒഴുക്കുകളോ ആണിവയെല്ലാം. മനുഷ്യരുടെ ശാരീരികമായ ചലനം, ആശയങ്ങളുടെയും വിവരങ്ങളുടെയും സഞ്ചാരം/ഒഴുക്ക്, അതുപോലെ മനുഷ്യർ തമ്മിലുള്ള ഇടപെടലുകൾ -

ഇവയുടെ സ്വതന്ത്രമായ ഒഴുക്ക്/വികാസം എന്നത് മനുഷ്യർക്കും മനുഷ്യസമൂഹങ്ങൾക്കും രാഷ്ട്രീയരൂപങ്ങൾക്കും സമ്പദ് വ്യവസ്ഥകൾക്കുമെല്ലാം നിർണ്ണായകമാണ്. പക്ഷേ, കോവിഡ് വ്യാപനം ഇന്ന് ഇവയെ നിയന്ത്രിക്കാനും പുനർവിന്യസിക്കാനും മനുഷ്യസമൂഹത്തെ നിർബ്ബന്ധിതമായിരിക്കുന്നു. ഇത് മനുഷ്യജീവിതത്തെയും ജീവനത്തെയും

വിവിധതലങ്ങളിൽ ഗാഢമായി ബാധിക്കുന്ന ഒരു ഇടപെടലാണ്: അടിസ്ഥാനപരമായി അത്, വ്യക്തി, സമൂഹജീവി, മനുഷ്യവംശം/ജനുസ്സ് എന്നീ നിർണ്ണായകമായ മൂന്നു നിലകളെയും (as individual being, social being, and species being) ബാധിക്കുന്നു, പുനഃപരിശോധനയ്ക്ക് വിധേയമാക്കുന്നു.

വ്യക്തിശരീരം / സമൂഹശരീരം / മനുഷ്യജനുസ്സ്

ഒരു വ്യക്തിശരീരം എന്ന നിലയിലുള്ള നമ്മുടെ ജീവിതം/നിലനില്പ് അല്ലെങ്കിൽ സുരക്ഷ/അതിജീവനം, സമൂഹജീവി എന്ന നിലയ്ക്ക് നമ്മുടെ സ്വാതന്ത്ര്യം/സ്വാച്ഛന്ദ്യം, അതായത് പുറം ലോകവും അപരരുമായുള്ള ഇടപാടുകൾ, ഇടകലരലുകൾ എന്നിവ, അതുപോലെ ഒരു ജനുസ്സ് (സ്പീഷീസ്) എന്ന നിലയ്ക്ക് മനുഷ്യന്റെ ഭൂമിയിലെ നിലനില്പ്/അതിജീവനം ഈ അവസ്ഥകളുടെയും സ്ഥിതികളുടെയുമെല്ലാം ലോലതയും ദൗർബല്യവും ഇന്ന് വെളിപ്പെട്ടിരിക്കുന്നു. അതുപോലെ സൂക്ഷ്മപ്രകൃതി നമ്മെ തിരിഞ്ഞുനോക്കുന്ന ഇന്നത്തെ അവസ്ഥ മനുഷ്യനും പ്രകൃതിയും അല്ലെങ്കിൽ പരിസ്ഥിതിയുമായുള്ള ബന്ധത്തെ പുനരാലോചിക്കാനും പ്രേരിപ്പിക്കുന്നുണ്ട്.

മനുഷ്യജീവിയും ഭൂമിയിലെ മറ്റു ജൈവാജൈവജാലങ്ങളും തമ്മിലുള്ള പരസ്പരാശ്രിതത്വവും ആശ്രയവുമെല്ലാം കൂടുതൽ രൂക്ഷമായ രീതിയിൽ വ്യക്തമായിക്കൊണ്ടിരിക്കുന്നു. മനുഷ്യജീവി എന്നത് ഈ ഭൗമവ്യവസ്ഥയ്ക്കുള്ളിൽ മറ്റേതൊരു ജനുസ്സിനെപ്പോലെയുമുള്ള ഒന്നാണ് എന്നും, ഒരൊറ്റ ജീവചക്രത്തിന്റെ, ജൈവവ്യവസ്ഥയുടെ അല്ലെങ്കിൽ ജൈവപ്രക്രിയയുടെ കണ്ണി മാത്രമാണ് മനുഷ്യൻ എന്നുമുള്ള ബോദ്ധ്യം ലോകത്തെയും വാഴ്വിനെയുംകുറിച്ചുള്ള ചിന്തകളെ കൂടുതൽ ജൈവീകമായ അന്വേഷണങ്ങൾക്കും ജീവിതരീതികൾക്കും ഭാവനകൾക്കും ഇനിയെങ്കിലും വഴിതെളിക്കേണ്ടതാണ്. അതായത് മനുഷ്യർ എന്നത് ഒരൊറ്റ ജനുസ്സാണെന്നും, മനുഷ്യകുലം ഒരൊറ്റ ശരീരം തന്നെയാണെന്നും മനുഷ്യശരീരങ്ങളിലൂടെയുള്ള ശീഘ്രവും സുഗമവുമായ ഈ വൈറസിന്റെ ആഗോളസഞ്ചാരം നമ്മെ ഓർമ്മിപ്പിക്കുന്നുണ്ട്. അതുകൊണ്ട് നമ്മൾ വിശ്വസിക്കുകയും സ്ഥാപനങ്ങൾ കെട്ടിപ്പടുക്കുകയും ചെയ്ത നിരവധി സങ്കല്പനങ്ങളെ, ധാരണകളെ നമ്മൾ അഴിച്ചുപണിയേണ്ടിയിരിക്കുന്നു: ജീവൻ, പ്രകൃതി, രോഗം, മരണം, യാത്ര, 'വികസനം', ആഗോളീകരണം, അദ്ധ്വാനം തുടങ്ങിയവയെക്കുറിച്ചെല്ലാം കോവിഡ്-അനന്തര കാലത്ത് മാറിച്ചിന്തിക്കുവാൻ നമ്മൾ നിർബ്ബന്ധിതരായിരിക്കുന്നു. ഒരേസമയം വൈയക്തികവും സാമൂഹികവും ആഗോളീയവും മനുഷ്യവംശപരവും ആയ ഈ പ്രതിസന്ധി നല്കുന്ന

അപായസൂചനകളും തിരിച്ചറിവുകളും മറ്റൊരു രീതിയിൽ മനുഷ്യനെയും മനുഷ്യജീവിതത്തെയും ലോകവാസത്തെയും പാരസ്പര്യങ്ങളെയും ഒക്കെക്കുറിച്ച് ഒരു ഭൗമജീവി എന്ന നിലയിലൊക്കെ സ്വയം കാണാനും അറിയാനും ഭാവന ചെയ്യാനുമൊക്കെയുള്ള പ്രേരണ കൂടിയാണ്.

ഈ മഹാമാരിയുടെ ആഘാതം വളരെ ഭൗതികവും അടിസ്ഥാനപരവും ശാരീരികവുമായ സംഗതികൾ തുടങ്ങി മനുഷ്യന്റെ ജൈവികതയെയും ഭൗമാസ്തിത്വത്തെയും സംബന്ധിക്കുന്ന നിർണ്ണായകമായ തലങ്ങളിലേക്ക് വ്യാപിക്കുന്ന ഒന്നാണ്. ഭൗതികതലത്തിൽ അത് മനുഷ്യരുടെ യാത്രകളെയും, പലതരം വിനിമയങ്ങളെയും അസാദ്ധ്യമോ അപകടകരമോ ആക്കുന്നു: അതായത് ചരക്കുകളുടെ ഭൗതികമായ വാങ്ങൽ–വില്ക്കൽ–ഉപയോഗിക്കൽ തുടങ്ങി, പണമിടപാടുകളെയും പലതരം ഭൗതികവും ഭൗതികേതരവുമായ സേവനങ്ങളെയും ബാധിക്കുന്നു. അതായത്, മനുഷ്യർ തമ്മിലുള്ള ശാരീരികമായ ഇടപെടലുകളും കണ്ടുമുട്ടലുകളും ഒത്തുചേരലുകളും ആവശ്യമുള്ള എല്ലാംതന്നെ ഇന്ന് അപായകരമായ, അല്ലെങ്കിൽ കഴിയുന്നത്ര ഒഴിവാക്കേണ്ട, സംഗതികളായി മാറിയിരിക്കുന്നു.

കോവിഡ് അവസ്ഥ നിർദ്ദേശിക്കുന്ന വ്യക്തികൾ തമ്മിലെ ശാരീരിക അകലം എന്നതിനെ നിർബ്ബന്ധിതമായ സാമൂഹിക അകലമായും അത് വ്യക്തികൾക്ക് കൂട്ടം കൂടാനാവാത്ത രാഷ്ട്രീയമായ ഒറ്റപ്പെടലായും കൂടി മനസ്സിലാക്കേണ്ടതുണ്ട്. മുഖംമൂടിയിട്ട ഓരോ വ്യക്തിയും ഇവിടെ സംശയാസ്പദനും സംശയാലുവുമാണ് തനിക്ക് രോഗം വരാമെന്ന പേടിയും തന്നിലൂടെ രോഗം പടരാമെന്ന ആശങ്കയും ഇവിടെ വ്യക്തിയെ ഒറ്റപ്പെടുത്തുക മാത്രമല്ല, തനിക്കും സമൂഹത്തിനും ഇടയിലെ അകലങ്ങളുടെ സൂക്ഷിപ്പുകാരൻ കൂടിയാക്കി മാറ്റുന്നു. ആ അകലം പാലിക്കുക എന്നത് മറ്റുള്ളവരുമായി ബന്ധപ്പെടാതിരിക്കുക, അകലം പാലിക്കുക, കഴിയുന്നത്ര പൊതു ഇടങ്ങളിലും ഇടപാടുകളിലും പങ്കെടുക്കാതിരിക്കുക എന്നത് വ്യക്തികളുടെതന്നെ ഉത്തരവാദിത്വവും ധർമ്മവുമായി മാറുന്നു. എന്തുതരം പൊതുമയും അപായകരമായിത്തീരാം എന്ന ചിന്ത/ഭയം ഇവിടെ ഒരു മഹാമാരിയായി സമൂഹത്തിൽ പടരുന്നു.

ഈ രീതിയിൽ ശാരീരികമായ വിനിമയങ്ങളും ഇടപെടലുകളും അസാദ്ധ്യമായ സാഹചര്യം ഇന്ന് അവയെ എല്ലാം ഓൺലൈൻ അല്ലെങ്കിൽ വിർചൽ ആയ രൂപങ്ങളിലേക്കും മാർഗ്ഗങ്ങളിലേക്കും മാറ്റാനുള്ള കാരണവും പ്രേരണയും ആയി മാറിയിരിക്കുന്നു. ഈ അവസ്ഥ എല്ലാ സാമൂഹ്യരംഗങ്ങളെയും സാമ്പത്തികമേഖലകളെയും ഏറ്റവും നിർണ്ണായകമായി പൗരമണ്ഡലത്തെയും ബാധിക്കുന്നു. അതായത്

ശാരീരികമായ അകലം ഒരു സാമൂഹ്യനിയമം ആയി മാറുന്ന കാലത്ത് ശരീരസമ്പർക്കം അവശ്യമായിവരുന്നതും ആൾക്കാർ ഒത്തുചേരുന്നതുമായ സ്ഥലങ്ങളും സന്ദർഭങ്ങളും ആഘോഷങ്ങളും എല്ലാം ഇനി കുറച്ചുകാലത്തേക്കെങ്കിലും അസാദ്ധ്യമോ ഭീതിജനകമോ ആയിത്തീർന്നിരിക്കുന്നു. ജോലിക്കായാലും കച്ചവടത്തിനായാലും ആഘോഷങ്ങൾക്കായാലും പ്രതിഷേധങ്ങൾക്കായാലും, മനുഷ്യശരീരങ്ങൾ ഒത്തുചേരുന്നതും സമ്പർക്കത്തിലേർപ്പെടുന്നതുമായ ഇടങ്ങളെല്ലാം തന്നെ മാറ്റത്തിനും നിയന്ത്രണങ്ങൾക്കും വിധേയമാകുമെന്നതിന് സംശയമില്ല. ഇവയ്ക്കു പകരം വിർചൽ ആയ വിനിമയവേദികളിലേക്കും ഡിജിറ്റൽ സമ്പർക്കരീതികളിലേക്കും സ്ഥാപനങ്ങളും സംവിധാനങ്ങളും വ്യക്തികളും കുടിയേറും എന്നതും ഉറപ്പാണ്. അത്തരമൊരു സാഹചര്യത്തിൽ സിനിമ എന്ന ബഹുജനവിനോദ മാധ്യമത്തിനും അതിന്റെ ഏറ്റവും അടിസ്ഥാനപരവും സാമ്പ്രദായികവുമായ പ്രദർശന–ആസ്വാദന അരങ്ങായ തിയറ്ററുകൾക്കും എന്തുസംഭവിക്കും എന്നുള്ളത് സിനിമാ വ്യവസായരംഗത്തെയാകെ അലട്ടുന്ന പ്രശ്നവും വെല്ലുവിളിയുമാണ്.

ആഗോളീയത, സങ്കരത, പൊതുമ

സിനിമ എന്ന ദൃശ്യമാധ്യമത്തിന്റെയും കലാനുഭവത്തിന്റെയും ഏറ്റവും നിർണ്ണായകമായ മൂന്നു സവിശേഷതകൾ അതിന്റെ ആഗോളീയത, സങ്കരത, പൊതുമ (globality, hybridity, publicness) എന്നിവയായിരിക്കും.

അതായത് സിനിമ എന്ന മാധ്യമവും വ്യവസായവും കലയും എക്കാലത്തും ആഗോളീയതലത്തിലുള്ള ജനപ്രിയതയും സ്വീകാര്യ

തയും ഉണ്ടായിരുന്നു. ഒരു സാങ്കേതികവിദ്യ എന്ന നിലയിൽ അത് വളരെ പെട്ടെന്നുതന്നെ ലോകമാകെ വ്യാപിച്ചു, തദ്ദേശീയമായ ആഖ്യാനപാരമ്പര്യങ്ങളെയും ദൃശ്യബോധത്തെയും സ്വാംശീകരിച്ചുകൊണ്ട് പ്രാദേശികമായ കഥകൾ പറഞ്ഞു, നായികാനായകരൂപങ്ങളെ സൃഷ്ടിച്ചു. അത് ഒരേസമയം ആഗോളീയവും പ്രാദേശികവും ദേശീയവുമായ ധാരകളെ കോർത്തിണക്കിക്കൊണ്ടാണ് വളർന്നതും വികസിച്ചതും. സാങ്കേതികമായി അല്ലെങ്കിൽ രുപപരമായി – അതിന്റെ ചരിത്രത്തിന് ആഗോളീയമായ സമാനതകളും ദിശകളും ഉണ്ടായിരുന്നു എങ്കിലും ആഖ്യാനത്തിന്റെയും പ്രമേയങ്ങളുടെയും അഭിനയരീതികളുടെയുമൊക്കെ കാര്യത്തിൽ അത് പ്രാദേശികമായ ശൈലികളും ചേരുവകളും വികസിപ്പിച്ചു. ഉദാഹരണത്തിന് ഇറ്റാലിയൻ നിയോറിയലിസവും ഫ്രഞ്ച് നവതരംഗവും ലോകമെമ്പാടുമുള്ള സിനിമകളെ സ്വാധീനിച്ചിട്ടുണ്ടാകാമെങ്കിലും ആ സ്വാധീനങ്ങൾ ഓരോ ദേശീയസിനിമകളിലും പ്രതിഫലിച്ചതും അതാത് സിനിമകൾ പറഞ്ഞ കഥകളും അതിനായി ആശ്രയിച്ച രീതികളിലും ശൈലികളും എല്ലാം വ്യത്യസ്തമായിരുന്നു. സെനഗലിൽ ഉസ്മനെ സെംബനെയും, ഇന്ത്യയിലെ സത്യജിത് റായ്, ഋത്വിക് ഘട്ടക്ക് എന്നിവരെയും ശ്രീലങ്കയിലെ ലെസ്റ്റർ പെരീസിനയും നിയോറിയലിസ്റ്റ് സിനിമകൾ ഒരുപോലെ സ്വാധീനിക്കുന്നുണ്ട് എങ്കിലും അവർ ഓരോരുത്തരുടെയും സിനിമകൾ വളരെ വ്യത്യസ്തമായ രീതികളാണ് പിന്തുടർന്നത്; അവയുടെ വികാസത്തിൽ പ്രാദേശികവും തനതുമായ ആഖ്യാന–അവതരണ പാരമ്പര്യങ്ങളും സാംസ്കാരിക/രാഷ്ട്രീയ ചരിത്രങ്ങളും പ്രതിസന്ധികളുമായും ഒക്കെയായുള്ള കെട്ടിമറിച്ചിലുകൾ കാണാം. അതായത് എന്നും സിനിമ ആഗോളീയമായിരുന്നപ്പോൾത്തന്നെ അത് തദ്ദേശീയങ്ങളായ ആഖ്യാനരൂപങ്ങളും കഥാശൈലികളും അവതരണരീതികളും ആവിഷ്കരിച്ചുകൊണ്ടേയിരുന്നു.

സാംസ്കാരികവും ചരിത്രപരവുമായ കാരണങ്ങൾക്കു പുറമെ ഇതിന് മറ്റൊരു പ്രധാന കാരണം അല്ലെങ്കിൽ അടിസ്ഥാനം ദേശീയ സിനിമകൾക്ക് ദേശീയമായ ഒരു വിപണി ഉണ്ടായിരുന്നു എന്നതു കൂടിയാണ്. ഇന്ത്യയുടെ കാര്യത്തിൽ ഇത് പ്രത്യേകിച്ചും പ്രകടമാണ്. ഒരുപക്ഷേ, ഹോളിവുഡ് സിനിമയുടെ ആധിപത്യത്തിൽ ലോകമെമ്പാടുമുള്ള ദേശീയസിനിമാവ്യവസായങ്ങൾ നിലം പതിച്ചപ്പോഴും ഇന്ത്യൻ സിനിമാവിപണിയിൽ ഹോളിവുഡിന് പരിമിതമായ സ്ഥാനമേ ഉണ്ടായിരുന്നുള്ളൂ; മെട്രോകളിലും നഗരങ്ങളിലുമായി അതിന്റെ സ്വാധീനവും ജനപ്രിയതയും പരിമിതപ്പെട്ടു. എന്നാൽ ഡിജിറ്റൽ വിപ്ലവം ഈ അവസ്ഥയെ മാറ്റിമറിച്ചു. അത് സിനിമയുടെ ആഗോളീയതയെ,

ആഗോളീയസ്വാധീനത്തെയും പ്രചാരത്തെയും കൂടുതൽ തീവ്രവും വ്യാപകവുമാക്കി: ദൃശ്യങ്ങളുടെ തല്ക്ഷണമുള്ള ആഗോളവിനിമയവും ലഭ്യതയും വലിയരീതിയിൽ പ്രാദേശികഭാവനകളെയും ആഖ്യാന–പരിചരണരീതികളേയും ഇക്കാലത്ത് സ്വാധീനിക്കുന്നു. ഇതുമൂലം സാങ്കേതികമികവ്, പരിചരണരീതികൾ, പ്രമേയത്തിരഞ്ഞെടുപ്പുകൾ, എന്നിവയിലെല്ലാം തന്നെ ആഗോളീയമായ ചില രീതികൾക്കും താല്പര്യങ്ങൾക്കും കൂടുതൽ മേൽക്കൈ ലഭിച്ചുകൊണ്ടിരിക്കയാണ്. എല്ലാം തന്നെ ആഗോളീയകേന്ദ്രങ്ങളിൽനിന്നുള്ള സിനിമാ/ടെലിവിഷൻ ഉല്പന്നങ്ങളെ പിന്തുടരുവാനും അവയുടെ പ്രവണതകളിലേക്ക് സമീകരിക്കപ്പെട്ടുകൊണ്ടിരിക്കയുമാണ്. മുമ്പും ആഗോളീയമായ സ്വാധീനങ്ങൾ ഉണ്ടായിരുന്നു, പക്ഷേ, ദൃശ്യസാങ്കേതികവിദ്യയിലും ലാവണ്യസങ്കേതങ്ങളിലും വരുന്ന അത്തരം പരിണാമങ്ങൾ ക്രമേണയായിരുന്നു, മാത്രമല്ല മുമ്പ് സൂചിപ്പിച്ചതുപോലെ തദ്ദേശീയമായ രീതികളിലും ശൈലികളിലുമാണ് അവയെ പ്രാദേശിക/ദേശീയ സിനിമകൾ സ്വാംശീകരിച്ചിരുന്നതും സ്വീകരിച്ചിരുന്നതും. ഇന്ന് ആഗോളീയതയുടെ വ്യാപനത്തിന്റെയും വ്യാപ്തിയുടെയും തീവ്രതയും തോതും വർദ്ധിച്ചിരിക്കുന്നു; ആഗോളകേന്ദ്രങ്ങളിലെ ഉല്പാദനവും അരികുകളിലെ/പ്രദേശങ്ങളിലെ അവയുടെ ഉപഭോഗവും തമ്മിലുണ്ടായിരുന്ന സമയപരമായ വിടവ്, ഇടവേളകൾ ഇല്ലാതായിരിക്കുന്നു; ഇത് ക്രമേണ ഒരേതരത്തിലുള്ള അഭിരുചിശീലങ്ങളും സാങ്കേതികമികവിനെക്കുറിച്ചുള്ള പ്രതീക്ഷകളും ധാരണകളും ഒക്കെ പങ്കിടുന്ന ഒരു ആഗോളപ്രേക്ഷകസമൂഹത്തെ ഉണ്ടാക്കിയെടുത്തിരിക്കുന്നു.

അതുകൊണ്ട് വിവരവിനിമയത്തിന്റെ കാര്യത്തിൽ ആഗോളീയം 'ആഗോളീയം' എന്ന വാക്ക് തെറ്റിദ്ധരിപ്പിക്കുന്ന ഒന്നാണ്: ഒരു ക്രിയാപദമായ അതിനെ ഒരു നാമപദമായി നമ്മൾ തെറ്റിദ്ധരിക്കുന്നു. ക്രിയാപദങ്ങൾ നാമപദങ്ങളായി സ്വാഭാവികവല്ക്കരിക്കപ്പെടുന്ന പ്രക്രിയയെ നാം തിരിച്ചറിയേണ്ടതുണ്ട്. വിവരങ്ങളുടെ ലോകവ്യാപനം എന്ന പ്രക്രിയയെ അല്ലെങ്കിൽ പ്രതിഭാസത്തെ വിശേഷിപ്പിക്കുന്ന രീതിയിൽ ഒരു നാമപദമായി അത് ഉപയോഗിക്കുമ്പോൾ ആ പ്രക്രിയയിൽ അടങ്ങിയിരിക്കുന്ന അസമത്വങ്ങളും അസന്തുലിതാവസ്ഥകളും മറ(യ്)ക്കപ്പെടുന്നു. തുല്യമായ തോതിലും വേഗതയിലും ആവശ്യാനുസരണവുമായ രീതിയിൽ അല്ല അത് സംഭവിക്കുന്നത്; ആഗോളീയത എന്നത് ലോകത്തെല്ലായിടത്തും ഒരേ അനുഭവവുമല്ല. അത് ലോകത്തിലെ എല്ലാ പ്രദേശങ്ങളും ഒരേപോലെ പങ്കെടുക്കുന്ന, തുല്യപങ്കാളിത്തവും നിർവ്വാഹകത്വവുമുള്ള ഒരു പ്രക്രിയയല്ല മറ്റ് സാമ്പത്തിക

രംഗങ്ങളിലെന്നപോലെ അസന്തുലിതവും അസമത്വങ്ങൾ നിറഞ്ഞതുമാണ്.

ആഗോളമാധ്യമമൂലധനം (പത്രങ്ങൾ, സംഗീതം, സിനിമ, പരസ്യം, ടെലിവിഷൻ തുടങ്ങി ഇന്റർനെറ്റ് വരെയുള്ള എല്ലാമടങ്ങുന്നത്) എന്നത് ഇന്ന് ടൈം വാർണർ, വാൾട് ഡിസ്നി, സോണി, ദ് ന്യൂസ് കോർപ്പറേഷൻ, സിബിഎസ്, വയാകോം തുടങ്ങിയ ആറോ ഏഴോ കോർപ്പറേറ്റുകളുടെ ഉടമസ്ഥതയിലുള്ളതാണ്; ദേശീയതലത്തിൽ ലോകത്തെമ്പാടുമുണ്ടായിരുന്ന വിവിധ മാധ്യമസ്ഥാപനങ്ങളെ വാങ്ങിയും ലയിപ്പിച്ചും അവ വളരെ വേഗത്തിൽ കേന്ദ്രീകരിക്കപ്പെടുകയുമാണ്. വിവരസാങ്കേതികവ്യവസായത്തിലും വിവരവിനിമയത്തിലും വികസിതരാജ്യങ്ങളും അതായത് അമേരിക്ക/യൂറോപ്യൻ രാജ്യങ്ങളും ലോകത്തെ ബാക്കിയുള്ള രാജ്യങ്ങളും തമ്മിലുള്ള കൊള്ളക്കൊടുക്കലുകളിൽ തുല്യതയില്ല എന്നുമാത്രമല്ല വമ്പിച്ച അസമത്വങ്ങൾ നിലനില്ക്കുന്നു എന്ന സത്യം ഇവിടെ മറച്ചുവെക്കപ്പെടുന്നു. വിവര ഉല്പാദനത്തിന്റെയും ശേഖരണത്തിന്റെയും വിശകലനത്തിന്റെയും അതുവഴി അവയുടെ സാമ്പത്തികമായതും അധികാരസ്ഥാപനത്തിനായുള്ളതുമായ ഉപയോഗത്തിനുമുള്ള കെല്പിന്റെ കാര്യത്തിൽ വികസിതരാജ്യങ്ങൾക്കുള്ള മേൽക്കൈ ദൃശ്യമാധ്യമരംഗത്തും പ്രവർത്തിക്കുന്നുണ്ട്. ഈ പശ്ചാത്തലം കൂടി നമ്മൾ കോവിഡ് അനന്തര ദൃശ്യമാധ്യമങ്ങളെക്കുറിച്ച് സംസാരിക്കുമ്പോൾ ഓർക്കേണ്ടതുണ്ട്.

കോവിഡ് സാഹചര്യം ആഗോളീയതയ്ക്ക് ആക്കംകൂട്ടുകയും സങ്കരത്വത്തെ നിലനിർത്തുകയും എന്നാൽ പൊതുമയെ പരിമിതപ്പെടുത്തുകയും ചെയ്യുന്നു.

ഈ പുതിയ സാഹചര്യം സിനിമ എന്ന മാധ്യമത്തിന്റെയും കലാനുഭവത്തിന്റെയും ഏറ്റവും പ്രധാനപ്പെട്ട ഒരു സവിശേഷതയെ – അതായത് പൊതുമ (പബ്ലിക്നെസ്) എന്ന അതിന്റെ അടിസ്ഥാനത്തെയാണ് സാരമായ രീതിയിൽ ബാധിക്കുന്നത് അല്ലെങ്കിൽ പരിമിതപ്പെടുത്തുന്നത്. അപ്പോൾ ഒടിടി വേദികളുടെ വരവിനെയും അതിന്റെ പ്രചാരത്തിനെയും നമ്മൾ ഈ ആഗോള സാമൂഹ്യരാഷ്ട്രീയസാമ്പത്തിക സാഹചര്യത്തിലും കൂടി കാണേണ്ടതുണ്ട്.

ഈ സാഹചര്യം ഡിജിറ്റൽ സാങ്കേതികവിദ്യയുടെ പ്രചാരവും അതിന് ഇനി ലഭിക്കാൻ പോകുന്ന സമ്മതിയും അധീശത്വവുമായിക്കൂടി ബന്ധപ്പെട്ടിരിക്കുന്നു: ഇതുവെറും സാങ്കേതികവിദ്യയുടെ വികാസമോ വ്യക്തിസൗകര്യമോ തലങ്ങളിൽ ചുരുക്കാവുന്ന ഒരു പ്രക്രിയയോ അല്ല: അത് ആഗോളമൂലധനത്തിന്റെയും, ഭരണകൂടങ്ങളുടെയും താല്പര്യങ്ങളുമായി കെട്ടുപിണഞ്ഞുകിടക്കുന്ന ഒന്നാണ്.

നവസാങ്കേതികവിദ്യകളുടെ ഊന്നൽ വ്യക്തികളും ഏറ്റവും അടിസ്ഥാനപരമായ ഉപഭോക്തൃഗണമായ കുടുംബവുമാണ്: അത് വ്യക്തിപരമായ ഏകാന്തതയിലേക്കും കുടുംബപരമായ സ്വകാര്യതയിലേക്കും പിൻവലിയാൻ മനുഷ്യരെ സഹായിക്കുന്നു, അല്ലെങ്കിൽ നിർബ്bന്ധിക്കുന്നു. ഒപ്പം അവരുടെ താല്പര്യങ്ങളെയും പ്രതികരണങ്ങളെയും ഉപഭോഗശീലങ്ങളെയും രുചികളെയുമെല്ലാം നിരന്തരം പിന്തുടരാനും വിശകലനം ചെയ്യാനും അതുവഴി അവയെ നിയന്ത്രിക്കാനും അവർക്കു കഴിയുന്നു. യഥാർത്ഥത്തിൽ ഇതുതന്നെയാണ് പൗരന്മാരെ നിയന്ത്രിക്കാൻ ഭരണകൂടത്തിനാവശ്യം.

ഡിജിറ്റൽ യുഗം ആരംഭിച്ചതുമുതൽ വിനോദവ്യവസായത്തിന്റെ ഊന്നൽ; പൊതുവായ വിനോദ ഇടങ്ങൾക്കും മാധ്യമങ്ങൾക്കും മാതൃകകൾക്കും പകരമായി വൈയക്തികവും സ്വകാര്യവും ഗൃഹാധിഷ്ഠിതവുമായ വിനോദരീതികളിലേക്കുള്ള (ഹോം എന്റർടെയ്ന്മെന്റ്) ചുവടുമാറ്റമാണ്. സിനിമ എന്ന കൂറ്റൻ വെള്ളിത്തിരയിൽനിന്ന്, ടെലിവിഷനിലേക്കും, കമ്പ്യൂട്ടർ മോണിറ്ററിലേക്കും പിന്നെ മൊബൈലിന്റെ കൊച്ചുതിരശ്ശീലയിലേക്കുള്ള സിനിമയുടെയും ദൃശ്യവിനോദങ്ങളുടെയും പ്രയാണം ഈ ദിശയിലേക്കു തന്നെയായിരുന്നു. പൊതുവായ വിനോദങ്ങൾക്കും ആഘോഷങ്ങൾക്കും പകരം വൈയക്തികമായ വിനോദാഘോഷങ്ങളേയും, വ്യക്തി എന്ന ഉപഭോക്താവിനെയും കേന്ദ്രീകരിക്കുന്ന ഈ സാമ്പത്തിക മാതൃകയ്ക്ക് വലിയ ഒരു ലാഭാവസരവും അതിനെ സാധാരണമാക്കിത്തീർക്കാനുള്ള അവസരവുമായി കോവിഡ് ഒരുക്കിയിരിക്കുന്നു.

സിനിമ എന്ന മാധ്യമം, വ്യവസായം, കല

തീർച്ചയായും സിനിമ എന്ന മാധ്യമത്തെ, വ്യവസായത്തെ, കലയെ ഈ അവസ്ഥ ഗാഢമായി സ്വാധീനിക്കുകയും മാറ്റുകയും ചെയ്യും എന്നതിൽ സംശയമില്ല. പക്ഷേ, അതിനെ സിനിമയുടെ മരണമോ അന്ത്യമോ ആയി കാണേണ്ടതുമില്ല. മാധ്യമം എന്ന നിലയിൽ സിനിമയുടെ സാങ്കേതികതകളേയും വ്യവസായം എന്ന നിലയിൽ അതിന്റെ നിർമ്മാണ-വിതരണ-പ്രദർശന രീതികളേയും അവയുടെ എല്ലാം സാമ്പത്തികക്രമങ്ങളേയും നിക്ഷേപരീതികളേയും

കല എന്ന നിലയ്ക്ക് സിനിമ പറയാൻ പോകുന്ന കഥകളേയും അവതരിപ്പിക്കാൻ പോകുന്ന പ്രമേയങ്ങളേയും ഈ മാറ്റം തീർച്ചയായും സ്വാധീനിക്കും, പുനഃസംഘടിപ്പിക്കും, പുതിയ സാഹചര്യങ്ങൾക്കനുസൃതമായി രൂപപ്പെടുത്തും ഒടിടി വേദികളും സിനിമയും തമ്മിലുള്ള മുഖാമുഖം തീർച്ചയായും കാണിസമൂഹത്തെയും കാഴ്ചവിപണിയെയും,

കാണൽ രീതികളേയും പ്രദർശനവേദികളേയും, ഒപ്പം ഉള്ളടക്കത്തെയും പ്രമേയങ്ങളേയും മാറ്റും എന്നതിൽ സംശയമില്ല.

സിനിമ എന്ന മാധ്യമത്തിന് പ്രചാരം ലഭിച്ചപ്പോൾ നാടകരംഗത്തിനും, ടെലിവിഷൻ വന്നപ്പോൾ സിനിമാമേഖലയ്ക്കും, മൊബൈൽ ഫോൺ പോലുള്ള ചെറിയതും വൈയക്തികവുമായ വിനോദോപകരണ സങ്കേതങ്ങൾ വന്നപ്പോൾ ടെലിവിഷനും ഉണ്ടായ അതേ 'കാലഹരണപ്പെടൽ ഭീതി' മാത്രമാണ് ഇപ്പോഴും കാണുന്നത്. ചരിത്രാനുഭവം കാണിക്കുന്നത്, പുതുതായി ഉയർന്നുവന്ന മാധ്യമങ്ങളും വിനോദ സങ്കേതങ്ങളും വാസ്തവത്തിൽ മുമ്പുള്ളതിന് പകരമാവുകയും അവരെ ഇല്ലാതാക്കുകയുമല്ല ചെയ്തത് എന്നാണ്. മറിച്ച്, പരസ്പരം സ്വാധീനിക്കുമ്പോൾ തന്നെ പുതിയ മാധ്യമാനുഭവങ്ങളുടെ പ്രചാരം ഒരു പുതിയ പ്രേക്ഷകസമൂഹത്തെയും ആസ്വാദനരീതിയെയും സൃഷ്ടിക്കുകയാണ് ചെയ്യുന്നത്. ഇന്ന് സിനിമ എന്ന ദൃശ്യവിനോദം തിയറ്ററിൽ മാത്രമല്ല, ടെലിവിഷനിലും മറ്റു ചെറുതിരശ്ശീലകളിലും പ്രദർശിപ്പിക്കപ്പെടുകയും ആസ്വദിക്കപ്പെടുകയും ചെയ്യുന്നു. ഒരിക്കലും തിയറ്ററിൽ പോയി സിനിമ കാണാൻ സാദ്ധ്യതയില്ലാത്തവർ ഗാർഹികവും വൈയക്തികവുമായ സങ്കേതങ്ങളിലൂടെ സിനിമാപ്രേക്ഷകരായി മാറുന്നു. സിനിമ ടെലിവിഷനിൽനിന്ന് വ്യത്യസ്തമായ ഒരു ദൃശ്യാനുഭവമായി സ്വയം പുനർനിർമ്മിക്കുന്നു, ഒപ്പം ടെലിവിഷനിലൂടെത്തന്നെ പ്രചരിക്കുകയും ചെയ്യുന്നു. ടെലിവിഷനിലൂടെ സിനിമ കാണുന്നവരുടെ എണ്ണം ഗണ്യമായ തോതിൽ വർദ്ധിക്കുമ്പോൾ അവരെക്കൂടി മുന്നിൽക്കണ്ടുകൊണ്ടുള്ള രീതിയിൽ സിനിമ സ്വന്തം പ്രമേയങ്ങളെയും ആഖ്യാനങ്ങളെയും പരുവപ്പെടുത്തുന്നു. ഒന്ന് മറ്റൊന്നിനെ ഇല്ലാതാക്കുകയോ ഒന്നിന്റെ വിപണിയെ കീഴടക്കുകയോ അല്ല ചെയ്യുന്നത് സങ്കീർണ്ണമായ രീതിയിൽ പുതിയ കാഴ്ചാശീലങ്ങളും വിപണനരീതികളും അതുവഴി പുതിയ പ്രേക്ഷക സമൂഹങ്ങളും ഉണ്ടാവുകയാണ് ചെയ്യുന്നത്.

അങ്ങനെനോക്കുമ്പോൾ ഒ ടി ടി വേദികൾ സിനിമാതിയറ്ററുകളെയും അത്തരം പ്രദർശനരീതികളെയും കാലഹരണപ്പെടുത്തുകയല്ല ചെയ്യുക മറിച്ച് പുതിയ ഒരു കാണിസമൂഹത്തെയും വിപണിയെയും സൃഷ്ടിക്കുകയും അതിനനുയോജ്യമായ ആഖ്യാനശൈലികളും കഥകളും മെനയുകയുമാണ്. വിനോദമാധ്യമരംഗത്തിന്റെയും വിനോദസാങ്കേതികവിദ്യകളുടെയും ചരിത്രം അതാണ് സൂചിപ്പിക്കുന്നത്.

പുതിയ 'സ്മാർട്ട്' വിപണി

ഇന്ത്യയിലെ പ്രേക്ഷകവിപണി ഇത്തരത്തിലുള്ള ഒരു മാറ്റത്തിന് തയ്യാറാണോ എന്നതാണ് അടുത്ത ചോദ്യം. കണക്കുകൾ വ്യക്തമാ

ക്കുന്നത് ഇന്ന് ഇന്ത്യയിൽ 19 കോടി വീടുകളിൽ ടെലിവിഷൻ ലഭ്യമാണ് എങ്കിൽ മൊബൈൽ ഉപഭോക്താക്കളുടെ എണ്ണം 65 കോടി കവിഞ്ഞിരിക്കുന്നു, അവരിൽ 40 കോടി പേർക്കെങ്കിലും (മൂന്നിൽ രണ്ടു പേർക്ക്) 2020 ഓടെ സ്മാർട്ട് ഫോൺ ഉണ്ടായിരിക്കും എന്നാണ് അനുമാനം; അതും ഒന്നുരണ്ട് വർഷങ്ങൾക്കുള്ളിൽ 50 കോടി കടക്കും എന്നും പ്രതീക്ഷിക്കപ്പെടുന്നുണ്ട്. ഈ കണക്കുകൾ സൂചിപ്പിക്കുന്നത് മൊബൈൽ ഫോൺ പോലുള്ള വൈയക്തികമായ വിനോദസങ്കേതങ്ങളിലേക്ക് പ്രേക്ഷകർ ചുവടുമാറാനുള്ള കളം ഒരുങ്ങിക്കഴിഞ്ഞു എന്നുള്ളതാണ്.

ഓൺലൈൻ വിദ്യാഭ്യാസത്തിന്റെ വ്യാപനം

കോവിഡ് സാഹചര്യം വിദ്യാഭ്യാസത്തെ വീടുകളിലേക്കും ഓൺലൈൻ വേദികളിലേക്കും സംക്രമിപ്പിച്ചിരിക്കുന്നു. ഇതോടെ വിദ്യാർത്ഥികളുള്ള എല്ലാ വീടുകളും സ്മാർട്ട് ആവാനും ഇന്റർനെറ്റ് ബന്ധമുള്ളതാകാനും നിർബ്ബന്ധിതമായിരിക്കുന്നു. ഇത് ഓൺലൈൻ ദൃശ്യവിനോദവ്യവസായങ്ങൾക്ക് ഒരു വലിയ വേദിയും വിപണിയുമാണ് തുറന്നുകൊടുത്തിരിക്കുന്നത്: വിദ്യാഭ്യാസത്തിന്റെ 'ഈ-വഴി'യിലൂടെ കടന്നുവരാൻ പോകുന്നത് വിദ്യാഭ്യാസവും വിവരങ്ങളും വാർത്തകളും മാത്രമായിരിക്കില്ല ദൃശ്യവിനോദങ്ങൾ കൂടിയാണ്. ഇത് ഒടിടി വേദികളുടെ വലിയരീതിയിലുള്ള വികാസത്തിനും വിപണിയിലേക്കുള്ള കടന്നുകയറ്റത്തിനും (മാർക്കറ്റ് പെനിട്രേഷൻ) വഴിയൊരുക്കിക്കഴിഞ്ഞു.

കോവിഡ് കാരണം ടെലിവിഷനുകൾ വലിയ പ്രതിസന്ധി നേരിടുകയാണ് കായികമത്സരങ്ങളുടെയും മറ്റും തത്സമയ പ്രക്ഷേപണങ്ങൾ, സീരിയലുകൾ, റിയാലിറ്റി/ക്വിസ് തുടങ്ങിയ പ്രേക്ഷകസാന്നിദ്ധ്യം ആവശ്യമുള്ള പരിപാടികൾ തുടങ്ങിയവയുടെയൊക്കെ നിർമ്മാണം മുടങ്ങിയതോടെ പഴയ പരിപാടികൾ റീസൈക്കിൾ ചെയ്യുക മാത്രമേ മാർഗ്ഗമുള്ളു. പിന്നെ അവരുടെ വിനോദങ്ങളും ശകലങ്ങളുമൊക്കെയാണ്. ഇങ്ങനെയുണ്ടായിരിക്കുന്ന 'വിനോദ-ശൂന്യതാവേള'യെ ഇന്ന് നിറയ്ക്കുന്നത് ഇന്റർനെറ്റിലൂടെയുള്ള പലവിധ ദൃശ്യവിനോദ ഉള്ളടക്കങ്ങളാണ് അവയിൽ ഏറ്റവും പ്രമുഖവും പ്രധാനപ്പെട്ടതുമായത് നെറ്റ്ഫ്ളിക്സ്, ആമസോൺ, ഹോട്ട്സ്റ്റാർ തുടങ്ങിയ ഒ ടി ടി വേദികൾ തന്നെയാണ്. ഈ കുടിയേറ്റത്തെ പ്രോത്സാഹിപ്പിക്കുവാനും ആക്കം കൂട്ടുവാനും ഉതകുന്ന രീതിയിൽ അവരെല്ലാം തങ്ങളുടെ പരിപാടികൾ ഒരുക്കുകയും വരിസംഖ്യാനിരക്കുകൾ ഒതുക്കുകയും ചെയ്തിട്ടുണ്ട്. ഇത്തരം ഒ ടി ടി വേദികളുടെ ഏറ്റവും വലിയ ആകർഷണം അവയിലുള്ള കഥാപരമ്പരകളാണ്. പലസീസണുകളായി പടർന്നു പന്തലിക്കുന്ന നാടകീയമായ ആഖ്യാനങ്ങളും പ്രേക്ഷകരെ പിടിച്ചിരുത്തുന്നവിധത്തി

ലുള്ള ചടുലമായ ദൃശ്യപരിചരണരീതികളും സാങ്കേതികമികവുംകൊണ്ട് അവ ആഗോളീയമായ തലത്തിൽത്തന്നെ ജനപ്രിയത നേടിക്കൊണ്ടിരിക്കുന്നു.. ടെലിവിഷൻ പരിപാടികളുടെ പരസ്യമിശ്രിതമായ പരിപാടികളിൽനിന്നും, അതിന്റെ ഹ്രസ്വകഥാരൂപങ്ങളിൽനിന്ന് ദീർഘമായ രൂപങ്ങളിലേക്കുമുള്ള ഈ ചുവടുമാറ്റം കാണൽ രീതികളേയും മാറ്റിയിരിക്കുന്നു. ടെലിവിഷന്റെ ഗാർഹികാന്തരീക്ഷത്തിൽനിന്നും വൈയക്തികമായ കാണലിലേക്കും. മറ്റൊരുപാട് വിവരങ്ങളും ദൃശ്യശകലങ്ങളും കൊണ്ട് ശിഥിലമായ ടെലിവിഷന്റെ കൊളാഷ് ദൃശ്യത്തിൽനിന്നും ഏകാഗ്രവും അതിന്റെ ഒഴുക്കിന് യാതൊരു തടസ്സവുമില്ലാത്തതുമായ രീതിയിലാണ് ഈ സീരീസുകളുടെ കാഴ്ചയനുഭവം.

കാണികളിൽ അമിതാസക്തിയുണർത്തി തുടർച്ചയായി മണിക്കൂറുകളോളം കാണാൻ പ്രേരിപ്പിക്കുന്ന (ബിഞ്ച് വ്യൂയിങ്) രീതിയിലേക്കാണ് ആഗോളജനപ്രിയ ടെലിസീരീസുകൾ നമ്മെ കൊണ്ടെത്തിക്കുന്നത്. ഈ ദൃശ്യലഹരിയും ആഖ്യാനത്തിന്റെ പിരിമുറുക്കവും അയയാതെയും പതറാതെയും നിലനിർത്തുക എന്ന ലക്ഷ്യമാണ് ആ സീരിയലുകളുടെ ഘടനയെയും കഥപറച്ചിൽ വേഗങ്ങളെയും പരിണാമഗുപ്തികളെയും എപ്പിസോഡ് വിഭജനങ്ങളെയും എല്ലാം നിർണ്ണയിക്കുന്നത്. തിയറ്ററിൽ ചെന്ന് വലിയ തിരശ്ശീലയിൽ സിനിമ കാണുന്ന അനുഭവവുമായി ഇതിനു വലിയ താരതമ്യമൊന്നുമില്ലെങ്കിലും പ്രേക്ഷകരെ അതിന്റെ ആകർഷണവലയത്തിലും ലഹരിത്തുടർച്ചയിലും പിടിച്ചുനിർത്താനും അതിനെ ഒരു ശീലമാക്കി മാറ്റിയെടുക്കാനുമുള്ള കെല്പും കോപ്പും ഒ ടി ടി വേദികൾക്കും ഉള്ളടക്കത്തിനുമുണ്ട്.

ഇതെല്ലാം സൂചിപ്പിക്കുന്നത് ഒ ടി ടി വേദികൾക്ക് പ്രചാരമേറുന്നതോടെ ടെലിവിഷൻ മേഖലയിലും അത് വലിയരീതിയിലുള്ള ചലനങ്ങൾ ഉണ്ടാക്കും എന്നുള്ളതാണ് ഉള്ളടക്കത്തിന്റെയും അവതരണത്തിന്റെയും കാണികളെ പങ്കെടുപ്പിക്കുന്നതിലും മറ്റും കൂടുതൽ പരീക്ഷണങ്ങൾ ടെലിവിഷൻ രംഗം നടത്താനിടയുണ്ട്. ഈ പുതിയ സാഹചര്യത്തിൽ ടെലിവിഷന് സിനിമയിലുള്ള ആശ്രയം വർദ്ധിക്കുവാനുള്ള സാദ്ധ്യതയുള്ളതിനാൽ അത് സിനിമാവ്യവസായത്തെ മറ്റൊരു രീതിയിൽ സഹായിച്ചെന്നും വരാം.

പുതിയ തിരശ്ശീലകളുടെ കാലത്തെ സിനിമ

ദൃശ്യവിനോദരംഗത്ത് ടെലിവിഷനുമായി മത്സരിക്കേണ്ടിവന്ന സന്ദർഭത്തിൽ സിനിമ കൂടുതൽ വലുതും നിർമ്മാണ മികവേറിയതും ദൃശ്യശ്രാവ്യ സ്പെഷ്യൽ ഇഫക്ടുകളുപയോഗിച്ചുകൊണ്ട് വിസ്മയിപ്പിക്കുന്നതും ആയി മാറി; അതുപോലെ ഒ ടി ടി നല്കുന്ന ഉല്പന്നങ്ങളുടെ

വൈവിദ്ധ്യത്തെയും സാങ്കേതികമികവിനെയും നിർമ്മാണമൂല്യങ്ങളെയും നേരിടണമെങ്കിൽ സിനിമാവ്യവസായം കാണികളെ പിടിച്ചുനിർത്താനും യുവാക്കളെ ആകർഷിക്കാനും സ്വയം പുതുക്കേണ്ടതുണ്ട്. ഒരുപക്ഷേ, സിനിമയെ അതിനു പ്രാപ്തമാക്കുന്നത് ഇനിയും നഷ്ടപ്പെടാത്ത അതിന്റെ മായികതയാണ്: തീയറ്ററിനകത്തെ ഇരുട്ടിൽ കാണികളുടെ ഒന്നിച്ചാണെങ്കിലും ഒറ്റയ്ക്കുള്ള ഇരിപ്പ്, വലിയ തിരശ്ശീലയിൽ പ്രക്ഷേപിക്കപ്പെടുന്ന ദൃശ്യങ്ങൾ, തന്നെ ഇരുന്നുള്ള ഒളിഞ്ഞുനോട്ടസുഖം, വൈകാരികമായി പ്രേക്ഷകരെയാകെ ചൂഴ്ന്നുനില്ക്കുന്ന ദൃശ്യശ്രാവ്യ അന്തരീക്ഷം, വലിയ ബിംബങ്ങളുണ്ടാക്കുന്നത് തടുത്തുനിർത്താനാവാത്ത സാത്മ്യപ്രേരണ, ഇതെല്ലാം കൂടി സൃഷ്ടിക്കുന്ന പരിസരബോധം നഷ്ടപ്പെടുത്തുന്ന ഒരു ദൃശ്യലഹരിയും ആ അനുഭവത്തിന്റെ അനന്യതയും ഹരവുമാണ് സിനിമയുടെ എന്നത്തെയും ശക്തി.

ഒരുപക്ഷേ, പുതിയ വേദികൾകൊണ്ടുവരുന്ന വെല്ലുവിളി, സിനിമയിൽ ഇന്ന് നിലനില്ക്കുന്ന പലതരം അധീശത്വങ്ങളെയും അട്ടിമറിക്കാനും പുതിയ രീതിയിൽ അതിന്റെ ക്രിയാത്മകതയെയും വിഭവങ്ങളെയും പുനർവിന്യസിക്കാനുമുള്ള അവസരം കൂടിയാണ്.

ഒ ടി ടി വേദികൾ അനുഭവിക്കുന്ന മറ്റൊരു സൗകര്യം ഇപ്പോൾ സിനിമയുടെ മുകളിലുള്ളതുപോലുള്ള കർശനമായ സെൻസർ നിയമങ്ങളില്ല എന്നുള്ളതാണ്. തല്ക്കാലം ഈ 'സ്വാതന്ത്ര്യം' ഒ ടി ടി വേദികൾ അനുഭവിക്കുന്നുണ്ട് എങ്കിലും അത് തുടരാനിടയില്ല. മറ്റെല്ലാ മേഖലകളിലുമുള്ള നിയന്ത്രണങ്ങൾ നിരന്തരം കർക്കശമായിക്കൊണ്ടിരിക്കുന്ന ഒരു രാഷ്ട്രീയസാഹചര്യത്തിൽ ഈ അവസ്ഥ അധികകാലം നിലനില്ക്കാനിടയില്ല.. അത്തരം വേദികളുടെ വ്യാപനം വർദ്ധിക്കുന്നതോടെ ഇപ്പോഴവർ അനുഭവിക്കുന്ന താരതമ്യേനയുള്ള സ്വാതന്ത്ര്യത്തിന്റെ മുകളിൽ നിയന്ത്രണങ്ങൾ വരാനാണ് സാദ്ധ്യത.

കാണിപക്ഷം

പ്രേക്ഷകസമൂഹത്തിന്റെ ഭാഗത്തുനിന്ന് നോക്കുകയാണെങ്കിൽ ഈ ചുവടുമാറ്റം എങ്ങനെയൊക്കെ ആയിരിക്കും അവരുടെ താല്പര്യങ്ങളെയും തെരഞ്ഞെടുപ്പുകളെയും ബാധിക്കുവാൻ പോകുന്നത്? കാണിയെ സംബന്ധിച്ചിടത്തോളം പ്രധാനപ്പെട്ട സംഗതികൾ വിനോദത്തിനുള്ള ചെലവിലുള്ള കുറവ്, കാഴ്ചയനുഭവത്തിലെ സ്വകാര്യത, ആവശ്യമുള്ളത് തെരഞ്ഞെടുക്കുവാനുള്ള സ്വാതന്ത്ര്യം, ഉള്ളടക്കത്തിലെ വൈവിദ്ധ്യം, സാങ്കേതികനിലവാരം തുടങ്ങിയവയാണ്. ഇപ്പോൾത്തന്നെ സിനിമാടിക്കറ്റിന്റെ വില കൂടാൻ സാദ്ധ്യതയുണ്ട് എന്നുള്ള സൂചനകളുണ്ട്, അത് ഒ ടി ടി വേദികളിലേക്ക് കൂടുതൽ പ്രേക്ഷകരെ

അടുപ്പിക്കാനും സാദ്ധ്യതയുണ്ട്. പക്ഷേ, ഉള്ളടക്ക– വൈവിദ്ധ്യത്തിന്റെ കാര്യത്തിൽ ഒ ടി ടികൾ എങ്ങിനെയായിരിക്കും പുരോഗമിക്കുക എന്നത് 'കണ്ട'റിയേണ്ട കാര്യമാണ്

അൽഗോരിതങ്ങളുടെ അധീശത്വം

കാണികളുടെ വൈവിദ്ധ്യത്തിനും താല്പര്യങ്ങൾക്കുമനുസരിച്ച് ഇത്തരം വേദികൾ വൈവിദ്ധ്യപൂർണ്ണമായ ഉല്പന്നങ്ങൾ നിർമ്മിക്കും എന്ന ലളിതകച്ചവടയുക്തി ഇവിടെ യഥാർത്ഥത്തിൽ എത്രകണ്ട് സംഗതമാണെന്ന് ആലോചിക്കേണ്ടതാണ്. ഒ ടി ടി വേദികളുടെ കാര്യത്തിൽ ഉള്ളടക്കത്തിന്റെ ദിശയും രൂപവും നിർണ്ണയിക്കപ്പെടുന്നത് കാണികളുടെ രുചിശീലങ്ങളെ സംബന്ധിച്ചുള്ള വിവരശേഖരത്തിന്റെ വിശകലനത്തിൽനിന്നുള്ള സൂചനകളായിരിക്കും. കാണിക്കൂട്ടത്തിന്റെ പ്രതികരണങ്ങൾ (ആര്, ഏതുസമയത്ത്, എവിടെ, ഏതൊക്കെ സിനിമകൾ/സീരിയലുകൾ എത്രസമയം ഏതുവരെ കാണുന്നു തുടങ്ങിയ വിശദവും വൈയക്തികവുമായ വിവരങ്ങൾ) ശേഖരിച്ച് സമാഹരിച്ച് അതിന്റെ അടിസ്ഥാനത്തിൽ റേറ്റിങ് തീരുമാനിക്കുകയും അതിനനുസരിച്ച് ഉള്ളടക്കത്തിന്റെ മിശ്രവും സീരിയലുകളുടെ ഗതിവിഗതികളും നിർണ്ണയിക്കുകയാണ് അതിന്റെ രീതി. നിലനില്ക്കുന്ന വിപണിയുടെ രുചിശീലങ്ങൾക്കനുസൃതമായി ഉള്ളടക്കത്തെ രൂപപ്പെടുത്തുകയാണ് അവർ ചെയ്യുന്നത്. വിവരശേഖരങ്ങളെ അടിസ്ഥാനമാക്കിയുള്ള അൽഗോരിതങ്ങൾ ഉള്ളടക്കത്തെ നിർണ്ണയിക്കുന്ന ഈ രീതി ദീർഘകാലത്തിൽ വൈവിദ്ധ്യത്തെ പരിമിതപ്പെടുത്തുകയാണ് ചെയ്യുക. എന്തെന്നാൽ ആൾക്കൂട്ട അൽഗോരിതങ്ങൾ ഏറ്റവും ശരാശരി രുചികളെയും ശീലങ്ങളെയുമാണ് പിടിച്ചെടുക്കുക, അതുകൊണ്ടുതന്നെ ശരാശരിയിൽ നിന്നു വ്യതിചലിക്കുന്നവയെ അത് എപ്പോഴും നിരുത്സാഹപ്പെടുത്തുകയാണ് പതിവെന്നാണ് പൊതുവെയുള്ള അനുഭവം. ഉദാഹരണത്തിന് ആഗോളതലത്തിലുള്ള ടെലിവിഷൻ വ്യവസായപഠനങ്ങൾ സൂചിപ്പിക്കുന്നത് ഉള്ളടക്കത്തിലെ വൈവിദ്ധ്യത്തെക്കാളധികം വിപണിയുക്തി കൊണ്ടുവരിക സമീകരണമാണ് എന്നാണ്. മറ്റൊന്ന് ഇത്തരം ഒടിടി വേദികൾ ഓരോ രാജ്യത്തും അതിന്റെ വിപണി വികസിപ്പിക്കുന്നതിനനുസരിച്ച് അതാതിടങ്ങളിലെ ഭരണകൂടങ്ങളുമായിക്കൂടി ഒത്തുതീർപ്പുകളിലെത്തുകയാണ് പതിവ്. അതുകൊണ്ടുതന്നെ ചില ജനുസ്സുകൾക്ക് – ജനപ്രീതി, താരസാന്നിദ്ധ്യം, വിവാദമൂല്യം തുടങ്ങിയവയ്ക്ക് മുൻതൂക്കമുള്ളവ മാത്രമാണ് അവിടെ തുടർസാന്നിദ്ധ്യങ്ങളുണ്ടാവുക. സമാന്തരമെന്നോ, പരീക്ഷണാത്മകമെന്നോ, വ്യവസ്ഥാവിരുദ്ധമെന്നോ വിളിക്കാവുന്ന ചിത്രങ്ങൾ ക്രമേണ പുറന്തള്ളപ്പെടുകയാണ് പതിവ്.,

ഉണ്ടെങ്കിൽത്തന്നെ തങ്ങൾ ഉള്ളടക്ക വൈവിദ്ധ്യം പുലർത്തുന്നവരാണ് എന്ന് അവകാശപ്പെടാൻ മാത്രമുള്ള മിനിമം ടോക്കൺ സാന്നിദ്ധ്യമായിരിക്കും അത്.

ഇങ്ങനെ നോക്കുമ്പോൾ ഒ ടി ടി വേദികൾ സിനിമയുടെ സാംഗത്യത്തെയും ജനപ്രിയതയെയും കാഴ്ചാനുഭവത്തെയും ഒരിക്കലും ഇല്ലാതാക്കുവാൻ പോകുന്നില്ല. ടെലിവിഷൻ – അനന്തരസിനിമ മാറിയതുപോലെ ഇന്നും മാറുന്ന/മാറിയ ദൃശ്യാന്തരീക്ഷത്തിനോട് പ്രതികരിച്ചുകൊണ്ട് സിനിമ പുനർനിർമ്മിക്കുവാനും സ്വന്തം ലാവണ്യത്തെയും ആഖ്യാന രീതികളെയും പ്രമേയങ്ങളെയും മറ്റും പുനരാവിഷ്കരിക്കുവാനുമാണ് സാദ്ധ്യത.

സീരിയലുകളുടെ ദൈർഘ്യത്തെ ഹ്രസ്വസമയ ദൃശ്യാനുഭവത്തിന്റെ തീവ്രതയിലൂടെയും പരമ്പരകളുടെ പരിചരണവേഗതയെ സിനമയ്ക്കു മാത്രം സാദ്ധ്യമാകുന്ന ധ്യാനാത്മകതകൊണ്ടും ശബ്ദഘോഷങ്ങളെ മൗനംകൊണ്ടും, ദൃശ്യജാലങ്ങളെ ദൃശ്യദൈർഘ്യംകൊണ്ടും സിനിമ മറികടക്കും എന്നു പ്രതീക്ഷിക്കാം.

ആസ്വാദനം, അനുകരണം, പിന്നെ നിയന്ത്രണം, തമസ്കരണം

Cinema substitutes for our gaze a world more in harmony with our desires.

(Andre Bazin, ഗൊദാർദിന്റെ *കണ്ടെപ്റ്റ്* എന്ന സിനിമയിൽ നിന്നുള്ള ഉദ്ധരണി)

"Guys. It's a movie. Knock it off."

(വാർണർ ബ്രദേഴ്സ് നിർമ്മിച്ച *പ്രോജക്റ്റ് എക്സ്* എന്ന സിനിമയെ അനുകരിച്ച് കുറ്റകൃത്യങ്ങളിലേർപ്പെട്ട ചെറുപ്പക്കാരോട് നിർമ്മാതാക്കൾ പറഞ്ഞത്)

സിനിമ യുവാക്കളെ വഴിതെറ്റിക്കുന്നു എന്നും സാമൂഹ്യവിരുദ്ധവും ഹിംസാത്മകവുമായ പ്രവൃത്തികൾക്ക് പ്രേരിപ്പിക്കുന്നു എന്നും മറ്റുമുള്ള ആരോപണങ്ങൾ സിനിമയുടെ ആദ്യകാലം മുതൽ തന്നെയുള്ളതാണ്. *ഫസ്റ്റ് ബ്ലഡ്, ദി ഡാർക്ക് നൈറ്റ്, ഫൈറ്റ് ക്ലബ്ബ്, മണി ട്രെയിൻ, സ്ക്രീം, പ്രോജക്റ്റ് എക്സ്* പോലുള്ള ഒട്ടേറെ ഹോളിവുഡ് സിനിമകൾ ഇറങ്ങിയതിനു ശേഷം ആ ചിത്രങ്ങളിൽ അവതരിപ്പിച്ച കുറ്റകൃത്യങ്ങളെയും കൊലപാതകങ്ങളെയും പല ചെറുപ്പക്കാരും അതേപടി പകർത്താൻ ശ്രമിച്ചതായി റിപ്പോർട്ട് ചെയ്യപ്പെട്ടിട്ടുണ്ട്. കുറ്റവിചാരണയ്ക്കിടെ, ഈ ചിത്രങ്ങളാണ് തങ്ങൾക്ക് മാതൃകയോ പ്രചോദനമോ പ്രകോപനമോ ആയത് എന്ന് അവരിൽ പലരും എറ്റുപറയുകയും ചെയ്തിട്ടുണ്ട്. നിത്യേനയെന്നവണ്ണം ടെലിവിഷനും ഹിംസയുടെയും കുറ്റകൃത്യങ്ങളുടെയും (കുറ്റാന്വേഷണങ്ങളുടെയും) അതിവിശദമായ ദൃശ്യാവതരണങ്ങൾ നല്കിക്കൊണ്ടിരിക്കുന്നു. അതിനുപുറമെ നിയന്ത്രണങ്ങളേതുമില്ലാതെ ഇന്റർനെറ്റ് വഴി (ട്യൂട്ടോറിയലുകൾ വരെ) ഈ വിഷയങ്ങളെക്കുറിച്ചെല്ലാമുള്ള വിവരങ്ങളും ഉദ്ഘോഷണങ്ങളുമുണ്ട്. എന്നാൽ സിനിമകളാണ് ഇത്തരം ആരോപണങ്ങൾക്കും പ്രചോദനങ്ങൾക്കും വിധേയമാകുന്നത് എന്നത്

ഡാവിഞ്ചി കോഡ് (2006)

ശ്രദ്ധേയമായ ഒരു കാര്യമാണ്. അതിനുള്ള കാരണം, ടെലിവിഷൻ ഗൃഹബദ്ധവും ഇന്റർനെറ്റ്/മൊബൈൽ തുടങ്ങിയവ വൈയക്തികവുമായ വിനോദ/സംവേദനമാധ്യമങ്ങളായിരിക്കുമ്പോൾ, സിനിമയ്ക്ക് ഇന്നും അതിന്റെ സവിശേഷതയായ പൊതുമ (ഒരു പൊതുഇടത്തിൽ മനുഷ്യർ ഒന്നിച്ചിരുന്ന് വലിയ തിരശ്ശീലയിൽ ദൃശ്യങ്ങൾ കാണുന്ന രീതി/അനുഭവം) നഷ്ടപ്പെട്ടിട്ടില്ല എന്നതാണ്. സിനിമയ്ക്കുള്ള പൊതുമയാണ് ഭരണകൂടങ്ങളെയും മറ്റു അധികാരകേന്ദ്രങ്ങളെയും വിറളി പിടിപ്പിക്കുന്നതും. ഉദാഹരണത്തിന് *ഡാവിഞ്ചി കോഡ്* (2006) എന്ന ചിത്രം ഇറങ്ങിയതിന് മൂന്നു വർഷം മുമ്പുതന്നെ അത് ആസ്പദമാക്കിയ ഡാൻബ്രൗണിന്റെ നോവൽ ഇറങ്ങുകയും അത് ഒരു ബെസ്റ്റ് സെല്ലറായി വില്ക്കപ്പെട്ടുവെങ്കിലും സിനിമ ഇറങ്ങിയപ്പോഴാണ് പള്ളിയും വിശ്വാസികളും രംഗത്തിറങ്ങുകയും ചിത്രം നിരോധിക്കണമെന്ന് ആവശ്യപ്പെടുകയും ചെയ്തത്. ഇത് ചൂണ്ടിക്കാണിക്കുന്നത് സിനിമയ്ക്ക് സവിശേഷമായുള്ള ജനസ്വാധീനവും അനുകരണമൂല്യവും ആയിരിക്കണം.

കേരളത്തിന്റെ പലയിടത്തും *പ്രേമം* എന്ന സിനിമകണ്ട് ആൺ വിദ്യാർത്ഥികൾ അതിലെ നായകരെപ്പോലെ വേഷം ധരിച്ച് ക്യാമ്പസിലും തെരുവുകളിലും 'അഴിഞ്ഞാടു'കയും വിദ്യാഭ്യാസസ്ഥാപനത്തിന്റെ പവിത്രത നഷ്ടപ്പെടുത്തുകയും ചെയ്തു എന്ന് വാർത്തകൾ പ്രത്യക്ഷപ്പെട്ടു. അതിലെ നായികമാരെ പിന്തുടർന്ന് പെൺകുട്ടികളുടെ ഇടയിൽ ചുരുണ്ട മുടിക്കും മുഖക്കുരുവിനുമുള്ള ഫാഷൻ മൂല്യം വർദ്ധിച്ചുവെന്നും പറയപ്പെടുന്നു. കുറച്ചുകാലം മുമ്പ് കേരളത്തിൽ നടന്ന പല കുറ്റകൃത്യങ്ങളും '*ദൃശ്യം* മോഡൽ' എന്നാണ് വിശേഷിപ്പിക്കപ്പെട്ടത് – കൊലപാതകങ്ങളും തെളിവുകൾ നശിപ്പിക്കലും എക്കാലത്തും ഉണ്ടായിട്ടുണ്ടെങ്കിലും.

ഇത്തരം 'ദുഃസ്വാധീന'ങ്ങൾക്ക് എളുപ്പത്തിൽ വശംവദരാകുന്ന മനുഷ്യർ (അതായത് അതുപറയുന്ന ആൾ ഒഴികെയുള്ളവർ) സിനിമകണ്ട് ഭ്രമിച്ച് അതിനെ യാഥാർത്ഥ്യമായി തെറ്റിദ്ധരിച്ച് അതിലുള്ള നായകരൂപങ്ങളെയും അവരുടെ കൃത്യങ്ങളെയും അന്ധമായി അനുകരിക്കാൻ ശ്രമിക്കുന്നു എന്നാണ് ഇവിടെയുള്ള ആരോപണം. അങ്ങനെ കല ജീവിതത്തെയാണോ അനുക(സ)രിക്കുന്നത് അതോ ജീവിതം കലയെ ആണോ അനുകരിക്കുന്നത്/അനുകരിക്കേണ്ടത് എന്ന ആ പഴയ ചർച്ച ഇന്ന് മറ്റൊരു രീതിയിൽ വീണ്ടും സജീവമായിരിക്കുന്നു.

എല്ലാക്കാലത്തും ഇടങ്ങളിലും സിനിമ അതിന്റെ ജൈത്രയാത്ര തുടങ്ങിയത് ആൾക്കൂട്ടത്തിന്റെ കലയായിട്ടാണ് അതുകൊണ്ടുതന്നെ അത് ഒരു അധമ കലയായിട്ടാണ് പരിഗണിക്കപ്പെട്ടിരുന്നതും. എല്ലായിടത്തും ആൾക്കൂട്ടം പ്രത്യേകിച്ച് ചെറുപ്പക്കാർ അതിനെ സഹർഷം സ്വാഗതം ചെയ്തു. സിനിമയ്ക്കു ലഭിച്ച ഈ പിടിവിട്ട പ്രചാരവും ജനപ്രീതിയും അതിനെക്കുറിച്ചുള്ള സാമൂഹ്യ/ വരേണ്യഭീതിക്കും ഒപ്പം നിയന്ത്രണങ്ങൾ ഏർപ്പെടുത്താനുള്ള മുറവിളികൾക്കും തുടക്കമിട്ടു. ഈ ഭീതി കാണികൾക്ക് സിനിമയോടുള്ള അടങ്ങാത്ത ആകർഷണവും അത് നല്കുന്ന അഥവാ വാഗ്ദാനം ചെയ്യുന്ന ആനന്ദവും ക്രമനിരാസലഹരിയും സദാചാരലംഘനങ്ങളും എല്ലാമായി ബന്ധപ്പെട്ടിരിക്കുന്നു.

അതുകൊണ്ടുതന്നെ 'മാന്യ'സമൂഹം പണ്ടുമുതലേ സിനിമാനിർമ്മാണത്തെയും സിനിമാകൊട്ടകകളെയും കണ്ടിരുന്നത് അഴിഞ്ഞാട്ടക്കാരികളുടെയും വഴിവിട്ടു സഞ്ചരിക്കുന്നവരുടെയും കേന്ദ്രമായിട്ടാണ്. ഉദാത്തകലാവാദികളും സദാചാരക്കാരും സിനിമ മനുഷ്യനിലെ അധമവാസനകളെ ഉദ്ദീപിപ്പിക്കുന്നു എന്നും ഉദാത്തമാകേണ്ടതിനു പകരം കലയെ മലിനമാക്കുന്നു എന്നും സാമൂഹ്യഭാവനയെ വഴിതെറ്റിക്കുന്നു എന്നും എക്കാലത്തും ആരോപിച്ചുകൊണ്ടേയിരുന്നു. സ്ഥലത്തെയും കാലത്തെയും മെരുക്കിയും കശക്കിയും, സദാചാരവിഷം/വിഷമങ്ങൾ തീണ്ടാത്ത സ്വപ്നസമാനമായ ഒരു വൈകാരികതയെ അവലംബിച്ചും ആവിഷ്കരിച്ചും സിനിമ ഒരു മായികലോകത്തെ സൃഷ്ടിച്ചു, അങ്ങനെ നിത്യജീവിതത്തിൽ നിന്ന് അല്പനേരത്തേക്കെങ്കിലുമുള്ള വിടുതിയായും ആശ്വാസമായും പലരും അതിനെ കണ്ടു. അതിന്റെ പ്രഭയിൽ ഭ്രമിച്ചെത്തിയവർക്ക് സിനിമ മായികവും അതേസമയം അങ്ങേയറ്റം വികാരതീവ്രവുമായ ഒരു ലോകം സമ്മാനിച്ചു. സ്വന്തം വേരും വയലും വീടും വിട്ട് തൊഴിലും ജീവിതാവസരങ്ങളും തേടി നഗരങ്ങളിലേക്ക് കുടിയേറിയ ആൾക്കൂട്ടമായിരുന്നു എല്ലായിടത്തും സിനിമയെ ആവേശത്തോടെ സ്വീകരിച്ചത്. സ്വന്തം സമൂഹവും സമുദായവും ഉപേക്ഷിക്കേണ്ടിവന്ന അവരുടെ ഭാവനയ്ക്കും അഭിലാഷങ്ങൾക്കുമുള്ള ആശ്രയവും ആശ്വാസവും ആയിരുന്നു ഈ പുതിയ കല. ഇതെല്ലാംകൊണ്ടുതന്നെ തുടക്കം മുതലേ ഭരണകൂടങ്ങളും വരേണ്യസമൂഹവും സിനിമയെ സംശയത്തോടെയാണ് വീക്ഷിച്ചിരുന്നത്. 'ഉയർന്ന'തും, 'ഉദാത്ത'വുമായ

പ്രേമം

കലകൾ അഭ്യസിച്ചിരുന്നവരും ആസ്വദിച്ചിരുന്നവരും സാഹിത്യകാരന്മാരും ഈ ഡപ്പാംകൂത്ത് പരിപാടിയെ ഗൗരവത്തോടെ എടുത്തില്ല എന്നുമാത്രമല്ല സമൂഹത്തിൽ അതുണ്ടാക്കുന്ന ദുഷ്പ്രവണതകളെക്കുറിച്ച് മുറവിളി ഉയർത്തുകയും ചെയ്തു. സാഹിത്യത്തെപ്പോലെ സാക്ഷരതയോ മറ്റു കലകളെപ്പോലെ എന്തെങ്കിലും പരിശീലനമോ തയ്യാറെടുപ്പോ ഈ വിനോദത്തിന് ആവശ്യമില്ലായിരുന്നു. ടിക്കറ്റെടുക്കാൻ പാങ്ങുള്ള ഏതു പണ്ഡിതനും പാമരനും, പണക്കാരനും പാവപ്പെട്ടവനും ഒന്നിച്ചിരുന്ന് ഒരു തടസ്സവുമില്ലാതെ കാണാനും ആസ്വദിക്കാനും കഴിഞ്ഞ/കഴിയുന്ന ഈ ആഗോളകല അതു ചെന്നെത്തിയ ഓരോ സംസ്കാരത്തിലും അലയിളക്കങ്ങളും അസ്വാസ്ഥ്യങ്ങളും ഉണ്ടാക്കി. നമ്മുടേതുപോലുള്ള സമൂഹങ്ങളിൽ ആദ്യകാലത്തെങ്കിലും കൂടുതലും പ്രദർശിപ്പിക്കപ്പെട്ടിരുന്നത് വിദേശത്തോ മറ്റു ഭാഷകളിൽനിന്നോ വന്ന ചിത്രങ്ങൾ ആയിരുന്നു എന്നതും സിനിമയുടെ 'അന്യത'യെയും അതു നമ്മുടെ 'സനാതന'സംസ്കാരത്തിലുണ്ടാക്കാവുന്ന ദുഃസ്വാധീനങ്ങളെക്കുറിച്ചുള്ള ആശങ്കകളെയും ഇരട്ടിപ്പിച്ചിരിക്കണം. വിവിധ സംസ്കാരങ്ങൾക്ക് സിനിമയോടുള്ള സമീപനങ്ങളും അതിനു നല്കിയ മതിപ്പും ആരാധനയും വ്യത്യസ്തങ്ങളായിരുന്നു. നമുക്ക് ഏറ്റവും അടുത്തുള്ള ഉദാഹരണം, 'പ്രബുദ്ധനായ' മലയാളിക്ക് തമിഴന്മാരുടെ സിനിമപ്രാന്തിനെക്കുറിച്ച് അടുത്തകാലംവരെ പുലർത്തിയിരുന്ന പുച്ഛമാണ്: തമിഴൻ

സിനിമയെ യാഥാർത്ഥ്യമായിത്തന്നെ തെറ്റിദ്ധരിക്കുന്നു എന്നും സിനിമാതാരങ്ങളോടുള്ള അന്ധമായ ആരാധന മൂലമാണ് അവരെ തിരഞ്ഞെടുപ്പിലൂടെ വിജയിപ്പിക്കുന്നത് എന്നും മറ്റുമുള്ള മലയാളികളുടെ അഹങ്കാരത്തിന്റെ അടിസ്ഥാനം നമുക്ക് സിനിമ യാഥാർത്ഥ്യമല്ല എന്ന 'തിരിച്ചറിവുണ്ട് എന്നതായിരിക്കണമല്ലോ.

സിനിമയും ജീവിതവും അല്ലെങ്കിൽ കലയിലും മാധ്യമങ്ങളിലും ഉള്ള പ്രതിനിധാനങ്ങളും യാഥാർത്ഥ്യവും (ഇവയ്ക്കൊക്കെ പുറത്ത് അങ്ങനെയൊന്നുണ്ടോ?) തമ്മിലുള്ള ബന്ധത്തെ ഏകദിശയിൽ പ്രവഹിക്കുന്നതോ സ്വാധീനിക്കുന്നതോ ആയി കാണുന്നത് തെറ്റായിരിക്കും. മാധ്യമങ്ങൾ 'പുറത്തു'നിന്ന് നമുക്ക് ചില വിവരങ്ങളും രസങ്ങളും അർത്ഥങ്ങളും ഔന്മുഖ്യങ്ങളും 'നല്കുക'യല്ല, മറിച്ച് ആ പ്രക്രിയയിൽ നമ്മൾകൂടി എപ്പോഴും പങ്കാളികളും നിർമ്മാതാക്കളുമാണ്. ആ പ്രക്രിയയുടെ അടിസ്ഥാനംതന്നെ രണ്ടു പക്ഷവും മാധ്യമ–സ്രോതസ്സുകളും അവയുടെ ആസ്വാദകരും – തമ്മിലുള്ള പരസ്പരധാരണയും കൊള്ളകൊടുക്കയും നീക്കുപോക്കുകളും ആണ്. സ്ലാവോഷ് ഷിസേക് എന്ന ദാർശനികൻ *ദി പെർവെർട്സ് ഗൈഡ് ടു സിനിമ*യിൽ പറയുന്നതുപോലെ, സിനിമയിൽ നമ്മൾ തിരയുന്നത് നമ്മുടെ തൃഷ്ണകളുടെയും അഭിലാഷങ്ങളുടെയും സഫലീകരണമല്ല, മറിച്ച്, 'നമ്മൾ എന്തിനെയാണ് അഭിലഷിക്കുന്നത്?'എന്നതിനെത്തന്നെയാണ്.. മനുഷ്യന്റെ അഭിലാഷങ്ങളിൽ തികച്ചും സ്വാഭാവികമോ പ്രാകൃതികമോ ആയിട്ട് ഒന്നുമില്ല. നമ്മുടെ അഭിലാഷങ്ങളെല്ലാം തന്നെ കൃത്രിമമാണ്. അതുകൊണ്ടുതന്നെ എങ്ങനെ അഭിലഷിക്കണം എന്ന് നമ്മളെ പഠിപ്പിക്കേണ്ടിയിരിക്കുന്നു അദ്ദേഹത്തിന്റെ അഭിപ്രായത്തിൽ, സിനിമയാണ് ആ വൈകൃതകലയുടെ പാരമ്യം. "നിങ്ങൾ അഭിലഷിക്കുന്നത് അത് നിങ്ങൾക്ക് നല്കുന്നില്ല, എന്നാൽ അത് എങ്ങനെ അഭിലഷിക്കണമെന്ന് നിങ്ങളോട് പറയുന്നുണ്ട്" ആ ചിത്രം അവസാനിക്കുന്നത് സീസേക്കിന്റെ ഈ നിരീക്ഷണത്തോടെയാണ്: "സിനിമ എന്ന കല തൃഷ്ണയെ ഉണർത്തി അതുമായി നിരന്തരമായ ലീലകളിലേർപ്പെടുന്നു. എന്നാൽ അതേ സമയം അവയെ മെരുക്കിയെടുത്തും പരുവപ്പെടുത്തിയും നമ്മെ അത് സുരക്ഷിതമായ ഒരു ദൂരത്തിൽ നിർത്തുകയും ചെയ്യുന്നു..

നമ്മുടെ തൃഷ്ണകളും പ്രതികരണങ്ങളും പെരുമാറ്റങ്ങളും എങ്ങനെ വളരെ സങ്കീർണ്ണമായ രീതിയിൽ മാധ്യമപ്രതിനിധാനങ്ങളുമായും (ഒപ്പം ആഖ്യാന–അബോധവുമായും) കെട്ടുപിണഞ്ഞുകിടക്കുന്നു എന്നുള്ളതാണ് ഷീസേക്കിന്റെ നിരീക്ഷണത്തിൽനിന്ന് വ്യക്തമാകുന്നത്. ഒന്നിനെയും ഏകശിലാത്മകവും ഏകദിശാത്മകവും ആയി കാണാനാവില്ല എന്നും, ഒന്ന് മറ്റൊന്നിനെ നിരന്തരം സ്വാധീനിക്കുകയും രൂപപ്പെടുത്തുകയും അതിലേക്ക് തുറന്നിടപ്പെട്ടിരിക്കയും ആയതിനാൽ

ലളിതമായ യുക്തികൾക്കോ കാര്യകാരണബന്ധങ്ങൾക്കോ ഇവിടെ പ്രസക്തിയില്ല. അനുകരണസുഖത്തിനുപരി മറ്റു പലതരം ലീലാപരതകളിലേക്കാണ് സിനിമ പ്രേക്ഷകരെ ആനയിക്കുന്നത്.

ജനപ്രിയസിനിമകൾ അതുകൊണ്ടാണ് നിരൂപകരുടെയും സാമൂഹ്യഗവേഷകരുടെയും പ്രത്യേകശ്രദ്ധ ആകർഷിക്കുന്നതും. അത്തരം സിനിമകൾ ഏതൊക്കെയോ രീതിയിൽ സമൂഹ–അബോധത്തെ പ്രതിഫലിപ്പിക്കുന്നുണ്ട് എന്നതിനാലാണത്. പൊതുമണ്ഡലത്തിൽ പ്രകാശനം ലഭിക്കാത്ത അന്തഃസംഘർഷങ്ങളെയും അമർത്തിവെക്കപ്പെട്ട അഭിലാഷങ്ങളെയും കാമക്രോധമോഹലോഭങ്ങളെയും എന്തൊക്കെയോ രീതിയിൽ, തലങ്ങളിൽ സ്പർശിക്കുന്നതിനാലാകാം അവ വിജയിക്കുന്നത്.

ഒരു തീജ്ജ്വാലയ്ക്ക് വായുവും കാറ്റും എങ്ങനെ രൂപവും ദിശയും നല്കുന്നുവോ അതുപോലെയായിരിക്കാം മാധ്യമങ്ങൾ അല്ലെങ്കിൽ ദൃശ്യപ്രതിനിധാനങ്ങൾ അതിന്റെ ഉപഭോക്താക്കളെയും ആരാധകരെയും സ്വാധീനിക്കുന്നതും ഒരു പരിധിവരെ അവരുടെ പ്രതികരണ–പ്രകാശനങ്ങളെ രൂപപ്പെടുത്തുന്നതും. ആ ജ്വാലയായി കത്തുന്ന തീയോ ഇന്ധനമോ കൊള്ളിയോ അല്ല മാധ്യമം എന്നു ചുരുക്കം, പക്ഷേ, അതിനെ ആളിക്കത്തിക്കാനും പടരാനും വായുവും കാറ്റും പോലെ തീർച്ചയായും അത് കാരണമാകാം. ജനപ്രിയ സിനിമകളിലും മാധ്യമങ്ങളിലും പ്രചരിക്കുന്നതും അതിലൂടെ പടർന്നുപിടിക്കുന്നതുമായ ചില നായകനായികാരൂപങ്ങൾ, അവരുടെ പെരുമാറ്റരീതികൾ, ചെയ്ത്തുകൾ, വൈകാരികഭാവങ്ങൾ, എന്നിവ പലപ്പോഴും കാണികൾക്കും ആരാധകർക്കും പ്രത്യേകിച്ച് ഫാൻസിന് അനുകരണ–മാതൃകകളായി തീരാറുണ്ട്.

ലുങ്കിയുമുടുത്ത് കൂളിങ് ഗ്ലാസും വെച്ചുവരുന്ന വിദ്യാർത്ഥികളുടെ ആൾക്കൂട്ടത്തിൽ ഓരോരുത്തരും അവരുടെ ഉള്ളിൽ ഒറ്റയ്ക്കൊറ്റയ്ക്ക് പ്രേമത്തിലെ നായകന്മാരാണ്. അവർ കോളേജ് ക്യാമ്പസിലോ തെരുവിലോ നടത്തുന്ന സ്വയം പ്രദർശനം/പ്രകടനം ആദ്യമായി അവർ അവരവർക്കുമുന്നിൽ തന്നെയാണ് നടത്തുന്നത്. തലതിരിഞ്ഞ ഈ ആവിഷ്കാരം ലോകത്തെ തന്റെ ഉള്ളിലേക്ക് ഒരു പ്രത്യേകരീതിയിൽ ആവാഹിക്കുന്നു; അവനവൻ മാത്രം നിറഞ്ഞ സ്വയം പ്രദർശനത്തിൽ മാത്രം കണ്ണും മനസ്സും ഉള്ള ഒരു പ്രവൃത്തിയോ ആവിഷ്കാരമോ ആണത്. അതിലെ അഭിനേതാവും നായകനും കാഴ്ചക്കാരനും എല്ലാം ഞാൻ തന്നെയാണ്. അവ അപ്പപ്പോഴത്തെ മാധ്യമവേലിയേറ്റങ്ങളിൽ നിറയുന്നു, പതയുന്നു, ഒഴിയുന്നു, പിന്നെ അടുത്ത മാധ്യമത്തിരയിൽ വീണ്ടും നിറയുന്നു, നുരയുന്നു..

പലപ്പോഴും 'സിനിമാ മോഡൽ' കുറ്റകൃത്യങ്ങൾ അതു ചെയ്തവർ തന്നെ ആ കൃത്യത്തിനു അനന്തരം നല്കുന്ന വ്യാഖ്യാനങ്ങളാണ്. സ്വന്തം കൃത്യത്തിന് ആ രീതിയിൽ ഒരു ന്യായീകരണ–ആഖ്യാനം അണി

യിച്ച് സ്വന്തം ഉത്തരവാദിത്വത്തിൽ നിന്ന് ഒരു പരിധിവരെ അവനവനെ സ്വതന്ത്രമാക്കുന്ന തന്ത്രമോ അല്ലെങ്കിൽ പിടിക്കപ്പെട്ടതിനുശേഷം തന്റെ നായകനർപ്പിക്കുന്ന ഒരു 'ആദരാഞ്ജലി'യോ കൂടി ആകാമിത്. ഇവിടെ സ്വന്തം ഉത്തരവാദിത്വത്തെയും നിർവ്വഹകത്വത്തെയും സ്വയം ഏറ്റെടുക്കുന്നതിനു പകരം അതിന്റെ കർത്തൃത്വം തന്റെ മേലുള്ള പ്രചോദനങ്ങൾക്ക് നല്കുന്ന ഒരു രീതിയാണിത്. പെട്ടെന്ന് ഇവിടെ കുറ്റം ചെയ്തയാൾ തന്നെ ഒരു ഇരയായിത്തീരുന്നു. ഏതോ ബാഹ്യഘടകങ്ങളുടെ പ്രേരണയാൽ അയാൾ അതു ചെയ്തു അല്ലെങ്കിൽ 'അയാളാൽ ചെയ്യപ്പെട്ടു' എന്നവണ്ണം ആ കൃത്യം ക്രമേണ തന്നിൽനിന്ന് പുറത്തേക്ക് ആഗിരണം ചെയ്യപ്പെടുന്നു. നടക്കുന്ന കുറ്റകൃത്യങ്ങളുടെ ഉത്തരവാദിത്വം ഈ രീതിയിൽ സിനിമയിൽ അടിച്ചേല്പിക്കുകയാണെങ്കിൽ അതേ ന്യായപ്രകാരം നായകൻ ചെയ്യുന്ന നല്ല കൃത്യങ്ങൾക്കും ഇതേ ആഘാതശേഷിയും അനുകരണക്ഷമതയും ഉണ്ട് എന്ന് സമ്മതിക്കേണ്ടിവരും. അങ്ങനെയുള്ള സ്വാധീനങ്ങൾ ആരും പറഞ്ഞു കേൾക്കാറുമില്ല. അങ്ങനെ നോക്കുമ്പോൾ സമൂഹത്തിൽ സംഭവിക്കുന്ന അതിക്രമങ്ങൾക്കും നിയമലംഘനങ്ങൾക്കുമുള്ള ഒരു കാരണം സിനിമയിൽ ആരോപിക്കുക എന്നതാണ് സംഭവിക്കുന്നത്. ഇവിടെ അതിന്റെ വിശകലനാതീതമായ വിജയവും ജനപ്രിയതയുംകൊണ്ട് സിനിമ ഏറ്റവും സൗകര്യപ്രദമായ ഒരു കാരണമായിത്തീരുന്നു എന്നേ പറയാനാവൂ. ചെയ്യപ്പെട്ട കുറ്റകൃത്യം, അതിലേക്കു നയിച്ച സാമൂഹ്യവും, സാഹചര്യപരവുമായ കാര്യങ്ങൾ, സമ്മർദ്ദങ്ങൾ, സിനിമയുടെ മായികപ്രഭാവം, താരാരാധന, സമൂഹത്തിൽ നിന്നും സുഹൃദ്സംഘത്തിൽനിന്നുമുള്ള ഉത്തേജനങ്ങൾ, എന്നിവയെല്ലാം കെട്ടുപിണയുന്ന ഒരു സങ്കീർണ്ണകൃത്യമാണത്.

അത്തരം ഋജുവായ കാര്യകാരണയുക്തികൾ മനുഷ്യമനസ്സിനെത്തന്നെ വളരെ ലളിതമായി കാണുന്നു; ഒരു പാവ്ലോവിയൻ നായയെ

പ്രേമം

പോലെയല്ല മനുഷ്യപ്രതികരണങ്ങൾ, അപൂർവ്വം ചില അവസരങ്ങളിൽ അങ്ങനെയാകാൻ നിർബ്ബന്ധിതമാകാറുണ്ട് എങ്കിലും. മാധ്യമപ്രതിനിധാനങ്ങൾക്കു പുറമെ, വ്യക്തിയുടെ മനോഘടനയും ആഭിമുഖ്യങ്ങളും ജീവിതസാഹചര്യങ്ങളും സ്വത്വസമ്മർദ്ദങ്ങളും സാമൂഹികസാഹചര്യങ്ങളും, സാമ്പത്തികാവസ്ഥകളുമെല്ലാം ഇവിടെ പലതലങ്ങളിലും തോതിലും സ്വാധീനക്ഷമമാണ്. വൈയക്തികമായ ആഭിമുഖ്യങ്ങളും അഭിലാഷങ്ങളും അവയുടെ സംഘപ്രകാശനപടുതികൾ, അരങ്ങുകൾ, രൂപങ്ങൾ, ഇവയെയെല്ലാം ചൂഴ്ന്നുനില്ക്കുന്ന സാമൂഹ്യ/മാധ്യമ അന്തരീക്ഷം, അതിനോടുള്ളതും അതിലുള്ളതുമായ പ്രതികരണം ഇവയെല്ലാം ഇവിടെ നിർണ്ണായകമായിത്തീരുന്നു.

അനുകരണങ്ങളെ ഈ നിലയിൽ നോക്കിയാൽ ഒരുതരം പ്രതികരണമായി കാണാവുന്നതാണ്, എന്നാൽ നമ്മുടേതുപോലുള്ള സമൂഹങ്ങൾ അവയെ എങ്ങനെ 'കൈകാര്യം' ചെയ്യുന്നു എന്നതാണ് നമ്മെ കൂടുതൽ ആശങ്കാകുലരാക്കേണ്ടത്. മനുഷ്യരിൽ — പ്രത്യേകിച്ച് യുവാക്കളിൽ — ഉറങ്ങിക്കിടക്കുന്ന അല്ലെങ്കിൽ ഉറക്കിക്കിടത്തപ്പെട്ട പലതരം വാസനകളെ (പ്രത്യേകിച്ചും ലൈംഗികതയെ) ഇത്തരം സിനിമകളും അതിലെ നായക/നായികാരൂപങ്ങളും അവരുടെ ചേഷ്ടകളും ഉദ്ദീപിപ്പിക്കുന്നുണ്ടാകാം. ഇവിടെ സിനിമ കാണൽ എന്നത് അമർത്തിവെക്കപ്പെട്ട അഭിലാഷങ്ങളും/വൈകാരികഭാവനകളും, അതിന്റെ സദാചാരമുക്തവും സ്വതന്ത്രവുമായ പ്രകാശനവും തമ്മിലുള്ള മുഖാമുഖമാണ്. അനുകരണങ്ങൾ പെട്ടെന്ന് പൊട്ടിപ്പടരുന്നതും അതിനോട് പൊതുസമൂഹം ഇത്രയ്ക്ക് അക്രമാസക്തമായും അസ്സഹിഷ്ണുതയോടെയും പ്രതികരിക്കുന്നതും എല്ലാം നമ്മുടേതു പോലുള്ള സമൂഹങ്ങളുടെ നിജഭാവത്തെ വെളിപ്പെടുത്തുന്ന അവസരങ്ങൾ കൂടിയാണ്.

*

സിനിമകളെയും മറ്റു മാധ്യമങ്ങളെയും സമൂഹത്തിലെ ദുഷ്പ്രവണതകൾക്കുള്ള മൂലകാരണമായി ചൂണ്ടിക്കാട്ടുന്ന രീതിയിൽ രണ്ടുതരം അപകടങ്ങൾ ഒളിഞ്ഞിരിക്കുന്നു: ഒന്ന്, യുവാക്കളുടെ വൈകാരിക പ്രകടനങ്ങളോടും തൃഷ്ണാപ്രകാശനങ്ങളോടുമുള്ള ഭീതി/ അസ്സഹിഷ്ണുത, അതായത് നിലനില്ക്കുന്നതിനെ നിലനിർത്താനും സനാതനമാക്കാനുമുള്ള ത്വര; മറ്റൊന്ന്, മാധ്യമങ്ങൾക്കും പൊതുപ്രകാശനങ്ങൾക്കും അഭിപ്രായസ്വാതന്ത്ര്യത്തിനും മേൽ കൂടുതൽ കർക്കശമായ നിയന്ത്രണങ്ങൾ കൊണ്ടുവരണം എന്ന ആവശ്യത്തിനെ ബലപ്പെടുത്തുക. സദാചാരത്തെ മുൻനിർത്തി, എല്ലാ കാര്യങ്ങളിലും ഭരണകൂടത്തിന് നിരുപാധികം ഇടപെടാനുള്ള തുറന്ന ക്ഷണമായി ഇത്തരം ന്യായവാദങ്ങൾ വളരാൻ അധികം താമസമില്ല.

പ്ലാറ്റോയുടെ റിപ്പബ്ലിക്കിൽനിന്ന് നാടകവും ചിത്രകലയും മറ്റും

ബഹിഷ്കരിക്കുന്നതിന് അദ്ദേഹം ചൂണ്ടിക്കാട്ടുന്ന കാരണം അവ കാണികളുടെ വികാരങ്ങളെയാണ് പ്രാഥമികമായും അഭിസംബോധന ചെയ്യുന്നത് എന്നതാണ്. വികാരങ്ങൾ യുക്തിപരമല്ലാത്തതിനാൽ അത് വ്യക്തിയും അതുവഴി സമൂഹവും പിന്തുടരേണ്ട യുക്തിബോധത്തെ ഹനിക്കുന്നു എന്ന് അദ്ദേഹം ആരോപിച്ചു. ദയ, മരണഭയം തുടങ്ങിയ വികാരങ്ങൾ അദ്ദേഹം പ്രത്യേക ഉദാഹരണങ്ങളായി ചൂണ്ടിക്കാട്ടുന്നുണ്ട്. ഇത്തരം മൃദുലവികാരങ്ങൾ മനുഷ്യരെ വഴിതെറ്റിക്കുകയും പൗര–സൈനികന്റെ വീര്യം കെടുത്തുകയും യുദ്ധം ചെയ്യാനുള്ള ശേഷി നശിപ്പിക്കുകയും ചെയ്യും എന്ന് പ്ലാറ്റോ മുന്നറിയിപ്പു നല്കുന്നു. സമകാലിക പ്ലാറ്റോണിസ്റ്റുകളുടെ യുക്തി ഇത്തരം വികാരപ്രതിനിധാനങ്ങൾ കാണികളെ അക്രമത്തിലേക്കും ഹിംസയിലേക്കും നയിക്കുമെന്നതാണ്. രണ്ടു കൂട്ടരുടെയും യുക്തി ഒരു നിയന്ത്രണസമൂഹത്തിനെ മാനകവും കേന്ദ്രവുമാക്കിക്കൊണ്ടാണ് എന്നത് ശ്രദ്ധിക്കേണ്ട കാര്യമാണ്.

ലോകത്തിന്റെ വിവിധ രാജ്യങ്ങളിൽനിന്നും സംസ്കാരങ്ങളിൽ നിന്നുമുള്ള നാന്നൂറിലേറെ ഗവേഷണപഠനങ്ങളെ ആസ്പദമാക്കി യുനസ്കോ 1961 ൽ പുറത്തിറക്കിയ റിപ്പോർട്ട് – The influence of the cinema on children and adolescents An annotated international bibliography ചൂണ്ടിക്കാണിക്കുന്നത് സിനിമയ്ക്ക് ചെറുപ്പക്കാർക്കിടയിലെ അക്രമപ്രവണത വർദ്ധിപ്പിക്കുന്നതിൽ നേരിട്ടുള്ള സ്വാധീനമുണ്ട് എന്നതിന് കൃത്യമായ തെളിവുകളില്ല എന്നാണ്. ഈ സമാഹാരത്തിൽ തന്നെ പല സ്ഥലങ്ങളിൽനിന്നുള്ള പഠനങ്ങൾ അവർ സ്വീകരിച്ച ഗവേഷണപദ്ധതികൾക്കും നിലപാടുകൾക്കും അനുമാനങ്ങൾക്കും അനുസരിച്ച് വളരെ വ്യത്യസ്തവും പരസ്പരവിരുദ്ധവുമായ കണ്ടെത്തലുകളിലാണ് എത്തിച്ചേരുന്നത്. ടെലിവിഷൻ, ഇന്റർനെറ്റ് തുടങ്ങിയ മാധ്യമങ്ങളുടെ വ്യാപനത്തിനുമുമ്പാണ് ഈ പഠനം നടത്തിയത് എങ്കിൽക്കൂടി അതിലെ നിഗമനങ്ങൾ ഇന്നും പ്രസക്തമാണ് എന്നു തോന്നുന്നു. സിനിമയ്ക്കോ മറ്റേതു മാധ്യമത്തിനോ ഒരു സാമൂഹ്യപെരുമാറ്റത്തിനുമുകളിലുള്ള സ്വാധീനത്തിന്, അപവാദങ്ങളൊഴിച്ചാൽ പല ഘടകങ്ങളിലൊന്ന് എന്ന സ്ഥാനമേ ഉള്ളൂ എന്നു കാണാം. പലപ്പോഴും സിനിമയെയും മാധ്യമങ്ങളെയും പഴിചാരുന്നവർ കുറ്റകൃത്യത്തിലേക്ക് എത്തിപ്പെടുന്നവരുടെ പശ്ചാത്തലമോ മാനസികനിലയോ സാമൂഹ്യാവസ്ഥയോ പരിഗണിക്കാറുമില്ല. അങ്ങനെ നോക്കുമ്പോൾ പലപ്പോഴും ഏറ്റവും എളുപ്പത്തിൽ പഴിചാരാവുന്ന ഒരു കാരണം മാത്രമാണ് സിനിമ എന്നു വേണം കരുതാൻ. പ്രക്രിയകളിൽ നിന്നകറ്റി, എല്ലാറ്റിനെയും അവയുടെ പ്രകാശനങ്ങളിൽ മാത്രം കാണുന്നതും നേരിടുന്നതും പ്രതികരിക്കുന്നതുമായ ഈ രീതി തുറന്ന സമൂഹത്തിന് വിരുദ്ധമാണ്. അവിടുത്തെ അടിസ്ഥാനചോദനകൾ സ്വാതന്ത്ര്യവും ശ്രദ്ധയുമല്ല പകരം അധികാരവും നിയന്ത്രണവും ആണ്.

പിൻകുറിപ്പ്

നമ്മുടേതുപോലെ മനുഷ്യസഹജമായ ഏതു വികാരവും തുറന്ന് പ്രകടിപ്പിക്കാനോ പ്രകാശിപ്പിക്കാനോ അനുവദിക്കാതെ (പൊതുസ്ഥലത്ത് കെട്ടിപ്പിടിക്കുകയോ ചുംബിക്കുകയോ ചെയ്യുന്നത് പോലും ക്രിമിനൽ കുറ്റമായിക്കാണുന്ന ഒരു സമൂഹം) ഒരു സദാചാരത്തുറുങ്കായി മാറിയ സമൂഹങ്ങളിൽ ഏതു ചെറിയ മാനുഷികപ്രകാശനവും പൊട്ടിത്തെറിയാകുന്നത് അതിനോട് ഭരണകൂടവും സദാചാരപ്രഭുക്കളും കൈക്കൊള്ളുന്ന ആസുരമായ പ്രതികരണം കൊണ്ടാണ്. തലസ്ഥാനത്തു സർക്കാർ മുൻകൈയെടുത്തു സംഘടിപ്പിക്കുന്ന ഓണാഘോഷവേളയിൽ കനകക്കുന്നിലെ നിശാഗന്ധിയിൽ നടന്ന ഗാനമേളയെക്കുറിച്ച് പിറ്റേദിവസം *മാതൃഭൂമി* പത്രത്തിൽ വന്ന ഈ നിരീക്ഷണം വായിക്കുക: വരാനിരിക്കുന്ന കാലത്തിന്റെ സൂചനയായി ഇതിനെ കാണാവുന്നതാണ്.

"നിശാഗന്ധിയിൽ ഉത്രാടസന്ധ്യക്ക് ഗന്ധം പകർന്ന് ശ്വേതാ മോഹൻ എന്ന യുവഗായിക പാടുന്നു.. മധുരമനോജ്ഞമായ പാട്ടുകൾ. നിറഞ്ഞ സദസ്സ്. മുറുകിയ താളത്തിലൊരു പാട്ടുപാടിയപ്പോൾ ശ്വേത സദസ്സിനോട് പറഞ്ഞു: കമോൺ, ഡാൻസ്! കേൾക്കേണ്ട താമസം യുവാക്കൾ എണീറ്റ് ചുവടുവെക്കാൻ തുടങ്ങി, അന്തരീക്ഷം കൊഴുത്തു. പെട്ടെന്നാണ് അത് സംഭവിച്ചത്. കാക്കിത്തൊപ്പിവെച്ച ഒരു അരസികൻ എസ് ഐ എവിടെനിന്നോ അമ്പുകൊണ്ട പന്നിയെപ്പോലെ പാഞ്ഞുവന്നു. എന്തോ നടക്കാൻ പാടില്ലാത്തതു സംഭവിച്ചതുപോലെ ചുവടുവെച്ച പയ്യന്മാരെയൊക്കെ ഈ പേക്കോലം വിരട്ടിയിരുത്തി. ഗാനമേള തീരുന്നതുവരെ സദസ്സ് പൊലീസിനെ പേടിച്ച് അനങ്ങാതെയിരുന്നു..

"ഡിയർ ഏമാന്മാരെ, എന്താണ് ഓണമെന്ന് എല്ലാവരും ആലോചിക്കുന്നത് നന്നായിരിക്കും. ഓണത്തിന് ജനം ഊഞ്ഞാലാടും, ആടുമ്പോൾ പാടും, പൂവിടുന്നതുപോലും പാട്ടിന്റെ അകമ്പടിയോടെ. തുമ്പിതുള്ളൽ, കുമ്മിയടി.. അങ്ങനെ മനസ്സും ശരീരവുംകൊണ്ട് ആഘോഷിച്ചിരുന്ന, ആഹ്ലാദിച്ചിരുന്ന ഉത്സവമായിരുന്നു ഓണം. അത് വീട്ടിനകത്ത് ആയിരുന്നില്ല. വീട്ടിന് പുറത്ത് മണ്ണും മരങ്ങളും നിറഞ്ഞ പ്രകൃതിയിലെ സ്വാതന്ത്ര്യത്തിന്റെ ആഘോഷമായിരുന്നു അത്. പരസ്യമായ ആഘോഷമായിരുന്നു ഓണം. ഇപ്പോഴോ, പാട്ടുകേട്ട് ഒന്നനങ്ങിപ്പോയാൽ ലാത്തി പാഞ്ഞുവരും.. നമ്മളെ ഓണത്തിനെങ്കിലും ചുവടുവെക്കാൻ അനുവദിക്ക്, മലയാളിപ്പിള്ളാരെ ഇങ്ങനെ പമ്മികളാക്കാതെ.." (ജി ശേഖരൻ നായർ, പത്മതീർത്ഥക്കരയിൽ: ഓണത്തുമ്പീ പാടൂ, ഓണത്തിനിടയിലെ പുട്ടുകച്ചവടം, *മാതൃഭൂമി* ആഗസ്ത് 30, 2015)

സിനിമ എന്ന ഭാവനാപ്രദേശം / പ്രാദേശികഭാവന

സിനിമ എന്ന ആഗോളകലയിൽ പ്രദേശത്തിനും പ്രാദേശികതയ്ക്കുമുള്ള സ്ഥാനമെന്താണ്? പ്രദേശം എന്നത് ആഗോളീയതയുടെ ബഹുരൂപത മാത്രമാണോ? ആഗോളീയത പ്രാപിച്ചുവസിക്കുന്ന ദേശങ്ങൾ മാത്രമാണോ അവ? അതോ സിനിമ എന്നത് ആഖ്യാനങ്ങളിലും ലാവണ്യത്തിലും – ബഹുരൂപിയും ബഹുദേശീയവും ബഹുഭാവിയുമായ പലമയാണോ? ഒരു ആഗോളസാമ്പത്തികക്രമം/വിപണി എന്നതിനോടൊപ്പം ലാവണ്യപരവും പ്രമേയപരവും ഭാവനാപരവുമായ തലങ്ങളിൽ സിനിമയിൽ സംഭവിക്കുന്ന കേന്ദ്രീകരണത്തിന്റെയും വികേന്ദ്രീകരണത്തിന്റെയും, ഏകീകരണത്തിന്റെയും വൈവിദ്ധ്യവല്ക്കരണത്തിന്റെയും പ്രവണതകൾ എന്താണ് സൂചിപ്പിക്കുന്നത്? ഈ മാറ്റങ്ങൾക്കിടയിൽ പ്രാദേശികനിരൂപണത്തിന് എന്തുസംഭവിക്കുന്നു? അല്ലെങ്കിൽ അത് പ്രസക്തമോ സാദ്ധ്യമോ ആണോ? പ്രത്യേകിച്ചും ആശയങ്ങളുടെയും വിമർശനപദ്ധതികളുടെയും ഒപ്പം സിനിമകളുടെയും ആഗോളീയചംക്രമണം ഇത്രയും വിപുലവും ഗാഢവുമായിരിക്കുന്ന ഇന്നത്തെ സാഹചര്യത്തിൽ?

ആദ്യമായി 'ആഗോളചംക്രമണം' എന്ന പ്രയോഗത്തെ ഒന്ന് അഴിച്ചു പരിശോധിക്കേണ്ടതുണ്ട്; അത് എത്രകണ്ട് ആഗോളീയമാണ് അല്ലെങ്കിൽ ഈ ചംക്രമണം എത്രകണ്ട് എല്ലായിടത്തുമെത്തുന്നു എന്ന് നോക്കുമ്പോൾ, ആഗോളീയകേന്ദ്രങ്ങളും പ്രാദേശിക–അരികുകളും തമ്മിലുള്ള കൊള്ളക്കൊടുക്കകൾ, അവയ്ക്കിടയിലെ അങ്ങോട്ടുമിങ്ങോട്ടുമുള്ള ഒഴുക്കുകൾ എത്രകണ്ട് തുല്യതയുള്ളതാണ്? സൂക്ഷ്മമായി പരിശോധിച്ചാൽ അത് ആഗോളമൂലധനത്തിന്റെയും ഉല്പാദന–ഉപഭോഗവ്യവസ്ഥയുടെയും അതേ ഭൗമരാഷ്ട്രീയവും സമ്പദ്ക്രമവും പിന്തുടരുന്നതായാണ് നമ്മൾ കാണുക. ഇന്റർനെറ്റ് അനുഭവം സൃഷ്ടിക്കുന്ന

തിരശ്ചീനപ്രതീതിയുടെ തിരശ്ശീല നീക്കിയാൽ കാണുക അങ്ങേയറ്റം ശ്രേണീബദ്ധവും ലംബമാനവുമായ ഒരു വിനിമയക്രമത്തെയാണ്.

ആഗോളമൂലധനം ഡിജിറ്റൽ കാലത്ത് ആർജ്ജിച്ചിട്ടുള്ള രൂപഭാവ മാറ്റവും പ്രത്യേകിച്ചും അതിനുവന്നിട്ടുള്ള അഭൗതികത, വിർച്ചാലിറ്റി, ജംഗമശേഷി, ദേശാന്തരീയത എന്നിവ – നിർണ്ണായകമാണ്. ലോകത്ത് എല്ലായിടത്തുനിന്നും എല്ലായിടത്തേക്കും ഒരേപോലെ പ്രവഹിക്കുന്ന/പ്രസരിക്കുന്ന സ്വാതന്ത്ര്യവും തുല്യവുമായ ഒരു ചലനമല്ല അത്; മറിച്ച് ഡിജിറ്റൽ പൂർവ്വകാലത്തുണ്ടായിരുന്ന ഭൗതികമായ അസമത്വങ്ങളെ ഡിജിറ്റലാക്കുക മാത്രമല്ല, സാമൂഹികവും സാംസ്കാരികവും ബൗദ്ധികവുമായ തലങ്ങളിലേക്ക് സ്വാധീനങ്ങളെ വികസിപ്പിക്കുക കൂടി ചെയ്തിട്ടുണ്ട്. അരികുകൾ മനുഷ്യാദ്ധ്വാനത്തിന്റെയും അസംസ്കൃതവസ്തുക്കളുടെയും വിഭവസ്രോതസ്സുകളായി തുടരുമ്പോൾ, കേന്ദ്രങ്ങൾ ഉപഭോഗത്തിന്റെയും മൂല്യവർദ്ധനയുടെയും സ്വാംശീകരണത്തിന്റെയും ഇടങ്ങളായി വളർന്നുകൊണ്ടേയിരിക്കുന്നു. ഇതേ പാറ്റേൺ ബൗദ്ധിക മണ്ഡലത്തിലേക്കും പടരുന്നതുകാണാം. മാനവരാശിയെ ബാധിക്കുന്ന ഓരോ പ്രതിസന്ധിയും അത് പാരിസ്ഥിതികമാകട്ടെ, ആഗോളതാപനമോ, കോവിഡ് പോലുള്ള മഹാമാരിയോ ആകട്ടെ – ഈ ആഗോളീയ–പ്രദേശ ബന്ധവുമായി കെട്ടുപിണഞ്ഞുകിടക്കുന്നതായിക്കാണാം.

അത്തരമൊരു പശ്ചാത്തലത്തിൽ, സിനിമാ എന്ന ഭാവനാപ്രദേശത്തെയും സിനിമയുടെ പ്രാദേശികഭാവനയെക്കുറിച്ചുമുള്ള ചില നിരീക്ഷണങ്ങളവതരിപ്പിക്കാനാണ് ഇവിടെ ശ്രമം. പി എസ് രാധാകൃഷ്ണൻ എഴുതിയ വടക്കൻ പാട്ടുസിനിമകൾ – ചരിത്രം, സംസ്കാരം, രാഷ്ട്രീയം എന്ന പുസ്തകം ഉണർത്തിയ ചിന്തകൾ കൂടിയാണിത്.

2

ഒരു മാധ്യമം/കലാരൂപം/വിനോദവ്യവസായം എന്ന നിലയിലെല്ലാം തുടക്കം മുതൽ തന്നെ ആഗോളീയമായിരുന്ന സിനിമയെക്കുറിച്ചുള്ള ചരിത്രപഠനങ്ങളേറെയും അതിന്റെ അന്തർദ്ദേശീയതയിൽ ഊന്നുന്നതും എപ്പോഴും യൂറോപ്പിനെയും ഹോളിവുഡിനെയും കേന്ദ്രത്തിൽ നിർത്തുന്നവയും ആയിരുന്നു. യൂറോപ്പായിരുന്നു രൂപമാറ്റങ്ങളുടെയും ലാവണ്യക്കുതിപ്പുകളുടെയും പരീക്ഷണാത്മകതയുടെയും ഉറവിടം എങ്കിൽ, അതിന്റെ വ്യാവസായികവും സാമ്പത്തികവുമായ വ്യവസ്ഥാക്രമങ്ങൾ, ആഖ്യാനരീതികൾ, പ്രമേയഘടനകൾ, നായക–നായികാരൂപങ്ങൾ, സാങ്കേതികമികവ് തുടങ്ങി ഇസ്ലാമോഫോബിയ വരെയുള്ള ഘടകങ്ങളുടെ ഊർജ്ജകേന്ദ്രവും ആദർശവും ഹോളിവുഡ് ആയിരുന്നു. ഇന്നും സിനിമ എന്ന കലയുടെ ആഗോളതലത്തിലുള്ള മൂല്യനിർണ്ണയവും പരീക്ഷണാത്മകതയെക്കുറിച്ചുള്ള വിലയിരുത്തലുകളും തീർപ്പുകളും കല്പിക്കുന്നത് യൂറോപ്പും അതിന്റെ മേളകളും ആണ്;

അതുപോലെ ഹോളിവുഡ് ആണ് സിനിമ എന്ന വിനോദരൂപത്തിന്റെ പകിട്ടിന്റെയും പൊലിമയുടെയും പാരമ്യം. (ആഗോളസിനിമാ വ്യവഹാരങ്ങൾക്കകത്ത് കലയെയും ലാവണ്യത്തെയും കാൻ ചലച്ചിത്രമേളയും ജനപ്രീതിയെയും സാങ്കേതികമികവിനെയും ഓസ്കാറും പ്രതിനിധീകരിക്കുന്നു എന്നുപറയാം; കലാസിനിമയാണെങ്കിൽ കാനിലും മുഖ്യധാരാ സിനിമയാണെങ്കിൽ ഓസ്കാർ വേദിയിലും എത്തിച്ചേരുക എന്നതാണല്ലോ ലോകത്തെല്ലായിടത്തെയും സിനിമാക്കാരുടെ സ്വപ്നം). സിനിമയെക്കുറിച്ചുള്ള ചിന്തയിലും, വിനോദമൂല്യത്തെയും താരപ്പൊലിമയെയും കുറിച്ചുള്ള ഭാവനാമാതൃകകളിലും ഉള്ള ഈ പാശ്ചാത്യാധിപത്യം മൂന്നാം ലോകസിനിമകളെയാകെ അതിന്റെ ദുർബ്ബലമായ അനുകരണങ്ങളോ പതിപ്പുകളോ തുടർച്ചകളോ ആക്കിമാറ്റുന്നു. മൂന്നാം ലോകസിനിമാ ഭാവനയെ എക്കാലത്തും വേട്ടയാടുന്ന ഭൂതമോ, ആവേശിക്കുന്ന സ്വപ്നമോ ആണ് യൂറോപ്പ്.

ലോകസിനിമാരംഗത്ത് സാമ്പത്തികമായും ഭാവനാപരമായുമുള്ള യൂറോകേന്ദ്രിതത്വത്തെ പ്രതിരോധിക്കുകയും നിഷേധിക്കുകയും ചെയ്യുന്ന ചിന്തകളും നിർമ്മാണരീതികളും ശ്രമങ്ങളും ഉണ്ടായത് 1960–70 കാലഘട്ടത്തിലാണ്. മൂന്നാം സിനിമ, വിശക്കുന്ന സിനിമ, റാഡിക്കൽ സിനിമ, വികല സിനിമ തുടങ്ങി ലോകസിനിമാചിന്തയെത്തന്നെ ഇളക്കിമറിച്ച അക്കാലത്തുയർന്നുവന്ന സമാന്തരസങ്കല്പനങ്ങളെല്ലാം തന്നെ ഇന്ന് സിനിമാവ്യവഹാരങ്ങളിൽനിന്നും ചർച്ചകളിൽനിന്നും മൂന്നാം ലോകസിനിമാചിന്തയിൽനിന്നുപോലും അപ്രത്യക്ഷമായിരിക്കുന്നു. അന്താരാഷ്ട്ര–നിർമ്മാണക്കമ്പനികളും വിപണന ഏജൻസികളും ആഗോളറിലീസുകളും ഒ ടി ടി വേദികളുമെല്ലാം ആഗോളവ്യാപകമാവുകയും, മൂന്നാം ലോക ഭരണകൂടങ്ങൾ സാംസ്കാരികമേഖലയിൽനിന്ന്

കടത്തനാടൻ അമ്പാടി

പിൻവാങ്ങുകയും ചെയ്തതോടെ, 'ദേശീയസിനിമ' എന്ന സങ്കല്പം/ സങ്കല്പനം തന്നെ അപ്രസക്തമായിരിക്കുന്നു. അതോടെ, ദേശീയ മുദ്രകളുള്ള സിനിമകൾ എന്നത് ആഗോളസിനിമയുടെ ഉപാംഗങ്ങളോ സവിശേഷജനുസ്സോ മാത്രമായിക്കൊണ്ടിരിക്കുന്ന സ്ഥിതിയാണ് ഇന്നുള്ളത്. ജാപ്പനീസ് അനീമും, കൊറിയൻ ഹൊററും മെക്സിക്കൻ ഗാങ്സ്റ്ററും ബോളിവുഡ് മ്യൂസിക്കലും മൂന്നാംലോക പട്ടിണിയും ദരിദ്രസമൂഹങ്ങളിലെ ഹിംസയും എല്ലാം തന്നെ ആഗോളദൃശ്യവിനോദ വിപണിയിലെ ചില ഗണങ്ങളോ ബ്രാന്റുകളോ ജനുസ്സുകളോ ആയിത്തീർന്നിരിക്കുന്നു. എല്ലാറ്റിനെയും ഗ്രസിച്ചും ഗ്രഹിച്ചും വളരുന്ന ഒരൊറ്റ ലോകവിപണി എന്ന അടിത്തറയിൽ പണിതിട്ടുള്ള ഇന്നത്തെ മാധ്യമ-ആഗോളീയത എല്ലാത്തരം വ്യത്യസ്തതകളെയും വികല്പ ങ്ങളെയും (ദേശീയതകളെയും പ്രാദേശികതകളെയും) ഒന്നുകിൽ അതിന്റെ ഉപാംഗമാവാൻ ക്ഷണിക്കുന്നു, അല്ലെങ്കിൽ അവയെ അതിന്റെ വിപണിയിൽനിന്നും (അതായത് ഭൗതികവും വിർച്വലുമായ എല്ലാ ദൃശ്യവേദികളിൽനിന്നും) വ്യവഹാരങ്ങളിൽനിന്നും പുറത്താക്കുന്നു. ഈ സാഹചര്യം പ്രാദേശീയതകളെക്കുറിച്ചുള്ള ഭാവനകളെയും വിചിന്തനങ്ങ ളെയും ആഴത്തിലുള്ള പ്രതിസന്ധിയിലാഴ്ത്തിയിരിക്കുന്നു.

3

സിനിമാമേഖലയിൽ ഇത് സംഭവിക്കുന്നത് വ്യവസായം, കലാരൂപം എന്നീ നിലകളിൽ മാത്രമല്ല, സൈദ്ധാന്തിക ചിന്തയുടെയും വിശകലന മാതൃകകളുടെയും കാര്യത്തിലും പ്രബലമാണ്. യൂറോപ്യൻ-ഹോ ളിവുഡ് സിനിമയെയും സിനിമാചിന്തയെയും കേന്ദ്രത്തിൽ നിർത്താതെ, അവയിൽനിന്ന് ഉദ്ധരിക്കാതെ (അവയെ നമ്മൾ വീണ്ടും വീണ്ടും ഉദ്ധരിച്ചുകൊണ്ടല്ലാതെ) സിനിമയെക്കുറിച്ചുള്ള എഴുത്ത് അസാദ്ധ്യമാ യിരിക്കുന്നു. സിനിമാപഠനത്തിന്റെ അക്കാദമികവല്ക്കരണവും അതിനെ ചുറ്റിപ്പറ്റിയുള്ള പ്രസിദ്ധീകരണവ്യവസായവും ഈ ആധിപത്യത്തെ കൂടുതൽ വ്യാപകവും രൂഢമൂലവുമാക്കി. എന്തെന്നാൽ അക്കാദമിക് പഠനഗവേഷണങ്ങളും വിദ്യാഭ്യാസവ്യവസ്ഥയും ആശ്രയിക്കുന്നത് റഫറൻസുകളുടെ ലഭ്യതയിലും വ്യാപ്തിയിലുമാണ്; അതായത് ഒരു പഠനം ആഗോളതലത്തിൽ ശ്രദ്ധിക്കപ്പെടണം/വായിക്കപ്പെടണം എങ്കിൽ അതിൽ പരാമർശിക്കപ്പെടുന്ന സിനിമകളും സിദ്ധാന്തങ്ങളും ചിന്തകരും ചിന്തകളും സങ്കല്പനങ്ങളും എല്ലാം വായിക്കുന്നവർക്കും പരിചിതമാ യിരിക്കണം അല്ലെങ്കിൽ അവർക്ക് ഏതെങ്കിലും മാർഗ്ഗത്തിലൂടെ സിനി മകളാണെങ്കിൽ യൂട്യൂബിലോ, ടൊറന്റുകളിലോ ഒ ടി ടിയോ വഴി; ആശ യമോ, പാഠങ്ങളോ പഠനങ്ങളോ പ്രസിദ്ധീകരണങ്ങളോ ആണെങ്കിൽ ഇംഗ്ലീഷിലും വ്യവസ്ഥാപിത പ്രസിദ്ധീകരണ / വിവരവിനിമയ മാധ്യമങ്ങളും വഴി - അവ ലഭ്യമാകണം. ഇവയിലൊന്നും ഇല്ലാത്തതും

ഇംഗ്ലീഷ് ഉപശീർഷകമില്ലാത്തതും വിപണിയിൽ ഇല്ലാത്തതുമായ (അതായത്, എത്താത്തതുമായ) സിനിമകളെയും വിവർത്തനം ചെയ്യപ്പെടാത്ത പാഠങ്ങളാണ് ഒരു മൂന്നാം ലോക പഠിതാവിന്റെ അനുഭൂതിലോകം, ലാവണ്യമണ്ഡലം, ചരിത്രസ്ഥലം. തന്റെ ജീവിതലോകത്തിൽ നിന്നുരുവാകുന്ന ഈ സാംസ്കാരികപ്രകാശനങ്ങളെയാണ് അയാൾ നിരൂപിക്കുന്നതും ലാവണ്യവിമർശനത്തിനായി അവലംബിക്കുന്നതും ആശ്രയിക്കുന്നതും. അത്തര(ല)ത്തിൽ ജീവിക്കുന്ന/പ്രവർത്തിക്കുന്ന/എഴുതുന്ന ഒരാൾക്ക് ഒരു പ്രാദേശികന്/യ്ക്ക് ആഗോളതലത്തിൽ സ്വന്തം ജ്ഞാനമണ്ഡലത്തിലെ സമശീർഷരും പണ്ഡിതരുമായി സമനിലയിൽ സംവദിക്കാൻ കഴിയുമോ? അതിന് അവശ്യമായ തുല്യവും സ്വതന്ത്രവുമായ പരസ്പരവിനിമയം ആഗോളീയതയും പ്രാദേശികതയും തമ്മിലുള്ളത് നടക്കുന്നുണ്ടോ? അതിനുള്ള സംവാദവേദികളും പരിഭാഷാസംവിധാനങ്ങളും നിലവിലുണ്ടോ? ഭാഷാപരമായി ഇംഗ്ലീഷിനും (സൈദ്ധാന്തികമായി ഫ്രഞ്ചിനും) സ്ഥലപരമായും സാമ്പത്തികമായും യൂറോപ്യൻ/അമേരിക്കൻ അക്കാദമികൾക്കും പ്രസിദ്ധീകരണശൃംഖലകൾക്കും മേല്ക്കോയ്മയുള്ള അവസ്ഥയിൽ പ്രാദേശികഭാഷകളിൽ പ്രാദേശിക സിനിമകളെക്കുറിച്ചുള്ള എഴുത്തുകൾ, ലാവണ്യചിന്തകൾ, വിമർശന സംവാദങ്ങൾ എന്നിവയ്ക്ക് എവിടെയാണ്/എന്താണ് പ്രസക്തി, സ്ഥാനം? അവയെല്ലാം ആത്മഭാഷണങ്ങളോ ഒരു ഭാഷയ്ക്കകത്തുമാത്രം ഒതുങ്ങിനില്ക്കുന്ന ഒതുക്കപ്പെടുന്ന വ്യവഹാരങ്ങളോ മാത്രമാണോ? അങ്ങനെ ആയിരിക്കേണ്ടതുണ്ടോ?

ഇത്തരം തികച്ചും അസമമായ ഒരു സാഹചര്യത്തിൽ ജീവിക്കുന്ന, മൂന്നാം ലോക സിനിമാപഠിതാക്കളുടെ മുന്നിലുള്ള ഏറ്റവും എളുപ്പവും സുഗമവും പ്രലോഭനീയവുമായ മാർഗ്ഗം ആ മണ്ഡലത്തിൽ പ്രചരിക്കുന്നതും ഭരിക്കുന്നതുമായ സങ്കല്പനവ്യൂഹങ്ങളെയും ആശയഘടനകളെയും ഒപ്പം ആചാര്യന്മാരെയും (ആചാരങ്ങളെയും) ആശ്രയിക്കുകയും പിൻപറ്റുകയും ചെയ്യുക എന്നതാണ്. സ്വാഭാവികമായും ഈ കളിയിൽ നമ്മൾ എപ്പോഴും രണ്ടാം കിടക്കാരും, നിത്യ-അനുകർത്താക്കളും പടിഞ്ഞാറുനോക്കികളുമായി തുടരുവാൻ വിധിക്കപ്പെട്ടിരിക്കുന്നു. നമ്മുടെ സിനിമയെക്കുറിച്ചുള്ള പഠനം/ചിന്ത എന്നത് പുറത്തുനിന്നു വന്ന/വരുന്ന സങ്കല്പനങ്ങളുടെ ഒരു പ്രാദേശിക പ്രയോഗമായി മാറുന്നു. കലയെയും ലാവണ്യാനുഭൂതിയെയും കലാപ്രയോഗങ്ങളെയും ആഖ്യാനരീതികളെയും ഒക്കെക്കുറിച്ചുള്ള ചിന്തകളിലേക്ക് സ്വന്തം നാടും നാട്ടുകാരും ചരിത്രവും ഓർമ്മയുമെല്ലാം കടന്നുവരുന്നത് ഒരു സ്രോതസ്സായല്ല, മറിച്ച് ഉദാഹരണങ്ങളോ പ്രാദേശികനിദർശനങ്ങളോ അല്ലെങ്കിൽ സാമാന്യത്തിൽനിന്ന് തെറിച്ചുനില്ക്കുന്ന (അതായത് യൂറോപ്യൻ സങ്കല്പനങ്ങൾക്ക് വഴങ്ങാത്ത) അപവാദങ്ങളോ മാത്രമായി അവ ചുരുങ്ങുന്നു. ഇത് സങ്കുചിതമായ ഒരു തദ്ദേശീയതാവാദമോ ശുദ്ധസ്വത്വഘോഷണമോ അല്ല മറിച്ച് ഏതൊരു ജ്ഞാനമേഖലയിലുമുണ്ടാകേണ്ടതായ

ഒരു വടക്കൻ വീരഗാഥ

പ്രത്യേകിച്ചും ഡിജിറ്റൽ കാലഘട്ടത്തിൽ – ആഗോളസംവാദങ്ങളേയും പരസ്പരവിനിമയങ്ങളേയും സംബന്ധിക്കുന്നതാണ്; എല്ലാ സംസ്കാരങ്ങളുടെയും പാരമ്പര്യങ്ങളുടെയും പ്രാതിനിദ്ധ്യത്തെയും ഏതൊരു സവിശേഷവ്യവഹാരരംഗത്തിന്റെ തന്നെയും ബഹുസ്വരതയെയും സാർവ്വദേശീയതയേയും സംബന്ധിക്കുന്ന പ്രശ്നമാണ്.)

4

ഈ അവസ്ഥയിൽനിന്ന് കുതറണമെങ്കിൽ സൈദ്ധാന്തികചിന്തയിലും വിമർശനപദ്ധതികളിലും നമ്മൾ സ്വന്തം ചുറ്റുപാടുകളിൽനിന്നുള്ള ചൂടും വെളിച്ചവും (ഒപ്പം ഇരുട്ടും തണുപ്പും തടസ്സങ്ങളും) സ്വീകരിക്കാൻ തയ്യാറാവണം. അങ്ങനെ ചെയ്യുമ്പോഴായിരിക്കും സിനിമയ്ക്ക് ഒരു ആഗോളീയമായ ചരിത്രം മാത്രമല്ല തദ്ദേശീയവും പ്രാദേശികവുമായ സൈദ്ധാന്തിക തുറവികളും ചരിത്രങ്ങളുമുണ്ടെന്ന് വ്യക്തമാവുക. അപ്പോഴായിരിക്കും യൂറോപ്പിൽ ഉദയംകൊണ്ട ആഗോളീയമായ ഒരു സാങ്കേതികവിദ്യയെ, വിനോദമാധ്യമത്തെ, വിനിമയരൂപത്തെ നമ്മൾ എങ്ങനെ സ്വീകരിച്ചു, സ്വാംശീകരിച്ചു, വികസിപ്പിച്ചു എന്നൊക്കെയുള്ളതിന്റെ ചിത്രവും ചരിത്രവും നാട്ടുവെളിച്ചത്തിൽ തെളിഞ്ഞുവരിക.

അത്തരത്തിൽ മറുകോണിൽനിന്നുനോക്കുമ്പോൾ ആഗോളീയതയും ദേശീയതയും ഉപദേശീയതകളും നാട്ടുസങ്കല്പങ്ങളുമെല്ലാം തമ്മിലുള്ള സങ്കീർണ്ണമായ കൊള്ളക്കൊടുക്കകളും, ഈ തലങ്ങളിലെല്ലാമുള്ള സാമൂഹികവും രാഷ്ട്രീയവുമായ വ്യാവസായികവുമായ ബലതന്ത്രങ്ങളും വെളിച്ചപ്പെട്ടേക്കാം. ഒപ്പം, തദ്ദേശീയ ആഖ്യാനങ്ങളിലും രചനാതന്ത്രങ്ങളിലും ചെലുത്തിയ സ്വാധീനങ്ങളും ബാദ്ധ്യതകളും

സ്വാംശീകരണങ്ങളും തിരസ്കാരങ്ങളുമെല്ലാം അത്തരമൊരു പരിഗണനയുടെ കണക്കിൽ കൊള്ളിക്കേണ്ടിവരും. അത്തരമൊരു ചുവടുമാറ്റം സവിശേഷവും സൂക്ഷ്മവുമായ പ്രാദേശികജ്ഞാനവും ചരിത്രബോധവും അവിടെനിന്നുകൊണ്ടുള്ള വിശകലനങ്ങളും പ്രാദേശികനിരൂപകയിൽനിന്ന് ആവശ്യപ്പെടുന്നുണ്ട്. പ്രാദേശീകതയിൽനിന്നുകൊണ്ട് ആഗോളീയതയെ നോക്കാനും, ആഗോളീയതയുടെ പ്രഭാവത്തിൽനിന്ന് പ്രാദേശികതയെ വേറിട്ടറിയാനും വിശദീകരിക്കാനും ഇത്തരത്തിലുള്ള വഴിമാറിയുള്ള സഞ്ചാരങ്ങൾ ആവശ്യമാണ്. വിശ്വമാനവികതയായി നടിക്കുന്ന പാശ്ചാത്യആഗോളീയതയോട് തിരിച്ചു സംസാരിക്കാനും അതാവശ്യമാണ്.

5

പി എസ് രാധാകൃഷ്ണന്റെ വടക്കൻ പാട്ടുസിനിമകളെക്കുറിച്ചുള്ള ഈ ഗ്രന്ഥം സവിശേഷമായ പ്രസക്തി ആർജ്ജിക്കുന്നത് ഈ സൈദ്ധാന്തികപശ്ചാത്തലത്തിലാണ്. ഇന്ത്യൻസിനിമയിലെയും സിനിമയുടേയും ദേശീയ/ഉപദേശീയഭാവനയെക്കുറിച്ച് ധാരാളം പഠനങ്ങളുണ്ടെങ്കിലും സിനിമയുടെ പ്രാദേശികവും പ്രാന്തീയവുമായ ഭാവനകളെക്കുറിച്ചുള്ള ആലോചനകൾ ദുർല്ലഭമാണ്. വടക്കൻപാട്ടു കഥകളും അവയുടെ ദേശഭാവനയും കേരളത്തിന്റെ തനതായ ഒരു സിനിമാജനുസ്സായിരിക്കുമ്പോൾത്തന്നെ അതെങ്ങനെ ഇന്ത്യ എന്ന മഹാരാജ്യത്തിന്റെ ഭാഗമായ കേരളം എന്ന സംസ്ഥാനപ്രദേശത്തിനകത്തുള്ള ഉപദേശമോ ദേശീയതയോ ആയി സ്വയം സങ്കല്പിച്ചെടുക്കുന്നു എന്നും, അതിലെ ആഖ്യാനങ്ങളിലൂടെ ഒരു ഭാവനാഭൂതകാലത്തെ എങ്ങനെ നെയ്തെടുക്കുന്നു എന്നും ഈ പഠനം അന്വേഷിക്കുന്നു. അതിന്റെ ഭാഗമായി വടക്കൻ പാട്ടുകളെക്കുറിച്ച് സാമാന്യമായും അതിലെ ചില പ്രമേയങ്ങളെയും സങ്കല്പങ്ങളെയും പാരമ്പര്യങ്ങളെയും വിശ്വാസങ്ങളെയും വീരനായക/നായികാസ്വരൂപങ്ങളെയുംകുറിച്ച് സവിശേഷമായും പരിശോധിക്കുന്നു. വടക്കൻ പാട്ടുകളുടെ അനന്യതയെ ഗ്രന്ഥകർത്താവ് വിവരിക്കുന്നത് ഇങ്ങനെയാണ്: "സംസ്കൃതത്തിലും തമിഴിലും നിന്ന് വ്യത്യസ്തമായി മലയാളത്തിന് തനതായ സ്വത്വമുണ്ടെന്ന് സാക്ഷ്യപ്പെടുത്തിയതാണ് പാട്ടുകളുടെ വ്യതിരിക്തത. പാശ്ചാത്യവും പൗരസ്ത്യവുമായി നിലനില്ക്കുന്ന അധീശവ്യവഹാരങ്ങൾക്കുള്ള ബദലെന്ന നിലയ്ക്കാണ് വടക്കൻപാട്ടുകൾ സ്വാതന്ത്ര്യപൂർവ്വകാലത്ത് അറിയപ്പെട്ടിരുന്നത്. ബ്രാഹ്മണ്യത്തിന്റെ ഇടപെടലുകൾ മിക്കവാറും ഇല്ലെന്നുതന്നെ പറയാം... വരമൊഴിയുടെ യുക്തിലാവണ്യത്തെക്കാൾ വാമൊഴിവഴക്കങ്ങളുടെ അനുസ്യൂതിയാണ് വടക്കൻ പാട്ടുകളിലുള്ളത്. '

തദ്ദേശീയമായ വാമൊഴിപാരമ്പര്യങ്ങളുടെ ഒരു തുടർച്ചയായി ഈ സിനിമാഗണത്തെ പരിഗണിക്കുമ്പോൾ, ഒരുവശത്ത് ആ പാരമ്പര്യ

ത്തിനകത്തുതന്നെയുള്ള ബഹുലതയെയും അക്കാലത്തെ സാമൂഹ്യ സംഘർഷങ്ങളെയും കണക്കിലെടുക്കാൻ അത് പ്രേരിപ്പിക്കുന്നു, ഒപ്പം അതിന്റെ സമകാലീനമായ ദൃശ്യഭാഷ്യത്തെ സ്വാധീനിക്കുന്ന ഘടകങ്ങളിലേക്കും അതിൽ ഉള്ളടങ്ങിയിട്ടുള്ള രാഷ്ട്രീയപ്രേരണകളിലേക്കും കൂടി അത് പഠിതാവിനെ നയിക്കുന്നു. സ്വാതന്ത്ര്യപൂർവ്വ ഇന്ത്യൻസിനിമകളെക്കുറിച്ചുള്ള ഗ്രന്ഥകർത്താവിന്റെ നിരീക്ഷണം ഇവിടെയും പ്രസക്തമാണ്:

> ബ്രിട്ടീഷ് അധിനിവേശത്തിന്റെ അകവും പുറവുമായി മാറിയ അധികാരരൂപങ്ങളെയാണ് സ്വാതന്ത്ര്യപൂർവ്വചിത്രങ്ങൾക്ക് അഭിമുഖീകരിക്കേണ്ടിയിരുന്നത്. പ്രഹർഷത്തിനും പ്രത്യാശയുടെയും പ്രബോധനത്തിന്റെയും നിറവിൽ തിളങ്ങിയത് ആദർശാത്മക രാഷ്ട്രീയബിംബമായിരുന്നു. സ്വാഭാവികമായും ദേശീയ രാഷ്ട്രീയം ചലച്ചിത്രാഖ്യാനത്തെ ഘടനീകരിക്കുന്ന നിർണ്ണായകസാന്നിദ്ധ്യമായി മാറി. ഭാവി രാഷ്ട്രീയത്തെക്കുറിച്ചുള്ള സങ്കല്പങ്ങൾ ജനകീയഭാവനയുടെ നിറപ്പകർച്ചയിൽ അവതരിപ്പിക്കുകയായിരുന്നു സിനിമ. ചരിത്രസിനിമകളുടെ ആഖ്യാനം ദ്വിമുഖതയുടേതാണ്. മുൻകാലചരിത്രകഥനങ്ങളോടും ചലച്ചിത്ര പാഠത്തെ രൂപപ്പെടുത്തുന്ന കാലികമായ ചിഹ്നവ്യവസ്ഥയോടും അവയ്ക്ക് ഒരുപോലെ ഇടപഴകേണ്ടതായുണ്ട്.

കേരളരാഷ്ട്രീയചരിത്രത്തിന്റെ പശ്ചാത്തലത്തിലാണ് രാധാകൃഷ്ണൻ ഈ സിനിമകളുടെ ആവിർഭാവത്തെ സ്ഥാനപ്പെടുത്തുന്നത്: "അറുപതുകളിലെ രാഷ്ട്രീയാനിശ്ചിതത്വം പ്രത്യാശാരഹിതമായ കാലത്തെയാണ് സാക്ഷ്യപ്പെടുത്തിയത്. ഇത്തരമൊരു സാംസ്കാരികരാഷ്ട്രീയ സാഹചര്യത്തിലാണ് ഉണ്ണിയാർച്ചയും ആരോമൽ ചേകവരും തച്ചോളി ഒതേനനും പാലാട്ട് കോമനുമൊക്കെ സുസ്ഥിരതയുടെ പ്രതിരൂപങ്ങളായി വെള്ളിത്തിരയിൽ നിറഞ്ഞാടിയത്. രാഷ്ട്രീയമണ്ഡലത്തിലെ മോഹഭംഗങ്ങൾക്ക് സമാന്തരമായി വടക്കൻപാട്ടുചിത്രങ്ങൾ മുന്നോട്ടുവച്ചത് ദേശപ്പഴമയുടെ പാരമ്പര്യവും കാല്പനികാനുഭവങ്ങളുമായിരുന്നു." അതേസമയം തന്നെ "പാട്ടുകളിലെ ആഖ്യാനപ്പലമയോ വിളുമ്പുകളിലെ ജീവിതമോ" പലപ്പോഴും ഈ സിനിമകളുടെ പരിഗണനയിലേക്കു കടന്നുവന്നില്ല എന്നും നിരീക്ഷിക്കുന്നുണ്ട്: "പാട്ടുകളിൽ അന്തർല്ലീനമായിരിക്കുന്ന സ്ത്രീവിരുദ്ധത, ജാതിവിവേചനം, നായകന്മാരുടെ മുഷ്കോ അതിക്രമമോ ഒന്നും തന്നെ വിഷയമാകുന്നതുമില്ല. അതേസമയം സമകാലികസന്ദർഭത്തിലെ മതനിരപേക്ഷത, സമത്വചിന്ത, മദ്ധ്യവർഗ്ഗ സദാചാരം, ജനാധിപത്യബോധം തുടങ്ങിയ മൂല്യങ്ങൾ വടക്കൻപാട്ടു ചിത്രങ്ങൾ പൊതുവെ പിന്തുടരുന്നുമുണ്ട്" എന്നും രാധാകൃഷ്ണൻ ചൂണ്ടിക്കാട്ടുന്നു. അതുകൊണ്ടുതന്നെ "പാട്ടുകളുടെ അന്തഃസത്തയെ

പിന്തുടരുകയായിരുന്നില്ല സിനിമ ചെയ്തത്. അവയുടെ ഉള്ളടക്കം നിലനിർത്തുമ്പോഴും സിനിമ സംബോധന ചെയ്തത് ആധുനികമായ ദേശരാഷ്ട്രസങ്കല്പനത്തെയാണ്."

1961 ൽ ഇറങ്ങിയ ഉണ്ണിയാർച്ചയിൽ തുടങ്ങുന്ന വടക്കൻപാട്ടുകളുടെ ഈ പുനരാഖ്യാനചരിത്രപഠനം പ്രമേയത്തിലും പ്രതിനിധാനങ്ങളിലും ഒതുങ്ങി നില്ക്കുന്നില്ല. മലയാളസിനിമാവ്യവസായത്തിന്റെ സമ്പദ്ഘടനയും പിന്നണിപ്രവർത്തകരും എല്ലാം ഇവിടെ കടന്നുവരുന്നു. ഈ ചിത്രങ്ങളുടെ രൂപഭാവഘടനകൾക്ക് ഉരുവം നല്കുന്നതിൽ ഉദയാ-നവോദയാ സ്റ്റുഡിയോകൾക്കും അവയുടെ തിരക്കഥകൾ രചിച്ച ശാരംഗപാണി, ഗോവിന്ദൻകുട്ടി തുടങ്ങിയ തിരക്കഥാകൃത്തുക്കൾക്കുമുള്ള പങ്കും ഈ പഠനത്തിന്റെ ഭാഗമാണ്. പാട്ടിൽ പ്രതിപാദിക്കുന്ന കഥയിൽനിന്ന് സിനിമയിലേക്കുള്ള പരിണാമത്തിൽ ഉണ്ടാകുന്ന മാറ്റങ്ങൾ, കാലത്തിനനുയോജ്യമായ ഒഴിവാക്കലുകളും കൂട്ടിച്ചേർക്കലുകളും, നായക-നായികാബന്ധത്തിലും രൂപങ്ങളിലും വരുന്ന മാറ്റങ്ങൾ, രൂപപരമായ പരിഷ്കാരങ്ങൾ, പ്രമേയവ്യതിയാനങ്ങൾ, രംഗസജ്ജീകരണങ്ങൾ ഗാനം നൃത്തം എന്നിവയ്ക്കുള്ള സ്ഥാനം ഇവയെല്ലാം ഇവിടെ പരാമർശിക്കപ്പെടുന്നുണ്ട്. ഒതേനൻ എന്ന വീരനായകന്റെ പാട്ടിലെയും സിനിമയിലെയും പ്രതിനിധാനങ്ങൾ തമ്മിലുള്ള താരതമ്യം, പാട്ടുപാരമ്പര്യവും സിനിമയും തമ്മിലുള്ള ബന്ധത്തെയും അതിലുൾച്ചേർന്നിരിക്കുന്ന വെല്ലുവിളികളെയും അർത്ഥധ്വനികളെക്കുറിച്ചും ഫോക്‌ലോർ സിനിമ എന്ന ഗണത്തിന്റെതന്നെ വൈദേശികവും തദ്ദേശീയവുമായ ഭാഷ്യങ്ങളിലുള്ള പലതരം സ്വാധീനങ്ങളും, അവ രണ്ടും തമ്മിലുള്ള താരതമ്യവും. പാട്ടുകളിൽ കടന്നുവരുന്ന ബ്രിട്ടീഷ് ആധിപത്യത്തെ സംബന്ധിച്ച പരാമർശങ്ങളും, അവയുടെ സിനിമാവിഷ്കാരങ്ങളിൽ ദേശീയാദർശങ്ങളുമായുള്ള കെട്ടുപിണച്ചിലുകളും ഇവിടെ പഠനവിധേയമാകുന്നുണ്ട്. കൂടാതെ, *റോബിൻ ഹുഡ്, ടാർസൻ* മുതൽ *മാക്ബെത്, കൗണ്ട് ഓഫ് മോണ്ടിക്രിസ്റ്റോയും* ഹോളിവുഡ് സിനിമകൾവരെയുള്ളവയുടെ സ്വാധീനങ്ങളെക്കുറിച്ചുള്ള ഉൾക്കാഴ്ചകൾ, 'പാട്ടുകളിൽ സാന്ദ്രീകരിച്ചുനില്ക്കുന്ന പഴമയെ ആധുനികയുക്തിയിലൂടെ പുനർനിർമ്മിച്ച' എം ടി വാസുദേവൻ നായരുടെ *ഒരു വടക്കൻ വീരഗാഥ*യെ മുൻനിർത്തിയുള്ള വിശദമായ വിശകലനം തുടങ്ങിയവ ഈ പുസ്തകത്തിന്റെ പ്രമേയത്തെ കൂടുതൽ സൂക്ഷ്മവും വിശദവുമായി വികസിപ്പിക്കുന്നവയാണ്.

ഈ പഠനം സിനിമാപാഠങ്ങളിൽമാത്രം ഒതുങ്ങിനില്ക്കാതെ, നാടോടി സാഹിത്യം, വാമൊഴിവഴക്കങ്ങൾ, കഥനപാരമ്പര്യങ്ങൾ, സാമൂഹ്യ-രാഷ്ട്രീയചരിത്രം എന്നിവയെ സിനിമാപഠനമേഖലയിലേക്ക് സംക്രമിപ്പിക്കുകയും അവയൊക്കെയുമായി സംവാദത്തിലേർപ്പെടുകയും ചെയ്യുന്നു. ഈ പുസ്തകം പ്രാദേശികതയേയും സിനിമാഗണങ്ങളേയും വ്യത്യസ്തമായ രീതിയിലും കൂടുതൽ സൂക്ഷ്മമായും നോക്കാൻകൂടി നമ്മെ പ്രേരിപ്പിക്കുന്നുണ്ട്.

6

പാരിസ്ഥിതികചിന്തയിൽ മേൽക്കൈ നേടിയിട്ടുള്ള 'ഭാഗങ്ങളുടെ ആകത്തുകയെക്കാൾ വലുതാണ് അല്ലെങ്കിൽ മഹത്താണ് മൊത്തത്തിലുള്ളത്' (ദ് ഹോൾ ഈസ് മോർ ദാൻ ദ് സം ഓഫ് ഇറ്റ്സ് പാർട്സ്) എന്ന ആശയത്തെ തിമോതി മോർട്ടൺ തന്റെ *ബീയിങ് എക്കോളജിക്കൽ* എന്ന പുസ്തകത്തിൽ വെല്ലുവിളിക്കുന്നുണ്ട്. അദ്ദേഹത്തിന്റെ അഭിപ്രായത്തിൽ ഭാഗങ്ങളുടെ ആകത്തുകയെക്കാൾ മഹത്തരമല്ല പൂർണ്ണം. അങ്ങനെ വരുമ്പോൾ സവിശേഷമായ ഓരോ ജീവജനുസ്സും ആകത്തുകയുടെ നന്മയ്ക്കുമുന്നിൽ അപ്രസക്തമോ അപ്രധാനമോ ആണ്. ആകത്തുകയുടെ സുസ്ഥിതിയാണ് ഭാഗങ്ങളുടേതിനെക്കാൾ പ്രധാനം. പക്ഷേ, പൂർണ്ണവും അതിലെ ഭാഗങ്ങളും തികച്ചും വ്യതിരിക്തവും പൂർണ്ണം എന്നത് ഭാഗങ്ങളെ തമ്മിൽ പൂർണ്ണമായി ലയിപ്പിക്കാനോ അവയെ എല്ലാം അപ്പാടെ വിഴുങ്ങാനോ ആവാത്തതാണെങ്കിൽ ഭാഗങ്ങൾ ഓരോന്നും വളരെ പ്രധാനപ്പെട്ടവയാണ്. അവയുടെ ആകത്തുക എന്നത് പൂർണ്ണത്തെക്കാൾ വലുതാണ്. ഇത് പ്രാദേശികസിനിമകൾക്കും സംസ്കാരങ്ങൾക്കും (എഴുത്തിനും) ബാധകമാണ് എന്നുതോന്നുന്നു. ആഗോളീയം (അത് വിപണിയായാലും ലാവണ്യമായാലും) എന്ന പൂർണ്ണത്തിന്/ആകത്തുകയ്ക്ക് വിഴുങ്ങാനോ ലയിപ്പിക്കാനോ ആവാത്തവണ്ണം വ്യതിരിക്തമാണവ. മാനവസംസ്കാരത്തിന്റെ ജൈവവൈവിദ്ധ്യം നിലനില്ക്കണമെങ്കിൽ അവ അങ്ങനെ ആയിരിക്കേണ്ടതുമുണ്ട്.

ഭാഗം രണ്ട്
പ്രമേയങ്ങൾ, പ്രവണതകൾ

കേരളത്തിലെ ദളിത് ജീവിതത്തിന്റെ ഒളിയിടങ്ങൾ

പുതിയ നൂറ്റാണ്ടിലേക്കുള്ള പ്രവേശനവും നവതലമുറയുടെ കടന്നുവരവും മലയാളസിനിമയിൽ പലതരം മാറ്റങ്ങൾക്ക് പ്രേരകവും കാരണവുമായി: സാങ്കേതികവിദ്യയിൽ മാത്രമല്ല, പ്രമേയങ്ങളിലും പരിചരണരീതികളിലും അഭിനയശൈലികളിലുമെല്ലാം അത് പ്രകടമായി. വള്ളുവനാടൻ പ്രകൃതി/ഭാഷ, മധ്യവർഗ്ഗകുടുംബം, വരേണ്യജാതിപരിസരങ്ങൾ/ആശങ്കകൾ എന്നിവയിൽനിന്ന് മാറി പുതിയ സ്ഥലങ്ങളും മനുഷ്യരും ജീവിതരീതികളും ജീവനങ്ങളും സിനിമയിലേക്ക് കടന്നുവന്നു. അതിൽ പ്രധാനപ്പെട്ട ഒന്നാണ് ദളിത് ജീവിതാവസ്ഥകളെ സംബന്ധിക്കുന്ന പ്രമേയങ്ങൾ. കഴിഞ്ഞ ദശകത്തിൽ പുറത്തുവന്ന ചില ചിത്രങ്ങൾ കേരളത്തിലെ ദളിത്/ആദിവാസി ജീവിതാവസ്ഥകളെയും അവരോടുള്ള പൊതുസമൂഹത്തിന്റെ സമീപനങ്ങളെയും തുറന്നുകാട്ടുന്നവയായിരുന്നു. അവയിൽ പ്രധാനപ്പെട്ട നാലു ചിത്രങ്ങളാണ് ഇവിടെ പഠനവിധേയമാക്കുന്നത്: ഷാനവാസ് നൂറണിപുഴയുടെ കരി (2014), സനൽ കുമാർ ശശിധരന്റെ ഒഴിവുദിവസത്തെ കളി (2015), രഞ്ജിത് ചിറ്റാടെയുടെ പതിനൊന്നാമത്തെ സ്ഥലം (2016), സജി പാലമേലിന്റെ ആറടി (2016). ഈ ചിത്രങ്ങളെല്ലാം തന്നെ കേരളത്തിലെ ദളിത്-ആദിവാസി ജീവിതത്തിന്റെ സമകാലികസംഘർഷങ്ങളും പ്രതിസന്ധികളുമാണ് അവതരിപ്പിക്കുന്നത്.

ഇവയിൽ സനൽകുമാർ ശശിധരന്റെ ഒഴിവുദിവസത്തെ കളി അദ്ദേഹത്തിന്റെ രണ്ടാമത്തെ ചിത്രമാണെങ്കിൽ മറ്റു സംവിധായകരെല്ലാം തന്നെ നവാഗതരാണ് എന്നത് മലയാളസിനിമയുടെ മാറുന്ന പ്രമേയഭൂമികയെയും സമീപനങ്ങളെയും കൂടിയാണ് സൂചിപ്പിക്കുന്നത്; മലയാളസിനിമയിലേക്ക് അടിസ്ഥാനരാഷ്ട്രീയം നിലനില്പിന്റെയും

അതിജീവനത്തിന്റെയും പ്രശ്നങ്ങൾ, അവമതിക്കപ്പെട്ടവരുടെയും അധ:സ്ഥിതരുടെയും ജീവിതാവസ്ഥകൾ കടന്നുവരുന്നതിന്റെ കൂടി സൂചനയായി ഈ തുടക്കക്കാരുടെ സംരംഭങ്ങളെ കാണാം. കേരളത്തിലെ ദളിതരുടെ നിത്യജീവിതം അഥവാ സമകാലികകേരളീയജീവിതത്തിലും വ്യവഹാരങ്ങളിലും പ്രവർത്തനക്ഷമമാകുന്ന ജാതിബോധത്തെയും അതിലൂന്നിനിൽക്കുന്ന അധികാരവ്യവസ്ഥയെയുമാണ് ഈ ചിത്രങ്ങളെല്ലാം പ്രമേയമാക്കുന്നതും വിചാരണ ചെയ്യുന്നതും. ഒരർഥത്തിൽ ഈ ചിത്രങ്ങളെല്ലാം തന്നെ ജാതി എന്ന സാമൂഹ്യഗണവും സാംസ്ക്കാരികനിർമ്മിതിയും എങ്ങിനെ കേരളത്തിൽ സ്വാഭാവികവൽക്കരിക്കപ്പെടുന്നു അഥവാ പൊതു(അ)ബോധത്തിന്റെ ഭാഗമായി പ്രവർത്തിക്കുന്നു എന്നതിനെക്കുറിച്ചാണ്.

ഈ ചിത്രങ്ങളെയെല്ലാം ബന്ധിപ്പിക്കുന്ന മറ്റൊരു സമാനത അവയുടെ ആഖ്യാനഘടനയാണ്. ഇവയെല്ലാം തന്നെ കഥ പറയുന്നത് വർത്തമാനകാലത്തിലും, ആഖ്യാനം വികസിക്കുന്നത് ഒരു ദിവസത്തിൽ നടക്കുന്ന ചില കാര്യങ്ങൾ/സംഭവങ്ങൾ എന്ന നിലയ്ക്കുമാണ് (*കരി*യുടെയും *ഒഴിവുദിവസത്തെ കളി*യുടെ ആഖ്യാനങ്ങൾ മാത്രമാണ് ഒന്നിലധികം ദിവസത്തേക്ക് നീളുന്നത്; എങ്കിലും അവയിലും ഭൂരിഭാഗം സമയവും നിർണ്ണായകമായ കാര്യങ്ങൾ സംഭവിക്കുന്നതും ഒരൊറ്റ ദിവസത്തിലാണ്). യാദൃച്ഛികമായിരിക്കാമെങ്കിലും പ്രസക്തമായ ഈ രണ്ടു കാര്യങ്ങളെ ആസ്പദമാക്കിയുള്ള ചില നിരീക്ഷണങ്ങളാണ് ഈ ലേഖനം.

2

ജാതി ചോദിക്കരുത്
ജാതി പറയരുത്
എന്നാൽ, ജാതിയെ മറന്നൊന്നും ചെയ്യരുത്..

– അയ്യപ്പപ്പണിക്കർ

ആരാണ് ഈ 'പ്രബുദ്ധകേരള'ത്തിൽ ഇന്ന് ജാതിചിന്ത വെച്ചുപുലർത്തുന്നത്? ജാതി ചോദിക്കയോ പറയുകയോ ചെയ്യുന്നത്? ജാതി എവിടെയാണ് നമ്മൾ ഇന്നനുഭവിക്കുന്നത്? ഏതൊക്കെ രൂപത്തിലാണ് അത് പ്രത്യക്ഷപ്പെടുന്നതും പരോക്ഷപ്പെടുന്നതും? ഇത്രയും കാലത്തിനു ശേഷം ഒരു മുഖ്യധാരാരാഷ്ട്രീയപാർട്ടിക്ക് 'നമുക്ക് ജാതിയില്ല' എന്ന ഗുരുവിന്റെ പ്രഖ്യാപനത്തെ സംസ്ഥാനവ്യാപകമായ ഒരു പ്രചരണ പരിപാടിയായി ഏറ്റെടുക്കേണ്ടിവരുന്നത് എന്തുകൊണ്ടാണ്?

ഇന്ത്യയുടെ മറ്റുഭാഗങ്ങളെ അപേക്ഷിച്ച് കേരളത്തിലെ പൊതുജീവിതത്തിൽനിന്ന് ഉച്ചാടനം ചെയ്യപ്പെട്ടത് എന്ന് നമ്മൾ പരസ്പരം വിശ്വസിപ്പിക്കാൻ ശ്രമിക്കുന്ന ജാതിയുടെയും ജാതിബോധത്തിന്റെയും ഗൂഢജീവിതങ്ങൾ ഇവിടെ തുടരുന്നത് പലവഴികളിലാണ്; ഉല്പതിഷ്ണു

കരി

ക്കളായി സ്വയം ഘോഷിക്കുന്ന നമ്മൾ ജാതിയെ പിന്തള്ളി /മറികടന്നു എന്നാണ് അവകാശപ്പെടുന്നതും സാക്ഷ്യപ്പെടുത്തുന്നതും. തീർച്ചയായും പല ഉപരിതലവ്യവഹാരങ്ങളിൽനിന്നും പ്രത്യക്ഷപ്രകടനങ്ങളിൽനിന്നും അത് പിൻവാങ്ങിയിട്ടുണ്ട്. എന്നാൽ എല്ലാ നിർണ്ണായക കാര്യങ്ങളിലും ജാതിവെറി കൃത്യമായി ഇവിടെ പ്രവർത്തനക്ഷമമായിരിക്കയും ചെയ്യുന്നു. അത് എല്ലായിടത്തും അന്തര്യാമിയായി, അദൃശ്യയുക്തിയും സാമാന്യബോധവും ആയി പ്രവർത്തിക്കുന്നതിനാൽ അതിന്റെ പ്രത്യക്ഷങ്ങൾ എളുപ്പം പിടിതരുന്നവയല്ല. ജാതിസംഘടനകൾ പോലും അധികാരത്തിലും വിഭവങ്ങളിലും മേലുള്ള അവർക്കവകാശപ്പെട്ട പങ്ക്/സംവരണം പോലെയുള്ള വിഷയങ്ങളിൽ നേരിടുന്ന അവഗണനയെയും അരികുവല്ക്കരണത്തെയും കുറിച്ച് വാചാലരാകുമ്പോഴും അത്തരം വ്യവഹാരങ്ങളെപ്പോലും ഔദാര്യമെന്ന നിലവിട്ട് അവകാശം എന്ന ബോധ (ദ്ധ്യ)ത്തിലേക്ക് ഉയർത്താനും ഉറപ്പിക്കാനും കഴിഞ്ഞിട്ടുണ്ടോ? ഔപചാരികവും ഔദ്യോഗികവും ആയ അത്തരം 'മുന്നേറ്റ'ങ്ങൾക്കപ്പുറം കേരളീയസമൂഹം നിത്യജീവിതത്തിലും ദൈനംദിന അധികാര

പ്രയോഗങ്ങളിലും വിഭവവിതരണത്തിലും നടപ്പിലാക്കുന്ന ജാതിവിവേചനങ്ങളെക്കുറിച്ച് ആത്മപരിശോധന നടത്താൻ തയ്യാറാണോ? എന്തുകൊണ്ടാണ് ചില അധികാരസ്ഥാനങ്ങളിൽ ദളിതർ ഒരിക്കലും എത്തിപ്പെടാത്തത്? എന്തുകൊണ്ടാണ് നിർണ്ണായകസ്ഥാനങ്ങളിൽ എത്തിപ്പെട്ടവർ പോലും അവരുടെ അർഹതയും മികവും നിരന്തരം തെളിയിച്ചുകൊണ്ടേയിരിക്കേണ്ടി വരുന്നത്? എപ്പോൾ വേണമെങ്കിലും അവർക്കു നേരെ അഴിച്ചുവിടാവുന്ന ഒരു 'അനർഹതാഭൂതം' അവരെ വേട്ടയാടിക്കൊണ്ടേയിരിക്കുന്നതെന്ത്? ജാതിവെറിയുടെ കേരളത്തിലെ സൂക്ഷ്മജീവിതങ്ങളെ നമ്മൾ എങ്ങനെ അഭിസംബോധന ചെയ്യും?

വളരെ ഔദ്യോഗികവും ഔപചാരികവുമായ ചില സന്ദർഭങ്ങളിലൊഴിച്ച്, ജാതി പ്രത്യക്ഷമായി നമ്മുടെ പൊതുവ്യവഹാരങ്ങളിൽ കടന്നുവരുന്നത് പ്രശ്നമോ അതിക്രമമോ 'അവകാശ പ്രഖ്യാപന'ങ്ങളോ ആയിട്ടാണ്. ജാതിപരാമർശങ്ങൾ സജീവമാകുന്ന ഒരു അവസരം തിരഞ്ഞെടുപ്പ് സമയങ്ങളാണ്; സ്ഥാനാർത്ഥിനിർണ്ണയം, അവരുടെ വിജയപരാജയങ്ങൾ എന്നിവയുടെ ജാത്യാടിസ്ഥാനം എന്നിവ വളരെ വിശദമായിത്തന്നെ നമ്മുടെ മാധ്യമങ്ങളും തിരഞ്ഞെടുപ്പ് വിദഗ്ദരും ചർച്ച ചെയ്യാറുണ്ട്. പിന്നെ ജാതി പ്രവർത്തിക്കുന്ന മറ്റൊരു മേഖല ജാതി/മത സംഘടനകളുടെ രൂപത്തിലാണ്. തീർത്തും മതപരമെന്നോ രാഷ്ട്രീയപ്രവർത്തനമെന്നോ വിശേഷിപ്പിക്കാനാവാത്ത എന്നാൽ രാഷ്ട്രീയത്തിൽ/ അധികാരഘടനയിൽ വ്യക്തമായ താല്പര്യങ്ങളും മോഹങ്ങളും അവകാശവാദങ്ങളുമുള്ള ഈ സംഘടനകൾ മാറിമാറി വരുന്ന മുന്നണികളെയും ഉദിച്ചസ്തമിക്കുന്ന നേതാക്കളെയും പ്രീണിപ്പിക്കുന്നതും ചിലപ്പോൾ വെല്ലുവിളിക്കുന്നതും ഭീഷണിപ്പെടുത്തുന്നതും കാണാം. പ്രതിനിധാനപരമായ ഒരു മായയോ പ്രതീതിയോ ആണ് അതിനു പ്രമാണം. തങ്ങളുടെ ജാതിയിൽ/ മതത്തിൽ ജനിച്ച എല്ലാവരും സ്വാഭാവികമായിത്തന്നെ അവരുടെ സംഘടനയുടെ ഭാഗമാണെന്നും അവരെല്ലാം തങ്ങളുടെ നിർദ്ദേശങ്ങൾ അനുസരിക്കുന്നു അഭിപ്രായങ്ങൾ പങ്കിടുന്നു എന്നൊക്കെയുള്ള ധാരണയാണ് അവരുടെയെല്ലാം പേരിൽ സംസാരിക്കാനും വിലപേശാനും അവർക്ക് ചങ്കൂറ്റം/അവകാശം നല്കുന്നത്. അത്തരം പ്രതിനിധാനശേഷി സാധുവും സാദ്ധ്യവുമാകുന്നത് രാഷ്ട്രീയപ്പാർട്ടികളും അതിനെ അംഗീകരിക്കുമ്പോഴാണ്; അവിടെയാണ് മതേതരജനാധിപത്യത്തിൽ ജാതി ഒരു വിലപേശൽഘടകമായി (നിർണ്ണായക രാഷ്ട്രീയഘടകമായല്ല) പ്രവർത്തിക്കാൻ തുടങ്ങുന്നതും. ഒരുവശത്ത് വോട്ടുകൾ നേടാൻ ജാതിയുടെ/ജാതിമതസംഘടനകളുടെ സഹായം ആവശ്യപ്പെടുകയും മറുവശത്ത് മതേതരജനാധിപത്യപ്പാർട്ടികളായി സ്വയം വിശേഷിപ്പിക്കാനും വിശ്വസിപ്പിക്കാനും കഴിയുന്ന ഒരു സാമൂഹ്യാവസ്ഥയിൽ ജാതിയുടെ ജീവിതം പല പരോക്ഷങ്ങളിലൂടെ / മറുവഴികളിലൂടെ ആയിത്തീരുന്നു. ഈ സവിശേഷ സാഹചര്യത്തിൽ നമ്മുടെ നയരേഖകളും വികസനപദ്ധതികളും പ്രത്യക്ഷത്തിൽ മതേതരമായിരിക്കുന്നു. എന്നാൽ അവയുടെ

നടത്തിപ്പിലും ഏറ്റവും അടിസ്ഥാനതലത്തിലുള്ള വിഭവവിന്യാസത്തിലും വിതരണത്തിലും ജാതിവിവേചനം കൃത്യമായും 'കാര്യക്ഷമ'മായും പ്രവർത്തിക്കയും ചെയ്യുന്നു. മുകളിൽനിന്ന് താഴേക്കും, അവകാശമല്ലാതെ ഔദാര്യവും ആനുകൂല്യവുമായും, ഓരോ തവണയും അതിനായി ആത്മാഭിമാനം പണയംവെക്കേണ്ട രീതിയിലും അത് പ്രവർത്തനക്ഷമമാകുന്നു. അങ്ങനെ ജാതിയുക്തിക്കകത്തു നിത്യജീവിതം നയിക്കുകയും എന്നാൽ ഒരു മതേതരപുരോഗമന സമൂഹമായി സ്വയം ഭാവന ചെയ്യുകയും അഭിമാനിക്കയും ഘോഷിക്കയും ചെയ്യുന്ന ഒരു അകം/പുറം വ്യവസ്ഥയാണ് മലയാളിജീവിതം. മറ്റിടങ്ങളിലുള്ള പോലെ പ്രത്യക്ഷമായ ഹിംസയും വേർതിരിക്കൽ നിയമങ്ങളും ബലപ്രയോഗങ്ങളും ഇവിടെ അപൂർവ്വമായിരിക്കാം; എന്നാൽ അതെല്ലാം തന്നെ വിവിധതരം/തലം പരോക്ഷാവതാരങ്ങൾ ഇവിടെ സ്വീകരിക്കുന്നു. ഉപരിതലത്തിൽ നിന്ന് പിൻവാങ്ങിയ ഒരു ഭൂഗർഭനദിയെപ്പോലെ താഴെനിന്ന് മുകളിലുള്ള എല്ലാറ്റിനും ജാതീയത പോഷണം നല്കി നിലനിർത്തുന്നു. ഈ അവസ്ഥയുടെ പ്രകാശനക്രമങ്ങളെയും അതിന്റെ സൂക്ഷ്മവും സ്ഥൂലവുമായ പ്രവർത്തനരീതികളെയും കുറിച്ചാണ് മുകളിൽ പറഞ്ഞ ചിത്രങ്ങൾ. ജാതിക്കും ജാതീയതയ്ക്കും അഖിലഭാരതലക്ഷണങ്ങളും ദേശീയ ചരിത്രവും ഉള്ളപ്പോൾത്തന്നെ അവയ്ക്ക് സവിശേഷമായ പ്രാദേശികചരിത്രങ്ങളുമുണ്ട്. ഈ ചിത്രങ്ങൾ ജാതിയുടെ കേരളീയ ജീവിതത്തെ രേഖപ്പെടുത്തുകയാണ് ചെയ്യുന്നത്.

3

ജാതി ചോദിക്കരുത്, പറയരുത്
അത് അനുഭവിക്കാനുള്ളതാണ്

(ഒരു ജാതി, അജിത്)

ഇവിടെ ജാതി ഉച്ചത്തിലോ വ്യക്തമായോ 'കരുതിക്കൂട്ടി' എന്നു തോന്നിപ്പിക്കുന്ന വിധത്തിലോ അല്ല പ്രത്യക്ഷപ്പെടുക; മറിച്ച് പെട്ടെന്നുണ്ടാകുന്ന ഒരു അനുഭവമായിട്ടാണ്. തികച്ചും അപ്രതീക്ഷിതമായ ഇടങ്ങളിൽ, സമയങ്ങളിൽ, വ്യക്തികളിൽ.. ചില ക്ഷണികവും അനൗപചാരികവുമായ മുഹൂർത്തങ്ങളിൽ, ലഘുവെന്നും 'നിരുപദ്രവ'മെന്നും തള്ളിക്കളയുന്ന സംഭാഷണശകലങ്ങളിൽ, നാവിടർച്ചകളിൽ, തമാശകളിൽ, ഉപമകളിൽ, ചില പ്രത്യേകനിമിഷങ്ങളിൽ.. മദ്യപാനലഹരിയിലോ സുഹൃദ്സംഗമത്തിലോ തികച്ചും 'സ്വാഭാവിക'മെന്നു കരുതപ്പെടുന്ന / ('അതൊന്നും കാര്യമാക്കാനില്ല, ഒന്നുമുദ്ദേശിച്ചു പറഞ്ഞതല്ല' തുടങ്ങിയ സഹതാപവചനങ്ങളുടെ അകമ്പടിയോടെ) പെരുമാറ്റത്തിലോ നോട്ടത്തിലോ ഇരിപ്പിലോ ഉള്ള സ്ഥാനപരിഗണനകളിൽ, അത് കോപത്തിലോ തെറിയിലോ പൊട്ടിത്തെറിയിലോ ഒക്കെ മറനീക്കി പുറത്തുവരുന്നു.. അന്തിമവും ആത്യന്തികവുമായ ആയുധമായി. അത് ചോദ്യം ചെയ്യു

ഒഴിവുദിവസത്തെ കളി

ന്നതും വിരൽ ചൂണ്ടുന്നതും ദളിതന്റെ സത്തയിലേക്കു തന്നെയാണ്; "നീയിങ്ങനെ ആയിരിക്കുന്നത് നീയങ്ങനെ ആയതുകൊണ്ടുതന്നെയാണ്'' എന്ന വർത്തുളന്യായം. അല്ലെങ്കിൽ അങ്ങനെ തോന്നുന്നതിന്റെ കുറ്റം /പഴി ദളിതന്റെ മേൽ തന്നെ ചാരുക എന്ന മറ്റൊരു രീതി: അതായത് ''ഇങ്ങനെയൊക്കെ തോന്നുന്നത് നിന്റെ അധമബോധം കൊണ്ടാണ്".. "സോ, ബി എ സ്പോർട്, ഡ്യൂഡ്...." എന്ന ഉദ്ബോധനം..

മലയാളിജീവിതത്തിൽ ഉപരിതലത്തിനു താഴെ ഒഴുകുന്ന ഒരു നദിയാണ് ജാതി; അതിനുമുകളിൽ നമ്മൾ സൗധങ്ങളും സ്ഥാപനസമുച്ചയങ്ങളും കെട്ടിപ്പടുത്തപ്പോഴും അത് കൂടുതൽ കൂടുതൽ മർദ്ദത്തോടെ അമർത്തപ്പെടുക മാത്രമായിരുന്നു. അല്ലാതെ അതിനെ അപ്രസക്തമാക്കിയോ ഇല്ലാതാക്കിയോ, സാമൂഹികമായ സ്വത്വങ്ങളിലോ രാഷ്ട്രീയമായ പൗരത്വത്തിലോ അലിയിച്ചോ മറികടക്കാനും പരിഹരിക്കാനും നമുക്ക് കഴിഞ്ഞിട്ടില്ല. അതുകൊണ്ടുതന്നെ എല്ലാ വ്യവഹാരങ്ങൾക്കും താഴെ അതിന്റെ ഒഴുക്ക് നിർബ്ബാധം തുടരുന്നു. മുകളിൽ കെട്ടിപ്പടുത്ത ഓരോ സ്ഥാപനത്തിന്റെയും വ്യവഹാരത്തിന്റെയും വിടവുകളിലൂടെ അത് വീണ്ടും വീണ്ടും പൊട്ടിപ്പുറത്തുവന്നുകൊണ്ടേയിരിക്കുന്നു. നമ്മുടെ ആധുനികതയും പുരോഗമനചിന്തയും യുക്തിബോധവും വർഗ്ഗരാഷ്ട്രീയവും സംസ്കാരപ്പെരുമയും വികസനത്വരയും എല്ലാം അവയുടെ അദൃശ്യമായ വേരുകളിറക്കുന്നതും പോഷകം വലിച്ചെടുക്കുന്നതും അതേ അന്തർദ്ധാരയിൽനിന്നാണ്. ജാതിബോധം താഴെനിന്ന് എല്ലാറ്റിനെയും ഇവിടെ നനച്ചുവളർത്തുന്നു. എന്തിന്റെ വേരന്വേഷിച്ചു പോയാലും നമുക്ക് ഈ അധോനദിയിൽ എത്തിച്ചേരാനാകും.

ഉത്തരേന്ത്യയിലുള്ളപോലെ പ്രത്യക്ഷവും നേരിട്ടുള്ളതുമായ വിവേചനങ്ങളും കൃത്യമായി പാലിക്കപ്പെടുന്ന അതിർത്തിരേഖകളും ലംഘനങ്ങളെ ഉടൻ ശിക്ഷിക്കുന്ന രീതികളും ഇവിടെ ഇല്ല. മറിച്ച് സൂക്ഷ്മതലത്തിൽ എല്ലാ സാമൂഹ്യ ഇടപാടുകളിലും വിഭവവിതരണ

ക്രമങ്ങളിലും അധികാരപങ്കാളിത്തനയങ്ങളിലും ജാതിവെറിയും മേല്ക്കോയ്മകളും വളരെ കണിശമായ വിവേചനാധികാരപ്രയോഗങ്ങളും കാണാം. നയപരമായ നിലപാടുകൾ, മാനിഫെസ്റ്റോകൾ, രാഷ്ട്രീയപ്രഖ്യാപനങ്ങൾ, എന്നിവയിലെല്ലാം തുല്യതയും ജാത്യേതരതയും 'പ്രകടിപ്പി'ക്കുകയും പ്രയോഗത്തിൽ അവയെ ഒതുക്കുകയും ഒടിക്കുകയും ചെയ്യുന്ന ഒരു രീതിയാണ് നമ്മൾ പിന്തുടരുന്നത്. പൗര മണ്ഡലത്തിലും 'പൊതു' വ്യവഹാരങ്ങളിലും നമ്മൾ ജാതിയെ ഉച്ചാടനം ചെയ്തു എന്ന് പ്രഖ്യാപിച്ചു കഴിഞ്ഞതിനാൽ ജാതീയമായ ഭാഷയ്ക്കോ (അതുകൊണ്ടുതന്നെ 'അവകാശ'വാദങ്ങൾക്കോ) അവിടെ പ്രസക്തിയോ വ്യവഹാരക്ഷമതയോ ഇല്ലാതായിത്തീരുന്നു. അതേ സമയം ഇവിടെ ദളിതർക്ക് പൊതുവായതിനെയും പൗരമണ്ഡലത്തെയും പ്രതിനിധാനം ചെയ്യുവാൻ സാദ്ധ്യവുമല്ല. അവർ ശബ്ദമുയർത്തുമ്പോൾ അവിടെ ജാതി മാത്രമാണ് സംസാരിക്കുന്നത്, മറിച്ച് ഉയർന്ന ജാതിക്കാർ അതു ചെയ്യുമ്പോൾ അവർ പൗരനോ 'മനുഷ്യ'നോ വേണ്ടിയാണ് സംസാരിക്കുന്നത്. പുരോഗമനമതേതര വ്യവഹാരത്തിന്റെ പരസ്പരവിനിമയങ്ങളിൽ ജാതിയെക്കുറിച്ച് തുറന്നു പരാമർശിക്കുന്നതുതന്നെ വിലക്കപ്പെട്ട ഒരു കാര്യമാണ്; നിശ്ശബ്ദമായ ഒരു പരസ്പരധാരണയാണ് ഇവിടെ ജാതി. അത് അടക്കം പറയേണ്ടതോ 'അറിഞ്ഞു പെരുമാറേണ്ട'തോ ആയ ഒന്നാണ്. ഈ രീതിയിൽ പ്രത്യക്ഷത ഇല്ലാത്തതുകൊണ്ടുതന്നെ പരോക്ഷമായും ജാതിക്കാര്യം ചൂണ്ടിക്കാണിക്കാനോ വ്യവഹാരക്ഷമമാക്കാനോ കഴിയാതെയാവുന്നു. സുഹൃദ്ക്കൂട്ടങ്ങൾക്കിടയിൽ നടക്കുന്ന ജാതി/മതത്തെറികളും കളിയാക്കലുകളും ദ്വയാർത്ഥ പ്രയോഗങ്ങളുമെല്ലാം ഈ ഗണത്തിൽ പെടുന്നവയാണ്; ഏതെങ്കിലും ഒരു പരാമർശം/ വാക്ക്/ ബിംബം, തമാശയിലെ വിശദാംശം ഇവയെല്ലാം തന്നെ സന്ദർഭത്തിൽനിന്നു പുറത്തെടുത്തു പരിശോധിക്കാനാവാത്തവിധം ലഘുവോ അപ്രസക്തമോ ആയിരിക്കും. എന്നാൽ അത്തരം പരാമർശങ്ങളും തമാശകളും കളിയാക്കലുകളും ഉണ്ടാക്കുന്ന മുറിവ് / അവമതി അതിനിരയാവുന്ന ആളെ സംബന്ധിച്ചിടത്തോളം തികച്ചും യഥാർത്ഥവും വേദനാജനകവുമാണുതാനും. ഇങ്ങനെ അവമതിയെ അന്തർല്ലീനവും 'സ്വാഭാവിക'വും പരാമർശത്തിനു അനർഹവുമാക്കുന്ന രീതി എത്രയാഴത്തിൽ ഒരു സമൂഹം ജാതീയതയെ പുണർന്നിരിക്കുന്നു എന്നതിനെയാണ് സൂചിപ്പിക്കുന്നത്. ഇത്തരം ഭാഷാപ്രയോഗങ്ങളുടെയും പെരുമാറ്റരീതികളുടെയും സവിശേഷത എന്നത് ഉയർന്നജാതികളെ അതേരീതിയിൽ വിഷയമാക്കുന്നതിനുള്ള ഉപകരണങ്ങൾ ഭാഷയിലും പെരുമാറ്റശീലങ്ങളിലും ഇല്ല എന്നുള്ളതാണ്. ഇത്തരം ഭാഷാപ്രയോഗങ്ങൾ എപ്പോഴും താഴേക്കുള്ള ദിശയിൽ മാത്രം പ്രവർത്തിക്കുന്നവയാണ്.

അവരവർക്ക് താഴെയുള്ളവർക്കു നേരെയുള്ള വശം മാത്രം മൂർച്ചയുള്ള ആയുധങ്ങളാണവ. ഒരുകൂട്ടം മനുഷ്യർക്ക് എപ്പോഴും ഭാവാത്മകവും മറുകൂട്ടർക്ക് എപ്പോഴും നിന്ദാത്മകവുമായ ഈ ഭാഷാപദ്ധതി

ദളിതരെ എപ്പോഴും ചില സാംസ്കാരികവിവക്ഷകളുടെ അടിമകളും, എതിർപ്രതികരണങ്ങളിൽ മാത്രമായി കുടുക്കുകയും ചെയ്യുന്നു. അവിടുത്തെ സംവാദത്തിന്റെയും വ്യവഹാരങ്ങളുടെയും വ്യാകരണം/യുക്തി അങ്ങനെയായതിനാൽ ആ ഇടത്തുനിന്നുകൊണ്ട് എതിർക്കാനും ന്യായീകരിക്കാനും തിരുത്തിക്കൊണ്ടേയിരിക്കാനും മാത്രമേ കഴിയൂ. അതിന്റെ അടിസ്ഥാനങ്ങളെ ചോദ്യം ചെയ്യാനോ അതിനു പുറത്തു നിന്നുകൊണ്ട് സംസാരിക്കാനോ പുതിയ ഒരു യുക്തിബോധത്തിലേക്ക് നീങ്ങാനോ കഴിയില്ല. എപ്പോഴും സ്വീകർത്താവോ ഇരയോ ലക്ഷ്യമോ ആണ് ദളിതർ; ഒരിക്കലും നിർവ്വാഹകരോ ഉല്പാദകരോ സ്രോതസ്സോ ആകാൻ അനുവദിക്കാത്ത ഒരു ഭാഷാ/സംസ്കാര തടവറയിലാണവർ. ഈ പരിതോവസ്ഥയെ നിശിതമായി പരിശോധിക്കുവാനും വിസ്തരിക്കുവാനുമാണ് ഈ ചിത്രങ്ങൾ ശ്രമിക്കുന്നത്.

4

ഷാനവാസിന്റെ കരി തുടങ്ങുന്നത് രണ്ടു പേർ – ഗോപു കേശവ 'മേനോനും' ബിലാൽ എന്ന സുഹൃത്തും മേനോന്റെ ഗൾഫിലുള്ള സ്ഥാപനത്തിൻ കീഴിൽ ജോലി ചെയ്യുന്ന ദിനേശൻ എന്നയാളുടെ വീട്ടിലേക്ക് ഒരു കാറിൽ വരുന്നതോടെയാണ്. അവിടെയെത്തുമ്പോൾ അവർ കണ്ടുമുട്ടുന്ന മനുഷ്യരും അവിടെ നടക്കുന്ന ചില സംഭവങ്ങളുമാണ് ചിത്രത്തിന്റെ ആഖ്യാന ഉപരിതലം. ദിനേശന്റെ അച്ഛന് കുറച്ച് കാശ് ഏല്പിക്കുക എന്നതാണ് അവരുടെ ദൗത്യം. ആ പണം നേർച്ചയായി കരിങ്കളിയാട്ടം നടത്തുവാനുള്ളതാണെന്നും അത് ദിനേശന്റെ ജോലി സ്ഥിരമാവാനും വിസ ഉറപ്പാക്കാനുമാണ് എന്നും ക്രമേണ അവർ അറിയുന്നു. തിരിച്ചുപോകുമ്പോൾ വഴിയിൽവെച്ച് അവരുടെ കാർ കരിങ്കാളിയാകേണ്ട ആളുടെ മേൽ തട്ടുന്നു. അവർ കാരണം ആ നേർച്ച മുടങ്ങാതിരിക്കാൻ പിന്നീട് നടത്തുന്ന ശ്രമങ്ങളിലൂടെ പലതരം കണ്ടുമുട്ടലുകളിലൂടെയും സംഭാഷണശകലങ്ങളിലൂടെയും നമ്മൾ കാണുന്നത് അതിന്റെ ഊടും പാവും ജാതികൊണ്ട് നെയ്തെടുത്ത ഒരു സമൂഹത്തെയാണ്. മറ്റൊരു കരിങ്കാളിയെത്തേടിയുള്ള അവരുടെ ഈ യാത്ര കേരളത്തിലെ ജാതിഭൂപടത്തിലൂടെയുള്ള ഒന്നുകൂടിയാണ്. ആ യാത്രയ്ക്കിടയിൽ അവർ കാണുന്ന ഓരോ മനുഷ്യരും അറിഞ്ഞുമറിയാതെയും ജാതിയുടെ പല രൂപഭാവങ്ങളായി ജാതിയാൽ നിർവ്വചിക്കപ്പെട്ട സ്വത്വത്തടവറകളിലായി പ്രത്യക്ഷപ്പെടുന്നു, അവരുടെ സംസാരഭാഷ, അഭിപ്രായങ്ങൾ, നിലപാടുകൾ, എന്നിവയിലെല്ലാം അറിഞ്ഞുമറിയാതെയും ബോധത്തോടെയും അബോധപൂർവ്വവും, അഭിമാനത്തോടെയും അപമാനത്തോടെയും അവർ ഓരോരുത്തരും ജാതിഭാരങ്ങൾ, അലങ്കാരങ്ങൾ, അടയാളങ്ങൾ വഹിക്കുന്നു; ചിലർക്ക് അത് ഉള്ളിൽനിന്ന് ഉച്ചാടനം ചെയ്യാനാവാത്ത ബാധയാണ്, ചിലർക്കത് അവരുടെ അന്തസ്സിന്റെ മുദ്ര

ആറടി

യാണ്, ചിലരെ അത് ഭൂതം പോലെ പിന്തുടരുന്നു, ചിലർ അതെടുത്ത് അണിയുന്നു, ലോകത്തെയും മനുഷ്യരെയും അതുകൊണ്ട് അളക്കുന്നു, അതിന്റെ അലിഖിതനിയമങ്ങൾ അനുസരിക്കുന്നു. അത് നമ്മൾ സ്വാഭാവികമെന്ന് കരുതുന്ന പലതിലും നിത്യജീവിതത്തിലുമുള്ള പല ഇടപാടുകളിലും മദ്ധ്യസ്ഥം വഹിക്കുന്നു. ഒരു ദിവസം മാത്രം കരിങ്കാളി വേഷം കെട്ടി ദൈവമാകാനും അങ്ങനെ നാട്ടാരെയെല്ലാം അനുഗ്രഹിക്കാനും ശപിക്കാനും അധികാരം ലഭിക്കുന്ന ആ നടൻ ജാതിസമൂഹത്തിലെ അടിച്ചമർത്തപ്പെട്ട ഊർജ്ജത്തിന്റെയും പ്രകാശനം നഷ്ടപ്പെട്ട പ്രതിഷേധത്തിന്റെയും പ്രതീകമാണ്. അയാളനുഭവിച്ച അവമതിയും അമർച്ച ചെയ്യപ്പെട്ട രോഷവും അയാൾക്കുള്ളിൽ വിങ്ങിനില്ക്കുന്നു. കേരളീയതയുടെ പ്രതീകമായ നിളാനദി ഇവിടെ വിശാലമായ ഒരു മണൽപ്പരപ്പാണ് എന്നത് യാദൃച്ഛികമല്ല. ജലസാന്നിദ്ധ്യമില്ലാത്ത ആ മണൽപ്പുഴയിൽ വഴിതെറ്റി അലയുന്ന കരിങ്കാളിയുടെ രൂപം തന്നെയാണ് അയാളുടെ യഥാർത്ഥസ്വത്വം, കേരളീയ ദളിതജീവിതത്തിന്റെ പ്രതിരൂപം: സ്വന്തമായതും സ്വാഭാവികമായതും ആയ എല്ലാറ്റിൽനിന്നും പുറത്താക്കപ്പെട്ട് അവമതികളെല്ലാം സഹിച്ച് ആത്മപ്രകാശനക്ഷമത വറ്റി, അടക്കിവെച്ച രോഷം മാത്രം ബാക്കിയായി തന്നിലേക്കുതന്നെ തിരിയുന്ന, ആ രൂപം ആ മണലാരണ്യത്തിൽ ഓടി മറയുന്നു..

കരിങ്കാളി ആടുന്ന വീട്ടുമുറ്റം, അമ്പലം, അവിടെയൊക്കെയുള്ള ബന്ധു/സുഹൃദ് സംഘങ്ങൾ, പൊലീസ് സ്റ്റേഷൻ, അവർ മുറിയെടുക്കുന്ന ലോഡ്ജ്, അവിടുത്തെ ടെലിവിഷൻ അശരീരി, പൊതു ഇടങ്ങൾ, വീടും പരിസരങ്ങളും — ഇവിടെ എല്ലായിടത്തും ജാതി പേരായും തൊഴിലായും തെറിയായും അവസ്ഥയായും മനഃസ്ഥിതിയായും ഒരിക്കലും

മായ്ച്ചുകളയാനാവാത്ത സ്വത്വമായും പാരമ്പര്യമായും വർത്തമാനവിധിയായും ജീവിതത്തെയും ജീവിതായോധനങ്ങളെയും പിന്തുടരുന്നു. ദാരിദ്ര്യത്തിന്റെ വക്കിലുള്ള ജീവിതസാഹചര്യങ്ങളും, മാന്യമായ ജീവിതം നല്കാത്ത കലയും തൊഴിലുകളും, നാട്ടിൽത്തന്നെ നില്ക്കാൻ തീരുമാനിച്ചവരുടെ ആത്മനിന്ദ നിറഞ്ഞ ജീവിതവും, ഏക പ്രതീക്ഷയായ ഗൾഫിലെ അടിമത്തവും, അതിലെ അനിശ്ചിതാവസ്ഥയും എല്ലാം ഇവിടെ കടന്നുവരുന്നു.

5

സനൽകുമാർ ശശിധരന്റെ *ഒഴിവുദിവസത്തെ കളി,* ദളിതന്റെ അപൗരത്വത്തെക്കുറിച്ചുള്ളതാണ്. ജാതിസത്വം എങ്ങനെയൊക്കെ എത്ര സൂക്ഷ്മവും സർവ്വാന്തര്യാമിയുമായിട്ടാണ് നമ്മുടെ ജീവിതത്തിലും സമൂഹത്തിലും പ്രവർത്തിക്കുന്നത് എന്നതിനെക്കുറിച്ചാണ് ഈ ചിത്രം. ഒരു തെരഞ്ഞെടുപ്പിന്റെ അവസാനദിവസത്തെ പ്രചരണഘോഷത്തിൽ നിന്നാണ് ആഖ്യാനം ആരംഭിക്കുന്നത്. ആ ഘോഷത്തിൽനിന്ന് തെന്നിമാറി ഒത്തുചേരുന്ന മദ്ധ്യവയസ്കരുടെ ഒരു സുഹൃദ്സംഘം അടുത്ത ദിവസം അകലെ കാട്ടിനകത്തുള്ള ഒരു ഗസ്റ്റ് ഹൗസിലേക്കു നടത്തുന്ന യാത്രയും അവിടെ നടക്കുന്ന സംഭവങ്ങളുമാണ് പ്രതിപാദ്യം. ഈ യാത്ര അവരുടെ മനഃസ്ഥിതികളിലേക്കുള്ളതു കൂടിയാണ്. 'പുറ'ത്തുനിന്ന് 'അക'ത്തേക്കുള്ള യാത്രയാണത്: നാഗരിക'സഹിഷ്ണുത'യിൽനിന്നും 'മാന്യത'യിൽനിന്നും ഋജുവും നഗ്നവുമായ ഹിംസയിലേക്കുള്ള ഒന്ന്. ഇവിടെ പൗരൻ എന്ന പുറംപൂച്ച് അഴിഞ്ഞുവീഴുന്നു.

പുറമെനിന്ന് വളരെ അനൗപചാരികവും ഊഷ്മളവും ലീലാപരവും എന്ന് തോന്നിപ്പിക്കുന്ന ഈ സുഹൃദ് സംഗമത്തിൽ ജാതിശ്രേണി ക്രമേണ തെളിഞ്ഞുവരുന്നു. ഇവിടെ ദളിതൻ എന്നത് അവന്റെ/അവളുടെ ശരീരം അല്ലെങ്കിൽ അദ്ധ്വാനം മാത്രമായി അവശേഷിക്കുന്നു. സുഹൃദ് സംഘത്തിനു വേണ്ടി മരംകയറൽ, ചക്ക പറിക്കൽ, കോഴിയെ കൊല്ലൽ തുടങ്ങിയ കായികവും താഴ്ന്നതുമായ വേലകളെല്ലാം തന്നെ 'സ്വാഭാവികമായും' കളിതമാശയായും ദാസന്റെ മേൽത്തന്നെ കെട്ടിയേല്പിക്കപ്പെടുന്നു. മാറിയും മറിഞ്ഞും ആ നിയോഗങ്ങൾ അയാളിൽത്തന്നെ എത്തിച്ചേരുന്നു; സ്വതന്ത്രഭാരതത്തിലെ ജനാധിപത്യവ്യവസ്ഥയിലും തോട്ടിപ്പണിയും പ്യൂൺ ജോലിയും കൂലിപ്പണിയും താഴ്ന്ന വേലകളും കഠിനമായ കായികാദ്ധ്വാനങ്ങളുമെല്ലാം ഒടുവിൽ കറങ്ങിത്തിരിഞ്ഞ് ദളിത് സമൂഹങ്ങളിൽത്തന്നെ തിരിച്ചെത്തുന്നതുപോലെ! കൊല്ലം പട്ടണത്തിൽ തോട്ടിപ്പണിയിലേർപ്പെടുന്ന ജനവിഭാഗത്തെക്കുറിച്ചുള്ള വിധു വിൻസന്റിന്റെ *മാൻ ഹോൾ* എന്ന ചിത്രത്തിലൊരിടത്ത്, മുനിസിപ്പൽ തോട്ടിപ്പണിക്കാരന്റെ പ്ലസ് ടു പാസായ മകൾക്ക് അധികൃതർ നല്കുന്ന ജോലി തൂപ്പുപണി തന്നെയാണ്. കുട്ടിയുടെ വിദ്യാഭ്യാസയോഗ്യത ചൂണ്ടി

ക്കാട്ടി മറ്റൊരു ജോലി ആവശ്യപ്പെടുമ്പോൾ ഉദ്യോഗസ്ഥൻ പറയുന്നത് 'നിങ്ങളിതൊക്കെത്തന്നെയല്ലേ ചെയ്തിരുന്നത്?' എന്നാണ്. ഇവിടെ കൂട്ടുകാരുടെ ഇടയിൽ കളിയായി ഈ പണികൾ ദാസനിൽ ഏല്പിക്കപ്പെടുന്നു. കൂട്ടുകാരുടെ സ്നേഹപൂർവ്വമായ നിർബ്ബന്ധത്തിനു വഴങ്ങി, കഴുത്തറുക്കാൻ മനസ്സുവരാതെ അയാൾ തൂക്കിക്കൊല്ലുന്ന കോഴിയുടെ വിധി പിന്നീട് അയാളെത്തന്നെ കാത്തിരിക്കുന്ന ഒന്നാണ്. അയാളുടെ കൂട്ടുകാർക്ക് ആ റസ്റ്റ് ഹൗസിൽ പാചകം ചെയ്യാനായി വരുന്ന സ്ത്രീയും ഒരു ശരീരം മാത്രമാണ്. ദാസനും ഉടമയായ തിരുമേനിയും ഒഴികെ മറ്റുള്ളവരെല്ലാം തന്നെ അവളെ ആസക്തിയോടെ സമീപിക്കുന്നുണ്ട് എങ്കിലും അവൾ ആ ശ്രമങ്ങളെയെല്ലാം ആദ്യം അവഗണിക്കുന്നു; പിന്നീട് ചെറുക്കുന്നു, എതിർക്കുന്നു... ഒടുവിൽ ഒരാളെ കായികമായിത്തന്നെ ആ സ്ത്രീ നേരിടുന്നുമുണ്ട്. ആ സുഹൃദ് സംഘത്തിന്റെ ഭാഗമെന്ന് സ്വയം വിശ്വസിക്കുന്ന ദാസന് സ്വന്തം അവസ്ഥയുമായി അത്തരം വേറിടൽ സാദ്ധ്യമാകുന്നില്ല. മേൽജാതിയുടെ യുക്തിലോകത്തിലും ഭാവനയിലും വ്യവഹാരങ്ങൾക്കുമകത്ത് കുടുങ്ങിക്കിടക്കുന്നതിനാൽ ദാസന് അതിനെ അതിന്റെ തനിസ്വരൂപത്തിൽ തിരിച്ചറിയാനോ അതുകൊണ്ടുതന്നെ എതിർക്കാനോ ചെറുക്കാനോ കഴിയുന്നില്ല; അയാൾ കുടുങ്ങിക്കിടക്കുന്ന ആ യുക്തിയുടെ സ്വാഭാവികപരിണാമം എന്ന നിലയ്ക്ക് അയാൾ അതിന്റേതന്നെ ഇരയാകുന്നു. യഥാർത്ഥത്തിൽ അയാളെ ഒരു പൗരനായി കൂട്ടാത്ത വ്യവസ്ഥയിൽ താനും ഒരംഗമാണെന്ന് അയാൾ ഭ്രമിക്കുന്നു: തന്റെ കൂട്ടുകാരെല്ലാം കുടിച്ചു കൂത്താടുമ്പോഴും ദാസൻ മാത്രം ടെലിവിഷനിൽ കണ്ണും നട്ട് തിരഞ്ഞെടുപ്പ് വാർത്തകൾ പിന്തുടരുന്നത് യാദൃച്ഛികമല്ല. ജനാധിപത്യം, പ്രാതിനിദ്ധ്യം, പൗരത്വം, സമ്മതിദാനാവകാശം തുടങ്ങിയ മിഥ്യകൾക്കകത്താണ് ദാസന്റെ ആത്മബോധവും ജീവിതദർശനവും. ഒരു സന്ദർഭത്തിൽ ഒരു കറുത്ത പാട്ടിലൂടെ ദാസന്റെ അടിച്ചമർത്തപ്പെട്ട ആത്മബോധം പൊട്ടിത്തെറിക്കുന്നുണ്ട് എങ്കിലും മറ്റുള്ളവർ മെനയുന്ന കഥയിൽനിന്നും അതിന്റെ ശ്രേണീയുക്തികളിൽ നിന്നും അയാൾക്കു സ്വയം വേർപെടുത്താനോ മോചിപ്പിക്കാനോ കഴിയുന്നില്ല. അതിൽ പങ്കെടുക്കുന്നതിലൂടെ/ ആ കളിയുടെ നിയമങ്ങളിൽ വിശ്വസിക്കുന്നതിലൂടെ ദാസൻ അതിന്റെ കരുവും ഇരയും ആയിത്തീരുന്നു.

6

സജി പാലമേലിന്റെ *ആറടി* എന്ന ചിത്രം സ്വാതന്ത്ര്യാനന്തര ഇന്ത്യയിൽ — പ്രത്യേകിച്ച് കേരളം പോലുള്ള ആഗോളമാതൃകാദേശത്ത് — ദളിതരുടെ പൗരസ്ഥിതിയെ വെളിവാക്കുന്നു. സ്വാതന്ത്ര്യസമരസേനാനി, രാഷ്ട്രീയനേതാവ്, സംസ്കൃതപണ്ഡിതൻ, സാമൂഹ്യപ്രവർത്തകൻ, അദ്ധ്യാപകൻ എന്ന നിലയ്ക്കെല്ലാം രാഷ്ട്രസേവനം അനുഷ്ഠി

ച്ചിട്ടുള്ള വയോവൃദ്ധനായ കുഞ്ഞിക്കോരു മാഷ് എന്ന മനുഷ്യന്റെ അന്ത്യയാത്രയാണ് ചിത്രത്തിന്റെ ആഖ്യാനഘടന. മരണത്തിൽപോലും ആ യാത്ര ഒരു സമരനായകന്റെയോ രാഷ്ട്രീയനേതാവിന്റെയോ സാംസ്കാരികനായകന്റെയോ ആയി 'വളരു'ന്നില്ല. മറിച്ച് വയസ്സനും ദരിദ്രനുമായ ഒരു ദളിതന്റെ ദയനീയവും ഏകാന്തവുമായ ഒരു ചാവായി അത് കലാശിക്കുന്നു. കുഞ്ഞിക്കോരു മാഷിന്റെ കൊച്ചുമകൻ ഒരു ദേശീയ പാർട്ടിയുടെ ദളിത് മണ്ഡലം പ്രസിഡണ്ട് കൂടിയാണ് എന്ന വസ്തുത കേരളത്തിലെ ദളിത് രാഷ്ട്രീയോർജ്ജത്തിന്റെ സമകാലികാവസ്ഥയെ/നിലയെ സൂചിപ്പിക്കുന്നുണ്ട്. ഒരുവശത്ത് നിലനില്ക്കുന്ന വ്യവസ്ഥയിലേക്കുള്ള ഔപചാരികമായ ഉൾപ്പെടുത്തലിന്റെയും അങ്ങനെ അതിനകത്ത് ഒതുക്കപ്പെടുന്നതിന്റെയും കഥയാണത്. മാന്യമായ ഒരു അന്ത്യക്രിയക്കുപോലും യോഗ്യത നേടാനാവാതെ ആ ശവശരീരം ഇവിടെ വീണ്ടും അനാഥമാക്കപ്പെടുന്നു. പ്രാദേശികവും ദേശീയവും വർഗ്ഗീയവുമായ വിവിധതലങ്ങളിലുള്ള രാഷ്ട്രീയക്കാർ/പാർട്ടികൾ, മതസംഘടനകൾ, സ്കൂൾ, ആശുപത്രി, പാർട്ടി ഓഫീസ്, പ്രാദേശിക തറവാടികൾ, പതിവായി ശവദാഹം നടക്കാറുള്ള പുഴയോരം തുടങ്ങി ഓരോ വ്യക്തിയും, ഔപചാരികവും അനൗപചാരികവും പൊതുവും സ്വകാര്യവുമായ സ്ഥലങ്ങളും സ്ഥാപനങ്ങളും എല്ലാം ഒന്നടങ്കം ആ ശരീരത്തെ പുറന്തള്ളുന്നു. അവസാനത്തെ പരക്കംപാച്ചിലിനിടയിൽ ആ ശരീരത്തിന് അഭയം നല്കുന്നത് ഗ്രാമത്തിലുള്ള ഒരു പെന്തകോസ്ത് പള്ളിയാണ്; അവരുടെ പ്രാർത്ഥന അവിടെ ചൊല്ലും എന്ന വ്യവസ്ഥയിൽ. സ്വന്തമായ ഇടമില്ലായ്മയുടെ ജീവിച്ചിരിക്കുമ്പോഴത്തെ ഇടമില്ലായ്മയുടെയും ഇടം നഷ്ടപ്പെടലിന്റെയും കഥ മരണശേഷവും അയാളെ പിന്തുടരുന്നു. കുഞ്ഞിക്കോരു മാഷിന്റെ സ്വന്തം വീട്ടുപറമ്പിന്റെ മിക്കഭാഗവും ഹൈവേ പണിയാനായി സർക്കാർ ഏറ്റെടുത്തതിനാൽ ഒരു തുണ്ട് ഭൂമിയുടെ അറ്റത്തുനില്ക്കുന്ന പുര മാത്രമായി അത് ഇന്ന് ചുരുങ്ങിയിരിക്കുന്നു. സ്ഥലം മാത്രമല്ല ഈ കുടുംബത്തിന്/സമൂഹത്തിന് നഷ്ടപ്പെട്ടിരിക്കുന്നത്, ഉപജീവനമാർഗ്ഗങ്ങൾ കൂടിയാണ്: കെട്ടിടപ്പണി ചെയ്യുന്ന വേളയിൽ നാലാം നിലയിൽനിന്ന് വീണു പരിക്കേറ്റ കുഞ്ഞിക്കോരു മാഷിന്റെ മകൻ സ്വബോധം നഷ്ടപ്പെട്ട അവസ്ഥയിലാണ്. അങ്ങനെ സ്വന്തം ഇടം, ജീവനോപാധി, സമൂഹം, അന്തസ്സ്, ആത്മാഭിമാനം എന്നിങ്ങനെ ഒരു വ്യക്തിയെ മനുഷ്യനായും പൗരനായും നിലനിർത്തുന്ന ഓരോന്നിൽ നിന്നും ഈ ഉപസമൂഹം പുറന്തള്ളപ്പെട്ടിരിക്കുന്നു. സ്വന്തം ഊരും പേരും പണിയും നഷ്ടപ്പെട്ട് എവിടെയുമെത്താതെ പകച്ചുനില്ക്കുന്ന ഒരു ജനതയെയാണ് നമ്മളിവിടെ കാണുന്നത്. 'പുരോഗതി'ക്കും സമൂഹത്തിൽ സംഭവിക്കുന്ന മാറ്റങ്ങൾക്കുമെല്ലാം വിയർപ്പും രക്തവും ശരീരവും ജീവനും കൊടുക്കുന്നത് ദളിതരാണെങ്കിലും അവർ അതിന്റെ ഫലങ്ങളിൽനിന്നെല്ലാം പുറത്താക്കപ്പെടുന്നു: രാജ്യത്തിന്റെ

പതിനൊന്നാം സ്ഥലം

സ്വാതന്ത്ര്യമായാലും രാഷ്ട്രീയസമരങ്ങളായാലും വികസനമായാലും ആഗോളീകരണവും അതിന്റെ ഫലമായി ഭരണകൂടത്തിന്റെ സാമൂഹ്യ സുരക്ഷയിൽനിന്നുള്ള പിന്മാറ്റമായാലും എല്ലാറ്റിനും വില കൊടുക്കേണ്ടി വരുന്നതും ഭാരം ചുമക്കേണ്ടിവരുന്നതും താഴെയുള്ളവർ തന്നെയാകുന്നു. സ്വാതന്ത്ര്യസമരസേനാനിയായ കുഞ്ഞിക്കോരു മാസ്റ്ററെയും ദളിത് രാഷ്ട്രീയനേതാവായ അയാളുടെ കൊച്ചുമകനെയും മുഖ്യധാരയ്ക്ക് പ്രദർശനവസ്തുക്കളെന്ന പേരിലോ സ്വന്തം പുരോഗാമിത്വം വിളംബരം ചെയ്യാനുള്ള അടയാളങ്ങളെന്ന രീതിയിലോ മാത്രമാണ് ആവശ്യം. ദളിതർ അവരുടേതായ ഒരു ആവശ്യം ഉന്നയിക്കുമ്പോൾ, അവകാശം സ്ഥാപിക്കാൻ ശ്രമിക്കുമ്പോൾ, മറ്റു മനുഷ്യരെപ്പോലെ പൗരത്വബോധ ത്തോടെ പ്രവർത്തിക്കാനായുമ്പോൾ അധികാരവ്യവസ്ഥ അതിനെ ഭൂരിപക്ഷശക്തികൊണ്ട് വളയുന്നു, വരിഞ്ഞുമുറുക്കുന്നു. സമൂഹത്തിൽ തനിക്കുണ്ടെന്നു കരുതിയ സ്ഥാനം/അംഗത്വം ഒരു മിഥ്യയാണെന്നും വഞ്ചനയാണെന്നും സുനീഷ് ഒടുവിൽ തിരിച്ചറിയുന്നു; തന്റെ മഹാനായ അപ്പൂപ്പനു ശവഘോഷയാത്രയോ മരണാനന്തരബഹുമതിയോ അനുശോ ചനസമ്മേളനമോ പോകട്ടെ ഒരു ആറടി മണ്ണുപോലും സ്വന്തമായില്ല എന്ന അറിവിലാണ് ചിത്രം അവസാനിക്കുന്നത്; അയാൾ തന്റേതു കൂടിയെന്നോ തനിക്കുംകൂടി അവകാശപ്പെട്ടതെന്നോ കരുതിയിരുന്ന വിശാലമായ ലോകം ഒടുവിൽ ചുരുങ്ങിച്ചുരുങ്ങി സ്വന്തം വീട്ടിലെ അടുക്കളയുടെ നാലു ചുമരുകൾക്കിടയിലേക്ക് ഒതുങ്ങുന്നു.

7

മറ്റൊരു വഞ്ചനയുടെയും തിരിച്ചറിവിന്റെയും കഥയാണ് രഞ്ജിത് ചിറ്റാടെയുടെ *പതിനൊന്നാം സ്ഥലം* എന്ന റോഡ് മൂവിക്ക് പറയാനുള്ളത്. വയനാടിൽ ടാക്സിയോടിക്കുന്ന കുടിയേറ്റക്കാരനായ ജെയിംസിന്റെ ഒരു ദുഃഖവെള്ളിയാഴ്ച ദിവസത്തെ വണ്ടിയോട്ടവും അതിലൂടെ അയാളെത്തിച്ചേരുന്ന മറുകാഴ്ചകളും കരകളുമാണ് ആഖ്യാനം. കുടുംബത്തോടൊപ്പം പള്ളിയിൽ പോകേണ്ട ഒരു വിശുദ്ധദിവസം വണ്ടിയോടിക്കാൻ അയാൾക്ക് മടിയുണ്ടെങ്കിലും ഭൗതികമായ ചില ആഗ്രഹങ്ങൾക്ക് വഴങ്ങി അയാളതിനു തയ്യാറാവുന്നു; അന്ന് വണ്ടിയിൽ കയറുന്നത് വയനാടിൽ സ്വച്ഛസുന്ദരമായ ഒരിടത്ത് വളരെ ശാന്തമായ ഒരു റിസോർട്ട് പണിയാൻ പറ്റിയ സ്ഥലം അന്വേഷിച്ചുവരുന്ന ഒരു നവതലമുറ-മുതലാളിയും കൂടെ ആ ഇടവും വയനാടിന്റെ ഹരിതഭംഗിയും പകർത്താൻ സഞ്ചരിക്കുന്ന ഒരു യുവഛായാഗ്രാഹകനും ആണ്. വയനാടൻ ചുരത്തിലൂടെ വളഞ്ഞുപുളഞ്ഞുള്ള ആ യാത്രയിൽ വയനാട് എന്ന ഇടത്തെ അവിടെയെത്തുന്ന ഓരോരുത്തരും എത്ര വ്യത്യസ്തമായാണ് കാണുന്നതെന്ന് ജെയിംസ് അറിയുന്നു. പുറത്തുനിന്നു വരുന്നവർക്കും നഗരവാസികൾക്കും അത് ശാന്തവും സ്വച്ഛയുമായ ഒരു തുരുത്തോ, ഒരു റിസോർട്ട്/റിട്രീറ്റ് എന്നൊക്കെയുള്ള രീതിയിൽ വിപണനം ചെയ്യാവുന്ന 'പ്രോപ്പർട്ടി'യോ ആണത്. മറ്റു ചിലർക്ക് കണ്ണിനെ/ക്യാമറയെ ഹരം പിടിപ്പിക്കുന്നതും ജൈവവൈവിദ്ധ്യമാർന്നതുമായ ഹരിതഭൂമിയോ, തഞ്ചത്തിന് വാങ്ങാനും ലാഭത്തിന് മറിച്ചുവില്ക്കാനും ക്ഷണിക്കുന്ന കച്ചവട സാദ്ധ്യതയോ ആണത്. എന്നാൽ താനടക്കം അവിടേക്ക് വന്നവരും വരുന്നവരും ആ സ്ഥലം പലവിധത്തിൽ പിടിച്ചടക്കിയവരാണ് എന്ന് ജെയിംസ് തിരിച്ചറിയുന്നു. ആ ഭൂമിയുടെ ഉടമകളായ ആദിവാസികളിൽനിന്ന് തട്ടിപ്പറിച്ച പ്രകൃതിയെയാണ് ജെയിംസിനെപ്പോലുള്ളവർ വില്പനച്ചരക്കാക്കുന്നത്. അങ്ങനെ സ്വന്തം ഭൂമിയിടപാട് സ്വപ്നങ്ങളോടെ ചുരം കയറുന്ന ജെയിംസിന്റെ മടക്കയാത്ര തിരിച്ചറിവിന്റെ യാത്രയായിമാറുന്നു. തിരിച്ചുവരുന്നവഴി യാദൃച്ഛികമായി അയാൾക്ക് ഒരു ആദിവാസി സങ്കേതത്തിലേക്ക് പോകേണ്ടിവരുന്നു. ആസന്നമരണനായ ഒരു വൃദ്ധരോഗിയെ ആശുപത്രിയിലെത്തിക്കുക എന്നതാണ് അയാൾ മടിയോടെ ഏറ്റെടുക്കുന്ന ദൗത്യം. അതുവരെ അയാളുടെ സ്വപ്നങ്ങൾ കുതിച്ചുപാഞ്ഞിരുന്ന ടാർ റോഡിൽനിന്ന് തെറ്റി, മണ്ണിടവഴികളിലൂടെ സഞ്ചരിച്ച് അയാളവിടെയെത്തുന്നു. ശൂന്യമായ നോട്ടങ്ങളോടെ പകച്ചുനില്ക്കുന്ന ഒരുകൂട്ടം ആദിവാസികളെയാണ് അയാൾ അവിടെ കണ്ടുമുട്ടുന്നത്. ദാരിദ്ര്യവും രോഗവും അനാഥത്വവും മുറ്റിനില്ക്കുന്ന ആ ഇടം അയാളുടെ മനഃസാക്ഷിയെ അലോസരപ്പെടുത്തുന്നു. 'വികസന'വും 'പുരോഗതി'യും തിന്നുമുടിച്ച ഒരു ആവാസവ്യവസ്ഥയെയും സംസ്കൃതിയെയുമാണ് അയാൾ അവിടെ കാണുന്നത്. ആത്മാർത്ഥമായി ശ്രമി

ച്ചിട്ടും അയാൾക്ക് ആ ആദിവാസി വൃദ്ധനെ രക്ഷിക്കാനാവുന്നില്ല; അവരുടെ അശരണതയ്ക്കുമുന്നിൽ ജെയിംസ് നിശ്ശബ്ദനായിപ്പോകുന്നു. ജീവിതത്തോടും ജീവനോടുമുള്ള യുദ്ധത്തിൽ തോറ്റ ആ ശരീരവുമായി ജെയിംസ് സ്വന്തം കാറിൽ അവരെ തിരിച്ചുകൊണ്ടു പോകുന്നു.. ആ ദിവസം അയാൾക്ക് ഏത് വർഷത്തെയുംപോലെ മറ്റൊരു ദു:ഖവെള്ളിയാഴ്ചയല്ല; മൂന്നാം യാത്രയിലുള്ള ആ മലകയറ്റം അയാളെ സംബന്ധിച്ചിടത്തോളം ആന്തരികമായ ഒന്നുകൂടിയാണ്.

8

ജാതി എന്ന സ്ഥലകാലചലനം

എന്തുകൊണ്ടാണ് ഈ ചിത്രങ്ങളെല്ലാം തന്നെ യാത്രാചിത്രങ്ങളാകുന്നതും, ഒരുദിവസം നടക്കുന്ന സംഭവഗതികളെന്ന ഒരു സമയഘടന സ്വീകരിക്കയും ചെയ്യുന്നത്?

മുന്നോട്ടുള്ള നിരന്തരമായ ചലനം ആണ് യാത്രാചിത്രങ്ങളുടെ പ്രത്യേകത; വാഹനത്തിനുള്ളിലെ നിശ്ചലതയും കാഴ്ചയിൽ പുറത്തുള്ള ഭൂപ്രകൃതികളുടെയും ആവാസങ്ങളുടെയും പിന്നോട്ടുള്ള ചലനവുമാണ് ഇത്തരം ചിത്രങ്ങൾക്ക് ദൃശ്യതലത്തിൽത്തന്നെ ഒരുതരം നാടകീയതയണയ്ക്കുന്നത്. അകത്തുള്ളവരുടെ മുന്നോട്ടുള്ള ചലനവും പശ്ചാത്തലങ്ങളുടെ പിന്നോട്ടുള്ള കുതിപ്പും ഒരുതരം സംഘർഷാത്മകത ഉണ്ടാക്കുന്നുണ്ട്. വാഹനത്തിനകത്തു നടക്കുന്ന സംഭവങ്ങളുടെ നാടകീയതയിൽനിന്നോ വൈകാരികസംഘർഷങ്ങളിൽനിന്നോ കട്ട് ചെയ്ത് പുറത്തുനിന്നുള്ള ഒരു ദൃഷ്ടികോണിലേക്ക്, പലപ്പോഴും ആ വാഹനം പാഞ്ഞുപോകുന്നതിന്റെ പുറം ഷോട്ടിലേക്കുള്ള കട്ട് കാണിയിൽ സ്ഥലാനുഭവപരമായ ഒരു ഞെട്ടൽ ഉണ്ടാക്കും. ഒരു നാടകീയ മുഹൂർത്തത്തിൽ മുഴുകിയിരിക്കുന്ന മാനസികാവസ്ഥയിൽനിന്നു പെട്ടെന്ന് വസ്തുനിഷ്ഠമായ പുറം കാഴ്ചപ്പാടിലേക്കുള്ള മാറ്റം മുന്നിൽ അരങ്ങേറുന്ന നാടകത്തിൽനിന്ന് കാണിയെ പൊടുന്നനെ മോചിപ്പിക്കുകയും ചെയ്യുന്നുണ്ട്. *പതിനൊന്നാം സ്ഥലം, ആറടി, കരി* തുടങ്ങിയ ചിത്രങ്ങളിലെല്ലാം ഈ രീതിയിലുള്ള സന്നിവേശസന്ദർഭങ്ങൾ കാണാം. ഈ സങ്കേതം കഥാപാത്രങ്ങളും അവർ ഇരിക്കുന്ന വാഹനത്തെയും ചൂഴ്ന്നുനില്ക്കുന്ന സ്ഥലത്തെ/പരിസരത്തെ ആഖ്യാനത്തിലേക്ക് കൊണ്ടുവരാനും അങ്ങനെ നമുക്കു മുന്നിൽ ചുരുൾനിവരുന്ന കഥയെ അതിന്റെ ചുറ്റുപാടുമായി ബന്ധിക്കാനും ഉതകുന്നു; ഒപ്പം കാണിയെ കഥാപാത്രങ്ങളോ സന്ദർഭങ്ങളോ ആയുള്ള സാത്മ്യത്തിൽനിന്ന് അകറ്റുന്ന ഒരു അന്യവല്ക്കരണതന്ത്രമായും ഇതു പ്രവർത്തിക്കുന്നു. ജാതിയെ ആഖ്യാനവല്ക്കരിക്കുമ്പോൾ ഇത്തരം കോൺ മറിയലുകൾ (വ്യൂ പോയിന്റ് ഷിഫ്റ്റ്) നമ്മെ ചരിത്രത്തിലേക്കും യാഥാർത്ഥ്യത്തിലേക്കുമാണ് ക്ഷണിക്കുക. ആറടിയിൽ ആ വണ്ടിക്കകത്ത് മരിച്ചുകിടക്കുന്ന മനുഷ്യൻ പോരാടി

ജീവിച്ച ജന്മനാട്ടിലൂടെ നീങ്ങുന്ന ആ പഴഞ്ചൻ ടെമ്പോയുടെ ദയനീയ മായ കിതപ്പും ഇടർച്ചകളും ആ സമൂഹത്തിന്റേതു തന്നെയായി മാറുന്നു. പതിനൊന്നാം സ്ഥലത്തിൽ ആദ്യത്തെ യാത്ര മുഴുവൻ വയനാടിന്റെ ഹരിതനിമ്നോന്നതങ്ങളിൽ കാഴ്ചയുന്നുമ്പോൾ, രണ്ടാം യാത്ര അതേ നാടിനകത്തുതന്നെയുള്ള മറ്റൊരു ലോകത്തിലേക്കുള്ളതാണ്; നമ്മൾ മുമ്പുകണ്ട പ്രകൃതിഭംഗിക്ക് പകരം ആ ഭൂമിയുടെതന്നെ ആദിമ ഉടമകളുടെ ദയനീയാവസ്ഥകളിലേക്കാണ് രണ്ടാം യാത്ര നീങ്ങുന്നത്. തുടർന്നുവരുന്ന മൂന്നാം യാത്രയിലുടനീളം ദൃശ്യങ്ങളിൽ നിറയുന്നത് കാറിനകത്തെ മനുഷ്യർ തന്നെയാണ്; പുറത്തുകാണുന്ന ക്രൂശിതരൂപവു മേന്തിയുള്ള ഭക്തരുടെ ഘോഷയാത്ര കാറിന്റെ യാത്രയെ ഇവിടെ മറ്റൊരുതലത്തിൽ അനുഗമിക്കുന്നു. കരിയിൽ ദാസന്റെ നാട് തേടി ഇരുവർ സഞ്ചരിക്കുന്ന കാർ പലരിലേക്കും അവരെ എത്തിക്കുന്നു; രാത്രി 'ജാതിത്തൈകൾ വില്ക്കാനുണ്ട്' എന്ന പരസ്യം പതിക്കുന്ന മനുഷ്യൻ തുടങ്ങി പലരും ആ കാറിന്റെ വഴിയിലെത്തുന്നുണ്ട്.

സമൂഹത്തിൽ ജാതിവ്യവഹാരവും സാദ്ധ്യമാകുന്നത് ചലനത്തി ലൂടെയാണ്, ഒരർത്ഥത്തിൽ ചലനമാണ് അതിന്റെ പ്രകാശനമാധ്യമം. അതായത്, ജാതിസമൂഹത്തിൽ 'അവരവർ ഇരിക്കേണ്ട സ്ഥാനത്ത് അവരവർ ഇരുന്നാൽ' അത് പ്രവർത്തനക്ഷമമാകുന്നില്ല. മറിച്ച്, ചലിക്കു കയും മറ്റുള്ളവരുമായി / പുറം ലോകവുമായി ബന്ധപ്പെടുകയും ഉരസു കയും ചെയ്യുമ്പോഴാണ്, അതായത് സ്വന്തം ഇടംവിട്ട് ഒരാൾ പുറ പ്പെടുമ്പോഴാണ് അത് ഒരു പ്രശ്നമോ തടസ്സമോ അനുഭവമോ ആയി മാറുന്നത്. പാരസ്പര്യത്തിലാണ് അതിന്റെ ജീവൻ, സമൂഹത്തിൽ പാര സ്പര്യം എന്നത് ഒരുതരം ചലനമാണ്; വിവിധ ജാതികൾ തമ്മിലുള്ള പരസ്പരബന്ധം വേണ്ടിവരുന്നതും സാദ്ധ്യമാകുന്നതും വ്യക്തികൾക്കിട

ഒഴിവുദിവസത്തെ കളി

യിലെ അതിർത്തികൾ കടന്നുള്ള ചലനത്തിലൂടെയാണ്. തൊട്ടുകൂടായ്മയും തീണ്ടിക്കൂടായ്മയും ചലനബദ്ധമാണ്. ബ്രാഹ്മണനനും ചണ്ഡാളനും അവരവരുടെ സ്ഥാനത്ത് അനങ്ങാതെയിരിക്കുകയാണെങ്കിൽ ജാതിപ്രയോഗത്തിന് പ്രസക്തിയില്ല; അവർ തമ്മിൽ കണ്ടുമുട്ടുന്ന, പരസ്പര വിനിമയം നടത്തുന്ന ഇടങ്ങളിൽ/സമയസന്ദർഭങ്ങളിലാണ് അത് പ്രസക്തമാകുന്നതും പ്രവർത്തിക്കുന്നതും. അതുകൊണ്ടു തന്നെയായിരിക്കാം ജാതി മുഖ്യപ്രമേയമായെടുക്കുന്ന ഈ ചിത്രങ്ങളിലെല്ലാം തന്നെ ചലനം അവിഭാജ്യഘടകമായിരിക്കുന്നത്. ഇവിടെ നിശ്ചലതയിൽ മാത്രമാണ് ദളിതർ പൗരന്മാരായി കാണപ്പെടുന്നത്. പങ്കാളിത്തത്തിൽ നിന്ന്, ഉടമസ്ഥതയിൽനിന്ന്, സാഹോദര്യത്തിൽനിന്ന്, തുല്യതയിൽനിന്ന് ഘടനാപരമായിത്തന്നെ ഇവർ പുറത്താക്കപ്പെട്ടിരിക്കുന്നതിനാൽ അവർ ചലിക്കാൻ തുടങ്ങുമ്പോൾ പൗരത്വമഴിഞ്ഞ് വെറും ദളിതശരീരങ്ങളായി മാറുന്നു..

ഈ സിനിമകൾ ഓരോന്നും സ്വീകരിക്കുന്ന യാത്രാചിത്രം എന്ന ഘടന സിനിമയ്ക്കകത്തെ സ്ഥലവിന്യാസത്തെ ചലനാത്മകവും ചടുലവുമാക്കുമ്പോൾ, സമയത്തിന്റെ കാര്യത്തിലും ഇതേ രീതിയാണ് പിന്തുടരുന്നത്. യഥാർത്ഥസ്ഥലത്തിന്റെയും സമയത്തിന്റെയും ദൈർഘ്യത്തിലൂടെയുള്ള ചലനം/നീക്കം ആണ് ഈ സിനിമകളുടെ വേഗം. ആഖ്യാനത്തിനകത്തെ സംഭവങ്ങളുടെ കാലദൈർഘ്യം യഥാർത്ഥസമയത്തിന്റെ ദൈർഘ്യത്തോടും ഗതിവേഗതയോടും അടുക്കുന്തോറും രണ്ട് കാര്യങ്ങൾ സംഭവിക്കുന്നു: ഒന്ന് ആഖ്യാനം കൂടുതൽ യഥാർത്ഥസമയത്തോട് അടുക്കുന്നു; മറ്റൊന്ന് ഒരുതരം തിടുക്കം/ഉദ്വേഗം അവിടെ സൃഷ്ടിക്കപ്പെടുന്നു. ഇത് രണ്ടും കേരളത്തിലെ ജാതിവികാരത്തിന്റെ പ്രതിപാദനത്തിന് നിർണ്ണായകവുമാണ്. യഥാർത്ഥസമയത്തിന്റെ അനുഭവദൈർഘ്യത്തിലും, യഥാർത്ഥമായ സ്ഥലത്തിലൂടെയുള്ള നീക്കത്തിലും, ആ ചലനത്തിന്റെ സാന്ദർഭികതയിലും സന്നിഹിതത്വത്തിലുമായിരിക്കും കേരളത്തിലെ ജാതിവെറി ഏറ്റവും തെളിച്ചത്തിലും മുഴക്കത്തിലും വെളിപ്പെടുന്നത്. നിശ്ചലതയിൽ എല്ലാം ഔദ്യോഗിക കണക്കുകളും രാഷ്ട്രീയശരികളും നയന്യായീകരണങ്ങളുമായി പകർന്നാടുന്നു; ഏതവസ്ഥയെയും ഏത് അനീതിയെയും ഒരു അപവാദമാക്കി (ആരോപണം, വിട്ടുനില്ക്കുന്നത് എന്നീ രണ്ടർത്ഥത്തിലും) മാറ്റാൻ എളുപ്പമാണ്; നമ്മുടെ പൊതുവ്യവഹാരങ്ങളിലും മാധ്യമസംവാദങ്ങളിലും ദളിതർക്കെതിരായ ഓരോ അക്രമവും അനീതിയും ഒരു താല്ക്കാലിക വീഴ്ചയോ സംഭവിച്ചുപോയ ദുരന്തമോ സവിശേഷമായ ഒരു സംഭവമോ ആക്കി മാറ്റുന്നത്/മാറുന്നത് നമ്മൾ കണ്ടുകൊണ്ടേയിരിക്കുന്നു. പശ്ചാത്തലത്തിൽനിന്നും ചുറ്റുപാടുകളിൽനിന്നും ജീവിതപ്രക്രിയയുടെ തുടർച്ചയിൽനിന്നും സംഭവശൃംഖലയിൽനിന്നും കാര്യകാരണബന്ധങ്ങളിൽ നിന്നും ഓരോ അവമതിയും അനീതിയും അടർത്തിമാറ്റപ്പെടുന്നു. അനന്യമായ ഒരു സംഭവമോ വ്യക്തിവൈകൃതമോ ദുഷ്കൃത്യമോ

അപകടമോ ആസൂത്രിതഹിംസയോ ഒക്കെയായി അവ വിറങ്ങലിക്കുന്നു. എന്നാൽ അവ യഥാർത്ഥ സ്ഥലകാലത്തിൽ/അനുഭവതലത്തിൽ അവയുടെ ജൈവപശ്ചാത്തലത്തിലും ഭാവസങ്കീർണ്ണതയിലും ഏറ്റവും പ്രധാനമായി സാമൂഹികതയിലും പ്രകാശപ്പെടുന്നു.

ജാതി എന്നത് സമൂഹശരീരത്തിന്റെയും അധികാരവ്യവസ്ഥയുടെയും ഉള്ളിലേക്ക് വലിയുമ്പോൾ അത് ലോകത്തിന്റെ ഉപരിതലത്തിലെ നിശ്ചലാവസ്ഥയിൽ വെളിപ്പെടുന്നില്ല; നിയമവും നീതിയും പോലെയാണത്. നിയമം എന്നത് എഴുതിവെച്ച ജഡതത്ത്വങ്ങൾ മാത്രമാണ്, നീതി എന്നത് അന്നന്നത്തെ വർത്തമാനകാല ജീവിതത്തിലെ നൈതികാനുഭവവും ജാഗ്രതയുമാണ്. അതുകൊണ്ടുതന്നെ ചലനമോ ഇടപാടുകളോ ഇല്ലാതിരിക്കുമ്പോൾ മനുഷ്യൻ/മനുഷ്യത്വം എന്ന പൊതുഗണമായി എല്ലാവരും ഒരുപോലെ ഒന്നുപോലെ കാണപ്പെടുന്നു. പക്ഷേ, ജീവിതം ചലിച്ചു തുടങ്ങുമ്പോൾ അത് പലരീതിയിൽ ഒപ്പം ചലിക്കുന്നു. ജാതി എന്ന നിരന്തരമായ ആയിത്തീരൽ (becoming) ജീവിതത്തിൽ അനുഭവക്ഷമമാകുന്നു. ആ അനുഭവത്തെ 'നിർത്തിപ്പറയാൻ' അല്ലെങ്കിൽ ചൂണ്ടിക്കാണിച്ചുതരാൻ എളുപ്പമല്ല; അത് അത്തരം നിശ്ചലതയ്ക്ക് വഴങ്ങാതെയും തെളിവുകൾക്ക് പിടിതരാതെയും കടന്നുകളയുന്നു.

ജാത്യാനുഭവത്തിന്റെ അത്തരത്തിലുള്ള ജൈവികമാനം അവതരിപ്പിക്കുവാനുള്ള ശ്രമത്തിന്റെ ഭാഗമായിട്ടായിരിക്കണം ഈ ചിത്രങ്ങളെല്ലാം തന്നെ യഥാർത്ഥസമയദൈർഘ്യത്തിന്റെ തിടുക്കത്തിലേക്കും ചലനത്തിന്റെ സന്ദിഗ്ദ്ധതയിലേക്കും സംഭവങ്ങളുടെ ഒഴുക്കിലേക്കും അവയുടെ ആഖ്യാനങ്ങളെ വിളക്കിച്ചേർക്കുന്നത്. സ്ഥലത്തിലൂടെയും വർത്തമാനകാലത്തിലൂടെയുമുള്ള ചലനത്തിലാണ് കേരളത്തിലെ ജാതിജീവിതത്തെ ഈ ചിത്രങ്ങൾ പിടിച്ചെടുക്കുന്നത്, പരിശോധിക്കുന്നത്.

സിനിമയിലെ/സിനിമയുടെ സ്ത്രീപക്ഷം ചില കുറിപ്പുകൾ

വടക്കു ഗോകർണ്ണം മുതൽ തെക്കു കന്യാകുമാരിവരെ നീണ്ടു കിടക്കുന്ന സാക്ഷാൽ കേരളം കുട്ടിക്കാലത്തു പഠിച്ചറിഞ്ഞ ഈ രണ്ട് അതിരുകളോടുകൂടിയ എന്റെ കേരളം!

ഗോവിന്റെ കർണ്ണത്തിൽ ലിംഗമാഴ്ത്തി രമിക്കുന്ന ശിവന്റെ മുന്നിൽ നില്ക്കുമ്പോൾ ഈ ലിംഗം കാമിച്ചു കാത്തുനില്ക്കുന്ന കന്യാകുമാരീ ദേവിയെ ഞാൻ ഓർത്തുപോകുന്നു. ഇങ്ങനെ രണ്ടുപേരാണല്ലോ എന്റെ കേരളത്തിന്റെ വടക്കും തെക്കും എന്നതെന്നെ അത്ഭുതപ്പെടുത്തുന്നു!

ഭക്തിയുടെ ഭാഷയിൽ, ചരിത്രത്തിന്റെ ഭാഷയിൽ, ഐതിഹ്യത്തിന്റെ ഭാഷയിൽ തെല്ലും ശരിയാകാത്ത എന്റെ ഈ അത്ഭുതം!

എന്റെ നാടിന്റെ ഒരതിരിൽ ഒരു സുഖസത്യം! മറ്റേ അതിരിൽ ഒരു ദുഃഖസത്യം!

ഒരതിരിൽ സദാരതി! മറ്റേ അതിരിൽ നിത്യാരതി!

(കുഞ്ഞുണ്ണി, നല്ലമകൻ, കുറ്റിപ്പെൻസിൽ, 1982, പേജ് 49)

മലയാളിയുടെ ലൈംഗികജീവിതം, രതിഭാവന, ആസക്തിചരിത്രം, സ്ത്രീപുരുഷബന്ധത്തെക്കുറിച്ചുള്ള സങ്കല്പനങ്ങൾ, ഉഭയലൈംഗികതയ്ക്കപ്പുറമുള്ള ലോകങ്ങളെയും അനുഭവങ്ങളെയുംകുറിച്ചുള്ള സങ്കല്പങ്ങൾ – ഇവയെല്ലാം പുലരുന്ന ഒരു മനഃസ്ഥിതിയുടെ ഭൂമിശാസ്ത്രം കുഞ്ഞുണ്ണിമാഷുടെ ഈ വരികളിലുണ്ടെന്നു തോന്നുന്നു, അതിന്റെ ഉയർച്ചതാഴ്ചകൾ, ഒഴുക്കുകൾ, കെട്ടിക്കിടക്കലുകൾ, ഹർഷസംഘർഷങ്ങൾ ഈ രണ്ടു ബിന്ദുക്കൾക്കിടയിലും അവയിൽ നിന്നും വരച്ചും വായിച്ചും എടുക്കാവുന്നതേയുള്ളൂ. കുഞ്ഞുണ്ണിമാഷ് ഈ രൂപകത്തെ വലിച്ചുനീട്ടാതെ (ഒരു നല്ല മകനെപ്പോലെ) വിടുകയാണ് ചെയ്യുന്നത്: "വേണമെങ്കിൽ ഈ ഗോകർണ്ണത്തിലാണ്ട ശിവലിംഗ

ത്തേയും ആ നിത്യ കന്യായോനിയേയും എനിക്ക് പലതിന്റെയും പ്രതീകങ്ങളാക്കി മാറ്റി വർണ്ണിച്ച് രസിക്കാം, വായനക്കാരെ രസിപ്പിക്കാം, പക്ഷേ, എനിക്കതു വയ്യ. എന്റെ പിതാവ് സദാരതനായി നില്ക്കുന്നു എന്നത് എന്നെ സന്തോഷിപ്പിക്കുന്നു. മാതാവ് നിത്യകന്യകയായി കരഞ്ഞു കഴിയുന്നു എന്നത് എന്നെ ദുഃഖിപ്പിക്കുകയും ചെയ്യുന്നു. ഈ സന്തോഷവും ഈ സന്താപവും എന്നെ നല്ല മകനാക്കുകയും ചെയ്യുന്നു." പുരുഷന്റെ സദാരതി, സ്ത്രീയുടെ കന്യാകാത്വം ഇതിനു രണ്ടിനുമിടയിൽപെട്ട മകൻ ഈ ത്രിത്വം മലയാളി രതിഭാവനയെയും ആശങ്കകളെയും ഭീതികളേയും മനസ്സിലാക്കാൻ ഉപകരിക്കും. പുരുഷൻ/സ്ത്രീ, അടങ്ങാത്ത ആസക്തി/സർവ്വവ്യാപിയായ വിലക്കുകൾ തുടങ്ങിയ രൂക്ഷമായ ദ്വന്ദ്വങ്ങൾക്കും വൈരുദ്ധ്യങ്ങൾക്കും വലിവുകൾക്കുമിടയിലെ സദാചഞ്ചലവും സംഘർഷഭരിതവുമായ മകന്റെ ഈ നില്പിൽനിന്ന് നോക്കുമ്പോൾ സ്ത്രീസ്വാതന്ത്ര്യത്തെയും സമത്വത്തെയും ഇതരലൈംഗികതകളെയുംകുറിച്ചുള്ള നമ്മുടെ ചർച്ചകൾക്ക് കുറച്ചുകൂടെ പുരുഷവ്യക്തത ലഭിക്കുമെന്നു തോന്നുന്നു. ഈ ത്രിത്വത്തിന്റെ അകത്തുനിന്നുതന്നെയാണ് അവയെല്ലാം ഇപ്പോഴും ഉത്ഭവിക്കുന്നതും പ്രസരിക്കുന്നതും, സാക്ഷാൽക്കാരങ്ങളും പരിഹാരങ്ങളും തേടുന്നതും.

2

ഒരു പ്രമുഖനടിക്കെതിരെ നടന്ന ലൈംഗിക ആക്രമണം (അതിന്റെ നീണ്ടുനീണ്ടുപോകുന്ന നീതിന്യായ വിസ്താരങ്ങൾ, നടിയുടെ ഭാഗത്തുനിന്ന് കൂറുമാറിക്കൊണ്ടിരിക്കുന്ന സാക്ഷികൾ), ലോകമെമ്പാടും പൊട്ടിപ്പുറപ്പെട്ട #മീടൂ പ്രസ്ഥാനം (അത് ഇന്ത്യയിലെയും കേരളത്തിലെയും സിനിമാരംഗത്തുണ്ടാക്കിയ പ്രതികരണങ്ങൾ, അതിന്റെ പെട്ടെന്നുള്ള വ്യാപനവും കോളിളക്കങ്ങളും പിന്നീടുള്ള ഒതുക്കപ്പെടലും,), കേരളത്തിൽ വിമൻ ഇൻ സിനിമാ കളക്റ്റീവിന്റെ രൂപീകരണം (ഈ കൂട്ടായ്മയും മുഖ്യധാരാസിനിമയും സിനിമക്കാരുമായുള്ള സംഘർഷങ്ങൾ, വിലക്കുകൾ, ഉൾപ്പോരുകൾ), ഹേമാ കമ്മീഷൻ റിപ്പോർട്ട് (വലിയ കോളിളക്കത്തെ തുടർന്നുള്ള അതിന്റെ നിയമനം, റിപ്പോർട്ട് സമർപ്പിച്ചതിനു ശേഷമുള്ള പരിപൂർണ്ണ നിശ്ശബ്ദത/നിശ്ചലത), ഇപ്പോൾ സംഭവിച്ചുകൊണ്ടിരിക്കുന്ന ഷംനാ കാസിം സംഭവം ഇവയെല്ലാം സൂചിപ്പിക്കുന്നത് മലയാളിസമൂഹ മനഃസ്ഥിതിയിൽ അടിസ്ഥാനപരമായ മാറ്റങ്ങൾ ഉണ്ടായിട്ടില്ല എന്നാണ്; അത് ഇന്നും കുഞ്ഞുണ്ണി സൂചിപ്പിച്ച ത്രിത്വത്തിനകത്താണ് വലിയുന്നതും മുറുകുന്നതും അയയുന്നതും. മുകളിൽ ചൂണ്ടിക്കാണിച്ച ഈ സംഗതികളൊക്കെ വന്നുഭവിക്കുന്നതോ തികച്ചും യാദൃച്ഛികമായ സംഭവങ്ങളോ അല്ല, നമ്മൾ നിലനില്ക്കുന്ന, പുലർത്തുന്ന, സാമാന്യവും സാധാരണവുമാക്കിയെടുത്തിരിക്കുന്ന ഒരു പുരുഷാധികാരവ്യവസ്ഥയിൽ ചിലപ്പോഴെങ്കിലുമുണ്ടാകുന്ന പൊട്ടിത്തെറി

കളോ പുറത്ത് കാണപ്പെടുന്ന രോഗലക്ഷണങ്ങളോ ആണവ. ഈ അവസ്ഥയ്ക്ക് മലയാളസിനിമയുടെ തുടക്കങ്ങളിലേക്കുതന്നെ നീളുന്ന ഒരു നീണ്ട ചരിത്രവുമുണ്ട്; സ്വന്തം നാട്ടിലെ പുരുഷപ്രേക്ഷകക്കൂട്ടത്തിന്റെ ആക്രമണം നേരിട്ട ആദ്യനടി പി കെ റോസിയിൽ തുടങ്ങി നിരവധി ആത്മഹത്യകളിലൂടെയും അവമതികളിലൂടെയും പുറത്താക്കലുകളിലൂടെയും നിശ്ശബ്ദമാക്കലുകളിലൂടെയും അനവരതം തുടർന്നുകൊണ്ടിരിക്കുന്ന ഒന്നാണത്. തീർച്ചയായും സമൂഹത്തിലും സിനിമാവ്യവസായത്തിലും ഇവയ്ക്ക് വളരെ പ്രത്യക്ഷവും നേരിട്ടുള്ളതുമായ സാമ്പത്തികവും രാഷ്ട്രീയവുമായ അടിത്തറയുണ്ട്. ഒപ്പം, അതിന് വളരെ 'സമ്പന്ന'വും സങ്കീർണ്ണവും ആഴത്തിൽ വേരോടുന്നതുമായ സാമൂഹ്യചരിത്രവുമുണ്ട്; സ്വാഭാവികവും സാധാരണവുമാക്കിയെടുത്ത ലൈംഗികാധികാരക്രമവും സാമ്പത്തികയുക്തിയും, ആഖ്യാനഘടനകളും ലാവണ്യനിയമങ്ങളും ഉണ്ട്.

പക്ഷേ, ഒറ്റയ്ക്കൊറ്റയ്ക്കുള്ള സംഭവങ്ങളോ, വിവാദപരമ്പരകളോ ആയിട്ടാണ് നമ്മൾ അവയെ നേരിടുന്നതും അനുഭവിക്കുന്നതും. സമകാലികതയുടെ ആധിക്യവും അതുണ്ടാക്കുന്ന അധീശത്വവും ഇന്ന് നമ്മുടെ കാഴ്ചകൾക്കും അനുഭവങ്ങൾക്കും ചുറ്റും മാറാലകൾ കെട്ടുന്നു, നമ്മെ അതിന്റെ പാച്ചിലിൽ നിരന്തരം വഹിച്ചുകൊണ്ടിരിക്കുന്നു. സമകാലികതയുടെ കുത്തൊഴുക്കിൽനിന്ന് മാറി, സ്വാഭാവികവും സനാതനവുമായിത്തീർന്നിരിക്കുന്ന ഈ ലൈംഗികാധികാര വ്യവസ്ഥയെയും അതിനെതിരായി ഉയർന്നുവരുന്ന കുതറലുകളേയും ചിന്തകളേയും ഭാവനകളേയും എല്ലാം അവയുടെ പടർച്ചയിലും ഇടർച്ചയിലും മനസ്സിലാക്കുവാൻ നമ്മൾ കുറച്ചുകൂടി ആഴത്തിൽ നമ്മുടെ ഉറച്ചുപോയ മണ്ണിലേക്ക് കുഴിക്കേണ്ടിയിരിക്കുന്നു, പുതിയ ആകാശങ്ങളിലേക്ക് നോക്കേണ്ടിയിരിക്കുന്നു. അങ്ങനെ നോക്കുമ്പോഴായിരിക്കും, 'ഒറ്റപ്പെട്ട'

ഡബ്ല്യു സി സി കൂട്ടായ്മ

സംഭവങ്ങൾ, 'യാദൃച്ഛിക' ദുരന്തങ്ങൾ, അകാരണമെന്നോ നൈമിഷിക മെന്നോ തോന്നിപ്പിക്കുന്ന ഹിംസകൾ, വ്യക്തിപരമെന്നു തോന്നാവുന്ന തിക്താനുഭവങ്ങൾ എന്നിവയുടെ 'പൈതൃക'ങ്ങളും വേർപ്പടർച്ചകളും വ്യക്തമാവുക. അവയുണ്ടാക്കുന്ന പിളർപ്പുകളേയും ആളിക്കത്തലുക ളേയും കുറിച്ചുകൂടി ആഴത്തിൽ അറിയാനും പിന്തുടരുവാനും അത് സഹായിക്കും. അത്തരം പര്യവേഷണങ്ങളിലൂടെ മാത്രമേ സംഭവങ്ങ ളുടെ ഒറ്റപ്പെടലിനെ, ഇരകളുടെ ഏകാന്തതയെ ഭേദിക്കുവാനാകൂ. അങ്ങനെ മാത്രമേ നമ്മുടെ ജീവിതത്തിനും സമൂഹത്തിനും അവയെ/ അവരെ പുണരാനും, സ്ഥലകാലങ്ങളിലേക്ക് പുനരാനയിക്കാനും സാധിക്കുകയുള്ളൂ..

3

സിനിമാരംഗത്തെയും സിനിമയിലെയും ലിംഗപദവിയുടെ അവസ്ഥയെയും അതിന്റെ പ്രയോഗങ്ങൾ പ്രകാശനങ്ങൾ എന്നിവയെക്കു റിച്ചുമുള്ള അന്വേഷണം സിനിമയുടെ പലതലങ്ങളിൽ തുടരേണ്ട ഒന്നാണ്. വ്യവസായം, മാധ്യമം, കലാരൂപം എന്നീ നിലകളിൽ സിനിമ യിൽ അവയെങ്ങനെ പ്രവർത്തനക്ഷമമാകുന്നു എന്നതിൽനിന്ന് അതു തുടങ്ങേണ്ടിയിരിക്കുന്നു–. വ്യവസായം എന്ന നിലയിൽ അതിന്റെ സമ്പദ് വ്യവസ്ഥ, മൂലധന നിക്ഷേപം, നിർമ്മാണരീതികൾ, ദേശീയ– അന്തർ ദ്ദേശീയ സിനിമാവ്യവസായങ്ങളുമായുള്ള അതിന്റെ കൊള്ളക്കൊ ടുക്കകൾ, അതിനെ ഭരിക്കുന്ന നിയമവ്യവസ്ഥ, തൊഴിൽഭരണ സംവി ധാനങ്ങൾ, വിതരണപ്രദർശനശൃംഖലകൾ, അനുബന്ധമായി പ്രവർ ത്തിക്കുന്ന പരസ്യപ്രസിദ്ധീകരണസ്ഥാപനങ്ങൾ, തൊഴിൽ സംഘട നകൾ, താരവ്യവസ്ഥ, താരാരാധകക്കൂട്ടങ്ങൾ, എന്നിവ; മാധ്യമം എന്ന നിലയിൽ അതിലെ ഉല്പാദന/നിയന്ത്രണ സംവിധാനങ്ങൾ, നിയമങ്ങൾ, സാങ്കേതികവിദ്യാശേഷി, നിലവാരം, മികവ്, അതിൽ വരുന്ന മാറ്റങ്ങൾ, വിവിധ പ്രേക്ഷകവിപണികൾ, സ്വീകരണരീതികൾ എന്നിവ; കല എന്ന നിലയ്ക്ക് സിനിമകളുടെ ഉള്ളടക്കം, ആഖ്യാന ഔന്മുഖ്യങ്ങൾ, പ്രമേയവൈവിദ്ധ്യം, ലാവണ്യപ്രവണതകൾ – ഇവയെല്ലാം നമ്മൾ അത്തരമൊരു അന്വേഷണത്തിൽ ഉൾപ്പെടുത്തേണ്ടതുണ്ട്. അതുപോലെ ത്തന്നെ ഇവയെ സാങ്കേതികം/ലാവണ്യപരം, യാന്ത്രികം/സർഗ്ഗാത്മകം, പശ്ചാത്തലം/ഉപരിതലം, ഔപചാരികം/അനൗപചാരികം എന്നൊക്കെ യുള്ള രീതിയിലും നെടുകെ വിഭജിക്കാവുന്നതാണ്; ആ ദ്വന്ദ്വപരമ്പരയിൽ സ്ത്രീ /പുരുഷൻ എന്ന ദ്വന്ദ്വം എങ്ങനെയൊക്കെ, ഏതൊക്കെ അധികാര നിലകളിൽ നിലകൊള്ളുന്നു, സഹവർത്തിക്കുന്നു, എതിരിടുന്നു എന്നും നോക്കേണ്ടതാണ്. പലപ്പോഴും അത്തരം ഒരു ബൃഹദ്ചിത്രത്തിന്റെ അഭാവമാണ് നമ്മുടെ ചർച്ചകളെ ഒറ്റപ്പെടുത്തുന്നതും സംവാദങ്ങളെ വിവാദങ്ങളാക്കി താഴ്ത്തുന്നതും. ഓരോ സംഭവങ്ങൾക്കും കാലത്തിലും

സ്ഥലത്തിലും സന്ദർഭങ്ങളിലും ഉള്ള നിർണ്ണായകമായ കെട്ടുപിണച്ചിലുകളിൽനിന്ന് അത് അങ്ങനെ വേർപെടുന്നു. പ്രതിയും വാദിയും സാക്ഷിയും അവരുടെ പ്രാതിനിദ്ധ്യനില വെടിഞ്ഞ് ഒറ്റപ്പെട്ട വ്യക്തികളായി ചുരുങ്ങുന്നു, സംഭവങ്ങൾ യാദൃച്ഛികതയുടെ സങ്കലനം കൊണ്ടുമാത്രം സംഭവിക്കുന്ന അപവാദങ്ങളോ വൈകല്യങ്ങളോ ആയി മാറുന്നു. അങ്ങനെ നിലനില്ക്കുന്നത് സനാതനമായിത്തീരുന്നു, അത് ശാശ്വതവും സ്വാഭാവികവും ആയി നമ്മെ പൊതിയുന്നു .

ഇപ്പറഞ്ഞ പശ്ചാത്തലത്തിൽ മലയാളസിനിമയിലെ സ്ത്രീയവസ്ഥയെക്കുറിച്ചുള്ള ചില ചിന്തകളാണ് ഇവിടെ കുറിക്കുന്നത്.

4

സിനിമയുടെ ദൃശ്യ ഉപരിതലത്തിലും പശ്ചാത്തലത്തിലും, അതുപോലെ ക്യാമറയുടെ മുന്നിലും പിന്നിലുമുള്ള സ്ത്രീസാന്നിദ്ധ്യം എന്ന നിലയിൽ നോക്കുമ്പോൾ അതിലെ വൈരുദ്ധ്യവും വൈജാത്യവും പ്രകടവും വ്യക്തവുമാണ്; തുടക്കം മുതലേ ക്യാമറ സ്ത്രീയെ നോക്കിക്കൊണ്ടേയിരുന്നു/ഇരിക്കുന്നു എങ്കിലും വ്യവസായത്തിലും സാങ്കേതികമേഖലകളിലും ഉള്ള സ്ത്രീസാന്നിദ്ധ്യം ഇന്നും വളരെ പരിമിതമാണ്; (കാണപ്പെടുന്നതും കേൾക്കപ്പെടുന്നത്, അതായത് ദൃശ്യവും ശബ്ദവുമാണ് സ്ത്രീ, എന്നാൽ അതിന്റെയെല്ലാം നിർമ്മാണവും രചനയും സംവിധാനവും പുരുഷനാണ്). ഇത് സിനിമയിലൂടെ പ്രത്യക്ഷപ്പെടുന്നതും, പ്രകാശനം തേ(നേ)ടുന്നതുമായ പ്രണയസങ്കല്പങ്ങളിലും രതിഭാവനയിലും, ലൈംഗിക അബോധത്തിലും ഒക്കെ പ്രസരിക്കുന്നു; അവ സിനിമയുടെ ആഖ്യാനദർശനത്തിലും ചിത്രണബോധത്തിലും പ്രമേയങ്ങളുടെ തിരഞ്ഞെടുപ്പിലും കഥാപരിസരങ്ങളുടെയും പാത്രങ്ങളു

ഷംന കാസിം

ടെയും വിന്യാസത്തിലും അവ തമ്മിലുള്ള ബലതന്ത്രങ്ങളിലും എല്ലാം കുതിർന്ന് പടരുന്നു. ഈ പടർച്ചയുടെ ഗതിവിഗതികളേയും ദിശകളേയും രൂപപരിണാമങ്ങളെയുംകുറിച്ചുള്ള അറിവ് അതിന്റെ പടുതികളേയും ദിശകളേയും മനസ്സിലാക്കാൻ അവശ്യമാണ്. ഈ രീതിയിൽ കുറച്ചെങ്കിലും പരിശോധിക്കപ്പെട്ടതും പഠനവിധേയമാക്കപ്പെട്ടതുമാണ് പാഠം, ആഖ്യാനം പ്രതിനിധാനം എന്നീ മേഖലകൾ

മുമ്പ് സൂചിപ്പിച്ചതുപോലെ ഒരു പ്രതിപക്ഷലാവണ്യവും പ്രതിപക്ഷചരിത്രവും കരുപ്പിടിപ്പിക്കാൻ സിനിമയുടെ ആഖ്യാനതലങ്ങളെയും പ്രമേയപരിസരങ്ങളെയും സമകാലികപ്രത്യക്ഷങ്ങളെയും പരസ്യപ്രസ്താവങ്ങളെയും അവയുടെ ശബ്ദദൃശ്യകോലാഹലങ്ങളെയും മാത്രം അവലംബിച്ചാൽ മതിയാകയില്ല. മാറിനിന്നുകൊണ്ട് ചരിത്രത്തിലേക്കും അവഗണിക്കപ്പെട്ട സിനിമകളിലേക്കും അരികിലേക്കു തള്ളപ്പെട്ട സംരംഭങ്ങളിലേക്കും സിനിമയുടെ ഉള്ളിലും അരികിലും ചെലവഴിക്കപ്പെട്ട ജീവിതങ്ങളിലേക്കും നമ്മൾ ശ്രദ്ധ തിരിക്കേണ്ടിയിരിക്കുന്നു. ചില ഒറ്റപ്പെട്ട ബിന്ദുക്കളെ കൂട്ടിയോജിപ്പിക്കേണ്ടിയിരിക്കുന്നു, ചില ശബ്ദങ്ങൾക്ക് കൂടുതൽ മുഴക്കം നല്കേണ്ടിയിരിക്കുന്നു. അതിലൂടെ പുതിയ ചരിത്രവീക്ഷണങ്ങളും വിമർശനരീതികളും തുറന്നിടേണ്ടിയിരിക്കുന്നു. അത്രയും ദരിദ്രവും ഏകപക്ഷീയവുമാണ് ഇതുവരെ രചിക്കപ്പെട്ടിട്ടുള്ള സിനിമയുടെ സാമൂഹ്യ/ലാവണ്യ ചരിത്രങ്ങൾ.

ദളിതരുടെയും മത/ലൈംഗികന്യൂനപക്ഷങ്ങളുടെയും എന്നപോലെ സ്ത്രീജീവിതങ്ങളുടെയും മലയാളസിനിമാചരിതം ഇനിയും രചിക്കപ്പെടാനിരിക്കുന്നതേയുള്ളൂ. സിനിമയുടെ ആ പ്രതിചരിത്രങ്ങൾ (തീർച്ചയായും അതിൽ പ്രധാനമായ ഒന്ന് 'ഹെർ സ്റ്റോറി' ആയിരിക്കും) പഴയതിനെയും ഉള്ളതിനെയും പുതിയരീതിയിൽ കാണാനും അവതരിപ്പിക്കാനും നമ്മെ പ്രേരിപ്പിക്കുന്നു; അതിന് പുതിയ ദൃശ്യസഞ്ചയങ്ങളും വിവരഖനനവും അനുഭവശേഖരണവും രേഖപ്പെടുത്തലുകളും ആവശ്യമുണ്ട്. അത്തരം വിമർശനാത്മകമായ പുനർവായനകളിലൂടെയും, നിശ്ശബ്ദവും അദൃശ്യവുമാക്കപ്പെട്ടവരുടെ വീണ്ടെടുപ്പുകളുടെയും മാത്രമേ പുതിയ വെളിച്ചത്തിൽ ലോകത്തെ കാണുകയും നോക്കുകയും കാണിക്കുകയും ചെയ്യുന്ന സർഗ്ഗാത്മകമായ ഇടപെടലുകൾ സാദ്ധ്യമാകൂ: അതിന്റെ ഭാഗമായി ഗവേഷണപദ്ധതികളും, ചരിത്രരചനകളും, ഒപ്പം ക്രിയാത്മകമായ പ്രദർശനപരിപാടികളും (ക്യൂറേറ്റിങ്), വിവിധ മാധ്യമങ്ങളും കലാരംഗങ്ങളും പഠിതാക്കളും കലാപ്രവർത്തകരും തമ്മിലുള്ള കൂട്ടുകെട്ടുകളിലൂടെയുള്ള നവമാധ്യമ പ്രകാശനങ്ങളും സംഘം ചേരലുകളും ഉണ്ടാകണം. എങ്കിൽ മാത്രമേ മലയാളസിനിമാപഠനരംഗത്തിലും ലാവണ്യപ്രയോഗങ്ങളിലും പുതിയ ചലനങ്ങൾ കൊണ്ടുവരാനാകൂ. അത് നിലനില്ക്കുന്ന മുതൽമുടക്ക് രീതികൾ, തൊഴിൽ ബന്ധങ്ങൾ, നിർമ്മാണ/നിയന്ത്രണ സംവിധാനങ്ങൾ, സേവനവേതന വ്യവസ്ഥകൾ - ഇവയെല്ലാറ്റിനെയുംകുറിച്ചുള്ള വിചാരത്തിലേക്കും വിചാരണയിലേക്കും

പാർവ്വതി തിരുവോത്ത്

പരക്കുന്ന ഒന്നാണ്. സിനിമാ വ്യവസായത്തിന്റെയും തൊഴിൽ പ്രക്രിയകളുടെയും ഒപ്പം ആഖ്യാനങ്ങളുടെയും കൂടുതൽ ജനാധിപത്യപരമായ പുന:സംഘടനയ്ക്കും അത്തരം ചിന്തകളുടെ ഊർജ്ജവും സമ്മർദ്ദവും അവശ്യമാണ്

വാസ്തവത്തിൽ അത്തരമൊരു ദൌത്യം ഏറ്റെടുക്കാനുള്ള ബൗദ്ധികവും ചിന്താപരവും ആയ സാങ്കേതികത്തറയും രാഷ്ട്രീയബോധവും സാമൂഹ്യശേഷിയും ഇന്ന് നമുക്കു ചുറ്റിലുമുണ്ട്. പക്ഷേ, അത്തരം ശ്രമങ്ങളെ കണ്ടെത്താനും വികസിപ്പിക്കാനും കൈകോർക്കാനും അവയെ പ്രതിരോധ ഭാവനകളുമായി കൂട്ടിയിണക്കാനും വിമർശനപ്രയോഗങ്ങളായി പരിവർത്തിപ്പിക്കാനും കഴിയുന്ന പുതിയ കൂട്ടായ്മകളും സംയോജിതശ്രമങ്ങളും കലാപ്രവർത്തനങ്ങളും നമ്മൾ വികസിപ്പിക്കേണ്ടതുണ്ട്. അത് വ്യക്തികൾക്കും കൂട്ടായ്മകൾക്കും മാധ്യമങ്ങൾക്കും പ്രസ്ഥാനങ്ങൾക്കും ഇടയിൽ ഇന്ന് നിലനില്ക്കുന്ന പലതരത്തിലും തലങ്ങളിലുമുള്ള അതിവർത്തനങ്ങളും അതിർത്തിലംഘനങ്ങളും നമ്മിൽനിന്ന് ആവശ്യപ്പെടുന്നു.

5

കഴിഞ്ഞ ദശകങ്ങളിലെ സ്ത്രീപക്ഷ ചിന്തയുടേയും പ്രവർത്തനങ്ങളുടേയും, ലിംഗസമത്വം, ലിംഗപദവി, നീതി തുടങ്ങിയവയെ മുൻനിർത്തിയുള്ള ഇടപെടലുകളുടെയും ചർച്ചകളുടെയും ഫലമായി ഇവ എല്ലാം 'രാഷ്ട്രീയശരി' എന്ന രീതിയിൽ നമ്മുടെ സാമാന്യബോധത്തിന്റെ ഭാഗമായിട്ടുണ്ട്; പൊതുസമൂഹത്തിൽ അംഗീകരിക്കപ്പെട്ടിട്ടുണ്ട്. (പൊതുവേദിയിലോ ചർച്ചകളിലോ എങ്കിലും അതിനെ ആരും എതിർക്കുകയില്ല) അതായത് നമ്മൾ അവയെ 'തത്ത്വത്തിൽ' അംഗീകരിച്ചിട്ടുണ്ട് എന്നാൽ ആ അറിവ്/ബോധം എന്നത് ഒരു ഉത്തരവാദിത്വമായി പരിണമിക്കുകയോ, അവ നമ്മുടെ ലൗകികവും പ്രായോഗികവുമായ ജീവിതത്തിലും അധികാരവിതരണത്തിലും നടപ്പിലാവുകയോ ഉണ്ടായിട്ടില്ല. അങ്ങനെ ഉണ്ടാവാതിരിക്കാൻ നമ്മുടെ വ്യവസ്ഥ ശ്രദ്ധിച്ചിട്ടുമുണ്ട്.

ഇത്തരം പ്രയോഗമാകാത്ത തിരിച്ചറിവും, നൈതികവ്യവസ്ഥയുടെ ഭാഗമാകാത്ത രാഷ്ട്രീയബോധവും ആണ് സ്ത്രീകളുടെ അവകാശത്തെയും അധികാരത്തെയും ഇപ്പോഴും 'ലക്ഷ്യ'മായും 'പ്രശ്ന'മായും നിലനിർത്തുന്നതും.

6

For every image of the past that is not recognized by the present as one of its own concerns threatens to disappear irretrievably.

വാൾട്ടർ ബെന്യാമിൻ, തിസീസ് ഓൺ ദ് ഫിലോസഫി ഓഫ് ഹിസ്റ്ററി

മറവിയിൽന്ന് ഭൂതകാലത്തെ കുഴിച്ചെടുക്കാനുള്ള ഖനനശ്രമങ്ങൾ വർത്തമാനത്തെ മനസ്സിലാക്കാനും അറിയാനും അനുഭവിക്കാനും നമ്മെ സജ്ജരാക്കും. അത്തരം ഓർമ്മിച്ചെടുക്കലുകൾ പലതരം വെളിച്ചപ്പെടലുകളിലേക്കും നമ്മെ നയിക്കാനിടയുണ്ട്. സമകാലികതയുടെ ഓളങ്ങളെ കാലത്തിന്റെ ആഴങ്ങളും ഓർമ്മകളുടെ ഒഴുക്കുകളുമായി അത് ബന്ധിപ്പിക്കും.

#മീടൂ പ്രസ്ഥാനം പോലുള്ള ഒരു സംഭവം ഉദാഹരണമായെടുക്കാം. ലോകത്തിലും ഇന്ത്യയിലെ സിനിമാവ്യവസായത്തിലും കേരളത്തിലും മീടൂ ഒരു വിവാദമായി അലയടിച്ചപ്പോൾ തികച്ചും സമകാലികമായ ഒരു സംഭവമായിട്ടാണ് നമ്മൾ അതിനെ കണ്ടത്. തീർച്ചയായും അതുണ്ടാക്കിയ ആഗോളതലത്തിലുള്ള ആഘാതവും അതിനു ലഭിച്ച ഇത്തരത്തിലുള്ള തല്ക്ഷണ പ്രചാരവും സമകാലികം തന്നെയാണ്. പക്ഷേ, നമ്മുടെ സിനിമയിലും സമൂഹത്തിലുംനിന്നുള്ള ചില ചരിത്രസംഭവങ്ങളെയും വ്യക്തികളെയും ദുരന്തങ്ങളെയും എല്ലാം ബന്ധിപ്പിച്ചുകൊണ്ടുള്ള ഒരു മനസ്സിലാക്കൽ സാദ്ധ്യത കൂടി ആ സന്ദർഭം നമുക്കുമുന്നിൽ തുറക്കുന്നുണ്ട്. ഒരുപക്ഷേ, നമ്മുടെ സിനിമയുടെയും സമൂഹത്തിന്റെയും ചരിത്രത്തിലേക്ക് തിരിഞ്ഞുനോക്കിയാൽ മറ്റുചില തുടർച്ചകൾ നമുക്ക് കണ്ടെത്താനാവും. ഉദാഹരണത്തിന്, മീടൂ പ്രസ്ഥാനത്തെ നൂറ്റാണ്ടുമുമ്പ് ഇവിടെനടന്ന സ്മാർത്തവിചാരവും അതിലെ മുഖ്യനായികയായിരുന്ന താത്രിയുമായി ബന്ധപ്പെടുത്തിയാൽ നമുക്ക് ഇന്നിനെ കുറച്ചുകൂടി വ്യക്തതയോടെയും അതിന്റെ അമ്പരപ്പിക്കുന്ന തുടർച്ചകളിൽ വായിച്ചെടുക്കാനാവുമോ?

തിരിഞ്ഞുനോക്കുമ്പോൾ നമ്മുടെ സമൂഹത്തിന്റെ ശ്രദ്ധയെ (അന്ന് അതിനെ ഒരു പൗരസമൂഹം എന്നോ പൊതുമണ്ഡലമെന്നോ വിശേഷിപ്പിക്കാമോ എന്നറിയില്ല, എന്നാൽ മറ്റേതൊരു സംഭവത്തെയും അപേക്ഷിച്ച് വലിയ മാധ്യമശ്രദ്ധയും വിവാദമൂല്യവും ലഭിച്ച ഒരു സംഭവമായിരുന്നു അത്) ആകർഷിക്കുകയും വലിയ വിവാദങ്ങൾക്കു വഴിതെളിക്കുകയും അധികാരവും വരേണ്യതയുമുള്ള പലരേയും അസ്വസ്ഥമാ

ക്കുകയും ചെയ്ത മീടൂ സംഭവമായിരുന്നു കുറിയേടത്ത് താത്രിക്കുട്ടിയുടെ സ്മാർത്തവിചാരം. മീടൂവുമായി പലതലങ്ങളിലുള്ള സാമ്യങ്ങൾ അതിനുണ്ട്; പുരുഷമേധാവിത്തത്തിനെതിരായുള്ള ഒരു സ്ത്രീയുടെ വെളിപ്പെടുത്തലുകളും തനിച്ചുള്ള നിയമപ്പോരാട്ടം എന്ന നിലയിലും, നിയമനടപടികളുടെയും വിസ്താരത്തിന്റെയും രീതികൾ, സാഹചര്യതെളിവുകൾക്കും ഇരയുടെ മൊഴിക്കും നല്കപ്പെട്ട പ്രാമുഖ്യം, ആ വിചാരണയുടെതന്നെ നാടകീയത, അതുമായി ബന്ധപ്പെട്ട വിവാദവൃത്താന്തങ്ങൾ, അവ സമൂഹത്തിലുയർത്തിയ താല്പര്യം, അതിലുൾപ്പെട്ടിരുന്ന 'മാന്യന്മാ'രുടെ പട്ടികയിലെ വൈവിദ്ധ്യം, അവർക്ക് നല്കപ്പെട്ട ശിക്ഷകൾ, നാടുകടത്തലുകൾ എന്നിങ്ങനെ ഒട്ടേറെ സമാനതകൾ നമുക്ക് കണ്ടെത്താനാവും. അതോടൊപ്പം ചില കുലീനരുടെ ലൈംഗിക അഭിരുചികളെക്കുറിച്ചുള്ള മൊഴികളും അതിനെ ചുറ്റിപ്പറ്റി പ്രചരിച്ച കേട്ടുകേൾവികളും ഊഹാപോഹങ്ങളും അത് പുരുഷസമൂഹത്തിലുയർത്തിയ കൗതുകവും താല്പര്യവും, ഭയപ്പാടും ഭീതിയും പരിഭ്രമവും അപമാനബോധവും എല്ലാം ഇന്നത്തേതിൽനിന്ന് വളരെ വ്യത്യസ്തമായിരുന്നില്ല. ഇന്ന് സ്ത്രീപുരുഷബന്ധത്തിലെ മേലാപ്പുകളും, ചില കരാർ വ്യവസ്ഥകളും സാമൂഹ്യസാഹചര്യങ്ങളും മാറിയിട്ടുണ്ടാകാമെങ്കിലും അടിസ്ഥാനപരമായി അതിന് മാറ്റങ്ങളൊന്നും സംഭവിച്ചിട്ടില്ല എന്നു കാണാം. മാത്രമല്ല, അനീതി നേരിട്ടയാൾക്ക് നിർഭയമായി തെളിവുനല്കാനും നീതി തേടാനും നേടാനുമുള്ള സാഹചര്യം കൂടുതൽ ക്ലിഷ്ടവും ദുസ്സഹവും അശ്ലീലവുമായി ഇന്ന് മാറിയിട്ടുമുണ്ട്, മാധ്യമപരിസരങ്ങൾ കൂടുതൽ മലീമസവും..

ഇന്നത്തെ മീടൂ പ്രസ്ഥാനവും സ്മാർത്തവിചാരവുമായുള്ള ഒരു താരതമ്യം വർത്തമാനകാലത്തെക്കുറിച്ചുള്ള ഒരു വിലയിരുത്തലിനും കണക്കെടുപ്പിനും കളമൊരുക്കുമായിരുന്നു: രാജഭരണം/ജനാധിപത്യവ്യവസ്ഥ, രണ്ടിലെയും നീതിന്യായസംഹിതകൾ, പരാതി സംവിധാനങ്ങൾ, അതിൽ സ്ത്രീക്കും പുരുഷനും, കുലീനർക്കും മറ്റുള്ളവർക്കുമുള്ള സ്ഥാനം/അധികാരം/അവകാശങ്ങൾ, സാക്ഷിമൊഴികൾക്കും തെളിവുകൾക്കും രേഖകൾക്കും നല്കപ്പെടുന്ന മൂല്യം/വില/ആധികാരികത, കുറ്റം/വിചാരണ/ശിക്ഷ തുടങ്ങിയ നിയമനടപടി പ്രക്രിയകൾ, ഇത്തരമൊരു വിവാദത്തെ പൊതുസമൂഹവും മാധ്യമങ്ങളും സമീപിക്കുന്ന രീതി എന്നിങ്ങനെ പല കാര്യങ്ങളിൽ നമ്മൾ നേടി എന്നു കരുതുന്ന 'പുരോഗതി'യുടെയും 'ആധുനികത'യുടെയും ആക്കവും തോതും ഗതിയും വിചാരണ ചെയ്യാനുള്ള അവസരം കൂടി അത് നല്കുന്നുണ്ട്.

സ്മാർത്തവിചാരണ എന്നത് കാലത്തിലോ സ്ഥലത്തിലോ ഉണ്ടായ ഒരു അപവാദമോ അപഭ്രംശമോ ആയിരുന്നില്ല എന്ന് പിന്നീടുള്ള കേരളീയ സ്ത്രീജീവിതം സാക്ഷ്യപ്പെടുത്തുന്നുണ്ട്. പലവട്ടം പലരുടെയും അനുഭവസാക്ഷ്യങ്ങളിലൂടെയും കുറ്റവിചാരണകളിലൂടെയും ഏറ്റുപറച്ചിലുകളിലൂടെയും സമൂഹമദ്ധ്യത്തിൽ അത് വ്യക്തമാവുകയും

തിരക്കഥ

വിസ്തരിക്കപ്പെടുകയും ചെയ്തു. പക്ഷേ, അവയൊന്നും തന്നെ സാമൂഹിക ഓർമ്മയുടെയും നൈതികജാഗ്രതയുടെയും പൊതുസമൂഹത്തിലെ കരുതലിന്റെയും ഭാഗമായിത്തീർന്നില്ല; അവ വീണ്ടും ആവർത്തിക്കാതിരിക്കാനുള്ള നീതിനിയമവ്യവസ്ഥകൾ ഉണ്ടായില്ല. അതുകൊണ്ടുതന്നെ സംഭവിക്കുമ്പോഴെല്ലാം അത്തരം ആഖ്യാനങ്ങൾ ഒറ്റപ്പെട്ടവയായിത്തീരുന്നു; സാമൂഹികതയിൽ നിന്ന് അടർത്തപ്പെട്ട് അവ വ്യക്തിപരതയിലേക്ക് ചുരുങ്ങുന്നു; ഇരകൾ 'അപവാദ'ങ്ങളായി ഒറ്റപ്പെടുന്നു, വീണ്ടും വീണ്ടും അപമാനിക്കപ്പെടുന്നു.

മീടൂ സന്ദർഭവുമായി നേരിട്ട് ബന്ധിപ്പിക്കാവുന്ന ഒരു സിനിമയും മലയാളത്തിലുണ്ടായിട്ടുണ്ട്: എ ബി രാജ് സംവിധാനം ചെയ്ത *എഴുതാത്തകഥ* (1970). ആ ചിത്രത്തിന്റെ കഥ തന്നെ കായകുളം കമലമ്മ എന്ന മുൻകാല നാടകനടി (ഷീല) തന്റെ ആത്മകഥ എഴുതുന്നു എന്ന വാർത്ത ആ സമൂഹത്തിലെ ബഹുമാന്യരും സമ്പന്നരുമായ പുരുഷന്മാർക്കിടയിൽ സൃഷ്ടിക്കുന്ന കോളിളക്കങ്ങളെയും പ്രതികരണങ്ങളെയും പ്രതികാര ശ്രമങ്ങളെയുംകുറിച്ചാണ്. പ്രേംനസീർ, ഉമ്മർ, ഭാസി തുടങ്ങിയ പ്രശസ്ത നടന്മാർ ഉണ്ടെങ്കിലും ചിത്രം അവസാനിക്കുന്നത്, മൂന്നു സ്ത്രീകഥാപാത്രങ്ങളെ കേന്ദ്രീകരിച്ചുകൊണ്ടാണ്; കമലമ്മ എന്ന കഥാപാത്രം തന്റെ ദൗത്യം പൂർത്തിയാക്കി മരിച്ചുപോകുന്നുണ്ട് എങ്കിലും നാടകനടിമാർ നമ്മുടെ സമൂഹത്തിൽ നേരിടുന്ന ദുരന്തത്തെക്കുറിച്ച് പ്രേക്ഷകരെ ഓർമ്മിപ്പിച്ചുകൊണ്ടാണ് ചിത്രം അവസാനിക്കുന്നത്. കമലമ്മ എന്ന നടിയുടെ 'വെളിപ്പെടുത്തൽ ഭീഷണി'യിൽ വിറളികൊള്ളുന്ന പുരുഷന്മാരുടെ ഒരു നിര തന്നെ ഈ ചിത്രത്തിലുണ്ട്; ആ നടിക്കുമേലുള്ള സമ്മർദ്ദങ്ങളിൽ പ്രണയവും കുടുംബബന്ധങ്ങളും നിയമവും മാധ്യമസ്ഥാപനങ്ങളും സാംസ്കാരികസംഘടനകളും എല്ലാം കടന്നുവരുന്നു; അവിടെ പത്രപ്രവർത്തകരും വക്കീലും പണച്ചാക്കുകളും സദാചാരപ്പൊലീസുകാരും യഥാർത്ഥപൊലീസുകാരും പൂവാലന്മാരും സാംസ്കാരിക

രംഗത്തെ പലതരം സ്പോൺസർമാരും രാഷ്ട്രീയനേതാക്കളും എല്ലാവരുമുണ്ട്. താല്പര്യങ്ങൾ, സാമൂഹ്യനില, സാമ്പത്തികസ്ഥിതി, ധാർമ്മിക മൂല്യങ്ങൾ തുടങ്ങിയ കാര്യങ്ങളിൽ ഇവർക്കെല്ലാം തമ്മിൽ വലിയ അന്തരങ്ങളുണ്ടെങ്കിലും സ്ത്രീയുടെ സദാചാരം, അവൾ ഏതുരീതിയിൽ ജീവിക്കണം, എന്തു ജോലി ചെയ്യണം, എങ്ങനെ പെരുമാറണം തുടങ്ങിയ വിഷയങ്ങളിൽ അവർക്ക് അഭിപ്രായവ്യത്യാസങ്ങളില്ല. ഇന്ന് എന്ന പോലെ അന്നും..

7

വരമൊഴിവഴിയിലും ഇത്തരം ധാരാളം ഉദാഹരണങ്ങളുണ്ട്. മലയാളത്തിൽ പല നടികളും അവരുടെ ആത്മകഥകൾ എഴുതിയിട്ടുണ്ട്, പലരേയും കുറിച്ചുള്ള ജീവചരിത്രങ്ങൾ രചിക്കപ്പെട്ടിട്ടുണ്ട്. റോസിയും മിസ് കുമാരിയും തുടങ്ങി ഷീല, ശാരദ, സിൽക്ക് സ്മിത, കെ പി എ സി ലളിത, ഷക്കീല തുടങ്ങിയവർ വരെയുള്ളവരുടെ ജീവിതകഥകളിലേക്കും സർഗ്ഗസംഭാവനകളിലേക്കും അത് നീളുന്നു. പക്ഷേ, അവയിൽ ചില പരാമർശങ്ങളൊഴിച്ചാൽ ഒരു സ്ത്രീ എന്ന നിലയിലുള്ള സ്വന്തം പ്രയാസങ്ങളോ സിനിമാരംഗത്തെ അനുഭവങ്ങളോ ഒരു പ്രൊഫഷണൽ എന്ന നിലയിൽ നേരിട്ട പ്രശ്നങ്ങളോ, പുരുഷാധിപത്യപരമായ പെരുമാറ്റങ്ങളെക്കുറിച്ചുള്ള സൂചനകളോ അവിടെ അപൂർവ്വമാണ്. നിലനിന്നിരുന്നതും നിലനില്ക്കുന്നതുമായ താരാധിപത്യ വ്യവസ്ഥയെ അസ്വസ്ഥപ്പെടുത്താതിരിക്കാനുള്ള മുൻകരുതലും ശ്രദ്ധയും അവയിലെല്ലാം കാണാം. അങ്ങിനെയല്ലാതെ വന്ന ആത്മകഥനങ്ങളെല്ലാം തന്നെ തമസ്കരിക്കപ്പെടുകയാണ് ഉണ്ടായിട്ടുള്ളത്.

സിനിമയിലെ സ്ത്രീയവസ്ഥയെ പ്രമേയമാക്കുകയും പരാമർശിക്കുകയും വിചാരണ ചെയ്യുന്നതുമായ പല ചിത്രങ്ങളും മലയാളത്തിൽ നിർമ്മിക്കപ്പെട്ടിട്ടുണ്ട്. *ലേഖയുടെ മരണം ഒരു ഫ്ളാഷ്ബാക്ക്* (കെ ജി ജോർജ്ജ്/1983), *തിരക്കഥ* (രഞ്ജിത് / 2008), *മേക്കപ്പ്മാൻ* (ഷാഫി / 2011), *നായിക* (ജയരാജ്/2011) തുടങ്ങിയവ അവയിൽ ചിലതാണ്. *തിരക്കഥ* പ്രതിപാദിക്കുന്നത് വ്യക്തി എന്ന നിലയ്ക്കും അഭിനേത്രി എന്ന നിലയ്ക്കും ഒരു നടി സിനിമയിലും ജീവിതത്തിലും നേരിടുന്ന പ്രതിസന്ധികളെക്കുറിച്ചാണ്; സിനിമാരംഗത്തിൽ നടനും നടിയും തമ്മിലും തൊഴിലും പ്രണയവും തമ്മിലുമുള്ള ബന്ധത്തെക്കുറിച്ചുള്ള ചില ദുരന്തപാഠങ്ങളും ഈ ചിത്രം വെളിപ്പെടുത്തുന്നുണ്ട്. നടനെ സംബന്ധിച്ചിടത്തോളം നടിയും പ്രണയവും എല്ലാം തന്റെ തൊഴിൽ വിജയത്തിനും പ്രശസ്തിക്കും ഉള്ള ഒരു മാർഗ്ഗം മാത്രമാണിവിടെ. *ലേഖയുടെ മരണം ഒരു ഫ്ളാഷ്ബാക്ക്* എന്ന ചിത്രമായിരിക്കും ഏറ്റവും രൂക്ഷമായ രീതിയിൽ സിനിമാലോകത്തിനകത്തെ സ്ത്രീജീവിതത്തെ തുറന്നുകാട്ടിയത്. ഈ ചിത്രത്തിന്റെ തുടക്കം മുതൽ ആത്മഹത്യവരെയുള്ള ലേഖയുടെ

ഗീതു മോഹൻദാസ്

രേവതി

ജീവിതം കടന്നുപോകുന്നത് സമൂഹത്തെയും സിനിമയെയും നിയന്ത്രിക്കുന്ന വിവിധങ്ങളായ പുരുഷാധിപത്യവലയങ്ങളിലൂടെയാണ്. രണ്ടു ചിത്രങ്ങളിലും പുരുഷന് സ്ത്രീ എന്നത് പ്രശസ്തിക്കും വിജയത്തിനും (ചിലപ്പോൾ പ്രചോദനത്തിനും) ഉള്ള ഒരു ഉപാധി മാത്രമായിരിക്കുമ്പോൾ സ്ത്രീയെ സംബന്ധിച്ചിടത്തോളം പ്രണയം ജീവിതം തന്നെയാണ്, ജീവിതത്തെയോ ബന്ധങ്ങളെയോ ഒരു മാർഗ്ഗമായി കാണാൻ നിർബ്ബന്ധിക്കുന്ന ഒരു വ്യവസ്ഥയിലാണ് അവരുടെ ജീവിതം ദുരന്തങ്ങളായിത്തീരുന്നതും. സിനിമ എന്ന വ്യവസായത്തിലോ മാധ്യമത്തിലോ കലയിലോ പ്രവർത്തിക്കുന്ന ഒരു സ്ത്രീ ഒരു മുഖ്യകഥാപാത്രമായി നമ്മുടെ സിനിമയിലേക്ക് ഇനിയും കടന്നുവരാനിരിക്കുന്നതേയുള്ളൂ. മഹാനടി (നാഗ് അശ്വിൻ/ തമിഴ്-തെലുങ്ക്/2018) എന്ന ചിത്രമായിരിക്കും ഒരുപക്ഷേ, ഈ ദിശയിൽ അടുത്തകാലത്തുണ്ടായ ഗൗരവപൂർണ്ണമായ ഒരു സംരംഭം.

മുഖ്യപ്രമേയം എന്ന നിലയ്ക്കല്ലെങ്കിലും സിനിമാലോകത്തെക്കുറിച്ചുള്ള പരാമർശങ്ങൾ സിനിമയിലേക്ക് കടന്നുവരാറ് പ്രലോഭനത്തിന്റെയും പ്രശസ്തിയുടെയും മാസ്മരികലോകമായിട്ടാണ്. അവിടേക്ക് സ്ത്രീകളെ ക്ഷണിക്കുകയും കൊണ്ടുപോവുകയും ചെയ്യുന്നത് സിനിമാസംവിധായകരെന്നോ കലാകാരന്മാർ എന്നോ നടിക്കുന്ന ഇടനിലക്കാരായ ചില പുരുഷന്മാരാണ്. കെ ജി ജോർജ്ജിന്റെതന്നെ *കോലങ്ങളിലെ* പെൺകുട്ടി പ്രലോഭനത്തിനു വഴങ്ങി സിനിമയിൽ അഭിനയിക്കനായിപ്പോയിട്ട് തിരിച്ചുവരുന്നത് ഗർഭിണിയായിട്ടാണ്. അതിന്റെപേരിൽ ഒരുപാട് അവമതിയും ആ കുടുംബം അനുഭവിക്കുന്നുണ്ട്. ജഗതി ശ്രീകുമാർ സംവിധാനം ചെയ്ത *അന്നക്കുട്ടീ കോടമ്പാക്കം വിളിക്കുന്നു*

(1989) എന്ന ചിത്രത്തിലെ നായികയും അത്തരം ഒരു ചതിയിൽ ചെന്നു പെടുന്നുണ്ട്. ഇത്തരം ഒട്ടേറെ കഥാപാത്രങ്ങളെ മലയാളസിനിമയിൽ കാണാം. അവരെല്ലാംതന്നെ പുരുഷന്മാരുടെ വ്യക്തിപരവും സർഗ്ഗാത്മകവും ലൈംഗികവും ആയ ഉപകരണങ്ങളോ ഉപാധികളോ ആയിട്ടാണ് ആഖ്യാനത്തിനകത്ത് നിലകൊള്ളുന്നത്. പുരുഷനും അവന്റെ തൃഷ്ണകളും ആർത്തികളും ഭാവനകളും ഭീതികളും തന്നെയാണ് സിനിമയുടെ കേന്ദ്രവും പ്രഭവവും; സ്ത്രീ അവയുടെ ഗതിവിഗതികൾക്കനുസരിച്ച് മാറ്റാവുന്ന ഒരു വസ്തു മാത്രം.

8

ബെക്ഡെൽ ടെസ്റ്റ്

സിനിമയെയും ടെലിവിഷനെയും കുറിച്ചുള്ള ഒട്ടേറെ പഠനങ്ങൾ സ്ത്രീകളുടെ പ്രാതിനിദ്ധ്യക്കുറവിനെക്കുറിച്ചും, അഥവാ സ്ത്രീകൾ പ്രത്യക്ഷപ്പെടുന്നുണ്ട് എങ്കിൽത്തന്നെ അവർ ചില വാർപ്പുമാതൃകകളുടെ ആവർത്തനമാകുന്നതിനെയുംകുറിച്ച് പരാമർശിച്ചിട്ടുണ്ട്. സ്ത്രീകളുടെ ലോകത്തിന്റെ അതിരുകൾ വീട്, കുടുംബം, അപൂർവ്വമായി ഓഫീസ് തുടങ്ങിയ സ്വകാര്യവും ഗാർഹികവുമായ ഇടങ്ങളായിരിക്കുമ്പോൾ പുരുഷന്മാരുടേത് പുറംലോകവും അതിന്റെ വിവിധ കർമ്മമേഖലകളുമായിരിക്കും; അതുപോലെ സ്ത്രീകഥാപാത്രത്തിന്റെ വേവലാതികൾ സ്വന്തം ശരീരഭംഗിയും കുടുംബവും ആയിരിക്കുമ്പോൾ പുരുഷകഥാപാത്രം മനസ്സിന്റെയും ബുദ്ധിയുടെയും മികവിന്റേയും വിജയത്തിന്റേയും കീഴടക്കലിന്റേയും സ്വന്തമാക്കലിന്റേയും ലോകത്തിലാണ് വിഹരിക്കുന്നത്. സ്ത്രീകൾ ത്യാഗത്തിന്റെയും സഹനത്തിന്റെയും പ്രതിരൂപങ്ങളായിരിക്കുമ്പോൾ പുരുഷന്മാർ സാഹസികതയുടെയും ധൈര്യത്തിന്റെയും ശക്തിയുടെയും ആൾരൂപങ്ങളാണ്. കഴിഞ്ഞ ദശകങ്ങളിൽ ഇത്തരം വാർപ്പുമാതൃകകളിൽനിന്ന് വലിയ രീതിയിൽ ലോകത്തെമ്പാടുമുള്ള സിനിമകൾ വ്യതിചലിച്ചിട്ടുണ്ട് എങ്കിലും, പഠനങ്ങൾ സൂചിപ്പിക്കുന്നത് സൂക്ഷ്മമായ നോട്ടത്തിൽ സിനിമകളുടെ ലിംഗപദവിയെ സംബന്ധിച്ചുള്ള നിലപാടുകളിലോ ലോകവീക്ഷണങ്ങളിലോ ഗുണപരമായ മാറ്റങ്ങൾ സംഭവിച്ചിട്ടില്ല എന്നാണ്.

അലിസൺ ബെക്ഡെൽ എന്ന അമേരിക്കൻ കാർട്ടൂണിസ്റ്റ് വികസിപ്പിച്ച ബെക്ഡെൽ പരിശോധന സിനിമയിലെ സ്ത്രീപ്രാതിനിദ്ധ്യത്തെക്കുറിച്ചുള്ള ലളിതവും എന്നാൽ ശക്തവുമായ ഒന്നാണ്. ഒരു സിനിമയോടോ സിനിമയെക്കുറിച്ചോ ഉള്ള മൂന്ന് വളരെ ലളിതവും ഹ്രസ്വവുമായ ചോദ്യങ്ങൾ അതിന്റെ ലിംഗപദവിയെക്കുറിച്ചുള്ള കാഴ്ചപ്പാടിനെ സൂചിപ്പിക്കും എന്നതാണ് ഈ പരിശോധനയുടെ ഫലം: ബെക്ഡെലിന്റെ മൂന്ന് മാനദണ്ഡങ്ങൾ ഇവയാണ്: ഒരു സിനിമയിൽ സ്വന്തം പേരുള്ള രണ്ട് സ്ത്രീകഥാപാത്രങ്ങളെങ്കിലുമുണ്ടോ? ഉണ്ടെങ്കിൽ ഏതെ

ങ്കിലും സന്ദർഭത്തിൽ അവർ തമ്മിൽ സംസാരിക്കുന്ന (ഒരു നിമിഷ മെങ്കിലും നീളുന്ന) ഒരു രംഗമുണ്ടോ? എങ്കിൽ, അവർ പുരുഷന്മാരെ ക്കുറിച്ചല്ലാതെ എന്തിനെയെങ്കിലുംകുറിച്ച് സംസാരിക്കുന്നുണ്ടോ?

ബെക്ഡെൽ പരിശോധനാരീതിശാസ്ത്രം ഉപയോഗിച്ചുകൊണ്ട് ഹിന്ദി സിനിമയെക്കുറിച്ച് അടുത്തകാലത്ത് ഒരു പഠനം നടന്നു (The Bechdel in India: gendered depictions in contemporary Hindi cinema Hansika Kapoor, Prachi H Bhuptani & Amuda Agneswaran, *ജേർണൽ ഓഫ് ജണ്ടർ സ്റ്റഡീസ്,* 2015): മൂന്നു ഗണങ്ങളിൽ പെട്ട സിനിമകളാണ് അവർ പഠനത്തിന് തെരഞ്ഞെടുത്തത്: വമ്പിച്ച കച്ചവടവിജയം നേടിയവ, സ്ത്രീവിഷയകേന്ദ്രീകൃതമായവ, പിന്നെ കലാസിനിമകളും. പഠനം സൂചിപ്പിക്കുന്നത് ഈ ജനുസ്സുകൾക്കിടയിൽ ചെറിയ വ്യത്യാസങ്ങളും വ്യതിയാനങ്ങളുമുണ്ടെങ്കിലും കാര്യമായ സ്ത്രീപക്ഷചായ്‌വുകളില്ല എന്നാണ്.

ഇത്തരം ഒരു ബെക്ഡെൽ ടെസ്റ്റ് മലയാളസിനിമകളിൽ നടത്തുകയാണെങ്കിൽ എത്ര ചിത്രങ്ങൾ ആ പരീക്ഷ പാസാകും?

9

പ്രത്യക്ഷങ്ങൾക്കപ്പുറത്തുള്ള സ്ത്രീസാന്നിദ്ധ്യങ്ങൾ, അസാന്നിദ്ധ്യങ്ങൾ

ബെൽ ഹുക്സ് ചൂണ്ടിക്കാണിക്കുന്നതുപോലെ അക്രമി/ഇര ദ്വന്ദ്വത്തിൽ കുടുങ്ങിപ്പോകുന്നതിനാൽ പലപ്പോഴും നമ്മുടെ സംസ് കാരത്തിലും ആഖ്യാനങ്ങളിലും ഉള്ള മറ്റു പലതരത്തിലുള്ള സ്ത്രീ സാന്നിദ്ധ്യങ്ങളെയും അസാന്നിദ്ധ്യങ്ങളെയും പ്രതിനിധാനങ്ങളെയും ജീവപ്രത്യക്ഷങ്ങളെയും കുറിച്ചുള്ള കൂടുതൽ സങ്കീർണ്ണമായ വിശ കലനങ്ങൾ ഉണ്ടാകുന്നില്ല. അവ നമുക്ക് പ്രയോഗിക്കാനും വാദിക്കാനും എളുപ്പമുള്ള ദ്വന്ദ്വയുക്തിക്ക് പുറത്തും സമാന്തരവും ആയിട്ടാണ് പ്രവർ ത്തിക്കുന്നതും മനുഷ്യമനസ്സുകളിലൂടെയും സമൂഹ അബോധ ത്തിലൂടെയും പ്രസരിക്കുന്നതും.

നമ്മുടെതന്നെ സിനിമയുടെ ചരിത്രത്തിലുള്ള വിവിധ തരം സ്ത്രീപ്രാതിനിദ്ധ്യങ്ങൾ തന്നെ ഉദാഹരണമായി എടുക്കാവുന്നതാണ്: പ്രതികാരദുർഗ്ഗകൾ (ഫെമ്മെ ഫതേൽ എന്നു വിളിക്കപ്പെടുന്ന ജനുസ്സിൽ പെട്ടവ), മരിച്ചിട്ടും പലരൂപങ്ങളിലും ഭാവങ്ങളിലും തിരിച്ചുവരുന്ന സ്ത്രീകൾ, മുൻജന്മങ്ങളിൽനിന്നുവന്ന് പുരുഷന്മാരെ വേട്ടയാടുകയും പകവീട്ടാനെത്തുന്നവരുമായ യക്ഷികൾ, ഭാര്യമാരുടെ ശരീരത്തിലേക്ക് ബാധയായി പ്രവേശിക്കുന്ന മുജ്ജന്മ കാമുകിമാർ, പാലയിലും കരിമ്പ നയിലും വസിക്കുന്ന യക്ഷികൾ, ചിത്രങ്ങളിൽനിന്ന് എഴുന്നേറ്റ് കാമു കരെ തേടിപ്പോകുന്ന മോഹിനികൾ, ചില വീടുകളെയും സ്ഥലങ്ങളെയും

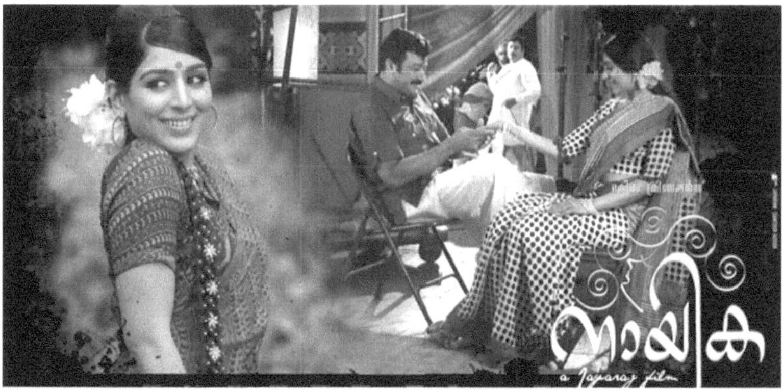

നായിക

വസ്തുക്കളെയും ഉപേക്ഷിക്കാനാവാതെ അവിടങ്ങളെ ആവേശിക്കുന്ന പ്രേതങ്ങൾ, പലതരം മൃതസാന്നിദ്ധ്യങ്ങൾ, ചില ചരിത്രസ്ഥലങ്ങളും സംഭവങ്ങളും വ്യക്തികളുമായി ബന്ധപ്പെട്ട സ്ത്രീരൂപങ്ങൾ, ക്രൂശിതരൂപങ്ങൾ, ദേവിയും ദുർഗ്ഗയും തുടങ്ങി കരാളിയും ചാമുണ്ടിയും കരിങ്കാളിയും വരെയുള്ള ദൈവികഭാവങ്ങൾ, തന്നെക്കാൾ പ്രായം കുറഞ്ഞ കൃഷ്ണനെ കാമിക്കുന്ന വിവാഹിതയായ രാധ മുതൽ പതിവ്രതയായ സീത വരെയുള്ള പ്രണയദാമ്പത്യ സ്ത്രീമാതൃകകൾ, അറുകൊല, മറുത, ഉച്ചിനിയമ്മൻ, മാരിയമ്മൻ, വസൂരിമാല, ചേട്ട തുടങ്ങിയുള്ള ഭയ/രോഗരൂപികൾ, അക്കമഹാദേവിയും ആണ്ടാളും ലാൽദേദും മീരയും അവ്വയാറും പോലുള്ള ഭക്തകൾ, ദൈവത്തെ കാമിക്കുന്നവർ ഇങ്ങനെ പലരീതിയിൽ പടർന്നും അലിഞ്ഞും പ്രവർത്തിക്കുന്ന ഒന്നായി സ്ത്രീയെ വായിച്ചെടുക്കുകയാണെങ്കിൽ കുറച്ചുകൂടി സങ്കീർണ്ണമായ രീതിയിൽ ലൈംഗികതയെയും സ്ത്രീപുരുഷബന്ധത്തെയും ഇതര ലൈംഗികതകളേയും നമുക്ക് മനസ്സിലാക്കാനും ആവിഷ്കരിക്കാനും കഴിയും.

മുമ്പു സൂചിപ്പിച്ച ത്രിത്വത്തിന്റെ ഭാവനാചക്രവാളത്തിനു പുറത്തു കടക്കുന്ന പ്രകാശനങ്ങളിലും നിരൂപണങ്ങളിലും – പല വഴികളിൽ ചിലത് ഇവയായിരിക്കാം.

10

സ്ത്രീപുരുഷബന്ധത്തെയും അതുവഴി സ്ത്രീപക്ഷചിന്തയെയും അതിലളിതമായ ചില ദ്വന്ദ്വത്തിലേക്കും വിപരീതത്തിലേക്കും കൊണ്ടെത്തിക്കുന്ന രീതിയെക്കുറിച്ചുള്ള വിമർശനങ്ങൾ സ്ത്രീപക്ഷചിന്തകർ തന്നെ ഉയർത്തിയിട്ടുണ്ട്. അക്രമി/ഇര, സക്രിയം/നിഷ്ക്രിയം ,ഹിംസ/ദയ, അക്രമം/സഹനം തുടങ്ങിയ പലതരം വിപരീതങ്ങളിലേക്ക്

കാഴ്ചപ്പാടുകളെ ചുരുക്കുന്നതിനെക്കുറിച്ച് ബെൽ ഹുക്സിനെപ്പോലുള്ള ചിന്തകർ ഉയർത്തുന്ന ആശങ്കകളും ഇവിടെ പ്രസക്തമാണ്.

> നമുക്കറിയാത്തവയെല്ലാം ഭയത്തെയും ഭീഷണിയെയും കുറിച്ചുള്ള നമ്മുടെ തോന്നലുകളെ തീവ്രമാക്കുന്നു. പുരുഷന്മാരെ അവരുടെ ഹിംസയുമായി സ്ത്രീകൾക്കും കുട്ടികൾക്കും മേലുള്ള അവരുടെ അക്രമത്തെ – മാത്രം ബന്ധപ്പെടുത്തി അറിയുക എന്നത് തീർച്ചയായും ഭാഗികവും അപൂർണ്ണവുമാണ്. ഇന്ന് സ്ത്രീപക്ഷ രാഷ്ട്രീയം ഉയർത്തിപ്പിടിക്കുന്നവർക്ക് പുരുഷന്മാരെയും ആണത്തത്തെയുംകുറിച്ച് വളരെക്കുറച്ചുമാത്രമേ പറയാനുള്ളു. ആദ്യകാല റാഡിക്കൽ സ്ത്രീപക്ഷ രചനകൾക്കകത്ത് കേട്ടിരുന്നത് പുരുഷന്മാർക്കെതിരെയുള്ള ക്രോധവും, രോഷവും ചിലപ്പോൾ വെറുപ്പും ആയിരുന്നു; ഈ വികാരങ്ങളെ എന്തെങ്കിലും രീതിയിൽ പരിഹരിക്കാനുള്ള അർത്ഥപൂർണ്ണമായ വഴികൾ നിർദ്ദേശിക്കുവാനും, സ്ത്രീപുരുഷന്മാർ പരസ്പരം ഒത്തുച്ചേരുകയും അവർക്കിടയിൽ പൊതുവായ ഒരു ഇടം കണ്ടെത്തുകയും ചെയ്യുന്ന അനുരഞ്ജനത്തിന്റേതായ സംസ്കാരം ഭാവന ചെയ്യാനും അവർ ശ്രമിച്ചില്ല.

(ബെൽ ഹുക്സ്, ദ് വിൽ ടു ചേഞ്ച് മെൻ, മാസ്കുലിനിറ്റി ആന്റ് ലവ്, 2004)

പരസ്പര സംവാദത്തിനും മനസ്സിലാക്കലുകൾക്കും ഇടം നല്കാത്ത തരത്തിലുള്ള ഉള്ളടഞ്ഞതും സ്വയം പൂർണ്ണവുമായ ദ്വന്ദ്വയുക്തി ചിന്തയിലും പ്രയോഗത്തിലും ആധിപത്യം നേടുന്നതോടെ ബന്ധങ്ങളുടെയും പ്രണയത്തിന്റെയും ലോകത്തിന്റെയും സങ്കീർണ്ണതകളോട് തുറക്കുവാനും സംവദിക്കുവാനും ഉള്ള സാദ്ധ്യതകൾ ചുരുങ്ങുന്നു എന്ന ബോധം ഫെമിനിസ്റ്റ്–അനന്തര ചിന്തയിലുണ്ട്. ഭിന്നലൈംഗികതകൾ പൊതുമണ്ഡലത്തിലേക്കും ലൈംഗികതയെക്കുറിച്ചുള്ള ചർച്ചകളിലേക്കും കടന്നുവന്നതോടെ ഉഭയലൈംഗികതയെ അടിസ്ഥാനമാക്കിയുള്ള ലോകഭാവനയും യുക്തികളും പുനരാലോചനയ്ക്കും പുനർവായനയ്ക്കും വിധേയമായി.

11

ലിംഗനീതിയെയും ലൈംഗികതൃഷ്ണകളേയും അതിന്റെ ശാരീരികവും സാമൂഹികവുമായ പ്രകാശനങ്ങളെയുംകുറിച്ചുള്ള ചിന്തകളും സ്വത്വരാഷ്ട്രീയ പ്രസ്ഥാനങ്ങളും എല്ലാം തന്നെ പുതിയ സംവാദങ്ങളിലേക്കും മനസ്സിലാക്കലുകളിലേക്കും തുറന്നിട്ടുണ്ട്. അതിന് ഇന്ന് പലതരം കൈകോർക്കലുകളും കാതോർക്കലുകളും ആവശ്യമാണ്. ഒരൊറ്റ പതാകയ്ക്കു കീഴിൽ അണിനിരക്കുന്നതോ, ഒരൊറ്റ മുദ്രാവാക്യം മുഴ

ഷീല

ക്കുന്നതോ, ഒരൊറ്റ നേതാവിന്റെ ആജ്ഞകൾ അനുസരിക്കുന്നതോ ഒരൊറ്റ നയപരിപാടികളിൽ വിശ്വസിക്കുന്നതോ ആയ ഒരു മുന്നേറ്റമായിരിക്കില്ല ഇനി വരാൻ പോകുന്നത്. അത് പലയിടങ്ങളിലും, അവസ്ഥകളിലും ജീവിക്കുന്ന, പല ജോലികളും കലകളും ചെയ്യുന്ന, അഭിരുചികളും ഔന്മുഖ്യങ്ങളുമുള്ള എന്നാൽ ചില ആശയങ്ങളുടെയും കർമ്മപദ്ധതികളുടെയും കാര്യത്തിൽ യോജിച്ചു ഒരൊറ്റ മനസ്സും ശരീരവുമായി പ്രവർത്തിക്കുന്ന ഒന്നാണ്. അത് ചിതറിയ എന്നാൽ ഒരു ബിന്ദുവിൽ – സ്ഥലമോ, ആശയമോ, പ്രശ്നമോ ആകാം അത്– ഒത്തുചേരാനും അവിടേക്ക് ഊർജ്ജവും ശേഷിയും കേന്ദ്രീകരിക്കാനും കഴിയുന്ന, ഭൗതികവും ഒപ്പം വിർച്വലുമായ മനുഷ്യപ്പടർച്ചയാണ്. അതിന്റെ രൂപഭാവങ്ങളും അതിലുള്ളടങ്ങിയിട്ടുള്ള ഭാവനാരൂപങ്ങളും പ്രയോഗസാദ്ധ്യതകളും രേഖീയവും ലംബമാനവുമായ പുരുഷാധികാരഘടനകൾക്ക് വഴങ്ങുന്ന ഒന്നല്ല. പലതായിരിക്കുന്നത് ലയിച്ച് ഒന്നാകലല്ല അവിടെ ലക്ഷ്യം വെക്കുന്നത്, മറിച്ച് പലത് പരസ്പരം അറിയുകയും അനുഭവിക്കുകയും ചെയ്യുമ്പോഴും സ്വന്തം സ്വത്വം മറ്റൊന്നിലേക്ക് അലിയിക്കാതെ പലതായിത്തന്നെ തുടരുക എന്നതാണ്.

12

മലയാളസിനിമയുടെ 1950 കൾ മുതലുള്ള ചരിത്രം പരിശോധിക്കുകയാണെങ്കിൽ ആദ്യദശകങ്ങളിലെ ആഖ്യാനങ്ങളിൽ സ്ത്രീകഥാപാത്രങ്ങൾക്ക് പ്രാമുഖ്യവും തുല്യപ്രാതിനിദ്ധ്യവും ഉണ്ടായിരുന്നതായി കാണാം. 1990 കളോടെയാണ് അത് സാരമായ രീതിയിൽ ചുരുങ്ങുവാൻ തുടങ്ങിയത്. ആദ്യദശകങ്ങളിലെ സിനിമകൾ സാഹിത്യത്തെ ആശ്രയിച്ചിരുന്നതിനാലാകാം അവയിലേക്ക് പലതരം മനുഷ്യരും സമുദായങ്ങളും

റിമ കല്ലിങ്കൽ

വർഗ്ഗങ്ങളും സ്ഥലങ്ങളും തൊഴിലുകളും ഭാഷകളും എല്ലാം കടന്നുവന്നിരുന്നത്. 1950 കളിലെ ഏറ്റവും പ്രധാനപ്പെട്ട *നീലക്കുയിൽ, ജീവിതനൗക, രാരിച്ചൻ എന്ന പൗരൻ* തുടങ്ങിയ ചിത്രങ്ങളിലെല്ലാം തന്നെ സ്ത്രീകഥാപാത്രങ്ങൾക്ക് നിർണ്ണായകമായ സ്ഥാനമുണ്ട്. തുടർന്നുള്ള ദശകങ്ങളിലെ സിനിമകളിലുള്ള മിസ് കുമാരി, ഷീല, ശാരദ, പത്മിനി, രാഗിണി തുടങ്ങിയ മുഖ്യനടിമാരുടെയും, ആറന്മുള പൊന്നമ്മ, അടൂർ ഭവാനി, അടൂർ പങ്കജം, ടി ആർ ഓമന, സുകുമാരി, മീന, ഫിലോമിന തുടങ്ങി അനവധി സഹനടിമാരുടെയും സജീവസാന്നിദ്ധ്യം സൂചിപ്പിക്കുന്നത് അവർക്ക് സിനിമാലോകത്തിലും ആഖ്യാനങ്ങളിലുമുള്ള പ്രാമുഖ്യവും പ്രാതിനിദ്ധ്യത്തിലെ തുല്യതയും കൂടിയാണ്. 1970–80 കളോടെയാണ് സ്ത്രീ പ്രതിനിധാനങ്ങളിലെ സാമൂഹികതയും വൈവിദ്ധ്യവും കുറയുവാൻ തുടങ്ങുകയും ഒരു ലൈംഗികവസ്തു എന്ന നിലയ്ക്കുള്ള സ്ത്രീസാന്നിദ്ധ്യങ്ങൾ വർദ്ധിക്കുകയും ചെയ്യുന്നത്. സ്ത്രീ കൂടുതൽ അകത്തളങ്ങളിലേക്ക് ചുരുങ്ങുകയും അവരുടെ ജീവിതം പുരുഷനായകന്റെ ചുറ്റിപ്പറ്റിയുള്ള ഒന്നാവുകയും ചെയ്യുന്നതോടെ പുറംലോകത്തിലെ സ്ത്രീ സാന്നിദ്ധ്യങ്ങൾ ക്യാബറെ നർത്തകിയും ലേഡീസ് ക്ലബ്ബ് സെക്രട്ടറിയും ഒക്കെയായി വാർക്കപ്പെടുന്നതും കാണാം. 1990 കളിൽ ടെലിവിഷന്റെ വരവോടെ സിനിമാപ്രേക്ഷക വിപണിയിൽ തന്നെ വലിയ മാറ്റങ്ങളുണ്ടായി; ദേശീയരാഷ്ട്രീയത്തിനു സമാനമായി മലയാളസിനിമയിലും നായകരൂപങ്ങൾ വർഗ്ഗീയതയുടെ അനുരണനങ്ങൾ ആവാഹിച്ചു. അതിമാനുഷരായ മാടമ്പിമാരും തറവാടികളുമായ പുരുഷ സൂപ്പർ താരനായകർ അരങ്ങു കൈയടക്കി. ഈ രീതിയിൽ സിനിമ പുരുഷനെ കേന്ദ്രത്തിൽ നിർത്തിയപ്പോൾ ടെലിവിഷൻ സ്ത്രീസമൂഹത്തെ സീരിയലുകളിലൂടെ ആകർഷിച്ചു. മുൻ ദശകങ്ങൾ വരെ നായകനും നായികയും വലിയ

ഭാവന

പ്രായവ്യത്യാസം ഇല്ലാത്ത രണ്ടു മുതിർന്ന ശരീരങ്ങൾ കൂടിയായിരുന്നു എങ്കിൽ, 1990 കൾക്കു ശേഷം പുരുഷനായകന്റേയും നായികയുടേയും പ്രായത്തിലുള്ള അനുപാതം തകിടം മറിഞ്ഞു; നായകന്റെ പ്രായം കൂടിക്കൊണ്ടേയിരുന്നപ്പോൾ നായികമാരുടെ പ്രായം ക്രമത്തിൽ കുറഞ്ഞുവന്നു. പ്രായത്തിലുള്ള ഈ വ്യത്യാസം ആഖ്യാനത്തിലെ സ്ഥാനങ്ങളിലും പ്രതിഫലിച്ചു. സ്ത്രീകഥാപാത്രങ്ങൾ തുല്യർ എന്ന നിലവിട്ട് നായകന്റെ ആരാധകരോ ആശ്രിതരോ നിഴലുകളോ ആയി അരികിലേക്കൊതുങ്ങി. സ്വതന്ത്രകളും സ്വാഭിപ്രായമുള്ളവരുമായ സ്ത്രീകളെ അവഹേളിക്കുകയും ചെയ്യുക എന്നത് ഒരു നായകഗുണമായി മാറി.

ഈ നൂറ്റാണ്ടിന്റെ തുടക്കത്തിൽ ഡിജിറ്റൽ സാങ്കേതികവിദ്യക്ക് ആക്കം ലഭിക്കുകയും ഒരു പുതിയ തലമുറ സിനിമയിലേക്ക് കടന്നുവരികയും ചെയ്തതോടെയാണ് പുരുഷാധീശത്വത്തിൽനിന്ന് സിനിമകളും താരാധിപത്യത്തിൽനിന്നു മലയാളസിനിമാ വ്യവസായവും പുറത്തു കടന്നു തുടങ്ങിയത്. ആഖ്യാനകേന്ദ്രത്തെയാകെ അടക്കിഭരിച്ചിരുന്ന പുരുഷ സൂപ്പർതാരങ്ങളുടെ പ്രഭാവം അസ്തമിച്ചപ്പോൾ ആ ഇടം കുറെക്കൂടി സാധാരണവും സാമൂഹികവുമായി. അതിമാനുഷർ അവശ്യമല്ലാത്ത ഈ ആഖ്യാനങ്ങളിലൂടെ ഒരു നിര യുവനടീനടന്മാരും സംവിധായകരും രംഗത്തുവന്നു. അവർ കഥാപാത്രങ്ങളെ മനുഷ്യന്റെ തോതിലേക്ക് കൊണ്ടുവരികയും, സിനിമയെ മലയാളിസമൂഹത്തിന്റെ പലമയിലേക്ക് സഞ്ചരിപ്പിക്കുകയും ചെയ്തു. അവിടെ വൈവിദ്ധ്യമാർന്ന സ്ത്രീ കഥാപാത്രങ്ങൾക്ക് അണിയാൻ ശരീരങ്ങളും ശ്വസിക്കാൻ ഇടവുമുണ്ട്..

ഇന്നത്തെ മലയാളസിനിമയെ ചെറിയ രീതിയിലെങ്കിലും വ്യത്യസ്തമാക്കുന്നത് മുമ്പു സൂചിപ്പിച്ച പലതരം തിരിച്ചറിവുകൾ നല്കുന്ന ഊർജ്ജമാണ്. ഒന്നിൽനിന്ന് പലതിലേക്കും, കേന്ദ്രങ്ങളിൽനിന്ന് അതിരുകളിലേക്കും, പുരുഷനായകന്റെ ഏകാധിപത്യത്തിൽനിന്ന് നിരവധി കഥാപാത്രങ്ങളുടെ ജനാധിപത്യത്തിലേക്കും, വരേണ്യ ജാതികളിൽനിന്ന് ജാതികളുടെ ബഹുലതയിലേക്കും, വള്ളുവനാടൻ മാനകഭാഷയിൽനിന്ന് പലതരം പ്രാദേശികസംസാരങ്ങളിലേക്കും, ഇടങ്ങളുടേയും സമുദായങ്ങളുടെയും ജീവിതശൈലികളുടേയും ഭൂപ്രകൃതിയുടേയും വൈവിദ്ധ്യത്തിലേക്കും ഒക്കെയുള്ള അതിന്റെ ഇന്നത്തെ സഞ്ചാരങ്ങളിൽ സ്ത്രീകൾക്ക് തുല്യമല്ലെങ്കിലും കുറച്ചുകൂടി ഇടമുണ്ടാകുന്നുണ്ട്.

എന്നാൽ കലയിലൂടെ ആഖ്യാനലോകത്തുണ്ടാവുന്ന ഈ മാറ്റം സിനിമ എന്ന മാധ്യമത്തിലും വ്യവസായത്തിലും തീരെ ഉണ്ടായിട്ടില്ല എന്നാണ് ആദ്യഖണ്ഡത്തിൽ നല്കിയ സംഭവസൂചനകൾ വ്യക്തമാക്കുന്നത്.

13

അല്ല എങ്കിൽ പകുതി ലോകത്തിന്റെ കഥ ഈ ലോകത്ത് പറയപ്പെടാതെ പോകും.

കുഞ്ഞുണ്ണിമാഷിന്റെ മറ്റൊരു കഥ ഇക്കാര്യം വളരെ ശക്തമായി അവതരിപ്പിക്കുന്നുണ്ട്: ഒരർത്ഥത്തിൽ മലയാളസിനിമയിലെ സ്ത്രീകളുടെ കഥ മുഴുവൻ ഇതിലുണ്ട്:

പാറപ്പൊറത്തെ പെങ്കുട്ടി തെരണ്ടൂത്രെ. തെരണ്ടിവാലോണ്ടടിച്ചു തെരളിച്ചതാത്രെ.

ആർക്കാർന്നുത്രെ ആ കുട്ടി തെരളാനിത്ര തെരക്ക്.

അവളടച്ഛനൊഴിച്ച്, അവളടക്കം എല്ലാവർക്കും.

പാറപ്പൊറത്തെ പാറൂട്ടി പെറ്റൂത്രെ.

ആരും പറയാണ്ടെ, ആരോടും ചോദിക്കാണ്ടാത്രെ പെറ്റത്.

വല്ലാത്തൊരു പാറക്കുട്ട്യന്നേ!

പാറപ്പൊറത്തെ പാറൂട്ട്യമ്മേ പറ്റിപ്പൊ ആരൗന്നും പറേണില്ലാത്രെ

പറയാനുള്ളതു മുഴ്വോൻ ഇത്രവേഗം അതും ത്ര ചുരുക്കത്തില് പറഞ്ഞ്തീർത്തട്ടല്ലെ, ഇനിമേപ്പട്ട് നോക്കിര്ന്നോട്ടെ.

(കഥ ചുരുക്കിയാൽ, കുറ്റിപ്പെൻസിൽ, പേജ് 47)

മലയാളിപ്രണയത്തിന്റെ കലിപ്പും കാത്തിരിപ്പും

ശാരദാംബരം ചാരുചന്ദ്രികാ-
ധാരയിൽ മുഴുകീടവേ,
പ്രാണനായക, താവകാഗമ-
പ്രാർത്ഥിനിയായിരിപ്പൂ ഞാൻ!
എന്മണിയറയ്ക്കുള്ളിലുള്ളൊരീ-
നിർമ്മലരാഗസൗരഭം,
ഇങ്ങുനിന്നു പോം മന്ദവായുവു-
മങ്ങു വന്നരുളീലെന്നോ!
കഷ്ടമെന്തിനു പിന്നെ, യീവിധം
വ്യർത്ഥസന്ദേശമേകി ഞാൻ?..

നിരാശ, ചങ്ങമ്പുഴ

"..love that is real is always of interest to the whole of humanity, however humble, however hidden, that love might seem on the surface. We know how people get carried away by love stories! .. Why are there os many films, novels and osngs that are entirely given over to love stories? There must be osmething universal about love for these stories to interest such an enormous audience. What is universal is that all love suggests a new experience of truth about what it is to be two and not one. That we can encounter and experience the world other than through a oslitary consciounsess: any love whatosever gives us new evidence of this."

Alain Badiou, In Praise of Love, p 39

അടുത്തകാലത്തിറങ്ങിയ ഏറ്റവും ജനപ്രീതി നേടുകയും ചർച്ചാ വിഷയമാവുകയും ചെയ്ത രണ്ടു ചിത്രങ്ങളാണ് *പ്രേമം, എന്ന് നിന്റെ മൊയ്തീൻ* എന്നിവ. ചിലർ ഈ സിനിമകളെ അനശ്വരവും ഉദാത്ത വുമായ പ്രണയത്തിന്റെയും സമകാലിക പ്രേമസംഘർഷങ്ങളുടെയും പ്രത്യക്ഷങ്ങളായി പുകഴ്ത്തിയപ്പോൾ, ഒട്ടേറെപ്പേർ ഈ സിനിമകളിലെ സ്ത്രീവിരുദ്ധതയെ ആണ് വിമർശനവിധേയമാക്കിയത്. പുരുഷന്റെ ഇഷ്ടത്തിനനുസരിച്ച് മാറിമാറി സ്ത്രീകളെ തള്ളുകയും കൊള്ളുകയും ചെയ്യുക, താൻ പ്രേമിക്കുന്ന ആൾ തിരസ്കരിക്കുമ്പോൾ വളരെ ലാഘവത്തോടെ മറ്റൊരാളെ സ്നേഹിക്കുക, പുരുഷനുവേണ്ടി സ്ത്രീ അയാളുടെ മരണശേഷവും സ്വന്തം ജീവിതം സമർപ്പിക്കുക തുടങ്ങി പലതും ചർച്ച ചെയ്യപ്പെട്ടു.

തീർച്ചയായും ഇത്തരം വിമർശനങ്ങൾക്ക് അവയുടേതായ പ്രസക്തിയുണ്ട്. ഒരുപക്ഷേ, പക്ഷം തിരിഞ്ഞുള്ള ഈ തർക്കങ്ങൾക്കപ്പുറം അല്ലെങ്കിൽ തർക്കങ്ങളോടൊപ്പം ഈ ചിത്രങ്ങൾ നമ്മുടെ സമൂഹഭാവന യിൽ എങ്ങനെയൊക്കെ പ്രവർത്തിക്കുന്നു എന്നും അവ സമകാലിക മലയാളിതൃഷ്ണയെയും മാറിവരുന്ന പ്രണയഭാവനകളെയും എങ്ങനെ യൊക്കെ ആഘോഷിക്കുന്നു, ദൃശ്യവല്ക്കരിക്കുന്നു എന്നും അന്വേഷി ക്കേണ്ടതുണ്ട്. ഇത്രയും വമ്പിച്ച രീതിയിൽ ജനപ്രീതി നേടുന്ന ചിത്രങ്ങൾ തീർച്ചയായും ഏതൊക്കെയോ തലങ്ങളിൽ, എന്തൊക്കെയോ രീതിയിൽ, നമ്മുടെ സമൂഹത്തിന്റെയും ജീവിതത്തിന്റെയും ഔന്മുഖ്യങ്ങളുടെയും അബോധതലങ്ങളെയും ആവിഷ്കരിക്കുകയും സ്പർശിക്കുകയും ചെയ്യുന്നുണ്ട് എന്നുവേണം കരുതാൻ. ഈ ദിശയിലുള്ള ഒരു അന്വേഷ ണമാണ് ഈ കുറിപ്പ്.

മുന്നറിയിപ്പ്

പ്രേമം എന്ന ചിത്രം ഭാവനാസൃഷ്ടിയാകാമെങ്കിലും എന്ന് നിന്റെ മൊയ്തീന്റെ കാര്യം വ്യത്യസ്തമാണ്. അത് യഥാർത്ഥസംഭവങ്ങളെയും ജീവിച്ചിരുന്നവരും ജീവിച്ചിരിക്കുന്നവരുമായ മനുഷ്യരുടെ അനുഭവസാ ക്ഷ്യങ്ങളെയും അടിസ്ഥാനപ്പെടുത്തിയാണ് നിർമ്മിക്കപ്പെട്ടിരിക്കുന്നത്. ജീവിച്ചിരുന്ന ബി പി മൊയ്തീൻ എന്ന മനുഷ്യനെയും, ജീവിച്ചിരിക്കുന്ന കാഞ്ചനമാല എന്ന സ്ത്രീയുടെയും ജീവിതത്തെക്കുറിച്ചുള്ള രേഖകൾ, അനുസ്മരണങ്ങൾ, ഓർമ്മക്കുറിപ്പുകൾ, അവരുമായി ബന്ധപ്പെട്ട മനുഷ്യരുടെ ഓർമ്മകൾ എന്നിവയെ ഒക്കെ ആസ്പദമാക്കിയുള്ള ചിത്ര മാണ്. അവരുടെ ജീവിതത്തോടും ഇപ്പോഴും അപ്പോഴുമുള്ള 'യാഥാർ ത്ഥ്യ'ങ്ങളോട് ചിത്രം എത്രകണ്ട് കൂറുപുലർത്തുന്നു, അവയെ സംബന്ധി ച്ചുള്ള വസ്തുതകളോട് എത്രകണ്ട് സത്യസന്ധമാണ് തുടങ്ങിയ പ്രശ്ന ങ്ങളിലേക്ക് ഈ ലേഖനം പ്രവേശിക്കുന്നില്ല. ഏതൊരു ആഖ്യാനവും ആത്മകഥ ആയാലും ജീവചരിത്രമായാലും ഓർമ്മക്കുറിപ്പായാലും ചരിത്രപ്രബന്ധമായാൽ പോലും അവ ഒരു പുനരാഖ്യാനം കൂടിയാണ്.

അനുഭവങ്ങളുടെ കുത്തൊഴുക്കിനെയും ജീവിതത്തിന്റെ അവ്യവസ്ഥിതിയെയും വസ്തുതകളുടെ ബാഹുല്യത്തെയും അതിന് തിരഞ്ഞെടുത്ത ചില ആദിമദ്ധ്യാന്തങ്ങളിലേക്കും ആഖ്യാനയുക്തിയിലേക്കും ചുരുക്കാതെ വയ്യ. ഈ ആഖ്യാനവല്ക്കരണപ്രക്രിയയിൽ ചിലതിന് പ്രാധാന്യം കൂടുന്നു, ചിലത് അപ്രസക്തമാകുന്നു, ചിലത് അടുത്തും ചിലത് അകലെയുമാകുന്നു; അതിൽ രചയിതാവിന്റെ വൈയക്തികവും വീക്ഷണപരവുമായ രാഗദ്വേഷങ്ങളും താല്പര്യങ്ങളും ഔന്മുഖ്യങ്ങളും കടന്നുവരുന്നത് സ്വാഭാവികം മാത്രം; അവ 'കടന്നുവരുന്ന'തല്ല, മറിച്ച് ആ ആഖ്യാനങ്ങളുടെ അടിസ്ഥാനചോദനയോ മൂലകാരണമോ തന്നെയാണ്. അതുകൊണ്ടുതന്നെ സിനിമ എന്ന രീതിയിൽ സമീപിക്കുമ്പോൾ 'യാഥാർത്ഥ്യത്തിനോടുള്ള കൂറ്' പലതിലും ഒരു ചർച്ചാവിഷയം മാത്രമാണ്. ഈ വിശകലനം സിനിമയെ ഒരു പാഠമായെടുത്തുകൊണ്ട് ആ ആഖ്യാനമുയ/ണർത്തുന്ന പ്രതീതികളെയും അർത്ഥങ്ങളേയും ഭാവവിശേഷങ്ങളെയും കുറിച്ചാണ്.

പുതുപുത്തൻ കാലത്തിന്റെ പ്രേമം

Alain Badiou, In Praise of Love

"എപ്പോഴും പ്രണയം ലോകത്തിന്റെ പിറവിക്ക് സാക്ഷ്യം വഹിക്കാനുള്ള ഒരു സാദ്ധ്യതയാണ്"

അലൻ ബാദ്യു, പ്രണയത്തെ പ്രശംസിച്ചുകൊണ്ട്

ഇതുപുത്തൻ കാലം, പുതുപുത്തൻ ലോകം, ജനറേഷൻ തോറും മാറും പുതുലോകം /ഈ ലോകത്തിൽ തിരക്കേറിയോടുമ്പോഴും തിരിഞ്ഞൊന്നു നോക്കുമ്പോഴും /ചിരിക്കാൻ മറക്കല്ലേ നീ /ഈ ലോകത്തിൽ മറക്കാൻ പഠിക്കുമ്പോഴും സഹിക്കാൻ പഠിക്കുമ്പോഴും /ചിരിക്കാൻ മറക്കല്ലേ നീ.. എന്ന കാഹളഗാനത്തോടെ (പലവട്ടം ആവർത്തിക്കുന്ന പ്രമേയഗാനം തന്നെയാണിത്) സ്വന്തം പുതുമയെയും ജനറേഷനെയും പ്രഖ്യാപിച്ചുകൊണ്ടാണ് അൽഫോൻസ് പുത്രന്റെ *പ്രേമം* എന്ന ചിത്രം തുടങ്ങുന്നത്.

1984 ൽ ജനിച്ച ജോർജ്ജ് ഡേവിഡിന്റെ ജീവിതത്തിലെ മൂന്നു പ്രായഘട്ടങ്ങളിലൂടെയാണ് സിനിമ വികസിക്കുന്നത്: ആദ്യത്തേത് പത്താം ക്ലാസ് ഫസ്റ്റ് ക്ലാസോടെ പാസായി പ്രീഡിഗ്രിക്ക് ചേർന്ന് പരീക്ഷയിൽ തോല്ക്കുന്നതുവരെയുള്ള കാലം; രണ്ടാമത്തേത് തുടങ്ങുന്നത് 2005 ലാണ്; അവർ മൂവരും കോളേജിൽ ഡിഗ്രിക്കു പഠിക്കുന്ന കാലം; മൂന്നാമത്തേത് 2014 ൽ പഠിത്തം കഴിഞ്ഞ് ജോർജ്ജ് ഒരു കഫേയുടെ ഉടമയായി കഴിയുന്ന കാലം. ഈ മുപ്പതു വർഷത്തെ ജീവിതത്തിനിടയിൽ അയാൾക്കുണ്ടാവുന്ന മൂന്നു പ്രണയങ്ങളെക്കുറിച്ചാണ് പ്രേമം.

അയാളുടെ ആദ്യ പ്രേമം അയൽക്കാരിയായ മേരിയുമായാണ്; സ്കൂളിൽ പഠിക്കുന്ന അവളെ നിരന്തരം പിന്തുടരുന്ന ജോർജ്ജിന്റെ ശ്രമങ്ങൾ മേരി ഒരിക്കലും സ്വീകരിക്കുന്നില്ല എങ്കിലും അവളുടെ

യഥാർത്ഥകാമുകൻ (ബാങ്കിൽ ജോലിയുള്ള മറ്റൊരു ജോർജ്ജ്) എത്തും വരെ നായകൻ അവളെ പിന്തുടർന്നുകൊണ്ടേയിരിക്കുന്നു. ഒരിക്കലും മേരിയോട് നേരിട്ട് പറയാനുള്ള ധൈര്യം സംഭരിക്കാനാവാത്തതിനാൽ ലാന്റ് ഫോണും (ഒരിക്കൽ മാത്രം) കത്തെഴുത്തുമാണ് ജോർജ്ജിന്റെ മാധ്യമങ്ങൾ. തുടക്കം മുതൽ അയാൾ എഴുതിയും തിരുത്തിയും കൊണ്ടിരിക്കുന്ന കത്ത് ഒരിക്കലും അവൾക്ക് നല്കപ്പെടുന്നുമില്ല; അവസാനമെഴുതിയ കത്ത് അയാൾ പുഴയിലേക്ക് വലിച്ചെറിയുന്നതോടെ ആ ബന്ധം അവസാനിക്കുന്നു. ഈ ഖണ്ഡത്തിൽ പ്രത്യക്ഷപ്പെടുന്ന ഇടങ്ങളിൽ ഒന്ന് ഇവരുടെ വീടുകളാണ്. അവിടെ വീട്ടുകാർ അപൂർവ്വമായി മാത്രമാണ് പ്രത്യക്ഷപ്പെടുന്നത് ജോർജ്ജിന്റെ അമ്മ ഒരു ശബ്ദം മാത്രം; സഹോദരി ഒരു പരാമർശവും. അച്ഛനെ നമ്മൾ ഈ ഖണ്ഡത്തിൽ കാണുന്നതേയില്ല, കൂട്ടുകാരായ ശംഭുവിന്റെയും കോയയുടെയും കുടുംബങ്ങളുടെ സ്ഥിതിയും ഇതുതന്നെ. പിന്നെയുള്ളത് എല്ലാവരും ഒത്തുചേരുന്ന ചായക്കടയാണ്. അവിടുത്തെ ഫോൺ ബൂത്ത്, ചായ, കസ്കസ് ഇട്ട സർവ്വത്ത്, മിഠായികൾ, പലഹാരങ്ങൾ, അവ നുണയാനെത്തുന്ന ഉറുമ്പുകൾ എല്ലാം സജീവസാന്നിദ്ധ്യങ്ങളാണ്. മറ്റിടങ്ങളായ പുഴ, തെരുവുകൾ, പാലം, സ്കൂൾ എന്നിവയെല്ലാം മൂവരുടെ വിഹാരസങ്കേതങ്ങളായി മാത്രമാണ് പ്രത്യക്ഷപ്പെടുന്നത്. മേരിയുടെ അച്ഛൻ (പിന്നെയും മറ്റൊരു ജോർജ്ജ്) ആണ് എല്ലാ പൂവാലന്മാരും ഭയക്കുന്ന, അവരെ അടിച്ചോടിക്കുന്ന വില്ലൻ. ഓരോ തവണ ജോർജ്ജ് കത്തുമായി ചെല്ലുമ്പോഴും കണ്ടുമുട്ടുന്നത് പ്രണയാഭ്യർത്ഥനയുമായി അവർക്കുമുമ്പെത്തിയ മറ്റൊരു ആരാധകനെയാണ്. അവരെയെല്ലാം മേരിയുടെ അച്ഛൻ തല്ലിയോടിക്കുന്നുമുണ്ട്. എന്നാൽ മേരി ഇതിനെല്ലാം മുകളിൽ ആർക്കും പിടികൊടുക്കാതെ പാറി നടക്കുന്ന പൂമ്പാറ്റയാണ് (പൂമ്പാറ്റയാണ് ഈ സിനിമയിലെ സർവ്വവ്യാപിയായ ഒരു കഥാപാത്രം). തികഞ്ഞ ആത്മവിശ്വാസത്തോടെ എല്ലാവരെയും പ്രലോഭിപ്പിക്കുമ്പോഴും അതിനെക്കുറിച്ച് ബോധവതിയും അതിലഭിരമിക്കുന്നവളുമാണ് മേരി. ഇതിന് നേർ വിപരീതമാണ് മേരിയെ പ്രേമിക്കുന്ന ആണുങ്ങൾ. പുറത്തേക്ക് മാത്രം നോക്കുന്ന അവർക്ക് പ്രലോഭനശേഷി, ആത്മവിശ്വാസം, ആത്മബോധം ഇവ കമ്മിയാണ്. കാമിനിയുടെ ഒരു നോട്ടം, വാക്ക്, ആംഗ്യം ഇത്രയും കൊണ്ട് നിറഞ്ഞുതുളുമ്പുന്ന, ആളിപ്പടരുന്ന മനോനിലകളാണവർ.

രണ്ടാം ഭാഗം തുടങ്ങുന്നത് *രാജമാണിക്യ*ത്തിലെ 'തള്ളേ, കലിപ്പ് തീരണില്ലല്ലാ' എന്ന (പ്രവചനാത്മകമായ?) മമ്മൂട്ടിപ്പേച്ചോടെയാണ്. ഹോസ്റ്റൽ, കോളേജ്, കാന്റീൻ, ക്ലാസ് എന്നിവിടങ്ങളാണ് ഈ ഖണ്ഡത്തിലെ ആഖ്യാനസ്ഥലങ്ങൾ. മൂവർ സംഘം കോളേജിൽ തങ്ങളുടെ എതിരാളികളുടെ പരിപാടി നടക്കുമ്പോൾ സ്റ്റേജിനു താഴെ ബോംബ് വെയ്പിനും അതിനുശേഷമുള്ള അടിപിടിയിലും പെട്ട് രണ്ടു മാസത്തെ സസ്പെൻഷനിലാവുകയും ചെയ്യുന്നു. പിന്നെക്കാണുന്നത് പുതുതായി വരുന്ന കുട്ടികളെ റാഗ് ചെയ്യുന്ന മൂവരെയാണ്; അതിനിടയിലാണ്

സായി പല്ലവി

ജോർജ്ജ് തന്റെ അടുത്ത കാമുകിയായ മലർ എന്ന ഗസ്റ്റ് ലക്ചററെ കണ്ടുമുട്ടുന്നത്. ഒറ്റനോട്ടത്തിൽ പ്രേമത്തിലാവുന്ന ജോർജ്ജ് പിന്നീട് മലരിന്റെ അനുകൂലപ്രതികരണത്തിനായി കിണഞ്ഞു ശ്രമിക്കുന്നതാണ് തുടർന്നുള്ള രംഗങ്ങൾ. ഇവിടെയും ജോർജ്ജിന്റെ പ്രണയത്തിനു സമാന്ത രമായി മറ്റൊരു ആരാധകനും അവിടെ മലരിനുണ്ട്: ആ കോളേജിൽ തന്നെ പഠിപ്പിക്കുന്ന വിമൽ എന്ന അദ്ധ്യാപകനാണത്. കോളേജിലും ക്ലാസിലും താമസസ്ഥലത്തും വെച്ചുള്ള മദ്യപാനം, ചീട്ടുകളി, ഗുണ്ടാ യിസം തുടങ്ങിയ പരിപാടികളുമായി കഴിയുന്നതിനിടയ്ക്കാണ് മലരിന്റെ കടന്നുവരവ്. പിന്നീടുള്ള ജോർജ്ജിന്റെ ജീവിതം അവർക്കു ചുറ്റും കറങ്ങാൻ തുടങ്ങുന്നു. അദ്ധ്യാപികയാണെങ്കിലും പഠനസംബന്ധിയായ കാര്യങ്ങളല്ല അവർ തമ്മിലുള്ള മുഖാമുഖങ്ങളുടെ അടിസ്ഥാനം; മദ്യപിച്ച് ക്ലാസിൽ കയറുന്നതിന് പുറത്താക്കുക, അതിനുള്ള വിശദീകരണം, അതിന്റെ പേരിൽ പ്രിൻസിപ്പലിന്റെ മുന്നിലുള്ള വിചാരണ, ഡാൻസ് പരിശീലനം, മല്ലിപ്പൂ വാങ്ങിക്കൊടുക്കൽ തുടങ്ങി പാഠ്യേതരവിഷയങ്ങ ളിലൂടെയാണ് അവരുടെ അടുപ്പം മുന്നേറുന്നത്. ജോർജ്ജിനു തന്നോടുള്ള ആകർഷണത്തെ നല്ലവണ്ണം അറിയുമ്പോഴും മലർ അയാളെ അകറ്റു ന്നില്ല. മേരിയെപ്പോലെ മലരും തന്റെ ആകർഷണശേഷിയെക്കുറിച്ചും ജോർജ്ജിന്റെ ആരാധനയെക്കുറിച്ചും തികച്ചും ബോധവതിയാണ്. മൊബൈൽ ഫോണിലൂടെയുള്ള നിരന്തരസന്ദേശങ്ങളിലൂടെ അവർ

അയാളെ വിടാതെ തന്റെ ആകർഷണവലയത്തിൽ എന്നാൽ വേണ്ടത്ര ദൂരത്തിൽ നിർത്തുന്നുമുണ്ട്. തന്റെ കാമുകനെ (അറിവഴകൻ) പരിചയപ്പെടുത്തി ജോർജ്ജിനെ നിരാശയിലാഴ്ത്തുമ്പോഴും, 'അറിവ്' പോയ ഉടൻ ജോർജ്ജിനെ വിളിച്ച് സ്റ്റുഡന്റ് എന്ന് പരിചയപ്പെടുത്തിയതിനു ക്ഷമാപണം ചോദിച്ചും മല്ലിപ്പൂ വാങ്ങിത്തരുമോ എന്ന് അപേക്ഷിച്ചും അയാളിലെ പ്രേമപ്രതീക്ഷകളെ മലർ കെടാതെ സൂക്ഷിക്കുന്നു. അതോടെ പൂമ്പാറ്റകൾ വീണ്ടും പാറിത്തുടങ്ങുന്നു. കോളേജിലെ ഡാൻസ് മത്സരത്തിനുള്ള തയ്യാറെടുപ്പാണ് അവരുടെ ബന്ധത്തെ കൂടുതൽ ദൃഢമാക്കുന്നതും അതിന് ലൈംഗികമല്ലെങ്കിലും ശാരീരികമായ സാമീപ്യത്തിന്റെ ഒരു തലം നല്കുന്നതും. മലരോടൊപ്പമുള്ള ഡാൻസ് പരിശീലനത്തിനെത്തുടർന്നുള്ള വിജയകരമായ ഡാൻസ് അവതരണമാണ് അവർ തമ്മിലുള്ള ബന്ധത്തിന്റെ ഉച്ചസ്ഥായി; ഡാൻസ് കഴിഞ്ഞയുടൻ മലർ തന്റെ കാമുകനോടൊപ്പം നാട്ടിലേക്ക് പോകുന്നു; പിന്നെ വരുന്നത് മലരിന് ഒരു അപകടത്തിൽ പരിക്കേറ്റു എന്ന വാർത്തയാണ്. അവിടേക്ക് പാഞ്ഞെത്തുന്ന ജോർജ്ജും കൂട്ടരും കാണുന്നത് ഓർമ്മ നശിച്ച മലരിനെയാണ്. തന്നെ മലർ തിരിച്ചറിയുന്നില്ല എന്നറിയുന്ന നിമിഷം ജോർജ്ജ് അവിടം വിടുകയും ചെയ്യുന്നു. പിന്നെ വിവാഹവേളയിൽ അവരുമൊത്തുള്ള ഒരു ഗ്രൂപ്പ് ഫോട്ടോയിൽ രണ്ടാം ഖണ്ഡം അവസാനിക്കുന്നു.

2014 ലാണ് മൂന്നാം ഖണ്ഡം തുടങ്ങുന്നത്; അവിടെ നമ്മൾ കാണുന്നത് കഫേ അഗാപേ എന്ന സ്വന്തം സ്ഥാപനം നടത്തുന്ന ജോർജ്ജിനെയാണ് (അഗാപേ അഥവാ അഗേപ് എന്ന വാക്കിന് പല അർത്ഥങ്ങളുമുണ്ട്: ആത്മീയവും നിസ്വാർത്ഥവുമായ സ്നേഹം, സ്നേഹത്തിന്റെയും സൗഹൃദത്തിന്റെയും പ്രതീകമായുള്ള വിരുന്ന്, അത്ഭുതത്തിൽ അന്തംവിട്ട് വാപൊളിക്കുന്ന അവസ്ഥ തുടങ്ങിയവ). ഇവിടേക്കാണ് ഒരു രാത്രി കേക്ക് വാങ്ങാനായി സെലീൻ എത്തിച്ചേരുന്നത്. പിന്നീടുള്ള കണ്ടുമുട്ടലിൽ താനാരാണെന്ന് (മേരിയുടെ അനിയത്തി) അവൾ വെളിപ്പെടുത്തുന്നതോടെ ജോർജ്ജിന് അവളോടുള്ള അടുപ്പം പ്രേമമായി മാറുന്നു. ഇവിടെയും അയാളുടെ പ്രണയത്തിന് സമാന്തരമായ ഒരു ഹാസ്യധാരയും (കഫേയിൽ സ്ഥിരം കുതിരപ്പുറത്ത് വന്ന്, അവിടെവെച്ചു വിഫലവും പരിഹാസ്യവുമായ പലവിധ പ്രണയശ്രമങ്ങളും നടത്തുന്ന ഒരു പൂവാലൻ) ഒരു എതിരാളിയുമുണ്ട് (റോണി എന്ന പ്രതിശ്രുതവരൻ). അധികം വൈകാതെ തന്നെ ജോർജ്ജ് പ്രണയാഭ്യർത്ഥന നടത്തുന്നുണ്ട് എങ്കിലും അതിനുള്ള സെലീന്റെ മറുപടി അടുത്ത ദിവസം അവളുടെ വിവാഹനിശ്ചയമാണ് എന്നാണ്. ആ വാർത്ത ജോർജ്ജിനെ നിരാശയിലാഴ്ത്തുന്നുണ്ടെങ്കിലും, ഉടൻ തന്നെ ആ എതിരാളി അയാളുടെ രക്ഷകനായി മാറുന്നു. വിവാഹത്തിൽനിന്ന് പിന്മാറിയ സെലീനെ ഫോൺ ചെയ്തും മറ്റും അയാൾ ശല്യപ്പെടുത്തുന്നു എന്ന് അവൾ പറയുന്നതോടെ ജോർജ്ജിലെ രക്ഷകൻ ഉണരുന്നു; അതോടെ സെലീനിലേക്കെത്താനുള്ള വാതിൽ അയാൾക്കുമുന്നിൽ തുറക്കുകയും, സെലീൻ

അയാളുടേതാവുകയും ചെയ്യുന്നു; മലരും അറിവും അവരുടെ വിവാഹാഘോഷത്തിൽ പങ്കെടുക്കുന്നു; ജോർജ്ജും സെലീനും ഒരു പുതിയ ജീവിതം തുടങ്ങുന്നു; തുടക്കത്തിലെന്നപോലെ കറുത്ത തിരശ്ശീലയിൽ വർഷങ്ങൾ മുന്നോട്ടു പോകുന്നു, അടുത്ത വർഷം അവർക്ക് കുട്ടി ജനിക്കുന്നു എന്ന് ടൈറ്റിൽ കാർഡിൽ തെളിയുന്നു..

ഒരർത്ഥത്തിൽ ജോർജ്ജിന്റെ പ്രണയജീവിതത്തിലെ ക്രമേണയുള്ള പുരോഗതിയും വിജയപരിസമാപ്തിയുമാണ് *പ്രേമം.* ആദ്യപ്രണയത്തിൽ അനവധി പേർ അയാളുടെ കൂടെ മത്സരിക്കുന്നുണ്ട്; മേരിക്കെഴുതിയ കത്ത് കൊടുക്കുന്നതിൽ പോലും ജോർജ്ജ് അവിടെ വിജയിക്കുന്നില്ല. പുറത്തുനിന്നെത്തുന്ന മറ്റൊരു ജോർജ്ജാണ് അവിടത്തെ വിജയി. രണ്ടാമത്തെ പ്രണയത്തിൽ അയാൾക്ക് രണ്ട് എതിരാളികളേയുള്ളൂ. വിമൽ എന്ന അദ്ധ്യാപകനെ ആരും ഒരിക്കലും കാര്യമായെടുക്കുന്നില്ല. പിന്നെയുള്ളത് അറിവഴകൻ ആണ്. അയാൾ ജോർജ്ജിനെ തോല്പിക്കുന്നുണ്ടെങ്കിലും മലരിനുണ്ടാകുന്ന അപകടവും തുടർന്നുള്ള സ്മൃതിഭ്രംശവും ഒരു പരിധിവരെയെങ്കിലും ആ വിജയത്തിന്റെ ശോഭ കെടുത്തുന്നുണ്ട് (അവസാനരംഗത്തിൽ ജോർജ്ജിന്റെ വിവാഹത്തിനെത്തുന്ന മലരിന് തന്റെ ഓർമ്മ തിരിച്ചുകിട്ടിയതായി സൂചനയുണ്ട്. 'സൊല്ലിയിരുക്കലാമില്ലേ?' എന്ന അറിവിന്റെ ചോദ്യത്തിന് മലർ 'എതുക്ക്? അവൻ സന്തോഷമാ താൻ ഇരുക്കാൻ' എന്നാണ് മറുപടി പറയുന്നത്. ജോർജ്ജുമായുള്ള ബന്ധത്തെ എന്നും തന്റെ വരുതിയിൽ നിർത്തിയിട്ടുള്ള മലർ സത്യം വെളിപ്പെടുത്തി ജോർജ്ജിന്റെ സന്തോഷം കെടുത്തണ്ട എന്ന് അവിടെ തീരുമാനിക്കുന്നു). മൂന്നാമത്തെ പ്രണയത്തിൽ ജോർജ്ജിന് ഒരൊറ്റ എതിരാളിയേ ഉള്ളൂ, എന്നാൽ റോണി ദുർബ്ബലനും കാമുകി ഒഴിവാക്കാൻ ശ്രമിക്കുന്നവനുമാണ്. അതുകൊണ്ട് അയാളുടെ മേലുള്ള ജയം അനായാസമായിത്തീരുന്നു. അതുകൊണ്ടായിരിക്കണം റോണിയെ കെട്ടിയിട്ട് മർദ്ദിക്കുന്നതിനിടയിൽത്തന്നെ ജോർജ്ജ്–സെലീൻ വിവാഹാഘോഷദൃശ്യങ്ങൾ ആഖ്യാനത്തിലേക്ക് അക്ഷമയോടെ ഇടിച്ചുകയറി വരുന്നതും.

പുരുഷകത്തിൽ തെളിയുന്ന ലോകം, പാറുന്ന പൂമ്പാറ്റകൾ

പുരുഷന്റെ അകം കൊണ്ട് നിറഞ്ഞുതിങ്ങുന്നതാണ് പ്രേമത്തിന്റെ ആഖ്യാനലോകം, അവിടെ പുറം ലോകം, ചായക്കട, തെരുവുകൾ, പുഴ, സ്കൂൾ, ക്ലാസുമുറികൾ, കോളേജ്, കാന്റീൻ, താമസസ്ഥലം, ഹോട്ടലുകൾ, ഷോപ്പിങ് മാൾ തുടങ്ങിയവ നായകന്റെ പ്രേമാഭിലാഷലീലകൾക്കുള്ള പശ്ചാത്തലങ്ങൾ മാത്രം. അയാളുടെ പ്രണയാഭിലാഷങ്ങളുടെ ചലനവേഗങ്ങൾക്കാണ് ഇവിടെ പ്രാമുഖ്യം. അതുകൊണ്ടാണ് പ്രതീകപൂമ്പാറ്റകൾ അവിടെ സുലഭമായി പാറിക്കളിക്കുന്നതും എല്ലാ പ്രകാശകണികകളും പ്രണയചിഹ്നത്തിന്റെ രൂപം കൈക്കൊള്ളുന്നതും. പുറംലോകം ഇവിടെ പുരുഷാഭിലാഷങ്ങളാൽ മുഗ്ദ്ധമാണ്, ചായക്കടയിലെ പലഹാരങ്ങൾ

പോലെ അവയെല്ലാം കൊതിയിൽ കുതിർന്നിരിക്കുന്നു. പുരുഷതൃഷ്ണകളുടെ പുറംഭാവം മാത്രമാണ് നമ്മൾ ചിത്രത്തിൽ കാണുന്ന ലോകം, അയാളുടെ രാഗദ്വേഷങ്ങൾക്കനുസരിച്ച് അത് വിടരുന്നു, പൂക്കുന്നു, പറക്കുന്നു, അല്ലെങ്കിൽ ചുരുങ്ങുന്നു, ഇരുളുന്നു, തകരുന്നു. പല രംഗങ്ങളും ചിത്രീകരിച്ചിരിക്കുന്നത് ജോർജ്ജിന്റെയും കൂട്ടരുടെയും സ്വകാര്യതയിലേക്കുള്ള ഒളിഞ്ഞുനോട്ടം പോലെയാണ്; ചില തടസ്സങ്ങൾക്കും, മതിലുകൾക്കും ഇടയിലുള്ള വസ്തുക്കൾക്കും പിന്നിൽനിന്നാണ് പല രംഗങ്ങളും ചിത്രീകരിച്ചിരിക്കുന്നത്. അതിസമീപദൃശ്യങ്ങൾ ഇവിടെ അപൂർവ്വമാണ്. ജോർജ്ജിനെയും കൂടേയുള്ളവരെയും ഉൾക്കൊള്ളിക്കുന്ന ഹ്രസ്വദൂര ഷോട്ടുകളും, അല്ലെങ്കിൽ അകം/പുറം പശ്ചാത്തലങ്ങളെ ഉൾക്കൊള്ളിക്കുന്ന വിദൂരദൃശ്യങ്ങളുമാണ് ചിത്രത്തിൽ ഭൂരിഭാഗവും. മുഴുവൻ ശരീരങ്ങൾക്ക് പ്രാമുഖ്യം കൊടുക്കുന്ന സിനിമയുടെ ദൃശ്യവിന്യാസഘടനയിൽ മുഖങ്ങളുടെയും ഭാവങ്ങളുടെയും സമീപദൃശ്യങ്ങളും അപൂർവ്വമാണ്. മറ്റു പലസിനിമകളിലേയും പോലെ വിവിധ കഥാപാത്രങ്ങളുടെ വീക്ഷണകോണുകളിലൂടെയുള്ള ചിത്രീകരണവും ഇവിടെയില്ല എന്നത് യാദൃച്ഛികമല്ല. അത്തരം ദൃശ്യങ്ങൾ ഉല്പാദിപ്പിക്കുന്ന വൈകാരികതയല്ല ഇവിടെ ലക്ഷ്യം, മറിച്ച് യുവശരീരങ്ങളുടെ മുഴുസാന്നിദ്ധ്യം സൃഷ്ടിക്കുന്ന നാടകീയതയാണ്.

പ്രമേയത്തിനുപുറമെ, ചിത്രണത്തിലെ ചടുലതയും ചിത്രസന്നിവേശത്തിലെ വേഗവും വൈവിദ്ധ്യമുള്ള പാട്ടുകളുമാണ് *പ്രേമ*ത്തിന്റെ ജനപ്രീതിക്ക് കാരണമായത്. 'ഇതുപുത്തൻ കാലം, പുതുപുത്തൻ ലോകം..' എന്ന പലവട്ടം ആവർത്തിക്കുന്ന പ്രമേയഗാനത്തിനുപുറമെ റാപ്പ് ശൈലിയിലുള്ളവ തൊട്ട് കാതരമായ പ്രണയഗാനങ്ങൾ വരെ ഈ ചിത്രത്തിലുണ്ട്. ആവർത്തിക്കുന്ന മറ്റൊരു പാട്ട് മൂവരുടെ ഹിംസാപ്രവർത്തനങ്ങൾക്ക് പിന്തുണ നല്കുന്ന ഒന്നാണ്: 'കണ്ണു ചുവക്കണ്, പല്ലു കടിക്കണ്, മുഷ്ടി ചുരുട്ടണ്, ആകെ വിയർക്കണ്, നാഡിഞരമ്പു വലിഞ്ഞുമുറുകണ്, പേശികളാകെ ഉരുണ്ടുകയറണ്..' എന്നത്. ഓരോ തവണ അവർ ഹിംസയ്ക്ക് ഒരുങ്ങുമ്പോഴും ഈ പാട്ടിന്റെ ആവേശമുണർത്തിക്കൊണ്ടുള്ള അകമ്പടിയുണ്ട്. ഹിംസയ്ക്ക് ഈ രീതിയിൽ വായ്ത്താരി നല്കുന്ന സന്ദർഭങ്ങൾ മലയാളസിനിമയിൽ അപൂർവ്വമാണ് (ചില മോഹൻലാൽ സിനിമകളിലെ സംസ്കൃതശ്ലോകങ്ങളൊഴിച്ചാൽ). ഒരുവശത്ത് അത് ഹിംസയെ ഒരു നൃത്തപ്രകടനമാക്കി മാറ്റുന്നു, ഒപ്പം അതിലെ അക്രമത്തെ സഹനീയവും സ്വാഭാവികവും ആഘോഷവും ആക്കി അത് മാറ്റുകയും ചെയ്യുന്നു. പ്രേമത്തെ കാല്പനികവും മോഹനീയവുമായി പൊലിപ്പിക്കുന്നു മറ്റു ഗാനങ്ങൾ.

ഹിംസയുടെയും പ്രണയത്തിന്റെയും ഈ സമാന്തരധാരയാണ് പ്രേമത്തിന്റെ ആഖ്യാനഘടനയിലെ പ്രധാന ഇഴകൾ. പ്രേമത്തിലെ പ്രണയം ചർച്ച ചെയ്യപ്പെട്ടപ്പോൾ വേണ്ടത്ര പരാമർശിക്കപ്പെടാതെ പോയതും താളപ്രധാനമായ പാട്ടുകൾക്കും മോഹനീയമായ ശരീരങ്ങൾക്കും

ഇടയിൽ അദൃശ്യമായതും അതിലെ ഹിംസയാണ്; അക്രമാസക്തരാണ് പ്രേമത്തിലെ മൂവർ സംഘം; എതിരാളികളെ തോല്പിക്കാനായി അരങ്ങിനുതാഴെ ബോംബു വെയ്ക്കാനും അതിനെ തുടർന്ന് അവരെ കോളേജ് ക്യാമ്പസിൽ തന്നെയിട്ട് മർദ്ദിച്ചൊതുക്കാനും, മലരിനെ 'ചരക്ക്' എന്നു വിശേഷിപ്പിക്കുന്ന പ്യൂണിനെ മുഖത്തടിക്കാനും, ഡാൻസ് പഠിപ്പിക്കാൻ വരുന്ന മാസ്റ്ററെ അടിച്ചോടിക്കാനും, സെലീന്റെ വരനെ അയാളുടെ സങ്കേതത്തിൽ ചെന്ന് കെട്ടിയിട്ടടിക്കാനും അവർക്ക് മടിയില്ല. അവർ റോണിയെ നിസ്സഹായനാക്കി മർദ്ദിക്കുന്ന രംഗം ശ്രദ്ധിക്കുക: ശരിയായ കാരണം വെളിപ്പെടുത്താതെ, പൊതുവായ പല കാരണങ്ങളും (പെട്രോൾ വില വർദ്ധന, റോഡാകെയുള്ള കുണ്ടും കുഴിയും എന്നിങ്ങനെ..) ആരോപിച്ചുകൊണ്ടാണ് അവരയാളെ മർദ്ദിക്കുന്നത്. ഈ രംഗം കാണികളിൽ ചിരിയാണ് ഉണർത്തുന്നത് എന്നതും ശ്രദ്ധേയമാണ്. കാണിസമൂഹമനസ്സിൽ കെട്ടിക്കിടക്കുന്ന അസംതൃപ്തികളെയും പ്രകാശനം ലഭിക്കാത്ത രോഷങ്ങളെയും ആണ് ഇവിടെ സ്വാർത്ഥമായ വ്യക്തിവൈരാഗ്യത്തിലേക്ക് വിക്ഷേപിക്കുന്നത്. ഇവിടെ സാമൂഹ്യപ്രശ്നങ്ങൾ കാരണമില്ലാത്ത കാര്യങ്ങളോ ആർക്കും ഉത്തരവാദിത്വമോ നിയന്ത്രണമോ ഇല്ലാത്ത പ്രകൃതിദുരന്തങ്ങളോ ആയി മാറുന്നു; അവ ഹാസ്യത്തിന് അകമ്പടിയായി നിലംപതിക്കുന്നു. കാര്യകാരണബന്ധത്തിലെ ഈ വിച്ഛേദം എന്നാൽ പ്രതികരണത്തിന് (ഹിംസാത്മകമായ പ്രതികാരത്തിന്) തടസ്സമാകുന്നുമില്ല. പ്രണയത്തിനും ഹിംസയ്ക്കും ഇരയും ലക്ഷ്യവും തേടിനടക്കുന്ന ഈ അസംതൃപ്തി/അക്രമാസക്തിയാണ് *പ്രേമ*ത്തിന്റെ ഊർജ്ജധാര.

ഈ രീതിയിൽ ഒരുവശത്ത് സാമൂഹികതയുമായുള്ള പരിപൂർണ്ണമായ വേർപെടൽ / മുഖം തിരിക്കൽ, മറുവശത്ത് അവനവനിൽ മാത്രം നിമഗ്നമായുള്ള അഭിലാഷസാന്ദ്രമായ മനോനില. ഇവയാണ് *പ്രേമ*ത്തെ ഒരുപക്ഷേ, പുതിയകാലത്തിന്റേതാക്കി മാറ്റുന്നത് ഏതൊന്നും തെരഞ്ഞെടുക്കാവുന്ന മൾട്ടിപ്പിൾ ചോയ്സസിന്റെയും, ഒന്നിൽനിന്ന് മറ്റൊന്നിലേക്ക് വളരെയെളുപ്പം വഴുതിനീങ്ങാവുന്ന ഹൈപ്പർലിങ്കുകളുടെയും, ചെയ്തതെന്തും 'അൺ ഡു' ചെയ്യാവുന്നതുമായ കാലത്തിന്റെ കഥയാണിത്. അവിടുത്തെ പ്രേമം വളരെ ലോലവും സുഖദവും കൊണ്ടാൽ നോവുമെങ്കിലും മുറിവേല്പിക്കാത്തതുമായ ഒരു അനുഭവമാണ്. നമ്മുടെ പൊതുഭാവുകത്വവും പ്രണയസ്വഭാവങ്ങളും അങ്ങനെ ആയിക്കൊണ്ടിരിക്കുന്നതിനാലാവാം ഈ സിനിമ ജനപ്രീതി നേടുന്നതും. വിപണിയാൽ പ്രചോദിതമായ മാധ്യമ/ലോക കാഴ്ചകളിലും കേൾവികളിലും നിന്ന് ഉരുത്തിരിയുന്നതും കൊണ്ടുനടക്കുന്നതുമായ ഒരു സങ്കല്പമാണ് അതിനെ പ്രചോദിപ്പിക്കുന്നത്. ഒന്നു പോയാൽ മറ്റൊന്ന് എന്ന രീതി. അതിന്റെ ലഘുത്വം, പുതുലോകത്തിന്റെ / പുതുതലമുറയുടെ ഭാരമില്ലായ്മ, ആനന്ദോന്മുഖത, ഒക്കെയാണ് അത് കാണിക്ക് അനുഭവപരമായി ഒരുപക്ഷേ, പകരുന്നത്, അതുകൊണ്ടായിരിക്കം

അതിനോട് നമുക്ക് എളുപ്പം കണക്റ്റ് ചെയ്യാൻ കഴിയുന്നതും. എല്ലാവർക്കും അത് മുറിവേല്പിക്കാത്ത നോവുകളും ഭാരമില്ലാത്ത ആനന്ദവും ഭാവിയെ പണയപ്പെടുത്തേണ്ടതില്ലാത്ത വർത്തമാനവും സാക്ഷിഭാരമില്ലാത്ത മനസ്സും നല്കുന്നു.

അലൻ ബാദ്യുവിന്റെ അഭിപ്രായത്തിൽ തടസ്സങ്ങളെ വെല്ലുന്നതാണ് പ്രണയം. അതങ്ങനെയാണ് അതിന്റെ ദൈർഘ്യവും ദാർഢ്യവും നേടുന്നത്:

എല്ലാറ്റിനുമുപരി പ്രണയം എന്നത് ഏറെക്കാലം നിലനില്ക്കാൻ കെല്പുള്ള ഒരു നിർമ്മിതിയാണ്. ശാഠ്യം നിറഞ്ഞ ഒരു സാഹസമാണ് പ്രണയം എന്നു നമുക്ക് പറയാം; തീർച്ചയായും അതിൽ സാഹസികത ആവശ്യമാണ്, പക്ഷേ, തുല്യതോതിൽ തന്നെ ശാഠ്യവും ആവശ്യമുണ്ട്. ആദ്യം നേരിടുന്ന തടസ്സത്തിൽ, ആദ്യത്തെ കടുത്ത അഭിപ്രായവ്യത്യാസത്തിൽ, ആദ്യ വഴക്കിൽ, അതിനെ ഉപേക്ഷിക്കുക എന്നത് പ്രണയത്തെ വികലമാക്കലാണ്. യഥാർത്ഥപ്രണയം വിജയകരമായി കാലത്തിന്റെയും സ്ഥലത്തിന്റെയും ലോകത്തിന്റെയും തടസ്സങ്ങളെ അതിജീവിച്ച് ദീർഘകാലം നിലനില്ക്കുന്ന ഒന്നാണ്, ചിലപ്പോൾ വേദനയോടെ.

കാണികളുടെ സ്വന്തം മൊയ്തീൻ

അക്ഷമയുടെ ഒരു കാലത്താണ് നമ്മൾ ജീവിക്കുന്നത്; എന്തും തല്ക്ഷണം നടക്കുന്ന ഒരു കാലം: തത്സമയസംപ്രേഷണം, ലോകത്തിന്റെ ഏതുകോണിലിരിക്കുന്നവരുമായും ക്ഷണനേരം കൊണ്ട് ബന്ധപ്പെടാനുള്ള സൗകര്യങ്ങൾ, തല്ക്ഷണ പണമിടപാടുകൾ, ഓൺലൈൻ ക്രയവിക്രയങ്ങൾ, എടിഎം സംവിധാനങ്ങൾ, എസ് എം എസ് സന്ദേശങ്ങൾ, ട്വിറ്റർ പ്രതികരണങ്ങൾ അങ്ങനെ ജീവിതത്തിന്റെ എല്ലാത്തുറകളും തല്ക്ഷണവുമായ കാലം നമ്മുടെ സമയബോധത്തെ അക്ഷമ നിറഞ്ഞതാക്കി മാറ്റിയിരിക്കുന്നു. ഉടൻ ഫലം, പ്രതിഫലം, പ്രതികരണം, മറുപടി, സേവനം, തൃപ്തി, സാക്ഷാൽക്കാരം എന്നിങ്ങനെയുള്ള ദ്രുതതാളത്തിൽ ബന്ധിച്ചിരിക്കുന്ന (അഥവാ അകാരണമായ ഒരു ധൃതിയിൽ കോർക്കപ്പെട്ടിരിക്കുന്ന) നമ്മുടെ ഇന്നത്തെ ജീവിതത്തിൽ കാത്തിരിക്കുക എന്നത് അസഹനീയമോ അചിന്ത്യമോ ആയ കാര്യമാണ്. എല്ലാത്തരം ദൈർഘ്യങ്ങളെയും വെറുക്കുന്ന, അക്ഷമമായ ഇക്കാലത്ത് ഒരിക്കലും അവസാനിക്കാത്ത കാത്തിരിപ്പിന്റെയും പ്രണയത്തിന്റേയും കഥ പറയുകയാണ് *എന്ന് നിന്റെ മൊയ്തീൻ.* ഒരുപക്ഷേ, ഇന്നത്തെ കാലത്തോട് ഇടഞ്ഞുനില്ക്കുന്ന ഈ വിരുദ്ധമൂല്യമായിരിക്കാം ഈ ചിത്രത്തെ ഒരർത്ഥത്തിൽ ആകർഷകമാക്കുന്നതും.

ജോർജ്ജ് ഡേവിഡ് എന്ന ചെറുപ്പക്കാരന്റെ ജീവിതത്തിലെ ചില പ്രണയമുഹൂർത്തങ്ങളിലൂടെ, അതായത് കാലത്തിലൂടെയുള്ള ഒരു സഞ്ചാരമാണ് *പ്രേമം* എങ്കിൽ *എന്ന് നിന്റെ മൊയ്തീന്റെ* ആഖ്യാനഭൂമിക

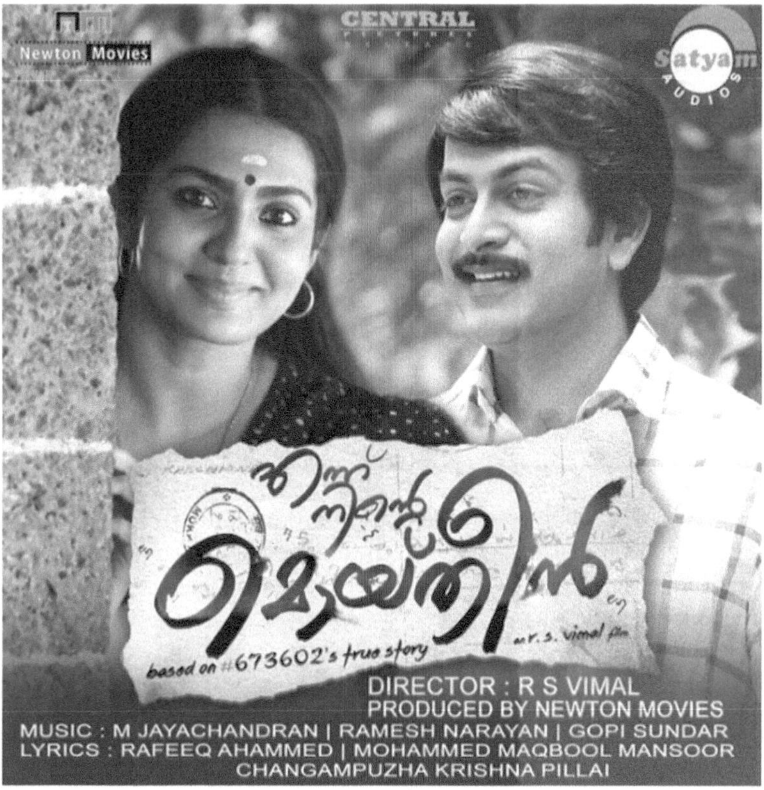

മുക്കം എന്ന മഴ തോരാത്ത ഒരു സ്ഥലരാശിയിൽ ബന്ധിക്കപ്പെട്ടതാണ്. മൊയ്തീന്റെ മരണം സംഭവിക്കുന്നത് 1982 ലാണ് എങ്കിൽ ജോർജ്ജ് ജനിക്കുന്നത് 1984 ലാണ്. മുക്കത്തെ പഞ്ചായത്ത് പ്രസിഡണ്ടും പ്രമാണിയും ദേശീയപ്രസ്ഥാനത്തിന്റെ ഭാഗവുമായിരുന്ന ഉണ്ണിമൊയ്തീൻ സാഹിബിന്റെ പുത്രനായി ജനിച്ച മൊയ്തീൻ തുടക്കം മുതൽ തന്നെ തന്റെ രാഷ്ട്രീയ നിലപാടുകളിൽ ഒരു പിതൃനിഷേധിയായിട്ടാണ് വളരുന്നത്. പ്രേമത്തിലെന്നപോലെയുള്ള മറ്റൊരു മൂവർ സംഘം – മൊയ്തീൻ, അപ്പു, സേതു ഈ ചിത്രത്തിലുമുണ്ട്. അവരും ബാല്യകാലം തൊട്ടേ ഒന്നിച്ചു കളിച്ചുവളർന്ന ആത്മസുഹൃത്തുക്കളാണ്. സേതുവിന്റെ സഹോദരിയും ഉണ്ണിമൊയ്തീൻ സാഹിബിന്റെ അടുത്ത സുഹൃത്തും പുരോഗമനവാദിയും നായർ പ്രമാണിയുമായ മാധവന്റെ പുത്രിയുമാണ് കാഞ്ചനമാല. കോഴിക്കോട് നഗരത്തിലെ കോളേജിൽ പഠിക്കുന്ന കാഞ്ചനമാലയെ മൊയ്തീൻ പ്രണയിക്കുന്നതോടെയാണ് കാര്യങ്ങൾ തകിടം മറിയുന്നത്. അപ്പു എന്ന സുഹൃത്തിനും കാഞ്ചനമാലയോട് നിശ്ശബ്ദപ്ര

ണയമുണ്ട് എങ്കിലും കാഞ്ചനമാല മൊയ്തീനെയാണ് കാമുകനായി വരിക്കുന്നത്. കാടുകാട്ടി നടക്കുന്ന മകനെ നേർവഴിക്കു നയിക്കുന്നതിന്റെ ഭാഗമായി ബാപ്പ അയാൾക്ക് വിവാഹമാലോചിക്കുന്നു, ആ അവസര ത്തിലാണ് മൊയ്തീൻ തന്റെ പ്രണയം വെളിപ്പെടുത്തുന്നതും ക്ഷുഭിത നായ ബാപ്പ അയാളെ വീട്ടിൽനിന്നു പുറത്താക്കുന്നതും. കാഞ്ചനമാ ലയുടെ വീട്ടിൽ അത് വലിയ പ്രത്യാഘാതങ്ങളുണ്ടാക്കുന്നു: വീട്ടുകാർ കാഞ്ചനമാലയുടെ കോളേജ് പഠനം നിർത്തിച്ച് അവളെ വീട്ടുതടങ്കലിലാ ക്കുന്നു. രണ്ടു വീട്ടുകാരെ വേദനിപ്പിക്കാതിരിക്കാനും സഹോദരങ്ങളുടെ വിവാഹത്തിനു തടസ്സമാകാതിരിക്കാനുമായി അവർ കാത്തിരിക്കാൻ തീരുമാനിക്കുന്നു; രണ്ടു പതിറ്റാണ്ടിലധികം നീളുന്ന ഒരു കാത്തിരിപ്പായി അത് മാറുന്നു. ഇതിനിടയിൽ അവർ പലവട്ടം ഒന്നിച്ചുള്ള ജീവിതമാരംഭിക്കാൻ പദ്ധതിയിടുന്നുണ്ട് എങ്കിലും പല കാരണങ്ങളാലും അത് നീട്ടിവെക്കപ്പെട്ടുകൊണ്ടേയിരിക്കുന്നു. ഒടുവിൽ ബാപ്പയുടെ മനം മാറ്റത്തിനും തുടർന്നുള്ള മരണത്തിനുംശേഷം അവരൊന്നിച്ചുള്ള ജീവിതം സാദ്ധ്യമാകുന്നതിനു തൊട്ടുമുമ്പുള്ള ദിവസം ഒരു തോണിയ പകടത്തിൽ സ്കൂൾ കുട്ടികളെ രക്ഷിക്കുന്നതിനിടയിൽ മൊയ്തീൻ പുഴയിൽ മുങ്ങിമറയുന്നു. ഈ വാർത്തയറിഞ്ഞ് മനസ്സു തകർന്ന കാഞ്ചനമാല ആത്മഹത്യചെയ്യാൻ ശ്രമിക്കുന്നു എങ്കിലും അവരതിൽ വിജയിക്കുന്നില്ല. വിവരമറിഞ്ഞ് മൊയ്തീന്റെ ഉമ്മ കാഞ്ചനമാലയെ സ്വന്തം വീട്ടിലേക്ക് കൊണ്ടുപോകുന്നതോടെ ചിത്രം അവസാനിക്കുന്നു.

ഒരു യഥാർത്ഥസംഭവത്തെ അടിസ്ഥാനമാക്കിയുള്ളതും അതിലെ നായിക ഇന്നും ജീവിച്ചിരിക്കുന്നയാളുമാണ് എന്നത് സിനിമ കാണലിനെ സ്വാധീനിക്കുന്ന ഘടകങ്ങളാണ്. ഒരുപക്ഷേ, ഈ സിനിമയുടെ ജനപ്രീതിക്കു പിന്നിൽ അതും ഒരു കാരണമായിരിക്കാം (മാടത്തരുവി കൊലക്കേസ് തുടങ്ങി യഥാർത്ഥ സംഭവങ്ങളെ അടിസ്ഥാനമാക്കി ധാരാളം സിനിമകൾ മലയാളത്തിൽ ഉണ്ടായിട്ടുണ്ട് എങ്കിലും അവ എല്ലാം വിജയിക്കാറില്ല. അതിന്റെ ഏറ്റവും അടുത്തുള്ള ഉദാഹരണമാണ് ടി പി ചന്ദ്രശേഖരന്റെ കൊലപാതകത്തെ ആസ്പദമാക്കിയുള്ള ചിത്രം. എന്നാൽ അവയിൽ പലതും ദുരന്തസംഭവങ്ങളെയോ കൊലപാതക കഥകളോ ആസ്പദമാക്കിയിരുന്നു എങ്കിൽ ഈ ചിത്രത്തിന്റെ സവി ശേഷത അത് ഒരു പ്രണയത്തെയാണ് ആസ്പദമാക്കുന്നു എന്നതാണ്). ഈ ലേഖനം ചർച്ച ചെയ്യുന്നത് ജീവിച്ചിരുന്ന മൊയ്തീനെക്കുറിച്ചോ ജീവിച്ചിരിക്കുന്ന കാഞ്ചനമാലയെക്കുറിച്ചോ അല്ല. തീർച്ചയായും അവരുടെ ജീവിതത്തിന്റെയും ഗാഢപ്രണയത്തിന്റെയും ആത്മത്യാഗ ത്തിന്റെയും മഹനീയതയെ/ അനന്യതയെ നമുക്ക് കാണാതിരിക്കാ നാവില്ല. എന്നാൽ സിനിമാപാഠത്തെക്കുറിച്ചുള്ള വിശകലനവിചാരങ്ങളിൽ അത്തരം യാഥാർത്ഥ്യങ്ങളേക്കാൾ പ്രധാനം ആ ആഖ്യാനം തന്നെയാണ്. അവ്യവസ്ഥിതവും ബഹുലവുമായ ജീവിതത്തെയോ വസ്തുതകളെയോ ആഖ്യാനം അതിന്റെ നൈരന്തര്യത്തിൽനിന്ന് പറിച്ചെടുത്ത് മറ്റൊരു

ആദിമദ്ധ്യാന്തഘടനയ്ക്കകത്തും ആഖ്യാനയുക്തിയിലും ദൃശ്യശ്രാവ്യ വിന്യാസക്രമത്തിലും ബന്ധിക്കുന്നുണ്ട്. അതിന്റെ ആസ്വാദനം/ വിലയിരുത്തൽ/വിമർശനം എന്നത് ആ പാഠത്തെയും അതുണ്ടാക്കുന്ന സമകാലിക അനുരണനങ്ങളെയും ആസ്പദമാക്കിയുള്ളതാണ്. അതു കൊണ്ടുതന്നെ സിനിമയിലെ മൊയ്തീനെയും കാഞ്ചനമാലയേയും കുറിച്ചുള്ള വിശകലനങ്ങൾ ആ വ്യക്തികളെക്കുറിച്ചല്ല മറിച്ച് ആ കഥാപാത്രങ്ങളെക്കുറിച്ചു മാത്രമാണ്. ഇത് ഓർമ്മപ്പെടുത്തേണ്ടി വരുന്നത് ഈ സിനിമയെക്കുറിച്ചുള്ള നിരൂപണത്തിൽ പലപ്പോഴും ഇവ തമ്മിലുള്ള ബന്ധത്തെ അതിന്റെ സങ്കീർണ്ണതയിലും സന്ദിഗ്ദ്ധതയിലും കാണാതെ കൂട്ടിക്കുഴയ്ക്കുന്നതുകൊണ്ടു മാത്രമാണ്: ഒന്നു കൊണ്ട് മറ്റൊന്നിനെ ന്യായീകരിക്കുക, ഒന്നിലെ ചില മൂല്യങ്ങളെ/ താല്പര്യ ങ്ങളെ /വസ്തുതകളെക്കൊണ്ട് മറ്റൊന്നിനെ ചോദ്യം ചെയ്യുക തുടങ്ങിയ രീതികൾ ജീവിതത്തെയും സിനിമയെയും മനസ്സിലാക്കുന്നതിനും അനുഭവിക്കുനതിനും തടസ്സമാകുന്നു.

എന്ന് നിന്റെ മൊയ്തീൻ എന്ന ചിത്രത്തിൽ നമ്മൾ ആദ്യം ശ്രദ്ധിക്കുക അതിലെ ഏകതാനമായ കാലാവസ്ഥയായിരിക്കും. മഴയും മൂടിക്കെട്ടിയ ആകാശവും കുത്തിയൊഴുകുന്ന പുഴയും ഇതിലെ പ്രധാനകഥാപാത്രങ്ങളാണ്. ഒരുപക്ഷേ, മഴയെ കാല്പനിക പ്രണയ ത്തിന്റെയും രതിയുടെയും സാന്നിദ്ധ്യമാക്കിയത് പത്മരാജന്റെ *തൂവാന ത്തുമ്പികൾ* (1987) ആയിരിക്കും. ഷാജി എൻ കരുണിന്റെ *പിറവിയിലെ* (1988) മഴ ഒരു ദുരന്തസാന്നിദ്ധ്യവും അതിലെ അച്ഛൻ നേരിടുന്ന അനീതി യുടെ ഭയാനകമായ മൂടിക്കെട്ടലുമാണ് എങ്കിൽ *തൂവാനത്തുമ്പികളിൽ* മഴ ക്ലാര എന്ന സ്ത്രീയുടെ കുളിർകോരുന്ന ഓർമ്മയും കാല്പനിക സാന്നിദ്ധ്യവും ആണ്. ഇന്ത്യൻ സിനിമയിൽ പൊതുവെ ഇടിവെട്ടി മഴ പെയ്യുന്ന സന്ദർഭങ്ങൾ കാമുകീകാമുകന്മാരുടെ പ്രണയപുരോഗതിയിൽ ഒരു നിർണ്ണായകമുഹൂർത്തമാണ്. പെട്ടെന്നു പെയ്യുന്ന മഴയിൽ നന ഞ്ഞൊലിച്ച് ആളൊഴിഞ്ഞ ഒരിടത്ത് അഭയം തേടുന്ന കാമുകീകാമുക ന്മാരുടെ പ്രണയബന്ധം അതിന്റെ ശാരീരികതലത്തിലേക്കും രതിയി ലേക്കും വഴിമാറുന്നത് ഈ സന്ദർഭത്തിലാണ്. അത് അവരുടെ പ്രണ യത്തെ മാത്രമല്ല ആഖ്യാനഗതിയേയും മാറ്റിമറിക്കുന്നു. അതുവരെ 'വിശുദ്ധ'വും നിഷ്കളങ്കവുമായിരുന്ന അവരുടെ ബന്ധം അതോടെ ശാരീ രികവും മാംസനിബദ്ധവുമായി മാറുന്നു. പുതിയതും പിന്മാറാനാ വാത്തതുമായ ഒരു കാര്യം അവിടെ സംഭവിക്കുന്നു. സാമൂഹ്യനിയമങ്ങ ളുടെയും സദാചാരവിലക്കുകളുടെയും ഏതൊക്കെയോ ലക്ഷ്മണ രേഖകൾ അവിടെ ലംഘിക്കപ്പെടുന്നു.

എന്നാൽ *എന്ന് നിന്റെ മൊയ്തീനിൽ* മുമ്പുസൂചിപ്പിച്ച രീതിയിലുള്ള അതിർത്തിലംഘനങ്ങളല്ല സംഭവിക്കുന്നത്, മറിച്ച് അത്തരം അതിർത്തി കളെത്തന്നെയാണ് ഈ ആഖ്യാനം വിസ്തരിക്കുന്നതും വിചാരണ ചെയ്യുന്നതും. മതത്തിന്റെയും കുടുംബത്തിന്റെയും അതിർത്തികളും,

അതിന്റെ അവരതുവരെ കാണാതിരുന്ന കാഠിന്യവും, ആകാശം മുട്ടുന്ന ഉയരവുമാണ് ഇവിടെ മഴ. അതുകൊണ്ട് മഴ എന്നത് അവരുടെ ബന്ധത്തെ ചൂഴ്ന്നുനില്ക്കുന്ന പലതരം തടസ്സങ്ങളുടെ ഘനീഭവിച്ച രൂപം തന്നെയാണ് എന്നു പറയാം. കുടുംബ/മത/സമൂഹനിയമങ്ങൾ ഇവിടെ പ്രകൃതിയായി ഘനീഭവിച്ച് തോരാതെ അവർക്കുമേൽ പെയ്യുന്നു. അവരുടെ കണ്ടുമുട്ടലുകളിൽ നിർണ്ണായകമായ എല്ലാം (പാട്ടുകളിൽ മിക്കവാറുമെല്ലാം തന്നെ) പുഴയേയും മഴയേയും സാക്ഷിയാക്കിക്കൊണ്ടാണ്. ഒരർത്ഥത്തിൽ, മതവും സമൂഹവും പോലെ പുഴയും മഴയും ഇവിടെ നിരീക്ഷകർ തന്നെയാണ്. ഇരുണ്ടുകൂടി, അവരെ മൂടിനിന്നു കൊണ്ട്, അവ അവരെ പിന്തുടർന്നുകൊണ്ടേയിരിക്കുന്നു; എപ്പോൾ വേണമെങ്കിലും തകർത്തു പെയ്യാവും വിധം. നാട്ടിലും നഗരത്തിലും കണ്ടുമുട്ടുന്ന ആദ്യകാലപ്രണയസന്ദർഭങ്ങളിലെല്ലാം അവർ രണ്ടുപേരും മഴയെ പുണരുന്നുണ്ട്; പരസ്പരം സ്പർശിക്കാത്ത അവരെ സംബന്ധിച്ചിടത്തോളം അവർക്കുമേൽ പെയ്യുന്ന ഒരേ മഴ മാത്രമാണ് അവരെ ബന്ധിപ്പിക്കുന്നത്; സർവ്വവ്യാപിയായ ഈ ജലസാന്നിദ്ധ്യം അവരുടെ പ്രണയമാധ്യമമോ മദ്ധ്യസ്ഥതയോ ആയി ഇവിടെ മാറുന്നു. അതുകൊണ്ടുതന്നെ മറ്റുള്ളവരുടെ മേൽ പെയ്യുന്ന മഴയല്ല മൊയ്തീന്റെയും കാഞ്ചനമാലയുടെയും മേൽ പെയ്യുന്നത്. ഇവരുടേത് ഒരിക്കലും തോരാത്ത ഒരു പ്രണയമായതിനാൽത്തന്നെ മഴയും ഇവിടെ അത്തരമൊരു നിരന്തര സാന്നിദ്ധ്യമായിമാറുന്നു.

ചിത്രം ആരംഭിക്കുന്നത് മൊയ്തീൻ തന്റെ ബാപ്പയുടെ കത്തിക്കുത്തേല്ക്കുന്നതിനെ തുടർന്നുള്ള സന്ദർഭത്തിലാണ്. പിന്നീട് വിശദമായി കാണിക്കപ്പെടുന്ന ഈ സംഘർഷാത്മകമായ മുഖാമുഖം കോരിച്ചൊരിയുന്ന മഴയത്താണ് സംഭവിക്കുന്നത്. ഉയർന്ന ക്യാമറാക്കോണിൽ നിന്ന് ചിത്രീകരിക്കപ്പെട്ടിട്ടുള്ള ഈ രംഗത്തിന്റെ ദുരന്തനാടകീയതയെ അവരിലേക്ക് പതിക്കുന്ന മഴത്തുള്ളികൾ ഇരട്ടിപ്പിക്കുന്നുണ്ട്. ഈ ക്യാമറക്കോൺ ആ പുത്രഹത്യാശ്രമത്തിലെ വ്യക്തിപരതയെ ന്യൂനീകരിക്കുകയും ആ ഹിംസയെ പ്രകൃതിശക്തിയുടെ ഒരു പ്രവർത്തനമാക്കി മാറ്റുകയും ചെയ്യുന്നു. താഴെ നമ്മൾ കാണുന്നത് സമുദായവിശ്വാസത്തിന്റെയും കുടുംബമഹിമയുടെയും പേരിൽ ഒരു അച്ഛൻ മകനെ കുത്തിക്കൊല്ലാൻ ശ്രമിക്കുന്നതല്ല, മറിച്ച് സവിശേഷമായ ഈ ദൃശ്യവിന്യാസം സൃഷ്ടിക്കുന്ന പ്രതീതി ഏതോ അഭൗമമായ പ്രകൃതിശക്തി അയാളിലൂടെ പ്രവർത്തിക്കുന്നതുപോലെയാണ്. മൊയ്തീന്റെ മരണത്തിലും മഴയും പുഴയും ഉണ്ട്, അവ അവിടെ ദുരന്തത്തിന്റെ പശ്ചാത്തലം മാത്രമല്ല കാരണവും കൂടിയാണ്.

ചിത്രത്തിൽ അവരുടെ പ്രണയം 'അനശ്വര'മാകുന്നത് അതിന്റെ സാഫല്യം അസാദ്ധ്യമാണ് എന്നതുകൊണ്ടാണ്. അവർ വിവാഹിതരാവുകയാണ് എങ്കിൽ അത് എത്രയും സാഹസികമായിരിക്കാമെങ്കിലും, മറ്റൊരു മിശ്രവിവാഹമായി തീരുമായിരുന്നു. എന്നാൽ ഇവരുടെ

പ്രണയത്തെ അഭൗമവും ആദർശാത്മകവും ആക്കുന്നത് അതിന്റെ സാഫല്യമില്ലായ്മയാണ്; അതുകൊണ്ടുതന്നെ അസാദ്ധ്യതയാണ് ഈ പ്രണയത്തിന്റെ 'കാതൽ', കാമ്പ്. ഇവിടെ മഴ എന്ന രൂപകം അവരുടെ പ്രണയത്തിന്റെ സർവ്വവ്യാപിയായ സാന്നിദ്ധ്യത്തിനും ദുരന്തസാന്ദ്രതയ്ക്കും രൂപഭാവങ്ങൾ നല്കുന്നതിനോടൊപ്പം അവരുടെ പ്രണയസാഫല്യത്തെ അസാദ്ധ്യമാക്കുന്ന, അവരെ പരസ്പരം അപ്രാപ്യരാക്കുന്ന, സാമൂഹ്യവിലക്കുകളുടെയും സദാചാരത്തിന്റെയും ഇരുണ്ട മതിൽ കൂടിയാണ്. ദൃശ്യതലത്തിൽ ആകർഷകമായിരിക്കുമ്പോൾത്തന്നെ മൂടിക്കെട്ടിയതും അടഞ്ഞതുമായ ഒരു അന്തരീക്ഷം അക്ഷരാർത്ഥത്തിൽ തന്നെ ഇതിലെ മഴയും മഴക്കാറും സൃഷ്ടിക്കുന്നുണ്ട്. ഈ അന്തരീക്ഷവും പ്രകൃതിയുടെ രൂപംപൂണ്ട സർവ്വവ്യാപിയായ സമൂഹസമുദായനിയമങ്ങളുമാണ് മൊയ്തീൻ-കാഞ്ചനമാല പ്രണയത്തിന്റെ ആഖ്യാനഭൂമികയും വൈകാരികപ്രപഞ്ചവും.

സ്ത്രീ/പുരുഷൻ – അകം /പുറം

*പ്രേമ*ത്തിലെ പുറംലോകം അതിലെ കാമുകന്റെ മാനസികാവസ്ഥയ്ക്ക് ഒരു പശ്ചാത്തലം മാത്രമായിരുന്നു എങ്കിൽ *എന്ന് നിന്റെ മൊയ്തീനി*ലെ പുറംലോകം നേരെമറിച്ചാണ്. സാന്ദ്രവും നിർണ്ണായകവുമാണ് അത്: പലരൂപങ്ങളിൽ അവരെ ചൂഴുന്ന മഴയായി, പുഴയായി, മതിലായി, ചുമരായി, വീടുകളും മുറികളുമായി അതവരെ വലയം ചെയ്യുന്നു, അവരുടെ ചലനങ്ങളെ ഒതുക്കുന്നു, ഒരുക്കുന്നു. അതിനകത്തു നിന്നു വേണം അവർക്ക് അവരുടെ അഭിലാഷങ്ങളെ ആവിഷ്കരിക്കാൻ, അതിനുള്ള വഴികൾ തേടാൻ, തെളിയിക്കാൻ.. കർമ്മഭരിതമാണ് അവർക്കു ചുറ്റുമുള്ള ലോകം. പാടങ്ങൾ, പണിക്കളങ്ങൾ, മുറ്റങ്ങൾ, അടുക്കളകൾ, നടുമുറ്റങ്ങൾ, പണിയിടങ്ങൾ, കച്ചവടസ്ഥലങ്ങൾ, തെരുവുകൾ.. എന്നിങ്ങനെയുള്ള എല്ലായിടങ്ങളിലും അർദ്ധനഗ്നശരീരങ്ങൾ പണിയിലേർപ്പെട്ടിരിക്കുന്നതു കാണാം. മനുഷ്യർ അവിടെ ഞാറു നടുന്നു, കളപറിക്കുന്നു, കറ്റകൾ അടുക്കുന്നു, വൈക്കോൽ കെട്ടുന്നു, തേങ്ങയും അടയ്ക്കയും കോരുന്നു, ഉണക്കുന്നു, ഭക്ഷണം കഴിക്കുന്നു, വാണിഭം നടത്തുന്നു. അങ്ങനെയുള്ള പലവിധ പണികളിലേർപ്പെട്ടിരിക്കുന്നവരും അവരെ മേൽനോട്ടം വഹിക്കുന്നവരും മേൽനോട്ടക്കാരെ ഭരിക്കുന്നവരുടേതുമായ ഒരു ജനശ്രേണിയുടെ നിരന്തരസാന്നിദ്ധ്യമാണ് ചിത്രത്തിന്റെ ദൃശ്യോപരിതലത്തിന് ചലനാത്മകതയും ചടുലതയും നല്കുന്നത് (ചിത്രത്തിന്റെ പശ്ചാത്തലസംഗീതവും മൊയ്തീൻ-കാഞ്ചനമാല പ്രണയം പോലെ എപ്പോഴും ഉച്ചസ്ഥായിയിലാണ്). മനുഷ്യസമൃദ്ധവും അദ്ധ്വാനഭരിതവുമാണ് ഈ ലോകം. ഇവിടെ എല്ലാവരും പലവിധ പണികളിൽ ഏർപ്പെട്ടുകൊണ്ടിരിക്കുന്നു. എന്നാൽ ഇവിടെ ഒരു കർമ്മത്തിലുമേർപ്പെടാത്ത മനുഷ്യർ മൊയ്തീനും കാഞ്ചനമാലയും മാത്രമാണ്.

ആദ്യരംഗത്തെ ഫുട്ബോൾ കളിയും (അതും ഒരൊറ്റ ഫ്രീകിക്ക് മാത്രം) പിന്നെ കോഴിക്കോട് വന്നത് ഫുട്ബോൾ കളിക്കാനാണ് എന്ന പരാമർശവും പാർട്ടി ഓഫീസിലെ മേശയ്ക്കുമുന്നിലെ ഇരിപ്പും ഇടയ്ക്കുള്ള യഥാർത്ഥത്തിലുള്ളതോ അല്ലാത്തതോ എന്ന് തിരിച്ചറിയാൻ കഴിയാത്തെ ഇലക്ഷൻ പ്രചരണവും ഒഴിച്ചാൽ മൊയ്തീൻ ഒരു പ്രവൃത്തിയിലും ഏർപ്പെടുന്നതു നമ്മൾ കാണുന്നില്ല. കാഞ്ചനമാലയും ആദ്യഭാഗത്തുള്ള ഹോസ്റ്റൽ/ക്ലാസ് മുറി രംഗങ്ങളും ഹോസ്റ്റൽ വാർഡനെതിരെയുള്ള സമരവുമൊഴിച്ചാൽ പിന്നെ പരിപൂർണ്ണമായും നിഷ്ക്രിയയാണ്. മുറിയ്ക്കകത്ത് അടച്ചിടപ്പെട്ട അവസ്ഥയിൽ അവരാകെ ചെയ്യുന്നത് കോഡുഭാഷയിൽ കത്തെഴുതുകയാണ്, പിന്നെ മറ്റൊരു രംഗത്ത് നമ്മൾ കാണുന്ന ചിത്രത്തുന്നൽപ്പണിയും.

എന്നാൽ സ്ത്രീക്ക് പ്രണയത്തിനായി സ്വന്തം വ്യക്തിജീവിതവും സാമൂഹ്യജീവിതവും ത്യജിക്കേണ്ടിവരുമ്പോൾ പുരുഷന് അയാളുടെ സാമൂഹ്യജീവിതം ബലികൊടുക്കേണ്ടിവരുന്നില്ല. ഗൗരവമുള്ള ഒരു ജോലിയിലും ഏർപ്പെടുന്നതായി കാണുന്നില്ലെങ്കിലും സിനിമയിലുടനീളം മൊയ്തീൻ തന്റെ പ്രണയത്തിനായി യുദ്ധങ്ങൾ നടത്തുന്നുണ്ട്, അതെല്ലാംതന്നെ പുറംലോകത്തിലും സമൂഹമദ്ധ്യത്തിലും ആണുതാനും; എന്നാൽ കാഞ്ചനമാലയുടെ ജീവിതം വീട്ടിനകത്തുമാത്രമായി ചുരുക്കപ്പെടുന്നു. സ്ത്രീയും പുരുഷനും പ്രണയത്തിനു കൊടുക്കുന്ന വില /ജീവിതം അതിലുള്ള വൈജാത്യം/വൈരുദ്ധ്യം മലയാളിപുരുഷമൂല്യങ്ങളെയും ദുരന്തപ്രണയഭാവനയേയും പ്രീണിപ്പിക്കാതിരുന്നാലേ അത്ഭുതമുള്ളൂ. സ്ത്രീയുടെ അവസാനിക്കാത്ത കാത്തിരിപ്പിനെയും പൂർണ്ണമായ ജീവിതനിരാസത്തെയും സർവ്വോപരി വൈകാരികനിയന്ത്രണത്തെയും പുരുഷന്റെ മരണശേഷവുമുള്ള ആത്മസമർപ്പണത്തെയും ഉദാത്തവല്ക്കരിക്കുമ്പോൾ എന്തുതരം സ്ത്രീപുരുഷബന്ധത്തെയാണ് പ്രണയത്തെയാണ് ഈ ചിത്രം ആവിഷ്കരിക്കുന്നത് എന്ന് ആലോചിക്കേണ്ടതാണ്. വീട്ടിനകത്തുനിന്ന് പുറത്തേക്ക് വന്ന കാഞ്ചനമാല പിന്നെയും പിന്നെയും വീട്ടകത്തേക്ക് തിരിച്ചയക്കപ്പെടുന്നു. ഒരുവട്ടം കോളേജിൽ നിന്ന് അവർ വലിച്ചിറക്കപ്പെടുന്നു; പിന്നെ രണ്ടു പതിറ്റാണ്ടു കാലത്തെ വീട്ടുതടങ്കലിനുശേഷം അവിവാഹിതയായ വിധവയായി മറ്റൊരു വീട്ടിലേക്ക് എത്തിച്ചേരുന്നു. സ്ത്രീയുടെ പ്രണയപ്രകാശനങ്ങൾ സമൂഹത്തിൽനിന്നുള്ള പിന്മാറലിന്റെയും ഇന്ദ്രിയനിരാസത്തിന്റേതുമായ രൂപങ്ങൾ സ്വീകരിക്കുന്നത് നമ്മുടേതുപോലുള്ള സമൂഹങ്ങളിൽ ജനപ്രീതിയാർജ്ജിക്കുന്നതിൽ അത്ഭുതമില്ല.

പ്രണയം എന്നത് അജ്ഞാതത്തിലേക്കോ അഭിലാഷത്തിലേക്കോ ഉള്ള മുന്നുറപ്പുകളൊന്നുമില്ലാത്ത നിരുപാധികമായ കൂപ്പുകുത്താണ്. അവിടെ ഗ്യാരന്റികളോ കോമ്പൻസേഷനുകളോ ഇല്ല. ആ അർത്ഥത്തിൽ പ്രായോഗികതയെയും യാഥാർത്ഥ്യത്തെയും സമൂഹം അടിച്ചേല്പിക്കുന്ന രേഖകളെയും രേഖീയതകളെയും അതിവർത്തിക്കുന്ന ഒന്നാണ്

പൃഥ്വിരാജ്, പാർവ്വതി തിരുവോത്ത്

മൊയ്തീൻ–കാഞ്ചനമാല പ്രണയം. *പ്രേമം* എന്ന ചിത്രം പൂർണ്ണമായും ഒരു ആൺപ്രണയത്തിന്റെ കഥയാണ് എങ്കിൽ ഇവിടെ അങ്ങനെയല്ല... കാഞ്ചന കാത്തിരിപ്പിന്റെ പരമ്പരാഗതസങ്കല്പമേറിയിട്ടായാലും ഈ കഥയിൽ പാതിയാണ്. എന്നാൽ സിനിമാഖ്യാനത്തിന്റെ ആദിമദ്ധ്യാന്തങ്ങൾ അവരുടെ പ്രണയത്തോട് നീതി പുലർത്തുന്നുണ്ടോ? അല്ലെങ്കിൽ എന്തുകൊണ്ടാണ് മൊയ്തീൻ മരിക്കുന്നതോടെ സിനിമ അവസാനിക്കുന്നതും, കാഞ്ചനമാലയുടെ പിന്നെയും തുടരുന്ന ജീവിതം അതിന് വിഷയമല്ലാതിരിക്കുന്നതും? ഈ സിനിമ പൂർണ്ണമായും കാഞ്ചനമാലയുടെ ഇന്നത്തെ ജീവിതത്തിൽ നിന്നുള്ള ഫ്ളാഷ്ബാക്ക് ആവുന്നതിനുപകരം എന്തുകൊണ്ട് മൊയ്തീനു കുത്തേല്ക്കുന്നതോടെ ആരംഭിക്കുന്ന ഫ്ളാഷ്ബാക്കാവുന്നത്? കാഞ്ചനമാലയുടെ തുടർജീവിതത്തിന് കാത്തിരിപ്പിന്റെയത്ര തന്നെ ദൈർഘ്യവും ഭാരവും ഉണ്ടെങ്കിലും സിനിമയുടെ കഥ എന്തുകൊണ്ട് അതിലേക്ക് നീളുന്നില്ല? തന്റെ പ്രണയഭാജനത്തിന്റെ അസാന്നിദ്ധ്യത്തിനും മരണത്തിനും പോലും തോല്പിക്കാനാവാത്ത കാഞ്ചനയുടെ പ്രണയത്തെ പുരുഷസാന്നിദ്ധ്യംകൊണ്ടു മാത്രം പ്രണയത്തെ അറിഞ്ഞുവന്ന നമ്മുടെ സിനിമ എത്രയെളുപ്പമാണ് തോല്പിക്കുന്നത്?

രണ്ടുതരം അസാന്നിദ്ധ്യങ്ങൾക്കിടയിലാണ് കാഞ്ചനമാല. ഒന്ന്, മൊയ്തീൻ പുറത്ത് ജീവിച്ചിരിക്കുന്നുണ്ടെങ്കിലും കാണാൻ കഴിയില്ല എന്ന അസാന്നിദ്ധ്യം, രണ്ടാമത്തേത് ഇനി മൊയ്തീൻ ഇല്ല എന്ന അറിവും അയാളുടെ മരണവും ഉണ്ടാക്കിയ അസാന്നിദ്ധ്യം. രണ്ടവസ്ഥയിലും കാഞ്ചനമാലയുടെ പ്രണയത്തിന് ഒരു കോട്ടവും സംഭവിക്കുന്നില്ല; രണ്ടാം ഘട്ടമാണ് വാസ്തവത്തിൽ കൂടുതൽ തീവ്രവും ദുരന്തഭാവന മുറ്റുന്നതും. എന്നാൽ സിനിമ പുരുഷസാന്നിദ്ധ്യമില്ലാത്ത ആ പ്രണയകാലത്തെ ഉപേക്ഷിച്ച് കാണിക്കു വിട്ടുകൊടുക്കുന്നു. നമ്മുടെ

സിനിമകളിൽ പുരുഷന്റെ അന്ത്യത്തോടെ എല്ലാ ആഖ്യാനങ്ങളും അവസാനിക്കുന്നു; സിനിമയുടെ 'കഥ' പുരുഷനോടൊപ്പം കഴിയുന്നു.

ഒടുവിൽ ഒരു വീട്ടിൽനിന്ന് മറ്റൊന്നിലേക്ക് കന്യകയായി സ്വന്തം വീട്ടിലെ തടവറയിൽനിന്ന് അവിവാഹിതയായ വിധവയായി മൊയ്തീന്റെ വീട്ടിലേക്ക് കാഞ്ചനമാല എത്തിപ്പെടുന്ന രംഗത്തിൽ മൊയ്തീൻ ഒരു സ്വപ്നദൃശ്യമായി പുറത്ത് പ്രത്യക്ഷപ്പെടുന്നുണ്ട്. മുമ്പ്, കാഞ്ചന വീട്ടിലായിരുന്നപ്പോൾ മൊയ്തീൻ പുറത്ത് ഒരു യഥാർത്ഥ സാന്നിദ്ധ്യമായിരുന്നു എങ്കിൽ ഈ വീട്ടിലും അയാൾ പുറത്തുള്ള ഒരു ഓർമ്മയോ സ്വപ്നമോ ആയി പിന്തുടരുന്നു. സ്ത്രീയുടെ പ്രണയത്തിന്റെ സഞ്ചാരപഥങ്ങൾ/ലക്ഷ്യങ്ങൾ അകങ്ങളിൽനിന്ന് അകങ്ങളിലേക്കു മാത്രം നീളുമ്പോൾ പുരുഷന്റേത് ജീവിതത്തിലും മരണത്തിലും എപ്പോഴും സ്ത്രീയുടെ മനസ്സിലും പുറംലോകത്തും നിറഞ്ഞുനില്ക്കുന്നു. രണ്ടുപേരും കാത്തിരിക്കുന്നുണ്ട് എങ്കിലും പുരുഷന്റെ കാത്തിരിപ്പ് കർമ്മഭരിതവും സമൂഹമദ്ധ്യത്തിലും ആയിരിക്കുമ്പോൾ സ്ത്രീയുടേത് സഹനവും വീട്ടിലടയ്ക്കപ്പെട്ടതുമായിത്തീരുന്നു.

ഒരു മുസ്ലീം–ഹിന്ദുപ്രണയ ആഖ്യാനത്തിന് ഇന്നുള്ള, ഉണ്ടാവേണ്ട രാഷ്ട്രീയാഘാതശേഷി ഈ ചിത്രത്തിനുണ്ടോ? ഇത്തരം ആഖ്യാനങ്ങളിൽ പ്രണയത്തെ നമ്മൾ എത്രകണ്ട് ഉദാത്തവും ആദർശാത്മകവും ആക്കുന്നുവോ അത് അത്രകണ്ട് യഥാർത്ഥലോകത്തിൽ അമാനുഷികവും അസാദ്ധ്യവുമായിത്തീരുന്നു; അവരുടെ പ്രണയവും ത്യാഗവും സഹനവുമെല്ലാം ഒരു "അപവാദ"(exception) മായി മാറുന്നു. ആദർശധീരരായ നായകനായികാരൂപങ്ങൾക്ക് മാത്രം സാധിക്കുന്ന ഒന്ന്..

തേഞ്ഞുമാഞ്ഞു പോകുന്ന കാലരേഖ

ഈ ചിത്രം സ്ഥലരാശിയിൽ ബന്ധിച്ചിട്ടുള്ള ഒന്നാണെന്നു പറയുമ്പോഴും കാലം അതിലെ നിർണ്ണായകഘടകമാണ്. രണ്ടു പേരുടെയും കാത്തിരിപ്പിന്റെ ദൈർഘ്യം, വയസ്സാവൽ, കാലം കടന്നുപോവൽ, അതിനിടയിൽ സംഭവിക്കുന്ന മരണങ്ങൾ, വിവാഹങ്ങൾ, എന്നിങ്ങനെ ജീവിതത്തിന്റെ 'ദൈനംദിനത' നീളുന്നുണ്ട് എങ്കിലും ചിത്രത്തിലെ മുഖ്യകഥാപാത്രങ്ങളുടെ മാനസികാവസ്ഥയിലും കാലാവസ്ഥയിലും ഉള്ള സ്ഥിരത/നിശ്ചലത മൂലം, കാലം സിനിമയിൽ തളം കെട്ടിക്കിടക്കുന്നു. കാലഗതിയെയും സമയത്തിന്റെ നിതാന്തമായ ഒഴുക്കിനെയും ചിത്രത്തിലേക്കും ആഖ്യാനഘടനയിലേക്കും ആവാഹിക്കാൻ കഴിയാതിരുന്നതുകൊണ്ടാവണം അതിലെ ചരിത്രസൂചനകൾ ഒന്നുമായും ഇഴചേരാതെ പൊങ്ങിക്കിടക്കുന്നത്. ഈ ചിത്രത്തിൽ രാഷ്ട്രീയം പ്രത്യക്ഷപ്പെടുന്ന രീതിയും ഭിന്നമല്ല, ഒരർത്ഥത്തിൽ ഈ കഥ കഴിഞ്ഞ തലമുറയ്ക്ക് സംഭവിച്ച മൂല്യച്യുതിയെക്കുറിച്ചുള്ളതാണ്. മൊയ്തീന്റെ

ബാപ്പ ഒരു ദേശീയവാദിയും പഞ്ചായത്ത് പ്രസിഡന്റും ഒക്കെയാണെങ്കിലും അടിയന്തരാവസ്ഥയെ അനുകൂലിക്കുന്നവനും, മകന്റെ മറ്റു മതത്തിൽ നിന്നുള്ള വിവാഹത്തെ കഠിനമായി എതിർക്കുന്നവനുമാണ്. കാഞ്ചനമാലയുടെ വീട്ടിലെ സ്ഥിതിയും വ്യത്യസ്തമല്ല. അച്ഛൻ പുരോഗമനപ്രസ്ഥാനത്തിലും മതേതരത്വത്തിലും വിശ്വസിക്കുന്ന ആളാണെങ്കിലും കാഞ്ചനമാലയുടെ കാര്യത്തിൽ ഇടപെടുകയോ സഹായിക്കുകയോ ചെയ്യുന്നില്ല. മൊയ്തീന്റെ രാഷ്ട്രീയപ്രവർത്തനവും വളരെ സംശയാസ്പദവും മിക്കപ്പോഴും ഹാസ്യമുണർത്താനും മാത്രം ഉതകുന്ന രീതിയിലാണ് ചിത്രത്തിൽ പ്രത്യക്ഷപ്പെടുന്നത്. ആദ്യഭാഗത്ത് അടിയന്തരാവസ്ഥയെ എതിർക്കാൻ നഗരത്തിൽ പോയ മൊയ്തീൻ മടങ്ങുന്നത് ദേഹമാകെ പരിക്കേറ്റ രൂപത്തിലാണ്. അയാളെ പാർട്ടിസുഹൃത്തുക്കളെല്ലാം ചേർന്ന് വീട്ടിലെത്തിച്ചതിനു ശേഷമാണ് അയാൾ സഹതാപം പിടിച്ചുപറ്റാനായി ചെയ്ത ഒരു വേഷമായിരുന്നു അത് എന്ന് നമ്മൾ മനസ്സിലാക്കുന്നത്. അതുപോലെ തന്നെയാണ് മൊയ്തീന്റെ തിരഞ്ഞെടുപ്പ് പ്രചരണവും അവ ഹാസ്യരംഗങ്ങളാണോ അതോ കാര്യമായിട്ടാണോ എന്ന് തിരിച്ചറിയാൻ കഴിയാത്തവിധം ലഘുവായ രീതിയിലാണ് അവതരിപ്പിച്ചിരിക്കുന്നത്. തിരഞ്ഞെടുപ്പ് പ്രചരണത്തിലൂടെ കാമുകിയോടും അവളുടെ വീട്ടുകാരോടും സംസാരിക്കയും പിന്നെ ബാപ്പയെ വെല്ലുവിളിക്കയും ചെയ്യുന്ന രംഗങ്ങൾ പ്രേക്ഷകരിൽ ചിരിയാണുയർത്തുന്നത്. പാർട്ടി ഓഫീസിലെ അയാളുടെ ഇരിപ്പും പലപ്പോഴും കാഞ്ചനമാലയ്ക്ക് കത്തെഴുതിക്കൊണ്ടാണ്, അല്ലാതെ എന്തെങ്കിലും കാര്യമായ രാഷ്ട്രീയപ്രവർത്തനമോ ചർച്ചയോ അവിടെ അരങ്ങേറുന്നില്ല. ചരിത്രസംഭവങ്ങളെ ആഖ്യാനത്തിന്റെ പശ്ചാത്തലമാക്കിയ രീതിയും (അടിയന്തരാവസ്ഥയും, അജിതയെ കോടതി കുറ്റവിമുക്തയാക്കുന്നതും മറ്റും) അതുപോലെ ശൂന്യതയിൽ തങ്ങിനില്ക്കുന്നു. മുൻതലമുറയുടെ മൂല്യശോഷണത്തിനു പകരം ഇവിടെയുള്ളത് രാഷ്ട്രീയത്തെ ഹാസ്യമാക്കുന്ന ഒരു തലമുറയാണ്; തീർച്ചയായും അത് മൊയ്തീന്റെ കാലത്തെ തലമുറയുടേതല്ല, മറിച്ച് സിനിമയുണ്ടായ ഇക്കാലത്തിന്റെ അരാഷ്ട്രീയതയാണ്. ചരിത്രത്തോടുള്ള ഈ ഉദാസീനത /വിമുഖത കൊണ്ടുതന്നെയാവണം, കൈകാര്യം ചെയ്യുന്ന പ്രമേയത്തിന്റെ കാതൽ ആവിഷ്കരിക്കുന്ന ചങ്ങമ്പുഴയുടെ കവിത (നിരാശ) ചിത്രത്തിൽ ഒരു പ്രഹസനനാടകത്തിന്റെ ഭാഗമായി പ്രത്യക്ഷപ്പെടുന്നത്.

മലയാളിയുടെ പ്രണയഭാവനാകാലങ്ങൾ

“പ്രണയം എന്നത് രണ്ടുപേർ കണ്ടുമുട്ടുകയും അതിനെത്തുടർന്നുള്ള അവരുടെ അന്തർമുഖമായ ബന്ധവുമല്ല: അതൊരു നിർമ്മിതിയാണ്, ഒരു ജീവിതത്തിന്റെ ഉണ്ടായിത്തീരലാണ്, ഇനിമുതലതും

'ഒന്നി'ന്റെ/ഒരാളുടെ കാഴ്ചപ്പാടിൽനിന്നല്ല, മറിച്ച് 'രണ്ടി'ന്റെ/ഇരുവരുടെ കാഴ്ചപ്പാടിൽനിന്നുകൊണ്ട്.."

അലൻ ബാദ്യു, പ്രണയത്തെ പ്രശംസിച്ചുകൊണ്ട്, പേജ് 29

ആധുനികമലയാളിയുടെ പ്രണയസങ്കല്പങ്ങൾക്ക് അടിസ്ഥാനമിട്ടത് കുമാരനാശാനായിരിക്കണം.. പക്ഷേ, ആശാന്റെ പ്രണയസ്ഥലികൾ പലപ്പോഴും കേരളം പോലുമല്ല, അത് ദൂരനാടുകളാണ് എങ്കിലും. ആശാന്റെ നായികമാർ സ്വയം അലിയിച്ച് കളഞ്ഞവരാണ്, അവർക്ക് ലോകസംബന്ധിയായ മറ്റാധികളൊന്നുമില്ല. അവർ നായകനോട് ചേരാൻ കൊതിച്ചവരും എന്നാൽ ചേരാൻ കഴിയാത്തവരും ആണ്, നാട് വിട്ടലയുന്നവരും ശ്മശാനത്തിൽ കിടക്കുന്നവളുമാണ്. അതുകൊണ്ടു തന്നെ അനശ്വരരും. മരണമാണ് ആശാന്റെ ലോകത്തിൽ പ്രണയസാഫല്യം. നായകനാവട്ടെ, ദുർബ്ബലനും ഭീരുവും സന്ദിഗ്ദ്ധമാനസനും, മിക്കവാറും അപ്രാപ്യനും അകാമിയും... ഒരുപക്ഷേ, ആ അപ്രാപ്യത തന്നെയായിരിക്കണം ആശാന്റെ പ്രണയഭാവനയെ കൂടുതൽ കൂടുതൽ ആകർഷണീയമാക്കുന്നതും. അഭിലാഷത്തെക്കുറിച്ചുള്ള മനഃശാസ്ത്രവിശകലനത്തിന്റെ സങ്കല്പത്തെക്കുറിച്ച് റനാറ്റ സെലാകൽ നിരീക്ഷിക്കുന്നതുപോലെ," അഭിലാഷത്തെക്കുറിച്ചുള്ള മനഃശാസ്ത്രസങ്കല്പം അതിന്റെ അസാദ്ധ്യതയുമായി അഭേദ്യമായി ബന്ധപ്പെട്ടിരിക്കുന്നു. അതിന്റെയർത്ഥം നമ്മൾ പലതും ആഗ്രഹിക്കുന്നത് അവ ലഭ്യമല്ലാത്തതിനാലാണ് എന്നുള്ളതാണ്, ആ അഭിലാഷത്തെ നിലനിർത്തണമെങ്കിൽ അതിന്റെ സാക്ഷാൽക്കാരത്തെ തടയേണ്ടതുണ്ട്" (*(Per)versions of Love and Hate*)

ആശാനെത്തുടർന്ന് മലയാളി പ്രണയഭാവനയുടെ ആദ്യഘട്ടം ഇടപ്പള്ളി–ചങ്ങമ്പുഴമാർ രചിച്ച കാലമായിരിക്കും, അതിന്റെ മാധ്യമം കവിതയും അത് അഭിസംബോധന ചെയ്തത് ഒരു പുതിയ ലോകത്തിലെ വായനക്കാരെയും ആയിരുന്നു. ആധുനികവ്യക്തിയുടെ ഉദയകാലമായിരുന്നു അത്. പിന്നീട് മലയാളിപ്രണയഭാവനയ്ക്ക് രൂപഭാവങ്ങൾ നല്കിയത് 70–80കളിലെ സിനിമാക്കാലമായിരിക്കും. *ജീവിതനൗക, കാവ്യമേള, ഭാർഗ്ഗവീനിലയം, ഓളവും തീരവും* എന്നീ ചിത്രങ്ങൾക്കു ശേഷം പത്മരാജൻ, ഭരതൻ, കെ ജി ജോർജ്ജ് എന്നിവരായിരിക്കും പുരുഷകാമനകൾക്കും പ്രണയത്തിനും ഒരു പുതിയ ഭാഷയും ശരീരവും നല്കിയത്. അസ്തിത്വവാദവും നക്സലിസവും കൂടിക്കലർന്ന അക്കാലത്തെ അഭ്യസ്തവിദ്യരായിരുന്ന മദ്ധ്യവർഗ്ഗ/സവർണ്ണ നായകർ ഭൂപരിഷ്കരണാനന്തര തലമുറയിലെ യുവാക്കളായിരുന്നു. കൂട്ടുകുടുംബങ്ങൾ തകരുകയും അണുകുടുംബങ്ങൾ ഉയർന്നുവരാൻ തുടങ്ങുകയും ചെയ്യുന്ന കാലം; അടിയന്തരാവസ്ഥയുടെയും ഗൾഫ് സ്വപ്നങ്ങളുടെയും കാലം. കാമവും നിരാശയും ക്ഷോഭവും കലർന്ന ഇവരുടെ പ്രണയങ്ങൾ

പുരുഷനെ ആഖ്യാനങ്ങളുടെ കേന്ദ്രത്തിൽ പ്രതിഷ്ഠിച്ചു. സുകുമാരൻ, കമലഹാസൻ, വേണു നാഗവള്ളി എന്നിവരിൽ തുടങ്ങി മമ്മൂട്ടി–മോഹൻ ലാൽ എന്ന ദ്വന്ദ്വത്തിലേക്ക് അത് നീണ്ടു. പിന്നെ വരുന്ന വലിയ ദിശാ മാറ്റം 90 കൾക്കു ശേഷമുള്ള ടെലിവിഷൻ–അനന്തര കാലമാണ്. രണ്ടു തലമുറകൾക്കുമിടയിൽപ്പെട്ട ബോബൻ കുഞ്ചാക്കോയിൽ തുടങ്ങി ഫഹദ് ഫാസിൽ, നിവിൻ പോളി, ആസിഫ് അലി (*ഹണി ബീ, തട്ടത്തിൻ മറയത്ത്, അന്നയും റസൂലും..*) തുടങ്ങിയവരുടെ തലമുറ പ്രണയത്തിന്റെ സോഷ്യൽ മീഡിയാക്കാലത്തെ പ്രതിനിധാനം ചെയ്യുന്നു. അവയിൽ സിനിമയ്ക്കകത്തെ കാലം ഏതായാലും സിനിമപിടുത്തത്തിന്റെ കാലം വ്യക്തമാണ്.

ശരീരത്തെ ഭയക്കുന്ന ന്യൂജനറേഷൻ

70–80 കാലത്തെ സിനിമകളെ അപേക്ഷിച്ച് സമകാലികസിനിമകളിൽ കാണുന്ന പ്രകടമായ വ്യത്യാസം അവ ശരീരചിത്രീകരണത്തിൽ – പ്രത്യേകിച്ചും പ്രണയരംഗങ്ങളിൽ പുലർത്തുന്ന കർക്കശമായ 'മാന്യത'യാണ്. പത്മരാജൻ/ഭരതൻ/ഐ വി ശശി സിനിമകൾ സ്ത്രീ ശരീരങ്ങളുടെ ആഘോഷങ്ങളായിരുന്നു എങ്കിൽ ഇന്നത്തെ ചിത്രീകരണ രീതി ഇക്കാര്യത്തിൽ അങ്ങേയറ്റത്തെ അച്ചടക്കം പാലിക്കുന്നവയാണ്. മേരി, മലർ, സെലീൻ, കാഞ്ചന എല്ലാവരും തന്നെ വളരെ കൃത്യമായ മദ്ധ്യ/ഉപരിവർഗ്ഗ വസ്ത്രധാരണപെരുമാറ്റനിയമങ്ങൾ പാലിക്കുന്നവരാണ് എന്നു മാത്രമല്ല, അതിന്റെ സദാചാര അതിർത്തികൾക്കകത്ത് വിഹരിക്കുന്നവരുമാണ്. നായകന്റെ ഭാവനയിലോ ഗാനരംഗങ്ങളിലോ പോലും ഈ നിയന്ത്രണരേഖകൾ ലംഘിക്കാൻ നമ്മുടെ യുവസംവിധായകർ ധൈര്യപ്പെടുന്നില്ല. നായികാനായകന്മാരെല്ലാം പ്രത്യക്ഷപ്പെടുന്നത് മോഹിപ്പിക്കുന്നവരായി എന്നാൽ ലൈംഗികപ്രത്യക്ഷങ്ങളും പ്രത്യക്ഷ പ്രലോഭനങ്ങളും കൃത്യമായി ഒഴിവാക്കിക്കൊണ്ടാണ്. ഉഭയലൈംഗികത ഏകാധിപത്യം പുലർത്തുന്ന ഈ ലോകത്തിൽ കുടുംബം തന്നെയാണ് എല്ലാ പ്രണയങ്ങളുടെയും പ്രണയിനികളുടെയും സ്വപ്നം, ജീവിതലക്ഷ്യം, മൂല്യസ്രോതസ്സ്. അതേ ആവാസവ്യവസ്ഥയിൽ നിന്നുതന്നെയാണ് പ്രണയചിത്രീകരണങ്ങളിൽ പാലിക്കേണ്ട സദാചാരനിയമങ്ങളും ഈ സിനിമകൾ സ്വീകരിക്കുന്നത്. (ചുംബനം വീട്ടിനകത്തായാൽ ശീലവും പുറത്തായാൽ അശ്ലീലവുമാകുന്നതു പോലെ). ശരീരത്തെ ഭയക്കുന്ന ആഖ്യാനങ്ങളുടെ ഈ മദ്ധ്യവർഗ്ഗ സദാചാര 'സ്വച്ഛ ഭാരതം' നമ്മൾ ജീവിക്കുന്ന സദാചാരത്തുറുങ്കിന്റെ ഭാവനയുമായി ഒത്തുപോകുന്നത് യാദൃച്ഛികമല്ല. ഈ മാന്യത 'കുടുംബപ്രേക്ഷകർ' നഷ്ടപ്പെടുമോ എന്ന ഭീതിയോ, അന്തിമ ഉപഭോക്താവായ ടെലിവിഷനോടുള്ള വിധേയത്വമോ ആകാം. എന്നാൽ അതിലുപരി യുവശരീരങ്ങളിന്മേലും പ്രണയപ്രകടന

കാഞ്ചനമാല, ബി പി മൊയ്തീൻ

ങ്ങളിന്മേലും ഇന്നത്തെ കേരളീയസമൂഹം നടപ്പാക്കിക്കൊണ്ടിരിക്കുന്ന വിലക്കുകളുടെയും സദാചാരനിബന്ധനകളുടെയും പശ്ചാത്തലത്തിൽ അത്തരം ചട്ടക്കൂടുകളെ അതിലംഘിക്കേണ്ട, അല്ലെങ്കിൽ ചോദ്യമെങ്കിലും ചെയ്യേണ്ട കല നേരെമറിച്ച് അത്തരം അലൈംഗികതയും ശരീരവിരുദ്ധതയും ആദർശമാക്കുന്നു എന്നത് നമ്മിൽ ആശങ്കയുണർത്തേണ്ടതാണ്. ദൃശ്യ–ആഖ്യാനതലങ്ങളിൽ സ്വയം അടിച്ചേല്പിക്കുന്ന ഈ നിയന്ത്രണവും രതിനിരാസവും പ്രത്യേകിച്ചും യുവസംവിധായകർ രതിയെ ഇങ്ങനെ ഭയക്കുന്നതും അട(യ്)ക്കുന്നതും കാണുമ്പോൾ പുറത്തുനിന്ന് അച്ചടക്കം നടപ്പിലാക്കേണ്ടതില്ലാത്ത ഒരു നിയന്ത്രണസമൂഹത്തെയാണ് അത് ഓർമ്മിപ്പിക്കുന്നത്.

പരസ്പരപൂരകങ്ങളായ വൈരുദ്ധ്യങ്ങൾ

ഈ രണ്ട് ചിത്രങ്ങളുടെയും മുഖ്യപ്രമേയം സ്ത്രീപുരുഷപ്രണയമാണ് എങ്കിലും ആ വിഷയത്തെ സമീപിക്കുന്ന രീതി തികച്ചും വ്യത്യസ്തമോ വിരുദ്ധമോ ആണ് എന്ന് പലരും ചൂണ്ടിക്കാണിക്കുകയുണ്ടായി. *പ്രേമ*ത്തിന്റെ ന്യൂജനറേഷൻ പ്രണയസങ്കല്പങ്ങൾക്കുള്ള ചുട്ടമറുപടി എന്ന നിലയ്ക്ക് പലരും *എന്ന് സ്വന്തം മൊയ്തീനെ* വിലയിരുത്തി ('ആയിരം മലരിന് അര കാഞ്ചന'). യഥാർത്ഥത്തിൽ ഈ രണ്ടു ചിത്രങ്ങളും വിരുദ്ധമായിരിക്കുമ്പോഴും ഒരുപോലെ വിജയിച്ചവയുമാണ് വ്യത്യസ്ത കോണിൽ നിന്ന് എന്നാൽ രണ്ടിനോടും ഒരേ തോതിൽ നമ്മൾ നല്കിയ പ്രീതിയെ നമ്മൾ എങ്ങനെ മനസ്സിലാക്കും? അവ യഥാർത്ഥത്തിൽ നമ്മിൽ തന്നെ

യുള്ള വൈരുദ്ധ്യത്തിന്റെ/ഇരുതലയുള്ള അഭിലാഷത്തിന്റെ ആവിഷ്കാരങ്ങളല്ലേ? യഥാർത്ഥത്തിൽ മലയാളി പുരുഷലൈംഗികതയിൽ തന്നെ ഉൾച്ചേർന്നിട്ടുള്ള പരസ്പരപൂരകങ്ങളായ വൈരുദ്ധ്യങ്ങളല്ലേ അവ? അങ്ങനെ നോക്കുമ്പോൾ *പ്രേമവും എന്ന് നിന്റെ മൊയ്തീനും* പത്മരാജന്റെ തൂവാനത്തുമ്പികളുടെ തുടർച്ചകൾ തന്നെയാണ്. ജോർജ്ജ് തൂവാനത്തുമ്പികളിലെ ആദ്യപകുതിയിൽ പ്രത്യക്ഷപ്പെടുന്ന ക്ലാരയുടെ കാമുകനായ ജയകൃഷ്ണനാണെങ്കിൽ, മൊയ്തീൻ രണ്ടാം പകുതിയിലെ ഏകപത്നീവ്രതക്കാരനും നഗരത്തിൽ ബന്ധങ്ങളുള്ള എന്നാൽ നാടൻ കൃഷിക്കാരനുമായ ജയകൃഷ്ണന്റെ തുടർച്ചയാണ്. വിരുദ്ധധ്രുവങ്ങളിലുള്ള നായകരൂപങ്ങൾ മലയാളിപുരുഷഭാവനയുടെ തന്നെ രണ്ടു മുഖങ്ങളാണ്. മലയാളി പൗരുഷത്തിന്റെ ഇരുതലയുള്ള അഭിലാഷത്തിനാണ് ജോർജ്ജ് ഡേവിഡും മൊയ്തീനും രൂപം നല്കുന്നത്.

ഒന്നിൽ നിന്ന് രണ്ടിലേക്ക്

അലൻ ബാദ്യുവിന്റെ അഭിപ്രായത്തിൽ പ്രണയം എന്നത് അവനവനെ അപരനിലോ, അപരയെ/നെ അവനവനിലോ ലയിപ്പിക്കുകയും അങ്ങനെ രണ്ടിനേയും ഒന്നാക്കാനുള്ള ശ്രമമല്ല, ആയിരിക്കരുത്. പല ആത്മീയപ്രസ്ഥാനങ്ങളും ഉയർത്തിപ്പിടിക്കുന്ന ഏകത്തിൽ ലയിക്കുക എന്ന ഈ ആദർശം രണ്ടിനുമുകളിൽ ഒന്ന് നേടുന്ന പ്രതികാരമായാണ് ബാദ്യു കാണുന്നത്. "പ്രണയം ഉയരങ്ങളിലേക്കോ താഴ്ചകളിലേക്കോ പ്രണയിക്കുന്നവരെ കൊണ്ടുപോകുന്നില്ല. മറിച്ച്, അതൊരു അസ്തിത്വസംബന്ധിയായ കാര്യമാണ്: എന്റെ അതിജീവനചോദനയോ, സ്വത്വത്തിന്റെ പുനഃസ്ഥാപനശ്രമമോ ആയിരിക്കുന്നതിലുപരി, പ്രണയം ലോകത്തെ വികേന്ദ്രീകൃതമായ കാഴ്ചപ്പാടിൽ നിന്ന് നിർമ്മിച്ചെടുക്കുന്ന പ്രക്രിയയാണ്." അതുകൊണ്ടുതന്നെ അതിന്റെ ഉത്ഭവമുഹൂർത്തവും (ആദ്യകാഴ്ചയിലെ പ്രണയം, നിഗൂഢതീവ്രമായ എന്തോ ഒരു ആകർഷണം, ആദ്യകണ്ടുമുട്ടലിലുണ്ടായ സ്ഫുലിംഗം.. തുടങ്ങിയവ..) അതിന്റെ അന്ത്യവും (വിവാഹം/കുടുംബം എന്ന അന്തിമലക്ഷ്യം 'പിന്നീടവർ വിവാഹിതരായി അനവധി കുട്ടികളുടെ മാതാപിതാക്കളായി അനേകകാലം ജീവിച്ചു' തുടങ്ങിയവ..) മാത്രം ആഘോഷിക്കുന്ന ആഖ്യാനങ്ങൾ പ്രണയത്തെ ഭാഗികമായി മാത്രമേ ആവിഷ്കരിക്കുന്നുള്ളൂ. അത് ആദ്യത്തെ കണ്ടുമുട്ടലിന്റെ മായികതയിൽ തുടങ്ങി മരണത്തിലോ വിവാഹത്തിലോ കുടുംബത്തിലോ അവസാനിക്കുന്നു. എന്നാൽ രണ്ടുപേർ തമ്മിലുള്ള പ്രണയം പരീക്ഷിക്കപ്പെടുന്നത് അതിന്റെ ദൈർഘ്യത്തിലും ('നിമ്നോന്നതമാം വഴിക്കു തേരുരുൾ പായിക്കലി'ലെ രസം) ആ യാത്രയിലന്തർഭവിച്ചിട്ടുള്ള രാസപ്രക്രിയകളിലുമാണ്. അവിടെ ഉയർച്ചയും താഴ്ചയും, കയറലും വീഴ്ചയും, ദുരിതവും സമൃദ്ധിയും, അല്പത്തവും ഉദാരതയും എല്ലാം ഇടകലരുന്നു, അതിലൂടെ ദൈർഘ്യത്തെ, കാലത്തെ പുനഃസൃ

ഷ്ടിക്കയും ആവിഷ്കരിക്കുകയുമാണ് കാമുകർ. അതിലടങ്ങിയിട്ടുള്ള ഹർഷസംഘർഷങ്ങളെയും ഏറ്റിറക്കങ്ങളെയും ഏറ്റുവാങ്ങലുകളെയും നിരാസങ്ങളെയും ആനന്ദത്തെയും ഹിംസയെയും എല്ലാം ആവിഷ്കരിക്കുക എന്നത് ലോകത്തിനുമുന്നിൽ സ്വയം നഗ്നനാവുന്നതുപോലെയുള്ള പ്രവൃത്തിയാണ്. ഉദാത്തമായ ആദർശങ്ങളിലോ തല്ക്ഷണരസനീയതയിലോ അതു നമ്മെ കുതിർത്തെന്നിരിക്കില്ല; പക്ഷേ, തീർച്ചയായും അത് നമ്മെയും നാം ജീവിക്കുന്ന ലോകത്തെയും ജീവിതത്തെയും കൂടുതൽ അലിവോടെ ക്ഷമയോടെ അനുഭവിക്കാൻ പ്രേരിപ്പിച്ചെന്നുവരാം; എല്ലാവിധ ശക്തി ദൗർബല്യങ്ങളുമുള്ള മനുഷ്യരായിരുന്നുകൊണ്ടുതന്നെ പ്രണയത്തിന്റെ ഉന്മാദത്തിലേക്ക് നമ്മെ ആനയിച്ചെന്നുവരാം; പ്രേമനാട്യങ്ങളിൽനിന്ന് പ്രണയത്തിലേക്കുള്ള ദൂരം നടത്തിച്ചെന്നുവരാം.

അശ്വമേധം മുതൽ വൈറസ് വരെ

രോഗം എക്കാലത്തും കലയുടെ വിഷയമായിരുന്നു, വ്യക്തികൾക്കു വന്നുചേരുന്ന വ്യാധിയായി ചിലപ്പോൾ ശാപമോ പാപഫലമോ വിധിയോ ആയി, മറ്റുചിലപ്പോൾ മനുഷ്യാവസ്ഥകളുടെ രൂപകമായി, സമൂഹത്തെയാകെ ഗ്രസിക്കുന്ന മഹാമാരിയായി, രാഗങ്ങളെപ്പോലെ രോഗങ്ങളും കലയ്ക്ക് വിഷയമായി. ബ്യൂബോണിക് പ്ലേഗിന്റെ പശ്ചാത്തലത്തിലുള്ള ബൊക്കാഷ്യോയുടെ *ഡെക്കാമറോൺ*, തോമസ് മനിന്റെ *മാജിക് മൗണ്ടൻ*, അൽബേർ കാമുവിന്റെ *പ്ലേഗ്* തുടങ്ങി വളരെ പ്രശസ്തമായ കൃതികൾ രോഗങ്ങളെയും വ്യാധികളെയും വിഷയമാക്കിയിട്ടുണ്ട്.

തുടക്കം മുതലേ സിനിമയും പലതരം രോഗങ്ങളും രോഗാവസ്ഥകളും വിഷയമാക്കിയിട്ടുണ്ട്. മലയാളസിനിമയും അതിനൊരപവാദമല്ല. നമ്മുടെ സിനിമയിലും പലതരത്തിലുമുള്ള രോഗങ്ങൾ പലരീതിയിൽ പ്രത്യക്ഷപ്പെട്ടിട്ടുണ്ട്: ആദ്യകാല ചിത്രങ്ങളിൽ ക്ഷയരോഗവും പക്ഷവാതവും കുഷ്ഠവും മറ്റുമാണ് ഉണ്ടായിരുന്നത് എങ്കിൽ പിന്നീടത് ലൂക്കേമിയ, ക്യാൻസർ, എയ്ഡ്സ് പോലുള്ള ആധുനികരോഗങ്ങളായി മാറി എന്നുമാത്രം. ഒരുപക്ഷേ, മാനസികരോഗങ്ങളായിരിക്കും ഏറ്റവുമധികം പ്രതിപാദിക്കപ്പെട്ടിട്ടുള്ളത്: മാനസികരോഗാലയങ്ങളെത്തന്നെ കേന്ദ്രീകരിച്ചുള്ള പല ചിത്രങ്ങളുമുണ്ട്, മാനസികരോഗാവസ്ഥയെ പലപ്പോഴും ഒരു വൈകൃതമായോ, രോഗികളെ കോമാളികളായോ കാണിക്കുന്ന ദുഷ്പ്രവണതയും ഇത്തരം സിനിമകളിൽ പ്രകടമാണ്. ആഖ്യാനത്തിലേക്ക് രോഗം കടന്നുവരുന്നത് പലപ്പോഴും ദാരിദ്ര്യത്തിന്റെ രൂക്ഷത അവതരിപ്പിക്കാനും മറ്റുചിലപ്പോൾ ഒരു കഥാപാത്രം അപ്രതീക്ഷിതമായി നേരിടുന്ന ദുരന്തമോ, വിധി നല്കുന്ന ശിക്ഷയോ, മനംമാറ്റത്തിനുള്ള കാരണമോ ഒക്കെയായിട്ടാണ്. അത് ചില കുടുംബങ്ങളെ ദുരിതത്തി

ലേക്കും താങ്ങാനാവാത്ത ബാദ്ധ്യതകളിലേക്കും നയിക്കുന്നു; മറ്റുചില അവസരങ്ങളിൽ പ്രണയങ്ങളെ ശിഥിലമാക്കുന്നു, കുടുംബബന്ധങ്ങളെയും സൗഹൃദങ്ങളെയും അഗ്നിപരീക്ഷയ്ക്ക് വിധേയമാക്കുന്നു, സ്നേഹബന്ധങ്ങളെ അസ്ഥിരവും ബന്ധുക്കളെ ശത്രുക്കളുമാക്കുന്നു. പ്രതീക്ഷകളെ അട്ടിമറിക്കുന്ന ഒരു ആഖ്യാനസങ്കേതം എന്ന നിലയിൽ രോഗം അതുവരെയുള്ള ജീവിതത്തിന്റെ കണക്കെടുക്കാനും സ്വയം തിരുത്താനുമുള്ള അവസരവും പ്രേരണയും ആകാറുമുണ്ട്.

ആരോഗ്യരംഗത്ത് ചരിത്രപരമായിത്തന്നെ വളരെ നിർണ്ണായകമായ സാമൂഹിക ഇടപെടലുകളും ബോധവല്ക്കരണ പരിപാടികളും പരീക്ഷിക്കുകയും നടപ്പിലാക്കുകയും ചെയ്ത ഒരു സംസ്ഥാനം/സംസ്കാരം എന്ന നിലയിൽ മറ്റ് സ്ഥലങ്ങളെ അപേക്ഷിച്ച് രോഗത്തെയും ആരോഗ്യത്തെയും കുറിച്ചുള്ള ചർച്ചകളും ഒപ്പം ആശങ്കകളും സജീവമായിരുന്ന ഒരു മാധ്യമാന്തരീക്ഷം കേരളത്തിൽ എക്കാലത്തും ഉണ്ടായിരുന്നു. നാടകവും സിനിമയുമെല്ലാം സാമൂഹ്യബോധവല്ക്കരണത്തിന്റെ ഭാഗമായി ഉപയോഗിക്കപ്പെടുകയും ചെയ്തിട്ടുണ്ട്. ഏറ്റവും ജനപ്രിയമായ വിനോദമാധ്യമം എന്ന രീതിയിൽ സിനിമയെ കാണുകയാണെങ്കിൽ അവിടെ പ്രത്യക്ഷപ്പെടുന്നതും പ്രതിപാദിക്കപ്പെടുന്നതുമായ രോഗങ്ങൾ/രോഗികൾ/രോഗാവസ്ഥകൾ എന്നിവ അത്തരം വിഷയങ്ങളെക്കുറിച്ചുള്ള നമ്മുടെ സമൂഹത്തിന്റെ തന്നെ ഭയാശങ്കകളെയും ബോദ്ധ്യങ്ങളെയും കുറിച്ചുള്ളവ കൂടിയാണെന്ന് പറയാം. സിനിമയിൽ പ്രത്യക്ഷപ്പെടുന്ന രോഗങ്ങൾ അതാതുകാലത്തെ രോഗഭീതികളെയും ആരോഗ്യധാരണകളെയും സൂചിപ്പിക്കുന്നുണ്ട്. അതുപോലെ കാലഘട്ടങ്ങൾക്കനുസരിച്ച് രോഗങ്ങൾക്കും മാറ്റം വരുന്നുണ്ട്: മുമ്പ് മലമ്പനിയും ക്ഷയവും കുഷ്ഠരോഗവുമൊക്കെ ആയിരുന്നു മാറാരോഗങ്ങളായി കഥാപാത്രങ്ങളെ വേട്ടയാടിയിരുന്നതെങ്കിൽ ഇന്നത് എയ്ഡ്സും നിപായും കോവിഡുമൊക്കെയായി മാറിയിരിക്കുന്നു.

അതുകൊണ്ടുതന്നെ സിനിമകളിലെ രോഗ-ആഖ്യാനങ്ങളുടെ വിശകലനം നമ്മെ സമൂഹ മനഃസ്ഥിതിയിൽ വരുന്ന മാറ്റങ്ങളെ അറിയാൻ കൂടി സഹായിക്കും. രോഗത്തെ കേന്ദ്രപ്രമേയമാക്കുന്ന രണ്ട് ചിത്രങ്ങൾ അതിനായി ഉദാഹരണമായെടുക്കാവുന്നതാണ്: 1967 ൽ ഇറങ്ങിയ, തോപ്പിൽ ഭാസി എഴുതി എ വിൻസന്റ് സംവിധാനം ചെയ്ത *അശ്വമേധ*വും, 2019 ലിറങ്ങിയ ആഷിക് അബു സംവിധാനം ചെയ്ത വൈറസ് എന്ന ചിത്രവും. നിർണ്ണായകമായ അഞ്ചു പതിറ്റാണ്ടുകൾ ഈ ചിത്രങ്ങളെ വേർപെടുത്തുന്നു; *അശ്വമേധ*മിറങ്ങുന്ന കാലത്ത് കേരളീയ സമൂഹത്തിൽ ഏറ്റവുമധികം ഭീഷണിയും ഭയവും വെറുപ്പും പരത്തിയിരുന്നത് കുഷ്ഠരോഗമായിരുന്നു എങ്കിൽ, അമ്പതുവർഷങ്ങൾക്കു ശേഷമിറങ്ങിയ വൈറസ്, കോഴിക്കോട് പ്രദേശത്തുണ്ടായ നിപാ എന്ന വൈറസ് പരത്തിയ രോഗബാധയെക്കുറിച്ചുള്ളതാണ്. രണ്ടു കാലങ്ങൾ, രണ്ടുതരം വ്യാധികൾ, വ്യത്യസ്തമായ സമീപനങ്ങൾ/ സാമൂഹിക

അശ്വമേധം

പ്രതികരണങ്ങൾ, അവതരണ/ആഖ്യാനരീതികൾ – ഇവ വ്യക്തി, കുടുംബം, സമൂഹം തുടങ്ങിയ അനുഭവ/ജീവിത തലങ്ങളെയും, ശാസ്ത്രം, ആരോഗ്യമേഖല, സർക്കാർ തുടങ്ങിയ ജ്ഞാന/അധികാര സ്ഥാപനങ്ങളെയും എങ്ങനെ ബാധിക്കുന്നു എന്നും, രോഗത്തോട് ഇവയെല്ലാം എങ്ങനെ പ്രതികരിക്കുന്നു എന്നതിനെയും കുറിച്ചുള്ള ചില ഉൾക്കാഴ്ച്ചയ്കൾ കൂടി നല്കുന്നുണ്ട്.

രോഗം: വ്യക്തികളുടെയും കുടുംബത്തിന്റെയും സമൂഹത്തിന്റെയും

അശ്വമേധം തോപ്പിൽ ഭാസി രചിച്ചതും അതേ പേരിൽ വളരെ വിജയപ്രദമായി അവതരിപ്പിച്ചതുമായ നാടകത്തിന്റെ സിനിമാവിഷ്കാരമാണ്. ചിത്രത്തിന്റെ കേന്ദ്രത്തിലുള്ളത് ഷീല അവതരിപ്പിക്കുന്ന സരോജം എന്ന യുവതിയാണ്; സരോജത്തിന്റെ കാമുകനായ മോഹനനുമായുള്ള വിവാഹം നിശ്ചയിച്ചിരിക്കെയാണ് സരോജയ്ക്ക് കുഷ്ഠരോഗമുണ്ടെന്ന് കണ്ടെത്തുന്നത്. അതോടെ സരോജം വീട്ടിൽനിന്നും സമൂഹത്തിൽനിന്നും ബഹിഷ്കൃതയാവുന്നു; അക്കാലത്തെ ഏതൊരു കുഷ്ഠരോഗിയെയുംപോലെ അവളും ഒരു ലെപ്രസി സാനറ്റോറിയത്തിലെ അന്തേവാസിയായി മാറുന്നു. ആ സ്ഥാപനത്തിന്റെ മേധാവിയായ ഡോക്ടർ തോമസ് (സത്യൻ) ആണ് മറ്റൊരു പ്രധാനകഥാപാത്രം. അദ്ദേഹം കുഷ്ഠരോഗത്തെക്കുറിച്ച് ഗവേഷണം നടത്തുവാനും ചികിത്സിക്കുവാനും മരുന്നു കണ്ടെത്താനുമായി സ്വന്തം ജീവിതം ഉഴിഞ്ഞുവെച്ച ശാസ്ത്രജ്ഞനാണ്. അദ്ദേഹത്തിന്റെ ചികിത്സയിലൂടെ സരോജയ്ക്ക് രോഗം മാറുന്നുണ്ട് എങ്കിലും അവളെ സ്വീകരിക്കാൻ കുടുംബമോ കാമുകനോ തയ്യാറാവുന്നില്ല. ആ സാഹചര്യത്തിൽ അവൾ വീണ്ടും അനാഥയായിത്തീരുന്നു. സരോജ സ്വന്തം ജീവിതം കുഷ്ഠരോഗത്തിനെതിരെയുള്ള പോരാട്ടത്തിനായി സമർപ്പിക്കുവാൻ തീരുമാനി

ക്കുന്നു. ഡോക്ടറുടെ ഭാര്യ അവളെ വീട്ടിൽ ഒരംഗമായി സ്വീകരിക്കുന്നതോടെ ചിത്രം അവസാനിക്കുന്നു.

ആശയപ്രചരണത്തിനായി നിർമ്മിക്കപ്പെട്ടതും, നാടകം എന്ന നിലയ്ക്കും സിനിമ എന്ന നിലയ്ക്കും ജനപ്രീതി നേടുകയും ചെയ്ത ഒരു സോദ്ദേശ്യ ആഖ്യനമാണ് *അശ്വമേധം*. സത്യൻ, ഷീല, പ്രേംനസീർ, അടൂർ ഭാസി, പി ജെ ആന്റണി, ബഹദൂർ തുടങ്ങിയവരുടെ അഭിനയം, ഭാസ്കർ റാവുവിന്റെ ഭാവോദ്ദീപകമായ ഛായാഗ്രഹണം, വയലാർ/ദേവരാജൻ ടീമിന്റെ ആകർഷകമായ ഗാനങ്ങൾ (ഏഴുസുന്ദരരാത്രികൾ.., ഒരിടത്തുമരണം ഒരിടത്തു ജനനം.., തെക്കും കൂറടിയാത്തി തവിടു പുള്ളോത്തി.., കറുത്തചക്രവാള മതിലുകൾ ചൂഴും കാരാഗൃഹമാണ് ഭൂമി.., ഉദയഗിരി ചുവന്നു, ഒരുയുഗമുണരുന്നു.. തുടങ്ങിയവ) എന്നിവയെല്ലാം ആ ചിത്രം നേടിയ ജനപ്രീതിക്ക് കാരണങ്ങളായിരുന്നു. കുഷ്ഠരോഗത്തെക്കുറിച്ച് പൊതുസമൂഹത്തിനുണ്ടായിരുന്ന കാഴ്ചപ്പാടുകളെയും ധാരണകളെയും ഭീതികളെയും വലിയ രീതിയിൽ തിരുത്താൻ ഈ ചിത്രത്തിനു കഴിഞ്ഞു എന്നതിൽ സംശയമില്ല. കുഷ്ഠരോഗത്തെയും അതിന്റെ ചികിത്സയെയും അതു പടരാതിരിക്കാൻ പാലിക്കേണ്ട മര്യാദകളെയുമൊക്കെക്കുറിച്ചുള്ള വിവരണങ്ങളും രോഗത്തെക്കുറിച്ചുള്ള ഗാന്ധിവചനങ്ങളടങ്ങിയ പോസ്റ്ററുകളുമെല്ലാം ചിത്രത്തിന്റെ ഭാഗമായിത്തന്നെ പ്രത്യക്ഷപ്പെടുന്നുണ്ട്. അങ്ങനെ നോക്കുമ്പോൾ നൂറനാട് കുഷ്ഠരോഗാശുപത്രിയിൽ ചിത്രീകരിച്ച *അശ്വമേധം* ഒരു ചരിത്രരേഖ കൂടിയാണ്.

'രോഗം ഒരു കുറ്റമാണോ?'

അര നൂറ്റാണ്ടിനു ശേഷം ഇന്ന് തിരിഞ്ഞുനോക്കുമ്പോൾ ഈ ചിത്രം ഉയർത്തിയ ചോദ്യങ്ങൾ പലതും ഇന്നും പ്രസക്തമാണ് എന്നു തോന്നുന്നു. രോഗത്തെയും രോഗിയെയും സംബന്ധിക്കുന്ന നിർണ്ണായകവും നൈതികവുമായ ചില ചോദ്യങ്ങളാണവ: 'രോഗം ഒരു കുറ്റമാണോ?' 'രോഗികൾ സമൂഹത്തിൽനിന്ന് മാറ്റിനിർത്തപ്പെടേണ്ടവരാണോ?' 'പരിഷ്കാരം എന്നാൽ എന്താണ്?' 'എന്താണ് ശാസ്ത്രം/ശാസ്ത്രീയം?' തുടങ്ങി രോഗികളുടെ ശരീരത്തെയും വ്യക്തിസ്വാതന്ത്ര്യത്തെയും മാറ്റവും സമൂഹവും തമ്മിലുള്ള ബന്ധത്തെയും ശാസ്ത്രത്തിന്റെ നൈതികതയെയും കുറിച്ചുള്ള നിരവധി 'വലിയ' ചോദ്യങ്ങളും *അശ്വമേധം* ഉന്നയിക്കുന്നുണ്ട്. രോഗികൾക്ക് പൊതുസമൂഹത്തിൽ ജീവിക്കാനും ഇടപെടാനുമുള്ള സ്വാതന്ത്ര്യത്തെക്കുറിച്ചുള്ള നിയമപരമായ വാദമുഖങ്ങളും, രോഗികളുടെ മനുഷ്യാവകാശവും സമൂഹവും ഭരണകൂടവും അവരിൽ അടിച്ചേല്പിക്കുന്ന നിയമപരമായ നിയന്ത്രണങ്ങളും തമ്മിലുള്ള വൈരുദ്ധ്യം തുടങ്ങിയ പല വിഷയങ്ങളും ഈ ചിത്രം ചർച്ച ചെയ്യുന്നുണ്ട്. ഒരർത്ഥത്തിൽ സരോജത്തിന്റെ രോഗമുക്തിയും

ഒറ്റപ്പെടലിനും പുറമെ, ഡോക്ടർ തോമസ് എന്ന ശാസ്ത്രജ്ഞന് ഒടുവിൽ സംഭവിക്കുന്ന മനംമാറ്റം കൂടിയാണ് ഈ ചിത്രത്തിന്റെ ക്ലൈമാക്സ്. തികഞ്ഞ ശാസ്ത്രബോധവും സാമൂഹ്യപ്രതിബദ്ധതയുമുള്ള ഒരു മനുഷ്യസ്നേഹിയാണെങ്കിലും കുഷ്ഠരോഗികളെ നാട്ടിൽ അലയാൻ വിടരുത് എന്നും അവരെ പൊതുനിരത്തുകളിൽ കണ്ടാൽ അറസ്റ്റ് ചെയ്ത് ആറുമാസത്തെ തടവുശിക്ഷയ്ക്ക് വിധേയമാക്കാനുമുള്ള നിയമനിർദ്ദേശം ലെപ്രസി ബില്ലിൽ ഉൾക്കൊള്ളിക്കണമെന്ന് വാദിക്കുന്ന ഒരാളാണ് ഡോക്ടർ. രോഗികളെ സമൂഹത്തിൽനിന്നകറ്റി, നിർബ്ബന്ധമായും സാനറ്റോറിയത്തിന്റെ മതിലുകൾക്കകത്ത് അടച്ചിടണമെന്നാണ് തുടക്കത്തിലുള്ള അദ്ദേഹത്തിന്റെ സുചിന്തിതമായ നിലപാട്. രോഗത്തെയും രോഗികളെയും മാറ്റിനിർത്തി പരിശോധിക്കയും നിരീക്ഷിക്കയും ചെയ്യേണ്ട ഒരു ഗവേഷണവിഷയമോ പരീക്ഷണജന്തുവോ മാത്രമായാണ് ആ ശാസ്ത്രജ്ഞൻ കാണുന്നത്. ഡോക്ടർ പുലർത്തുന്ന ഡോക്ടറുടെ ഈ അന്ധവിശ്വാസത്തെ രോഗിയുടെ ഭാഗത്തുനിന്നുകൊണ്ട് സരോജം രൂക്ഷമായി ത്തന്നെ വിമർശിക്കുന്നുണ്ട്: 'രോഗം ഒരു കുറ്റമല്ലെങ്കിൽ ഞങ്ങളെ പൊതുസ്ഥലത്തുവെച്ച് കണ്ടാൽ അറസ്റ്റു ചെയ്യുവാനും ശിക്ഷിക്കുവാനും നിയമമുണ്ടാക്കുന്നത് ശരിയാണോ ഡോക്ടർ സാർ?' എന്നവൾ ഡോക്ടറോട് നേരിട്ട് ചോദിക്കുന്നുമുണ്ട്. രോഗത്തെ മറികടന്നുകൊണ്ട് രോഗിയോട് ഈ രീതിയിൽ അനുതപിക്കുമ്പോഴാണ് തോമസിന് തന്റെ നിലപാട് തെറ്റായിരുന്നു എന്ന് ബോദ്ധ്യപ്പെടുന്നത്. 'ശാസ്ത്രജ്ഞന്റെ ശാസ്ത്രബോധം ഹൃദയത്തിലേക്ക് ഇറങ്ങിവന്നില്ലെങ്കിൽ അത് പ്രയോജനശൂന്യമാണ്. തലച്ചോറും തലച്ചോറും തമ്മിലുള്ള ബന്ധത്തെക്കാൾ ഹൃദയവും ഹൃദയവും തമ്മിലുള്ള ബന്ധമാണ് പ്രധാനം.' എന്നും 'കുഷ്ഠരോഗികളോട് ഒരുവിധത്തിലും ഒരിടത്തും ഒരു വേർതിരിവ് ആവശ്യമില്ല' എന്നും അദ്ദേഹം ഒടുവിൽ തിരിച്ചറിയുന്നുണ്ട്

നിയമവും രോഗനിവാരണവുമായി ബന്ധപ്പെട്ട് വർഗ്ഗീയതയുടെ പ്രശ്നംകൂടി ഈ ചിത്രത്തിൽ കടന്നുവരുന്നുണ്ട്. തെരുവിൽ അലയുന്ന രോഗികളെ നിർബ്ബന്ധമായി സാനറ്റോറിയത്തിൽ അടച്ചിടുന്നതുമായി ബന്ധപ്പെട്ടാണ് അത് ഉന്നയിക്കപ്പെടുന്നത്. ഒരു ധർമ്മക്കാരനെ തെരുവിൽനിന്ന് സാനറ്റോറിയത്തിൽ അടച്ചതിനെ മന്ത്രവാദിയും കൂട്ടരും ചേർന്ന് ഒരു വർഗ്ഗീയപ്രശ്നമായി ആളിക്കത്തിക്കാൻ ശ്രമിക്കുന്നുണ്ട്. ഡോക്ടറെ ഒരു ക്രിസ്ത്യാനിയായും ഇത്തരം നടപടികൾ ഒരു ക്രിസ്ത്യാനി ഹിന്ദുക്കളോട് ചെയ്യുന്ന അക്രമവുമായി ചിത്രീകരിച്ചുകൊണ്ട് ഡോക്ടർക്കും ആധുനികവൈദ്യത്തിനുമെതിരെ വർഗ്ഗീയവികാരങ്ങളെ ഉണർത്താനാണ് അവർ ശ്രമിക്കുന്നത്. 'ഒരു ക്രിസ്ത്യാനി ഡോക്ടറായിവന്ന സ്ഥിതിക്ക് ഇവിടെ ഹിന്ദുസന്ന്യാസിമാർക്ക് ജീവിക്കാൻ വയ്യേ?' എന്നും 'നമുക്കുള്ള കഴിവിന്റെ ഒരംശം ഈ ക്രിസ്ത്യാനികൾക്കുണ്ടോ? നമ്മൾ വിചാരിച്ചാൽ ഇവിടെ എന്താണ് നടക്കാത്തത്?' എന്നൊക്കെപ്പറഞ്ഞ് ആളുകളെ പ്രകോപിപ്പിക്കുകയും ഡോക്ടറെ വെല്ലുവിളിക്കുകയും ചെയ്യുന്നു. സാനി

റ്റോറിയത്തിൽനിന്ന് ധർമ്മക്കാരനെ മോചിപ്പിക്കുന്നതിൽ അവർ വിജയിക്കുന്നുമുണ്ട്. എന്നാൽ ശാസ്ത്രം തന്നെയാണ് അന്തിമമായി ശരി എന്ന സന്ദേശം ചിത്രം നല്കുന്നത് മന്ത്രവാദിതന്നെ ഒടുവിൽ വയറുവേദന സഹിക്കാൻ വയ്യാതെ ആധുനികവൈദ്യത്തെ ആശ്രയിക്കേണ്ടിവരുന്നത് കാണിക്കുന്നതിലൂടെയാണ്.

വൈറസ്

ശാസ്ത്രത്തിന്റെ ഉറപ്പുകൾ, സന്ദിഗ്ധതകൾ

ഒരുവശത്ത് ഈ ചിത്രം ആധുനികശാസ്ത്രത്തെക്കുറിച്ച് ഉത്തമബോദ്ധ്യവും പ്രതീക്ഷയും പുലർത്തുന്നു: പൂജയ്ക്കെടുക്കാതെ പുഴുക്കുത്തി നില്ക്കുന്ന, തലയ്ക്കു മുകളിൽ ശൂന്യാകാശവും താഴെ നിഴലുകളിഴയും നരകത്തിൽ ജീവിക്കുന്ന ഈ വിധിയുടെ ബലിമൃഗങ്ങൾക്ക് പ്രതീക്ഷയായി എത്തുന്നത് ആധുനികവൈദ്യവും അതിന്റെ നിരീക്ഷണ-പരീക്ഷണങ്ങളെ അടിസ്ഥാനമാക്കിയുള്ള ചികിത്സയുമാണ്: ഡോക്ടർ തോമസും അദ്ദേഹത്തിന്റെ ഗവേഷണങ്ങളും സാനറ്റോറിയവുമെല്ലാം ആ ശാസ്ത്രയുക്തിയുടെ/ശക്തിയുടെ പ്രത്യക്ഷങ്ങളാണ്. പക്ഷേ, ഇതേ ശാസ്ത്രത്തിനും ശാസ്ത്രജ്ഞനും തന്നെ രോഗി എന്ന മനുഷ്യനെയും രോഗം എന്ന മനുഷ്യാവസ്ഥയെയും മനസ്സിലാക്കാൻ ആവുന്നില്ല എന്നതാണ് അതിന്റെ മറുവശം. രോഗികൾ തെരുവിൽ അലഞ്ഞുനടക്കുകയും തെണ്ടുകയും ചെയ്യുന്നതിനെക്കുറിച്ചുള്ള ഡോക്ടറുടെ രോഷം അതിന്റെ സൂചനയാണ്. എന്തുകൊണ്ട് അവർ ആ അവസ്ഥയിലേക്ക് തള്ളപ്പെടുന്നു എന്നും, രോഗിയുടെ ശാരീരികവും മാനസികവുമായ സ്വാതന്ത്ര്യകാംക്ഷയെയും അതിന് ഏതൊരു മനുഷ്യനെയും പോലെ രോഗിയുടെ ജീവിതത്തിലുമുള്ള പ്രാധാന്യത്തെയും ഡോക്ടർ തിരിച്ചറിയുന്നില്ല. രോഗിയെയും സമൂഹത്തെയും എതിരികളായാണ് ഡോക്ടർ കാണുന്നത്. സമൂഹത്തിന്റെ ആരോഗ്യം സംരക്ഷിക്കപ്പെടണമെങ്കിൽ രോഗികളെ പൊതുഇടങ്ങളിൽ നിന്ന് ഒറ്റപ്പെടുത്തണം എന്നാണ് അദ്ദേഹം വിശ്വസിക്കുന്നത്. അതുകൊണ്ടാണ് അദ്ദേഹം കുഷ്ഠരോഗികളെ നിർബ്ബന്ധമായും സാനറ്റോറിയത്തിൽ അടയ്ക്കാനുള്ള നിയമം കൊണ്ടുവരാൻ ശ്രമിക്കുന്നതും അതിനായി

പ്രവർത്തിക്കുന്നതും. നിരന്തരം സാനറ്റോറിയത്തിൽനിന്ന് ഒളിച്ചോടുന്ന വൃദ്ധരോഗിയുടെയും സരോജത്തിന്റെയും തുറന്നുപറച്ചിലുകളും അനുഭവങ്ങളുമാണ് ഒടുവിൽ അദ്ദേഹത്തിൽ മനംമാറ്റമുണ്ടാക്കുന്നത്. എത്രകണ്ട് ഫലപ്രദവും ശാസ്ത്രീയവും നിയമപരവും ആണെങ്കിലും ഒരു ജ്ഞാനപ്രയോഗത്തിനുണ്ടാവേണ്ട നൈതികതയെയും മാനുഷികതയെയും കുറിച്ചാണ് ഈ ചിത്രം സംസാരിക്കുന്നത്.

ശാസ്ത്രയുക്തിക്കൊപ്പം നിലകൊള്ളുമ്പോഴും ശാസ്ത്രചിന്തയെയും രീതികളെയും യാന്ത്രികമായി പിന്തുടരുന്നവരെ ഈ ചിത്രം പരിഹസിക്കുന്നുമുണ്ട്. കൃഷ്ണാനന്ദജി എന്ന പേരിൽ ബഹദൂർ അവതരിപ്പിക്കുന്ന ശുഭ്രവസ്ത്രധാരിയായ ആരോഗ്യസന്ദർശകൻ അത്തരത്തിലുള്ള ഒരാളാണ്. ലോകത്തിലെ കൃമികീടങ്ങളിലും ജീവികളിലും അഴുക്കുകളിലുമെല്ലാം രോഗാണുക്കളെയും രോഗബാധയെയും കാണുന്ന ഇയാൾ ശാസ്ത്രത്തെ അതിന്റെ പൊരുൾ മനസ്സിലാക്കാതെ പിന്തുടരുന്ന ഒരു മനോരോഗിയാണ്. രോഗലക്ഷണങ്ങളെയും കാരണങ്ങളെയും സ്രോതസ്സുകളെയുംകുറിച്ചുള്ള അറിവ് അയാളിൽ ഭയമായാണ് പ്രവർത്തിക്കുന്നത്.

ചിത്രത്തിൽ ശാസ്ത്രചിന്തയോടൊപ്പം തന്നെ പരിവർത്തനോർജ്ജമുള്ളതാണ് മാനവികതയും ആത്മീയതയും: കുഷ്ഠരോഗികളെ മനുഷ്യരായി കാണുകയും അവരെ ശുശ്രൂഷിക്കയും ചെയ്ത മഹാത്മാ ഗാന്ധിയും ക്രിസ്തുവുമാണ് ഈ ചിത്രത്തിൽ ആവർത്തിച്ചു പ്രത്യക്ഷപ്പെടുന്ന ബിംബങ്ങൾ. ഡോക്ടറുടെ കുഷ്ഠരോഗിസ്നേഹം മടുത്ത് അയാളെ ഉപേക്ഷിച്ച് നാട്ടിലേക്കു പോകുന്ന പരിഷ്കാരിയായ ഭാര്യയുടെ മനംമാറുന്നത് ഡോക്ടറെ ക്രിസ്തുദേവനുമായി താരതമ്യം ചെയ്തുകൊണ്ടുള്ള പള്ളിയിലെ അച്ചന്റെ ഉപദേശങ്ങളാണ്.

കൗതുകകരമായ മറ്റൊരു കാര്യം തിരുവനന്തപുരം ആയുർവ്വേദ കോളേജിൽ നിന്ന് ഉന്നതറാങ്കോടെ വൈദ്യകലാനിധി പരീക്ഷ പാസായ തോപ്പിൽ ഭാസിയാണ് ഈ നാടകവും സിനിമയും രചിച്ചത് എങ്കിലും ഈ ചിത്രത്തിൽ ഭാരതീയ ചികിത്സാരീതികളെയോ ആയുർവ്വേദത്തെയോ കുറിച്ച് പരാമർശങ്ങളേയില്ല എന്നുള്ളതാണ്. ഇതിലാകെ പ്രത്യക്ഷപ്പെടുന്ന, 'തദ്ദേശീയം' അല്ലെങ്കിൽ നാടൻ എന്നു വിശേഷിപ്പിക്കാവുന്ന ഒരൊറ്റ സമീപനം അടൂർ ഭാസി അവതരിപ്പിക്കുന്ന മന്ത്രവാദിയുടേതാണ്. തന്റെ വ്യാജമന്ത്രവാദപ്രയോഗങ്ങൾ കൊണ്ട് നാട്ടുകാരെ കബളിപ്പിച്ച് കാലക്ഷേപം കഴിക്കുന്ന ഇയാൾക്ക് സ്വന്തം അസുഖം രൂക്ഷമാവുമ്പോൾ ആധുനികവൈദ്യശാസ്ത്രത്തെത്തന്നെ ആശ്രയിക്കേണ്ടിയും വരുന്നു.

ഗാനങ്ങളിലെ രോഗഭാവന

എന്നാൽ ആധുനികം/പരമ്പരാഗതം, പുതിയത്/പഴയത് തുടങ്ങിയ ദ്വന്ദ്വങ്ങളിൽ ഒതുങ്ങുന്നതല്ല ഈ ചിത്രത്തിന്റെ ആഖ്യാനരീതി. അതിൽ പാരമ്പര്യവും പൗരാണികഭാവനയും പലരീതിയിൽ ഇഴചേർക്കപ്പെടു

ന്നുണ്ട്. ഉദാഹരണത്തിന്, ഒരുവശത്ത് മന്ത്രവാദത്തെയും രോഗത്തെ സംബന്ധിച്ചുള്ള അന്ധവിശ്വാസങ്ങളെയും പരിഹസിക്കുമ്പോഴും സർപ്പകോപമാണ് കുഷ്ഠരോഗത്തിന് കാരണം എന്ന വിശ്വാസത്തെ ചിത്രം വളരെ സൂക്ഷ്മമായി പരാമർശിക്കുന്നുണ്ട്: രോഗം മാറാനുള്ള പ്രാർത്ഥനയുടെ രൂപത്തിൽ കടന്നുവരുന്ന 'തെക്കുംകൂറടിയാത്തി തളിരുപുള്ളോത്തി..' എന്ന പാട്ട് സർപ്പപൂജയെ നിസ്സഹായതയുടെ വിലാപമായി അവതരിപ്പിക്കുന്നു. കുഷ്ഠരോഗലക്ഷണങ്ങൾ ഇവിടെ രൂപകങ്ങളുടെ രൂപത്തിൽ അവസാനവരികളിൽ കടന്നുവരുന്നു:

"പാല്ച്ചു ണങ്ങു പടർന്നു പിടിച്ചു
പൂക്കിലക്കൈവിരൽ മരവിച്ചു,
ഇല്ലത്തുംകാവിലെ സർപ്പത്താന്മാരേ
ഇന്നെന്നെ എന്തേ വിളിക്കാത്തു
നിങ്ങൾ ഇന്നെന്നെ എന്തേ വിളിക്കാത്തു."

ആയില്യം നാളിൽ മണ്ണാറശാലയിൽ പൂക്കുലയേന്തി മഞ്ഞളുകൊണ്ടു കളമെഴുതിയ കന്നിപ്പെണ്ണിന്റെ നിസ്സഹായമായ ഒരു നിലവിളികൂടി ഈ പാട്ടിലുണ്ട്. കുഷ്ഠരോഗികളുടെ ദുരവസ്ഥയെക്കുറിച്ചുള്ള പാട്ടിൽ രോഗത്തെ ഒരു ശാപമോ ദുർവ്വിധിയോ ആയാണ് കാണുന്നത്: ഈ ഭൂമി അവർക്ക് കറുത്ത ചക്രവാളമതിലുകൾ ചൂഴുന്ന, കാരാഗൃഹവും മുകളിൽ ശൂന്യാകാശവും താഴെ നിഴലുകളിഴയുകയും ചെയ്യുന്ന നരകവുമായിത്തീരുന്നു. തങ്ങളെ മാത്രം ഈ മണ്ണിൽ എന്തിന് കറുത്ത ചായം മുക്കി വികൃതമായ് മണ്ണിൽ വരച്ചു' എന്ന പരിദേവനമാണ് ഇവിടെയുള്ളത്. വാസന്തശില്പികൾ പൂജയ്ക്കെടുക്കാതെ പുഴുക്കുത്തിയ, കൊഴിയാൻ നില്ക്കുന്ന പൂക്കളെ നിങ്ങൾ മറന്നു എന്നും കുറ്റപ്പെടുത്തുന്നു. ഈ പ്രമേയത്തെ, അതേ രൂപകങ്ങൾ ഉപയോഗിച്ചുകൊണ്ട് മറ്റൊരു പാട്ട് പിന്തുടരുന്നുമുണ്ട്: വഴിയറിയാതെ മുടന്തി നടക്കും വിധിയുടെ ബലിമൃഗങ്ങളുടെ വിഫലമോഹങ്ങളെയും ബന്ധങ്ങളെയും കുറിച്ചുള്ള ഈ പാട്ട് ഒരുപക്ഷേ, മറ്റൊരു ജന്മത്തിലേ തങ്ങൾക്ക് ഈ വിധിയിൽനിന്ന് മോക്ഷമുള്ളൂ എന്ന് ഒരു *ഭഗവദ്ഗീതാ*രൂപകത്തെ (വാസാംസി ജീർണാനി..) പരാമർശിച്ചുകൊണ്ട് സൂചിപ്പിക്കുന്നുണ്ട്: "ഈ മണ്ണിൽ കിടക്കുന്ന കൊഴിഞ്ഞ പൂക്കൾ, ഇതു വഴി പോയവർതൻ കാലടികൾ / അക്കരെ മരണത്തിൻ ഇരുൾമുറിയിൽ /അഴുക്കുവസ്ത്രങ്ങൾ മാറിവരും, അവർ മടങ്ങിവരും."

രോഗിയുടെ നിസ്സഹായവും ഏകാന്തവുമായ നിലവിളികളാണിവ; അവ സമൂഹം രോഗികളോട് പുലർത്തുന്ന അവഗണനയെയും വെറുപ്പിനെയുമെല്ലാം സ്വന്തം ദുർവിധിയായി ഭാവനചെയ്യുകയും ഈ ജന്മത്തിൽ തങ്ങൾക്ക് മോചനമില്ലെന്ന് വിലപിക്കുകയും ചെയ്യുന്നു. ഇത്തരം ആത്മനിന്ദയ്ക്കും നിസ്സഹായതയ്ക്കുമുള്ള പരിഹാരമോ മറുപടിയോ പോലെയാണ് 'ഉദയഗിരി ചുവന്നു ഒരു യുഗമുണരുന്നു /അശ്വരഥത്തിലെഴുന്നള്ളുന്നു ശില്പി യുഗശില്പി..' എന്ന ഗാനം കടന്നുവരുന്നത്. നേരത്തേ സൂചിപ്പിച്ച തങ്ങളോട് ക്രൂരമായി പെരുമാറിയ വിധിയെയും

പ്രകൃതിയെയും ഇവിടെ ശാസ്ത്രം നല്കുന്ന പ്രതീക്ഷയിലൂടെയാണ് നേരിടുന്നത്: ഒരുവശത്ത് അത് ശാസ്ത്രചിന്തയും യുക്തിബോധവും ഇനിയും വേരുപിടിച്ചിട്ടില്ലാത്ത അന്ധകാരത്തിൽ കഴിയുന്ന ഒരു നാടിനോടും സംസ്കാരത്തിനോടുമുള്ള ആഹ്വാനമാണ്: 'ഇതിഹാസങ്ങൾ മന്ത്രം ചൊല്ലും ഈ യാഗ ഭൂമികളിൽ, ഉയരുകയല്ലോ പുതിയൊരു ജീവിതപുനരുജ്ജീവന ഗീതം. അന്ധകാരമേ അന്ധകാരമേ, അകലെ അകലെ അകലെ..' അത് പ്രകൃതിയോടും ജീവപരിണാമത്തോടുമുള്ള മനുഷ്യവംശത്തിന്റെ പ്രതീക്ഷയും പ്രാർത്ഥനയും കൂടിയായി മാറുന്നുണ്ട്: 'ഋതുദേവതമാർ താലമുയർത്തും ഈ രാജവീഥികളിൽ/ഉയരുകയല്ലോ ശാസ്ത്രയുഗത്തിൻ പുതിയ കുളമ്പടി നാദം /വിശ്വസത്യമേ വിശ്വസത്യമേ, ഇതിലേ ഇതിലേ ഇതിലേ..'

ആധുനികവൈദ്യശാസ്ത്രം 'ഔദ്യോഗിക' ശാസ്ത്രമായിത്തീരുകയും രോഗത്തെക്കുറിച്ചുള്ള സാമൂഹികഭാവനകളും പൊതുധാരണകളും മാറിക്കൊണ്ടിരിക്കുന്നതുമായ മാറ്റത്തിന്റെയും ചിന്താപരിണാമത്തിന്റേതുമായ ഒരു അന്തരീക്ഷം അശ്വമേധത്തിലുണ്ട്. വിധിക്കും രോഗാവസ്ഥയ്ക്കുമെതിരെ പോരാടുന്ന ഒരു ജനതയുടെ/സംസ്കാരത്തിന്റെ സംഘർഷങ്ങളും സന്ദേഹങ്ങളുമെല്ലാം ഈ ചിത്രത്തിലുണ്ട്: അവിടെ പൗരാണികഭാവനകളും, വിശ്വാസങ്ങളും, സാമൂഹിക അനാചാരങ്ങളും, ഒപ്പം യുക്തിവിചാരങ്ങളും ആധുനികചിന്തകളും ആത്മീയമായ ഉണർച്ചകളുമെല്ലാം അവിടെ ഇടകലരുന്നുണ്ട്. മാറിക്കൊണ്ടിരിക്കുന്ന, അല്ലെങ്കിൽ മാറാൻ സ്വയം സജ്ജമായിക്കൊണ്ടിരിക്കുന്ന ഒരു സമൂഹത്തെയും അതിനു ത്വരകമായിമാറുന്ന വ്യക്തികളെയും നമുക്കവിടെ കാണാം; ആ പ്രക്രിയയിൽ അതുവരെ സത്യമെന്നും സനാതനമെന്നും സ്വാഭാവികമെന്നും കരുതിയിരുന്ന പലതും ചോദ്യം ചെയ്യപ്പെടുന്നു, പുതിയതായി കടന്നുവരുന്നവ സംശയത്തോടെ വീക്ഷിക്കപ്പെടുന്നു. രോഗത്തിലൂടെ സമൂഹത്തിന്റെ സങ്കീർണ്ണതകളിലേക്ക് ചിത്രം സഞ്ചരിക്കുന്നു. രോഗി എന്ന വ്യക്തിയുടെ ശരീരവും മനസ്സും പോലെ സമൂഹശരീരവും മനസ്സും ഇവിടെ ഒരുപോലെ കഥാപാത്രങ്ങളായി മാറുന്നു.

പലതരത്തിൽ പലരിലുമുണ്ടാകുന്ന മാറ്റങ്ങളെയും മനഃപരിവർത്തനങ്ങളെയും കുറിച്ചാണ് അശ്വമേധം; അതിൽ വ്യക്തികളും കുടുംബവും സമൂഹവും ശാസ്ത്രവും ആരോഗ്യസ്ഥാപനങ്ങളും നിയമവ്യവസ്ഥയുമെല്ലാമുണ്ട്. നിയമം തിരുത്തപ്പെടുന്നു; രോഗം കുടുംബബന്ധങ്ങളെ ഉലയ്ക്കുകയും പരിവർത്തിപ്പിക്കുകയും ചെയ്യുന്നു. രോഗികൾ സ്നേഹത്തിന്റെ മായികസ്പർശത്തിൽ പുതുജീവിതം നേടുന്നു. ഡോക്ടർ തന്റെ ശാസ്ത്രയുക്തിക്ക് ഉണ്ടാകേണ്ട മാനുഷികതയെക്കുറിച്ച് ബോധവാനാകുന്നു; ഡോക്ടറുടെ ഭാര്യ ഗേളി തന്റെ ഭർത്താവിനെ ആത്മീയമായി തിരിച്ചറിയുന്നു; രോഗമുക്തയായ സരോജം തനിക്ക് കുടുംബത്തെയും ദാമ്പത്യത്തെയും അതിവർത്തിക്കുന്ന ഒരു ജീവിതമുണ്ടെന്ന് മനസ്സിലാക്കുന്നു. സരോജത്തിന്റെ സഹോദരങ്ങളും അച്ഛനും അവരുടെ തെറ്റ്

തിരിച്ചറിയുന്നു. ചികിത്സയ്ക്കൊപ്പം സ്നേഹവും ആവശ്യമാണെന്ന് ഡോക്ടർമാർ തിരിച്ചറിയുന്നു. മന്ത്രവാദി പോലും തന്റെ തെറ്റ് തിരിച്ചറിഞ്ഞ് ശാസ്ത്രത്തെ ആശ്രയിക്കുന്നു.

മാറ്റവും ഒപ്പം മാറ്റത്തോടുള്ള പ്രതിരോധവും അതിനെക്കുറിച്ചുള്ള സന്ദേഹങ്ങളും സന്ദിഗ്ദ്ധതകളുമെല്ലാം പ്രകാശിപ്പിക്കുന്നു എന്നതായിരിക്കും *അശ്വമേധ*ത്തെ ഇന്നും പ്രസക്തമാക്കുന്നത്. ശാസ്ത്രീയവും നിയമപരവും സാമൂഹികവുമായ ബാഹ്യമാറ്റങ്ങൾക്കൊപ്പം മാനസികവും ആത്മീയവുമായ ആന്തരികമാറ്റങ്ങളും കൂടി ചേർന്നതാണ് ഇവിടെ രോഗപ്രതിരോധം. മാനുഷികതയും ശാസ്ത്രീയതയും ആത്മീയതയുമൊക്കെ കലരുന്ന ഒരുതരം അറിവിനെക്കുറിച്ചുള്ള പരതൽ പോലെയാണ് ഈ ചിത്രം ഇന്നു കാണുമ്പോൾ നമുക്കനുഭവപ്പെടുക.

വൈറസ് വിവരസമൂഹത്തിലെ രോഗം

അരനൂറ്റാണ്ടിനുശേഷമിറങ്ങിയ *വൈറസിൽ* തികച്ചും വ്യത്യസ്തമായ ഒരു ചിത്രമാണ് നമ്മൾ കാണുന്നത്. രോഗം, രോഗി, ചികിത്സ, വൈദ്യശാസ്ത്രം, സമൂഹം എന്നിവയെക്കുറിച്ചെല്ലാമുള്ള വിചാരങ്ങൾ/ ഭാവനകൾ എത്രകണ്ട് മാറിയിരിക്കുന്നു എന്നു പ്രതിഫലിക്കുന്നതാണ് ഈ ചിത്രം പിന്തുടരുന്ന ദൃശ്യഭാഷയും പരിചരണരീതിയും ആഖ്യാനസങ്കേതങ്ങളും. ഇവിടെയും വ്യക്തികൾ (വിവിധ തുറകളിൽനിന്നുള്ള കഥാപാത്രങ്ങൾ), വ്യവസ്ഥകൾ/സ്ഥാപനങ്ങൾ (കുടുംബം, ആശുപത്രി, ശാസ്ത്രസാങ്കേതികകേന്ദ്രങ്ങൾ, പലതരം തൊഴിൽ മേഖലകൾ, യൂണിയനുകൾ, മതസ്ഥാപനങ്ങൾ) വിശ്വാസങ്ങൾ/നിലപാടുകൾ (മതപരവും മതത്തെക്കുറിച്ചുള്ളതും, രാഷ്ട്രീയസംബന്ധിയും ആയവ) ആഖ്യാനത്തിലേക്ക് കടന്നുവരുന്നുണ്ട്. എന്നാൽ അവയെ അവതരിപ്പിക്കുന്നതിലും ഓരോന്നിനും നല്കപ്പെടുന്ന ആഖ്യാനസമയവും പ്രാധാന്യവുമെല്ലാം പുതിയ കാലത്തിനനുസരിച്ച് വ്യത്യസ്തമാണ്.

സമയത്തിനെതിരെയുള്ള ഒരു ഓട്ടമത്സരത്തിന്റെ വേഗതയാണ് *വൈറസിന്റെ* ആഖ്യാനരീതിക്ക്. വിവിധ അവസ്ഥകളിലുള്ള പലതരം കഥാപാത്രങ്ങളുടെ വളരെ ഹ്രസ്വവും വികാരതീവ്രവുമായ നാടകീയ രംഗങ്ങൾ കോർത്തിണക്കിക്കൊണ്ടുള്ള ഉദ്വേഗജനകമായ രംഗസന്നിവേശരീതിയാണ് ഈ ചിത്രത്തിന്റേത്. രോഗികൾ, ബന്ധുക്കൾ, നഴ്സുമാർ, ഡോക്ടർമാർ, മറ്റു ആരോഗ്യപ്രവർത്തകർ, ആരോഗ്യവകുപ്പ് ഉദ്യോഗസ്ഥർ, ശാസ്ത്രജ്ഞർ, മന്ത്രി, ജില്ലാകളക്ടർ തുടങ്ങിയുള്ള സർക്കാർ ഉദ്യോഗവൃന്ദം, പിന്നെ രോഗപ്രതിരോധത്തിൽ പങ്കെടുക്കുന്ന പൗരസമൂഹം എന്നിങ്ങനെ വിവിധ മേഖലകളിൽനിന്നുള്ള മനുഷ്യരുടെ ഒരു വലിയനിരതന്നെ ചിത്രത്തിലുണ്ട്. ഒരു മാരകരോഗം സൃഷ്ടിക്കുന്ന ഭയാനകമായ അന്തരീക്ഷം മനുഷ്യബന്ധങ്ങളുടെ വിവിധ അടരുകളിലും പടുതി

പാർവ്വതി, രേവതി, ടൊവിനോ തോമസ്, റിമകല്ലിങ്കൽ, കുഞ്ചാക്കോ ബോബൻ

കളിലും ഉണ്ടാക്കുന്ന ആഘാതങ്ങളാണ് വൈറസിന്റെ ഊടും പാവും. പ്രണയപ്രതിസന്ധികളും കുടുംബകഥകളും കുറ്റകൃത്യങ്ങളും ആത്മ ത്യാഗവും കൊടിയ രാഗദ്വേഷങ്ങളും അതിലുണ്ട്. അതിനുപുറമെ, രോഗസ്രോതസ്സിനായുള്ള കുറ്റാന്വേഷണശൈലിയിലുള്ള പിന്തുടരലും മതവിശ്വാസത്തിന്റെ പ്രശ്നങ്ങളും രാഷ്ട്രാന്തരീയ ഗൂഢാലോചനയും എല്ലാം ഇവിടെ ഇടകലരുന്നു.

ആദ്യം ഒറ്റയ്ക്കൊറ്റയ്ക്കായുള്ള രോഗികളുടെ വരവ്, രോഗത്തിന്റെ ക്രമേണയുള്ള വ്യാപനം, അതുയർത്തുന്ന ആശങ്കകൾ, രോഗത്തെയും രോഗികളെയുംകുറിച്ചുള്ള പ്രാഥമികാന്വേഷണങ്ങൾ, തുടർന്നുള്ള ശാസ്ത്രീയവിശകലനങ്ങൾ എന്നിങ്ങനെ പുരോഗമിക്കുന്നതാണ് ചിത്രത്തിന്റെ ആദ്യഭാഗം. രണ്ടാം ഭാഗം ഒരു കുറ്റാന്വേഷണചിത്രത്തിന്റെ ഗതിവേഗത്തിലാണ് മുന്നേറുന്നത്; രോഗികളുടെ റൂട്ട് മാപ്പും അവർ ബന്ധപ്പെട്ട മനുഷ്യരെയും കണ്ടെത്താനുള്ള സഞ്ചാരങ്ങളും അതിലൂടെ വെളിപ്പെടുന്ന ചില നാടകീയമായ സന്ദർഭങ്ങളും സംഭവങ്ങളുമാണവ. മറ്റൊരു ആഖ്യാനധാരയിൽ കേന്ദ്രസർക്കാർ പ്രതിനിധികളും സംസ്ഥാനത്തിന്റെ രാഷ്ട്രീയനേതൃത്വവും തമ്മിൽ രോഗസ്രോതസ്സിനെക്കുറിച്ചുയർന്നുവരുന്ന ചില അഭിപ്രായഭിന്നതകളുമുണ്ട്. എന്നാൽ ഇതെല്ലാം പരിഹരിച്ച്, രോഗം പടർന്ന പ്രദേശത്തെ മനുഷ്യരും ആരോഗ്യപ്രവർത്തകരും സ്ഥാപനങ്ങളും ഭരണസംവിധാനങ്ങളും ഇവയുടെ നേതൃത്വങ്ങളുമെല്ലാം ഒറ്റക്കെട്ടായി രോഗത്തെ തോല്പിക്കുന്നതാണ് *വൈറസിന്റെ* കഥ.

യഥാർത്ഥസംഭവങ്ങളെ ആസ്പദമാക്കിയുള്ളതും വിജയപര്യവസായിയുമായ ഈ ചിത്രത്തിന്റെ ചിത്രീകരണരീതിയും സന്നിവേശ

വേഗവും ലാവണ്യസങ്കല്പവും കഥാപാത്രസ്വരൂപങ്ങളുമെല്ലാം ഹോളിവുഡ് മാതൃകയാണ് പിന്തുടരുന്നത്. എല്ലാ പ്രശ്നങ്ങളെയും അതിവർത്തിക്കുന്ന അമേരിക്കൻ ശാസ്ത്ര–സൈന്യ–വിനോദവ്യവസായസംയുക്തത്തിന്റെ യുക്തികളും ഭാവനാശീലങ്ങളും ഇവിടെയും പ്രവർത്തിക്കുന്നതുകാണാം. അതിങ്ങനെയാണ് പുരോഗമിക്കുക: ഒരു സമൂഹത്തിന് പെട്ടെന്ന് അതിനെയാകെ ആഴത്തിൽ ബാധിക്കുന്ന ഒരു പ്രശ്നത്തെ അഭിമുഖീകരിക്കേണ്ടിവരുന്നു: അതിന് പരിഹാരം കണ്ടെത്താനായി അവിടെയുള്ള ജ്ഞാന–ഭരണസംവിധാനങ്ങളെല്ലാം തയ്യാറെടുക്കുന്നു: ഒടുവിൽ പലതരം തടസ്സങ്ങളെയും മറികടന്നുകൊണ്ട് ചില സാഹസികരായ വ്യക്തികളുടെ മുൻകൈയിൽ പ്രശ്നം പരിഹരിക്കപ്പെടുന്നു; രാജ്യം, ചിലപ്പോൾ ലോകം നാശത്തിൽനിന്ന് സംരക്ഷിക്കപ്പെടുന്നു. ഈ ബൃഹദാഖ്യാനത്തിനു സമാന്തരമായി നായികാനായകന്മാരുടെ കുടുംബ/പ്രണയതടസ്സങ്ങളും അവയുടെ ശുഭകരമായ പരിസമാപ്തിയിലേക്കെത്തുന്നു. ഇത്തരത്തിലുള്ള ഒരാഖ്യാനരീതിയുടെ പ്രാദേശികമാതൃകയാണ് *വൈറസി*ന്റേത്.

എന്നാൽ തികച്ചും വ്യക്തി/നായക കേന്ദ്രീകൃതമല്ല *വൈറസി*ന്റെ ആഖ്യാനം. കേരളത്തിന്റെ സവിശേഷമായ സാമൂഹികസാഹചര്യത്തിൽ ഇതിലെ കഥാപാത്രങ്ങൾ സ്വതന്ത്രവ്യക്തികൾ എന്നതിനെക്കാൾ പലവിധ സംഘ/വർഗ്ഗ/സമുദായ സ്വത്വങ്ങളുടെ പ്രതിനിധികളോ പ്രതിബിംബങ്ങളോ ആണ്. അതുകൊണ്ടുതന്നെ പലരും സംഘടനാപ്രവർത്തകരും, മതവിശ്വാസികളും രാഷ്ട്രീയപ്രതിനിധികളും പലതട്ടിലുള്ള സാമ്പത്തികസ്ഥിതിയിൽനിന്നും ജാതിമതസമുദായങ്ങളിൽനിന്നും വരുന്നവരാണ്. അതുകൊണ്ടുതന്നെ പലതരം സംഘങ്ങളും സംഘടനകളും പ്രശ്നത്തിന്റെയും പ്രശ്നപരിഹാരത്തിന്റെയും ഭാഗമായിത്തീരുന്നു. ഉദാഹരണത്തിന് ഇത്തരം അടിയന്തരഘട്ടങ്ങളിൽ അവശ്യസേവനങ്ങൾ ലഭ്യമാക്കാനായി മെഡിക്കൽ കോളേജിലെ താല്കാലിക ജീവനക്കാരുടെ സംഘടനയെയും സമരത്തെയും മാനേജ്മെന്റിന് നേരിടേണ്ടിവരുന്നുണ്ട്. രോഗികളുടെ മൃതദേഹം ദഹിപ്പിക്കുന്നതിനെക്കുറിച്ച് ഇസ്ലാം മതവിശ്വാസികൾ ആശങ്ക പ്രകടിപ്പിക്കുമ്പോൾ മതപണ്ഡിതരുമായി ചർച്ചചെയ്ത് ആ പ്രശ്നത്തിന് പരിഹാരം കണ്ടെത്തേണ്ടിവരുന്നു. രോഗപ്പടർച്ചയുടെ സമയത്ത് ആംബുലൻസ് സേവനം ഉറപ്പാക്കാനായി കളക്ടർ വണ്ടി ഉടമകളുടെ യോഗം വിളിച്ച് ചർച്ച ചെയ്യുന്നു. കേന്ദ്രത്തിൽനിന്നുള്ള പ്രതിനിധികളും സംസ്ഥാനത്തെ പ്രതിനിധീകരിക്കുന്നവരും തമ്മിലുള്ള മുഖാമുഖത്തിൽ രണ്ടുതരം രാഷ്ട്രീയതാല്പര്യങ്ങൾ ഏറ്റുമുട്ടുന്നു.

പ്രശ്നപരിഹാരമാർഗ്ഗത്തിലെ തടസ്സങ്ങളെയും വെല്ലുവിളികളെയും നേരിട്ടുകൊണ്ട് സാഹസികരും ത്യാഗസന്നദ്ധരുമായ വ്യക്തികളുടെ

നേതൃത്വത്തിൽ ദൗത്യം വിജയകരമായി പര്യവസാനിക്കുന്നു. ഈ ധർമ്മ യുദ്ധം നടക്കുന്നതിനിടയിലൂടെ മുഖ്യകഥാപാത്രങ്ങൾ നേരിടുന്ന കുടുംബ/പ്രണയപ്രശ്നങ്ങൾ കൂടി പരിഹൃതമാകുന്നുണ്ട്. അങ്ങനെ ഒരു സംതൃപ്തവും സമ്പൂർണ്ണവുമായ കുടുംബത്തിന്റെ ഒത്തുചേരലിലാണ് ഹോളിവുഡ് സിനിമകളും അവസാനിക്കുക പതിവ്. പ്രശ്നം > പ്രശ്ന കാരണം കണ്ടെത്തൽ > പ്രശ്നപരിഹാരം കണ്ടെത്തൽ > അതിനായുള്ള സന്നാഹങ്ങൾ/വിഭവങ്ങൾ ഒരുക്കൽ > പ്രശ്നത്തെ നേരിടൽ > പരിഹാരം എന്നിങ്ങനെ വളരെ രേഖീയമായ രീതിയിലാണ് ഇത്തരം ആഖ്യാനങ്ങൾ മുന്നേറുന്നത്. അവിടെ സന്ദേഹങ്ങളും സന്ദിഗ്ദ്ധത കളുമെല്ലാം തന്നെ മറികടക്കേണ്ടതും ഉന്മൂലനം ചെയ്യേണ്ടതുമായ തടസ്സങ്ങൾ മാത്രമാണ്. മനുഷ്യരെല്ലാം ചേർന്ന് ഒറ്റക്കെട്ടായി ഒരൊറ്റ നേതൃത്വത്തിനുകീഴിൽ ഒരു ബൃഹദ് യന്ത്രത്തിന്റെ ഭാഗമായി ഒരൊറ്റ പരിഹാരത്തിനായി പ്രവർത്തിക്കുന്നതാണ് ഇവിടെ നമ്മൾ കാണുക. ശാസ്ത്രയുക്തിയും ഭരണയുക്തിയും ജനവികാരവും നേതൃത്വഭാവനയും എല്ലാം ഒത്തുചേരുന്ന ഈ മുന്നണി അതിന്റെ കാര്യക്ഷമതകൊണ്ട് നമ്മളെ അമ്പരപ്പിക്കുമെങ്കിലും ഒപ്പം ബദൽ ചിന്തകളെയും ഭാവനകളെയുമെല്ലാം അസാദ്ധ്യമാക്കുകയും ചെയ്യുന്നുണ്ട്. പ്രശ്നത്തെ അറിയൽ/നിർവ്വചിക്കൽ, അതിനെപ്പറ്റിയുള്ള വിവരശേഖരണം, പരിഹാര നിർദ്ദേശങ്ങൾ വികസിപ്പിക്കൽ, പരീക്ഷണങ്ങളിലൂടെ ഫലപ്രദമായ മാർഗ്ഗങ്ങൾ കണ്ടെത്തൽ, അതു നടപ്പിലാക്കൽ എന്ന രീതി ഇത്തരം രേഖീയയുക്തികൾക്കു വഴങ്ങാത്തതും നിലനില്ക്കുന്ന ജ്ഞാന/അധികാരവ്യവസ്ഥയുടെ നിയമങ്ങളനുസരിക്കാത്തതുമായ കാഴ്ചകളെയും ഭാവനകളെയും അതുകൊണ്ടുതന്നെ പരിഹാരമാർഗ്ഗങ്ങളെയും ആ ആഖ്യാനലോകത്തിലേക്ക് കടക്കാൻ പോലും കഴിയാത്തവണ്ണം അകറ്റിനിർത്തുന്നു (ഈ ചിത്രത്തിലെ പാട്ടുകൾ ശ്രദ്ധിക്കുക: വൈയക്തികതയ്ക്കപ്പുറം മൊത്തത്തിലുള്ള മൂഡുകൾ സൃഷ്ടിക്കാനായുള്ള പശ്ചാത്തലസംഗീതം പോലെയാണവ കടന്നുവരുന്നത്; അവയുടെ മാതൃകയും ഇംഗ്ലീഷ് ഈണങ്ങളും ഗാനാലാപനരീതിയുമാണ് എന്നതും ശ്രദ്ധേയമാണ്). ഈ ലോകം ഭരിക്കുന്ന യുക്തിയെ ചോദ്യം ചെയ്യാനായി *അശ്വമേധ*ത്തിലെ മന്ത്രവാദിയെപ്പോലുള്ള ഒരു കോമാളിയെപ്പോലും നമ്മൾ കാണുകയില്ല. അത്രയും സമഗ്രമാണ് അതിന്റെ ബോധഘടന. ഇവിടെ രോഗി അഥവാ മനുഷ്യൻ എന്നത് ഒരു ദത്തം (ഡാറ്റ) ആണ്. സമൂഹം എന്നത് നിരന്തരം നിരീക്ഷിക്കുകയും ശേഖരിക്കുകയും സമാഹരിക്കുകയും വിശകലനത്തിനു വിധേയമാക്കി നിയന്ത്രണത്തിൽ കൊണ്ടുവരേണ്ടതുമായ ഒരു ദത്തസഞ്ചയവും. ഏതൊരു നിരീക്ഷണ സമൂഹത്തിനും ഹരം പകരുന്ന കാര്യങ്ങൾ കുറ്റകൃത്യങ്ങളും ഗൂഢാലോചനകളും ദുരൂഹസാഹചര്യങ്ങളുമാണ്; ചിത്രത്തിൽ പലയിടത്തും

രോഗാന്വേഷണം പലതരം കുറ്റകൃത്യങ്ങളുടെയും നിയമലംഘനത്തിന്റെയും ആഖ്യാനങ്ങളിൽ (കള്ളനോട്ട്, ആംബുലൻസിന്റെ ദുരുപയോഗം, കുടുംബശൈഥില്യം..) എത്തിപ്പെടുന്നത് അതുകൊണ്ടുതന്നെ സ്വാഭാവികമാണ്. വാസ്തവത്തിൽ *വൈറസി*ലെ നിപാ 'ആക്രമണ' ത്തിന്റെ മൂലസ്രോതസ്സ് എന്നത് ഒരു ചെറുപ്പക്കാരൻ ഒരു ജീവിയോട് കാണിക്കുന്ന കരുണയാണ്. മറ്റൊരു ജീവിയോട് അയാൾ കാണിക്കുന്ന കരുണയുടെതായ ഒരു കൃത്യമാണ് ആ മനുഷ്യസമൂഹത്തിൽ സംഭവിക്കുന്ന ദുരന്തത്തിന് കാരണമാകുന്നത് ചിത്രത്തിന്റെ ആഖ്യാനത്തിലുള്ള ഈ രണ്ടു യാദൃച്ഛികതകളും 'രോഗം കുറ്റമാണോ?' എന്ന പഴയ ചോദ്യത്തിനെ പുതിയ ചില ഉത്തരങ്ങളുമായി അല്ലെങ്കിൽ ആശങ്കകളുമായി ഘടിപ്പിക്കുന്നുണ്ട്. ഈ ഉത്തരങ്ങൾ/ആശങ്കകൾ മനുഷ്യകേന്ദ്രിതവും പ്രയോജനവാദപരവുമായ ശാസ്ത്രത്തിൽ 'വിശ്വസിക്കുന്ന' ഒരു സമൂഹത്തിന്റേതുകൂടിയാണ്.

മിഷേൽ ഫുക്കോ 'ഗവൺമെന്റാലിറ്റി' എന്നു വിശേഷിപ്പിക്കുന്ന ഒരുതരം സമൂഹമനഃസ്ഥിതിയാണ് ചിത്രത്തിന്റേത്. (ഗവൺമെന്റ് മെന്റാലിറ്റി എന്നീ പദങ്ങൾ ചേർത്തുകൊണ്ടുള്ള ഭരണനിർവ്വഹണയുക്തിയെന്നോ ഭരണമനഃസ്ഥിതി എന്നോ വിശേഷിപ്പിക്കാവുന്ന ഈ പരികല്പന ഒരു സമൂഹത്തെയാകെ ചൂഴ്ന്നുനില്ക്കുന്ന അവസ്ഥയെയാണ് സൂചിപ്പിക്കുന്നത്. സർക്കാരും ഭരണനിർവ്വഹണയുക്തിയുമെല്ലാം സർവ്വാന്തര്യാമിയായി ഒരു സമൂഹത്തിൽ പ്രവർത്തിക്കുന്നു. മുകളിൽനിന്ന് അടിച്ചേല്പിക്കപ്പെടുന്നതോ വ്യക്തികൾ ബോധപൂർവ്വം സ്വീകരിക്കുന്നതോ ആയ നിലപാടുകൾ എന്നതിലുപരി ഗവൺമെന്റിന്റെ മെന്റാലിറ്റിയെ ഒരു സമൂഹം മുഴുവൻ സ്വാംശീകരിക്കുകയും സ്വാഭാവികമാക്കുകയും ചെയ്യുന്ന ഒരവസ്ഥ. അവിടെ ഭരണനിർവ്വഹണം എന്നത് ശാസ്ത്രയുക്തിയും പൗരന്മാരുടെ ത്യാഗസന്നദ്ധതയും സമർപ്പണബോധവുമൊക്കെയായിച്ചേർന്ന് ലോകത്തെ നേരിടുന്നു. ചിത്രത്തിൽ അത്തരമൊരു ജ്ഞാന/അധികാരസംയുക്തമാണ് രോഗത്തിന്റെ പടർച്ചയെ നിയന്ത്രിക്കുന്നത്. ഇവിടെ നൈതികമോ ആത്മീയമോ ആയ സന്ദേഹങ്ങൾക്കോ സന്ദിഗ്ദ്ധതകൾക്കോ ഇടമില്ല; എല്ലാം പരിഹരിക്കാവുന്ന പ്രശ്നങ്ങൾ മാത്രം.

*അശ്വമേധ*ത്തിൽനിന്ന് *വൈറസി*ലേക്കുള്ള 'പുരോഗതി' സാമൂഹ്യപ്രക്രിയകളിൽനിന്ന് കർമ്മപദ്ധതികളിലേക്കും, സന്ദേഹങ്ങളിൽനിന്ന് ഉറപ്പുകളിലേക്കും, പൗരസമൂഹത്തിൽനിന്ന് ദത്തസഞ്ചയങ്ങളിലേക്കും, ബഹുസ്വരമായ ആശങ്കകളിൽനിന്നും ആശ്രയങ്ങളിൽനിന്നും ഗവൺമെന്റാലിറ്റിയിലേക്കും ഉള്ളതാണ്. പലതരം ഭാവനകൾ തമ്മിലുള്ള രാസപ്രവർത്തനങ്ങൾക്കുപകരം വിവിധ താല്പര്യങ്ങളുടെയും വൈഭവങ്ങളുടെയും ഏകോപനത്തിലാണ് ഇവിടെ ഊന്നൽ. ഓരോ രോഗവും

ഒരു പ്രോജക്ട് ആണ്, രോഗിയും രോഗവുമെല്ലാം പരിഹരിക്കേണ്ട പ്രശ്നങ്ങളും. അതുകൊണ്ടുതന്നെ *അശ്വമേധ*ത്തിലെന്നപോലെ, രോഗത്തിനു മുമ്പും പിൻപുമുള്ള രോഗിയുടെ ജീവിതം അവിടെ പ്രസക്തവുമല്ല ഇനിയും അവരൊരു രോഗി/പ്രശ്നം ആകുന്നതുവരെ. മനുഷ്യരുടെയും സമൂഹത്തിന്റെയും മനോഘടനയിൽ സംഭവിക്കുന്ന പരിവർത്തനങ്ങളെക്കുറിച്ചാണ് *അശ്വമേധം* എങ്കിൽ മനുഷ്യരുടെ പരിവർത്തനം എന്നതിലേക്ക് വൈറസ് പ്രവേശിക്കുന്നതേയില്ല; *വൈറസിൽ* വിജയിക്കുന്ന 'ആദർശ'സമൂഹം വിവരങ്ങളുടെ ഊർജ്ജത്തിൽ പ്രവർത്തിക്കുന്ന ഒരു യന്ത്രമാണ്. അതിന്റെ ഭാഗഭാക്കുകളായ പരിവർത്തനാനന്തര ജനത നിയന്ത്രണവിധേയത്വമുള്ള ഒരു വിവരസമൂഹമാണ്, ആന്തരികമായ മാറ്റങ്ങളിലേക്കു തുറന്നിരിക്കുന്ന, എപ്പോഴും യാദൃച്ഛികതകളെ പ്രതീക്ഷിക്കുന്ന ഒരു ജൈവസമൂഹമല്ല.

മലയാള സിനിമയിലെ വാർദ്ധക്യത്തിന്റെ അവസ്ഥാന്തരങ്ങൾ

ഒരു വൃദ്ധൻ ഒരു അതിവിഷമമായ കടൽ യാത്ര കഴിഞ്ഞു തുറമുഖത്തെത്തിയ കപ്പൽ പോലെയാണ്. ജീവിതദശയിലുള്ള കുഴിയിലും കുണ്ടിലും ചാടി മലകളും കുന്നുകളും കയറി കാറ്റും മഴയുമേറ്റ് ഒടുവിൽ ഇതാ രക്ഷപ്പെട്ടു വാർദ്ധക്യമാകുന്ന അഭയസ്ഥാനം പ്രാപിച്ചിരിക്കുന്നു. ഇനി ഇവയെ ഒന്നിനെയും ഭയപ്പെടേണ്ട ആവശ്യവുമില്ല. സമാധാനത്തെ പ്രാപിച്ച മനസ്സ്, ശാന്തിയെ പ്രാപിച്ച ഹൃദയം, വിരക്തിയെ പ്രാപിച്ച വികാരങ്ങൾ, തൃപ്തിയെ പ്രാപിച്ച ആഗ്രഹങ്ങൾ, ആത്മാംശങ്ങളായ അനുഭവങ്ങൾ, പരിപക്വമായ ജ്ഞാനം ഇവ മറ്റേതവസ്ഥയിലിരിക്കുന്നവർക്കാണു ലഭിക്കുന്നത്?

ആർ ഈശ്വരപിള്ള, വാർദ്ധക്യം, (ചിന്താസന്താനം)

"Philosophers have chosen to focus on the incomprehensibility of our death [...] rather than on the quiet process of dying that the aged experience, the closing up of the world, the eventual graying of sensation and desire in the very old."

Joseph Esposito, The Obsolete Self. Philosophical Dimensions of Aging

To everything there is a season,
and a time to every purpose under the heaven.
A time to be born, and a time to die; a time to plant,
and a time to pluck up that which is planted.
Ecclesiastes 3:1-2

പതിനഞ്ചാം വയസ്സിൽ ഞാനെന്റെ മനസ്സിനെ പഠനത്തിൽ ഉറപ്പിച്ചു. മുപ്പത് തികഞ്ഞപ്പോൾ എന്റെ നില്പ് ഉറച്ചു. നാല്പതാം വയസ്സിൽ എനിക്ക് സംശയങ്ങളേതുമില്ലായിരുന്നു. അമ്പതായപ്പോൾ, എനിക്ക് സ്വർഗ്ഗത്തിന്റെ കല്പനകൾ ഹൃദിസ്ഥമായിരുന്നു. അറുപതാം വയസ്സിൽ, എന്റെ കാത് സത്യത്തെ എതിരേല്ക്കുവാൻ പാകത്തിന് അനുസരണയുള്ള അവയവമായി. എഴുപതിൽ, എനിക്ക് ശരിയായതിനെ ലംഘിക്കാതെതന്നെ എന്റെ ഹൃദയത്തിന്റെ അഭിലാഷങ്ങളെ പിന്തുടരുവാൻ കഴിഞ്ഞു..

കൺഫ്യൂഷ്യസ്

വാർദ്ധക്യം എന്ന അവസ്ഥ

വാർദ്ധക്യം എന്നത്

വാർദ്ധക്യം എന്നത് ചിലർക്ക് ഈശ്വരപിള്ള വിവരിക്കുന്നതുപോലെ, കൃതൃതയുടെയും സഫലതയുടെയും അനുഭവമായിത്തീരുന്നു, സമൂഹത്തിലും കുടുംബത്തിലും അവരെ അവരുടെ അവസ്ഥയിൽത്തന്നെ ഒരു വ്യക്തിയായും 'മുതിർന്ന' ഒരാളായും പരിഗണിക്കപ്പെടുന്നു. എന്നാൽ എല്ലാവരുടെയും അവസ്ഥ അതല്ല; വാർദ്ധക്യം ഒരു ശിക്ഷയായിത്തീരുന്നത് ഇന്ന് നമ്മുടെ സമൂഹത്തിൽ നിത്യാനുഭവമാണ്.

വാർദ്ധക്യത്തെക്കുറിച്ചുള്ള ഭാവന കാലത്തെക്കുറിച്ചും ഒപ്പം നശ്വരത, ജീവിതത്തിന്റെ അർത്ഥം/ലക്ഷ്യം തുടങ്ങിയവയെക്കുറിച്ചുമുള്ള ധാരണകളുമായി ബന്ധപ്പെട്ടുകിടക്കുന്നു. ഇനി ഒരിക്കലും തിരുത്താനോ പരിഹരിക്കാനോ കഴിയാത്ത, ജീവിച്ചുതീർത്ത ജീവിതത്തെ സ്വയം തിരിഞ്ഞുനോക്കുന്ന/ നോക്കേണ്ടിവരുന്ന ഒരു സന്ദർഭമാണത്: ഇവിടെ തിരിച്ചറിവുകൾ വ്യർത്ഥമാണ്; പരിഹാരമില്ലാത്ത കുറ്റബോധവും, ഇനിയൊരിക്കലും തൃപ്തിപ്പെടാൻ കഴിയാത്ത അഭിലാഷങ്ങളും തീർക്കാനാകാത്ത കണക്കുകളും വീട്ടാനാകാത്ത കടങ്ങളും പറയപ്പെടാതെ പോയ തെറിവാക്കുകളും ഉപദേശങ്ങളും സ്നേഹഭാഷണങ്ങളും നല്കാത്ത അനുഗ്രഹങ്ങളും മാപ്പുകളും സ്പർശങ്ങളും പുണരാത്ത മോഹങ്ങളും നഷ്ടപ്പെടുത്തിയ അവസരങ്ങളും ഇനി ഏറ്റുപറയാൻ അപ്പുറത്ത് ആളില്ലാത്ത തെറ്റുകളും എല്ലാം ഇവിടെ തനിക്കും മരണത്തിനും, തുടർച്ചയ്ക്കും ഒടുക്കത്തിനും, ഇടയിൽ സ്തംഭിച്ചു നില്ക്കുന്നു. താൻ കാലത്തിലും സ്ഥലത്തിലും നടത്തിയ സഞ്ചാരങ്ങൾ ഇവിടെ തൃഷ്ണയുടെ തിരയടങ്ങി അപൂർവ്വം അവസരങ്ങളിൽ നിറവായി/ തൃപ്തിയായി /നേട്ടമായി അനുഭവപ്പെടുന്നു, എന്നാൽ പലരുടെയും കാര്യത്തിൽ അത് വ്യർത്ഥതയും വിഫലതയും അസംബന്ധവും ഒക്കെ ആയിട്ടാണ് ഒരാളെ നേരിടുന്നത്..

വാർദ്ധക്യം എന്നത് പലർക്കും പലതാണ്: ശാരീരികമായ ക്ഷയം, ഏകാന്തത, അന്ത്യത്തെ നേരിടുന്നതിലെ ഭീതി, ഉപയോഗശൂന്യമായിത്തീരുന്നതിലെ ദു:ഖം, സവിശേഷമെന്നു താൻ കരുതുന്ന ചില ജീവിതമൂല്യത്തിന്റെ/ പാരമ്പര്യത്തിന്റെ കാലഹരണപ്പെടൽ, മറ്റുള്ളവ

രാൽ ഉപേക്ഷിക്കപ്പെടൽ, സഫലമാകാത്ത മോഹങ്ങൾ, തകർന്നടിഞ്ഞ സ്വപ്നങ്ങൾ, ചുറ്റുപാടുമായുള്ള ബന്ധവിച്ഛേദം, ഉറ്റവരുടെ നിഷ്ക്രമണങ്ങൾക്ക് സാക്ഷ്യം വഹിക്കേണ്ടിവരൽ തുടങ്ങി പലതുമാണത്; ഇതുവരെ ജീവിച്ചിരുന്നതിന്റേയും ഇപ്പോൾ ജീവിച്ചിരിക്കുന്നതിന്റെയും ന്യായങ്ങൾ മനസ്സിനെ വേട്ടയാടുന്ന സമയമാണത്. എന്തെന്നാൽ അതുവരെ നിങ്ങളുടെ അസ്തിത്വം എന്നത് ബാഹ്യമായ മറ്റു പലതിനാലും സ്ഥാനം, ശക്തി, അധികാരം, പ്രവൃത്തി, ശേഷി, പ്രഭാവം, സ്വാധീനം, കർമ്മശേഷി, ദയ, കാരുണ്യം എന്നിവയാൽ നിർണ്ണയിക്കപ്പെട്ടിരുന്നതും നിരന്തരം സ്ഥാപിക്കപ്പെട്ടിരുന്നതും ആയ ഒന്നായിരുന്നു എങ്കിൽ, വാർദ്ധക്യത്തിലെ സ്ഥിതി അതല്ല. വൃദ്ധരെ സംബന്ധിച്ചിടത്തോളം അവരുടെ നിലനില്പ് എന്നത് ശരീരം എന്ന ഒരു തുടർച്ച മാത്രമായി അനുഭവപ്പെടുന്നു (ജീവനുള്ള ശരീരവും, ചിലപ്പോൾ ഓർമ്മയുള്ള മനസ്സും), അതൊഴികെ മറ്റൊന്നും അവരുടെ അസ്തിത്വത്തെ സ്ഥാപിക്കുകയോ സാധൂകരിക്കുകയോ ചെയ്യുന്നില്ല. സ്ഥാനമാനങ്ങൾ, സമ്പത്ത്, ഔദ്യോഗികബഹുമതികൾ, ഭൗതികവും ബൗദ്ധികവും ആയ നേട്ടങ്ങൾ — ഇവയെല്ലാം അഴിച്ചുവെച്ച് വെറും ശരീരം മാത്രമായി ഒരാൾ അവശേഷിക്കുന്ന അവസ്ഥ. ഒരർത്ഥത്തിൽ ശരീരത്തിന്റെ ഏകാന്തതയാണ് വാർദ്ധക്യം. നിരന്തരം ക്ഷയിച്ചുകൊണ്ടിരിക്കുന്ന, ബലഹീനമാകുന്ന, ഈ അവസ്ഥയിൽ ഒരാൾക്ക് ലോകത്തിന്മേലുള്ള പിടിവിടുന്നു, താൻ ലോകത്തെ നിയന്ത്രിക്കുന്നു വരുതിക്കു നിർത്തുന്നു എന്നൊക്കെയുണ്ടായിരുന്ന തോന്നലിനുപകരം എല്ലാറ്റിനും ലോകത്തെയും മറ്റുള്ളവരെയും ആശ്രയിക്കുന്ന ഒരു പരിതോവസ്ഥയാണത്. അതിനെ എങ്ങനെ ആവിഷ്കരിക്കും എന്നതാണ് വാർദ്ധക്യത്തിന്റെ പ്രശ്നം.

മരണം എന്തിന്റെയെങ്കിലും ഒരു ശിക്ഷയല്ല, എന്നാൽ എന്നെങ്കിലും ഒരിക്കൽ തീർച്ചയായും സംഭവിക്കും എന്നുറപ്പുള്ള ഒരു കാര്യമാണ്; ഒരിക്കലും ചിന്തയ്ക്കു പിടിതരാത്ത അസ്തിത്വത്തിന്റെ പൂർണ്ണവിരാമമാണത്; എന്നാൽ വാർദ്ധക്യം അങ്ങനെയല്ല; അത് അനുഗ്രഹമോ തൃപ്തിയോ പൂർത്തീകരണമോ അല്ലെങ്കിൽ ഒരു ശിക്ഷ തന്നെയോ ആകാവുന്ന ഒരവസ്ഥയാണ്. മരണം എന്ന നിശ്ചിതത്വത്തിനു മുമ്പുള്ള ഒരനിശ്ചിതത്വമാണത്. ജീവിതദൈർഘ്യത്തെയും മരണത്തെയും കുറിച്ചുള്ള ഒരു 'വിസാർഡ് ഓഫ് ഇഡി'ലെ ഒരു കാർട്ടൂൺ ഈ അവസരത്തിൽ ഓർക്കാവുന്നതാണ്: ആ കാർട്ടൂൺ പരമ്പരയിലെ കഥാപാത്രമായ സ്പൂക്കിനോട് ഒരു ഡോക്ടർ പറയുന്നു: "നല്ല വാർത്ത നിങ്ങൾ നൂറു വർഷം തികയുന്നതുവരെ ജീവിച്ചിരിക്കും എന്നുള്ളതാണ്" തിരിച്ച് സ്പൂക്ക് ചോദിക്കുന്നു: "അപ്പോൾ ചീത്ത വാർത്ത?" അതിനു ഡോക്ടർ നല്കുന്ന മറുപടിയിതാണ്: "നിങ്ങൾ നൂറു വർഷം തികയുന്നതുവരെ ജീവിച്ചിരിക്കും എന്നുള്ളതാണത്" (Parker and Hart 1999). ബിസി രണ്ടാംനൂറ്റാണ്ടിൽ ജീവിച്ചിരുന്ന റോമൻ ചിന്തകനായ സിസറോ പറയുന്നതുപോലെ, ആത്മാവ് അനശ്വരമല്ലെങ്കിൽ പോലും, ജീവിതത്തിന്റെ

ദൈർഘ്യം പരിമിതമായിരിക്കുന്നതാണ് അഭികാമ്യം ഒരു കളിയുടെ സമയം പരിമിതമാണ് എന്നതുപോലെ.

ഗിരീഷ് കാസറവള്ളിയുടെ തബ്ബരണകഥെയുടെ ആദ്യരംഗത്തിൽ കുന്നുകയറുന്ന രണ്ടു വേട്ടക്കാർ ചക്രവാളത്തിലേക്ക് ഉറ്റുനോക്കുന്ന തബ്ബരയോട് ചോദിക്കുന്നു: "എന്താണ് നോക്കുന്നത്?" അതിനു തബ്ബര നല്കുന്ന ഉത്തരം "സൂര്യൻ ഉദിക്കുകയാണോ അസ്തമിക്കുകയാണോ എന്നു നോക്കുകയാണ്" എന്നാണ്. ഒരുപക്ഷേ, വാർദ്ധക്യത്തെക്കുറിച്ചുള്ള വളരെ ധ്വന്യാത്മകമായ ഒരു നിരീക്ഷണം കൂടിയാണിത്. ശാരീരികമായ ജീവിതം അസ്തമിക്കുമ്പോഴും തനിക്കു ചുറ്റും വീണ്ടും വീണ്ടും ജീവൻ ഉദിച്ചുയരുന്ന ദൃശ്യത്തിന് മറ്റേതൊരു വൃദ്ധനെപ്പോലെ തബ്ബരയും നിത്യസാക്ഷിയാണ്. വ്യക്തിയെയും ജീവനെയും സംബന്ധിച്ചിടത്തോളം ഉദയവും അസ്തമയവും ഒന്നിക്കുന്ന, അഥവാ ഉദയമോ അസ്തമയമോ ആകാവുന്ന ഒരു ദശാസന്ധിയാണ് വാർദ്ധക്യം. താനൊടുങ്ങുമ്പോഴും മറ്റുപലതും ഉദിക്കുന്നു; തന്റെ ശരീരം അസ്തമയിക്കുമ്പോഴും, ചിലപ്പോഴെങ്കിലും വിവേകം ഉദിക്കുന്നു..

മലയാളസിനിമയിലെ വാർദ്ധക്യം

മരണം എന്റെ ചെവിക്കു നുള്ളുന്നു: "ജീവിക്കൂ", അവൻ പറയുന്നു: "ഞാൻ വരികയാണ്."

വിർജിൽ, മൈനർ പോയംസ്

But, at my back, I always hear
Time's winged chariot hurrying near
Marvell 1964, 243

ബാല്യവും പ്രണയവുംപോലെതന്നെ വാർദ്ധക്യവും മരണവും നശ്വരതയും എക്കാലത്തും സിനിമയ്ക്ക് പ്രിയപ്പെട്ട വിഷയങ്ങളായിരുന്നു. മനുഷ്യശരീരം തന്നെയാണ് ഒരർത്ഥത്തിൽ കഥാചിത്രങ്ങളുടെ ഏറ്റവും സുപ്രധാനമായ ആഖ്യാനമാധ്യമം എന്നതിനാൽ അത് ശരീരസൗഭഗത്തെ മാത്രമല്ല അതിന്റെ വിവിധ വൃദ്ധിക്ഷയങ്ങളെയും ദൃശ്യവല്ക്കരിച്ചു. യൗവനത്തിന്റെ ആഘോഷത്തോടും ഉന്മാദത്തോടുമൊടൊപ്പം, കാലം ശരീരത്തിൽ അവശേഷിപ്പിക്കുന്ന വടുക്കൾ, പരിക്കുകൾ, അഴിവുകൾ, ജരാനരകൾ, ആഘാതങ്ങൾ, മാറ്റങ്ങൾ എന്നിവയും സിനിമയ്ക്ക് വിഷയങ്ങളായി. വാർദ്ധക്യത്തിനു സഹജമായുള്ള ഈ ദൃശ്യപരത അതിനെ നാടകത്തിലെന്നപോലെ സിനിമയിലും പലരീതിയിൽ വിസ്തരിക്കാനും നാടകീയമായി അവതരിപ്പിക്കാനും പ്രേരിപ്പിച്ചു. വിറ്റോറിയാ ഡിസീക്കയുടെ *ഉമ്പർട്ടോ ഡി* (1952), അകിറാ കുറോസാവയുടെ *ഇക്കിറു* (1952), യസുജിറോ ഓസുവിന്റെ *ടോക്കിയോ സ്റ്റോറി* (1953), ഇംഗ്മാർ ബർഗ്മാന്റെ വൈൽഡ് *സ്ട്രോബറീസ്* (1957) തുടങ്ങി മൈക്കൽ ഹാനക്കെയുടെ *അമോർ* (2012) വരെയുള്ള ക്ലാസിക്കുകൾ ഈ വിഷയത്തെ സിനിമയിൽ പലരീതിയിലും തലങ്ങളിലും പിന്തുടർന്നു കൊണ്ടേയിരിക്കുന്നു.

അരനാഴികനേരം

മലയാളസിനിമയുടെയും സ്ഥിതി വ്യത്യസ്തമല്ല: *കടൽപ്പാലം* (1969), *അരനാഴികനേരം* (1970/കെ എസ് സേതുമാധവൻ), *ത്രിവേണി* (എ വിൻസന്റ് (1970), *ഒരു ചെറുപുഞ്ചിരി* (2000/എം ടി വാസുദേവൻ നായർ), *കാറ്റത്തെ കിളിക്കൂട്, സന്ധ്യമയങ്ങും നേരം* (1983), *ഒരു മിന്നാമിനുങ്ങിന്റെ നുറുങ്ങുവെട്ടം* (1987/ഭരതൻ), *തിങ്കളാഴ്ച്ച നല്ല ദിവസം* (1985), *മൂന്നാം പക്കം* (1988/പി പത്മരാജൻ), *കരുണം* (ജയരാജ്, 2000), *തീർത്ഥാടനം* (കണ്ണൻ, 2001), *ഏകാന്തം* (മധു കൈതപ്രം, 2006), *അച്ഛൻ* (അലി അക്ബർ, 2011) തുടങ്ങി പല ചിത്രങ്ങളും വൃദ്ധരെയും വാർദ്ധക്യത്തെയും മുഖ്യപ്രമേയമാക്കി. വാർദ്ധക്യം എന്ന ശാരീരികവും മാനസികവുമായ അവസ്ഥയെയും അതു വ്യക്തിയുടെ ജീവിതത്തിലും കുടുംബത്തിലും സമൂഹത്തിലും ഉണ്ടാക്കുന്ന പ്രതികരണങ്ങളും പലതലങ്ങളിൽ ഈ ചിത്രങ്ങൾ ആവിഷ്കരിക്കുന്നു.

കഴിഞ്ഞ ദശകങ്ങൾ വരെ മലയാളസിനിമയിൽ വൃദ്ധന്മാരുടെയും വയസ്സന്മാരുടെയും കിളവന്മാരുടെയും തന്തപ്പിടികളുടെയും കാരണവന്മാരുടെയും മറ്റും സാന്നിദ്ധ്യം നിറവുള്ളതും നിറമുള്ളതും, ഏറ്റവും പ്രധാനമായി, സ്വാഭാവികവും ആയിരുന്നു. ആഖ്യാനത്തിനകത്ത് അവർക്ക് ചില അവകാശാധികാരങ്ങളും സ്ഥാനമാനങ്ങളും ഉണ്ടായിരുന്നു. മുതുകുളം രാഘവൻപിള്ള, സെബാസ്റ്റ്യൻ കുഞ്ഞുകുഞ്ഞുഭാഗവതർ, പി ജെ ആന്റണി, കൊട്ടാരക്കര ശ്രീധരൻ നായർ, പ്രേംജി, തിക്കുറിശ്ശി, ശങ്കരാടി, പറവൂർ ഭരതൻ, തിലകൻ, നെടുമുടി വേണു, ജനാർദ്ദനൻ, രാജൻ പി ദേവ്, ജഗന്നാഥവർമ്മ, മാവേലിക്കര പൊന്നമ്മ, ആറന്മുള പൊന്നമ്മ, പ്രേമ, അടൂർ ഭവാനി, അടൂർ പങ്കജം, ടി ആർ ഓമന, സുകുമാരി, ഫിലോമിന, മീന തുടങ്ങി വൈവിദ്ധ്യമേറിയതും വാർദ്ധക്യത്തിന്റെ വ്യത്യസ്തഭാവങ്ങൾ ആവിഷ്കരിച്ചവരുടെ ഒരു വലിയ നിര തന്നെ മലയാളസിനിമയിലുണ്ട്.

മറ്റു ഭാഷാസിനിമകളിൽ എന്ന പോലെ സ്ത്രീകളുടെ വാർദ്ധക്യം മുഖ്യപ്രമേയമായും മുതിർന്ന സ്ത്രീകൾ മുഖ്യകഥാപാത്രങ്ങളായി വരുന്നതും മലയാളത്തിലും അപൂർവ്വമാണ്: വാർദ്ധക്യം പ്രമേയമാകുമ്പോഴും പുരുഷന്റെ വാർദ്ധക്യമാണ് പൊതുവെ സിനിമയിൽ കേന്ദ്രസ്ഥാനം നേടുന്നത്. പുരുഷകഥാപാത്രങ്ങളെ കേന്ദ്രീകരിച്ചുള്ളവയാണ് മുമ്പു സൂചിപ്പിച്ച സിനിമകളെല്ലാം എന്നത് യാദൃച്ഛികമല്ല. പൊതുവെ നമ്മുടെ സമൂഹത്തിലെ നായകത്വത്തിന്റെയും നിർവ്വാഹകത്വത്തിന്റെയും എന്നതുപോലെ സിനിമയിലെ ആഖ്യാനകേന്ദ്രത്വവും പുരുഷകർതൃത്വത്തിന് അവകാശപ്പെട്ടതാണ് എന്നതുകൊണ്ടുതന്നെയാണ്. അവരുടെ വാർദ്ധക്യത്തിനും ജരയ്ക്കും മാത്രമാണ് ആഖ്യാനപ്രസക്തിയുള്ളത്; പലപ്പോഴും അവരുടെ മരണത്തോടെ കഥ അവസാനിക്കുന്നു, അല്ലെങ്കിൽ സ്ത്രീകൾ അവരോടൊപ്പം മരണത്തെ വരിക്കുന്നു (എത്രയോ സിനിമകളിൽ ആവർത്തിച്ചിട്ടുള്ള ഒരു സ്ത്രീമരണമാണ് ഇന്ത്യൻ സിനിമയിലെ ഈ 'സതി'സമ്പ്രദായം). വൃദ്ധകളായ സ്ത്രീകൾ ഉണ്ടെങ്കിൽത്തന്നെ അവർ നേരിടുന്ന സംഘർഷങ്ങൾ കുടുംബപരം മാത്രമാവുകയാണ് പതിവ്. അമ്മ/അമ്മൂമ്മ തുടങ്ങിയ പദവിയും അതിന്റെ ബാദ്ധ്യതകളും നിരാശകളുമാണ് അവരെ നയിക്കുന്നത്. പുരുഷന്മാരെപ്പോലെ ലോകകാര്യങ്ങളോ ശുഷ്ക്കമാകുകയോ നഷ്ടപ്പെടുകയോ ചെയ്യുന്ന നിർവാഹകത്വത്തിന്റെയോ സ്വന്തം അധികാരത്തിന്റെയോ സ്ഥാനമാനങ്ങളുടെയോ പ്രശ്നങ്ങളല്ല അവരുടേത്. ഇതിനു അപൂർവ്വം ചില അപവാദങ്ങളേയുള്ളൂ: *നോക്കെത്താ ദൂരത്ത് കണ്ണും നട്ട്*, *വാസ്തുഹാര* (പത്മിനി), *മങ്കമ്മ* (രേവതി), *ഡാനി* (മല്ലികാ സാരാബായ്), *ഒരു ചെറുപുഞ്ചിരി* (നിർമ്മല ശ്രീനിവാസൻ), *മിഴികൾ സാക്ഷി* (സുകുമാരി), *മനസ്സിനക്കരെ* (ഷീല, കെ പി എ സി ലളിത) തുടങ്ങിയ ചിത്രങ്ങൾ.. മങ്കമ്മ, സൂസന്ന, ഡാനി തുടങ്ങിയ ടിവി ചന്ദ്രൻ ചിത്രങ്ങളിലെ നായികമാർ, *ഗോഡ്ഫാദറി*ലെ ഫിലോമിന എൻ എൻ പിള്ളയ്ക്കൊപ്പം അവതരിപ്പിക്കുന്ന ആനപ്പാറ അച്ചാമ്മ തുടങ്ങി അപൂർവ്വം കഥാപാത്രങ്ങളാണ് നമ്മുടെ മനസ്സിലെത്തുക. മറ്റു വൃദ്ധകൾ എപ്പോഴും ഭർത്താവിന്റെയോ/മകന്റെയോ നിഴലിലോ ആശ്രയത്തിലോ കഴിയുന്നവരായിട്ടാണ് പ്രത്യക്ഷപ്പെടാറ്. ഗോപി, തിലകൻ, നെടുമുടി വേണു, ഒടുവിൽ ഉണ്ണികൃഷ്ണൻ, കരമന ജനാർദ്ദനൻ നായർ, നരേന്ദ്രപ്രസാദ് തുടങ്ങിയവരോടൊപ്പം കവിയൂർ പൊന്നമ്മ, ആറന്മുള പൊന്നമ്മ, അടൂർ ഭവാനി, സുകുമാരി, മീന, ഫിലോമിന, കെ പി എ സി ലളിത തുടങ്ങിയവർ ഒട്ടേറെ സിനിമകളിൽ അത്തരം റോളുകളിൽ പ്രത്യക്ഷപ്പെട്ടിട്ടുണ്ട്. വൃദ്ധനും പലപ്പോഴും ക്രുദ്ധനും ആയ ഭർത്താവിനും അച്ഛനെ എതിർക്കുന്ന മക്കൾക്കും ഇടയിൽ നിന്നുകൊണ്ട് അവർ തമ്മിലുള്ള ബന്ധം മുറിയാതിരിക്കാൻ ബദ്ധപ്പെട്ടുകൊണ്ട് ആ കുടുംബത്തെ തകരാതെ നിലനിർത്തുന്നത് അവരാണ്. പലപ്പോഴും രണ്ടു തലമുറകൾക്കിടയിലെ മാനുഷികതയുടെ ഏക കണ്ണിയാണവർ. ഇത്തരം റോളുകൾക്ക്

അതായത് കുടുംബത്തിനു പുറത്ത് സുസന്നയെപ്പോലെ നില്ക്കുന്ന വൃദ്ധസ്ത്രീകൾ അപൂർവ്വമാണ്. പുരുഷസംരക്ഷണത്തിനു പുറത്ത് തനിയെ കഴിയുന്ന സ്ത്രീകൾ – ചെറുപ്പക്കാരായാലും വൃദ്ധകളായാലും എപ്പോഴും ഒരു 'അപവാദ'മാണ്; അവർ ഒരു ഭീഷണിയോ വെല്ലുവിളിയോ സംശയിക്കേണ്ടവളോ ആണ്.

ഇതായിരുന്നു കഴിഞ്ഞ പതിറ്റാണ്ടുകളിലെ സ്ഥിതി എങ്കിൽ ഇന്നത്തെ, അഥവാ സമകാലിക 'ന്യൂജനറേഷൻ' മലയാള സിനിമയിൽ ഇത്തരം കഥാപാത്രങ്ങളുടെ സാന്നിദ്ധ്യം തികച്ചും അപ്രസക്തമോ പരിമിതമോ ആണ്. ഇന്നത്തെ ആഖ്യാനങ്ങളിൽ/കഥാലോകങ്ങളിൽ അവർ 'ഒഴിച്ചു കൂടാനാവാത്തവർ' അല്ല. അതായത് വാർദ്ധക്യം വൃദ്ധർ തുടങ്ങിയ പ്രമേയങ്ങൾ തന്നെ ഇന്ന് ഇല്ലാതാവുകയോ അപൂർവ്വമായിക്കൊണ്ടിരിക്കയോ ആണ്.

വാർദ്ധക്യം അപ്രത്യക്ഷമാകുന്ന സമകാലിക മലയാളസിനിമാ ആഖ്യാനങ്ങൾ അപ്പോൾ ആരെക്കുറിച്ചാണ്, ഏതു സമൂഹത്തെക്കുറിച്ചാണ് സംസാരിച്ചുകൊണ്ടിരിക്കുന്നത്? ഏറ്റവും കൗതുകകരമായ കാര്യം ഈ രീതിയിൽ വൃദ്ധരും വാർദ്ധക്യവും പ്രത്യക്ഷപ്പെടാതിരിക്കുന്നത് മലയാളത്തിലാണ് എന്നുള്ളതാണ്, അതായത് വൃദ്ധരുടെ ജനസംഖ്യാനുപാതം ദേശീയ ശരാശരിയെ അപേക്ഷിച്ച് വളരെ വേഗത്തിൽ വർദ്ധിച്ചുകൊണ്ടിരിക്കുന്ന സവിശേഷമായ കേരളസാഹചര്യത്തിൽ.

വാർദ്ധക്യകേരളം

കേരളത്തിന്റെ പ്രായത്തെ അടിസ്ഥാനമാക്കിയുള്ള ജനസംഖ്യാവിതരണം ഇന്ത്യൻ അവസ്ഥയ്ക്ക് വിരുദ്ധമായി നീങ്ങുന്ന ഒന്നാണ്. 1970കൾ തുടങ്ങിയുള്ള കുടുംബാസൂത്രണ പരിപാടികൾ നേടിയെടുത്ത വിജയം, കൂട്ടുകുടുംബവ്യവസ്ഥയുടെ തകർച്ച, ഉയർന്ന വിദ്യഭ്യാസനിലയും അതുണ്ടാക്കിയ തൊഴിൽ/വരുമാന പ്രതീക്ഷകളും ചിലതരം അദ്ധ്വാനങ്ങളോടുള്ള വിരക്തിയും, പിന്നെ പൊതുവായ തൊഴിലില്ലായ്മ, കാർഷിക–വ്യാവസായികരംഗങ്ങളിലെ തൊഴിൽക്കുറവ് എന്നിവയെ തുടർന്ന് വലിയതോതിലുള്ള കുടിയേറ്റങ്ങളും ഇവിടെയുള്ള ജനസംഖ്യയിലെ മുതിർന്നവരുടെ ആനുപാതികമായ വർദ്ധനയ്ക്ക് ആക്കംകൂട്ടി. ആഗോളീകരണം ഐ ടി വിപ്ലവം തുടങ്ങി വിവിധ സാമൂഹ്യസാമ്പത്തിക പരിണാമങ്ങളും നമ്മുടെ ജനസംഖ്യാനുപാതത്തെ ആഴത്തിൽ ഇന്നും സ്വാധീനിച്ചുകൊണ്ടിരിക്കുന്നു. ഈ മാറ്റങ്ങൾ വാർദ്ധക്യത്തെക്കുറിച്ചുള്ള നമ്മുടെ ധാരണകളെയും വാർദ്ധക്യം എന്ന അനുഭവത്തെയും അവസ്ഥയെയും സ്വാധീനിക്കുന്നു; ഒപ്പം വൃദ്ധർക്ക് നമ്മുടെ സമൂഹത്തിലും കുടുംബത്തിലുമുള്ള സ്ഥാനവും പരിഗണനയും മാറ്റങ്ങൾക്ക് വിധേയമാവുന്നു. വർദ്ധിച്ചുവരുന്ന ആയുർദൈർഘ്യം ഈ പ്രശ്നത്തെ കൂടുതൽ രൂക്ഷവുമാക്കുന്നു.

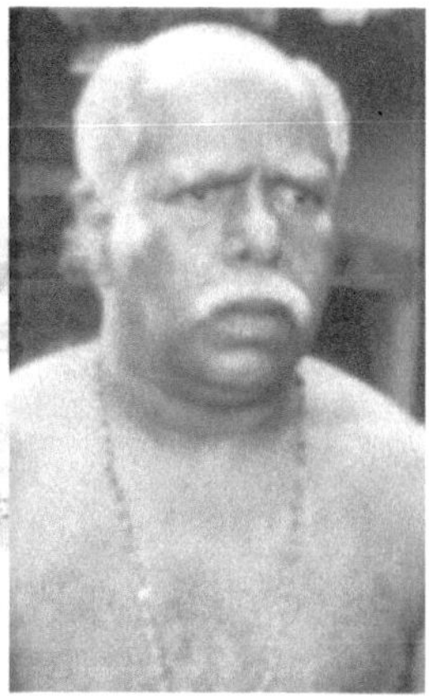

മൂന്നാം പക്കം, തിലകൻ

അര നൂറ്റാണ്ടുമുമ്പ് കേരളത്തിലെ ശരാശരി ജീവിതദൈർഘ്യം അമ്പതു വയസ്സോടടുപ്പിച്ചായിരുന്നു എങ്കിൽ ഇന്നത് പുരുഷന്മാർക്ക് 72 വർഷവും സ്ത്രീകൾക്ക് 76 വർഷത്തിലധികവുമാണ്. 2004 ലെ കണക്കു പ്രകാരം ഇന്ത്യൻ ജനസംഖ്യയുടെ ആയുർപ്രതീക്ഷ 63.5 വർഷങ്ങളാണ് എങ്കിൽ കേരളത്തിൽ അത് 74 വർഷങ്ങളാണ്. അതായത് കഴിഞ്ഞ കാൽ നൂറ്റാണ്ടുകൊണ്ട് നമ്മൾ ഒരു വ്യക്തിയുടെ ശരാശരി ജീവിതദൈർഘ്യപ്രതീക്ഷയിൽ കാൽ നൂറ്റാണ്ടിന്റെ വർദ്ധനയാണ് ഉണ്ടാക്കിയിരിക്കുന്നത്! അതായത്, മുമ്പ്, 50 വയസ്സും ഷഷ്ട്യബ്ദപൂർത്തിയും മറ്റും വ്യക്തിയുടെയും സമൂഹത്തിന്റെയും വൃത്തത്തിൽ ആഘോഷിക്കപ്പെടേണ്ടുന്ന 'സംഭവ'ങ്ങൾ ആയിരുന്നു എങ്കിൽ ഇന്നത് അതിസാധാരണമായ ഒരു കാര്യമായി മാറിയിരിക്കുന്നു. അങ്ങനെ നമ്മുടെ സമൂഹത്തിൽ മുതിർന്നവരുടെ എണ്ണത്തിൽ വരുന്ന ക്രമത്തിലുള്ള വർദ്ധന വാർദ്ധക്യത്തെക്കുറിച്ചുള്ള നമ്മുടെ ഭാവനയെ രൂപപ്പെടുത്തുന്നതിൽ വലിയ പങ്കുവഹിക്കുന്നുണ്ട്. മറ്റു പല കാര്യങ്ങളിലെന്ന പോലെ ഇക്കാര്യത്തിലും പൊതുസമൂഹം അതിനെ നിർണ്ണായക പ്രാധാന്യമുള്ളതും ദൈനംദിനജീവിതസംബന്ധിയുമായ ഒരു പ്രശ്നമായി പരിഗണിക്കുന്നില്ല എന്ന വസ്തുത നമ്മുടെ പൊതുഇടങ്ങളിലും നിരത്തുകളിലും വാഹനഗതാഗതസംവിധാനങ്ങളിലും വാസ്തുവിദ്യയിലും വിനോദവ്യവസായത്തിലും വയോജനചികിത്സാസൗകര്യങ്ങളുടെ കാര്യത്തിലും എല്ലാം വ്യക്തമാണ്. ലിംഗാന്ധത പോലെ വാർദ്ധക്യാന്ധതയും നമ്മുടെ പൊതുനയങ്ങളുടെ മുഖമുദ്രയാണ്.

ഈ രീതിയിൽ വാർദ്ധക്യത്തെക്കുറിച്ചും വൃദ്ധരെക്കുറിച്ചുമുള്ള പൊതുഭാവനകൾ/അന്ധതകൾ സമൂഹത്തിലും കുടുംബത്തിലും അവർക്കുള്ള സ്ഥാനത്തെയും മതിപ്പിനെയും തിരിച്ചും — സ്വാധീനിക്കുന്നു.

നമ്മുടെ മാധ്യമങ്ങൾ, പ്രത്യേകിച്ച് സിനിമയും ടെലിവിഷനും പോലുള്ളവ മുതിർന്ന ജനങ്ങളെ എങ്ങനെ അവതരിപ്പിക്കുന്നു എന്നത് ഇതുമായി ചേർത്തുകാണേണ്ടതാണ്.

ആദ്യകാലസിനിമകൾ

"നിന്റെ നേരം എണ്ണപ്പെട്ടിരിക്കുന്നു; ഏറിയാൽ അരനാഴികനേരം"
(*അരനാഴികനേരം*, പാറപ്പുറത്ത്)

മലയാളത്തിലെ ആദ്യകാലസിനിമാ ആഖ്യാനങ്ങളുടെ സാമൂഹികവും കുടുംബപരവുമായ പശ്ചാത്തലം മുതിർന്നവർക്ക് കാരണവന്മാർ, അമ്മാവന്മാർ, ഗുരുക്കന്മാർ, ജ്ഞാനവൃദ്ധർ, പ്രപിതാമഹർ തുടങ്ങിയവർക്ക് മുൻതൂക്കമുള്ളതായിരുന്നു. അവർക്ക് ആ ആഖ്യാനലോകത്തിൽ, നടക്കുന്ന സംഭവങ്ങൾക്കും കഥാപാത്രങ്ങൾക്കും മുകളിൽ നിയന്ത്രണവും അധികാരവും ഒപ്പം ഉത്തരവാദിത്വവും ഉണ്ടായിരുന്നു. പാരമ്പര്യത്തിനും മൂപ്പിളമകൾക്കും ജാതീയവും കുടുംബപരവുമായ ആചാരങ്ങൾക്കും സമൂഹത്തിലും വ്യക്തിജീവിതത്തിലും കേന്ദ്രത്വമുണ്ടായിരുന്ന ആ ആഖ്യാനങ്ങളിൽ മുതിർന്നവരാണ് നിർണ്ണായകമായ തീരുമാനങ്ങളെടുക്കാൻ അർഹർ/ബാദ്ധ്യസ്ഥർ, അവർ അവരുടെ വരുതിയിലുള്ള മക്കളെയും മരുമക്കളെയും കുട്ടികളെയും സ്ത്രീകളെയും പുലർത്തി, പരിപാലിച്ചു; അവരുടെ ഭാവിയെയും ജീവിതത്തെയും സംബന്ധിച്ച് 'ജാതി നിയമങ്ങൾക്കും കുടുംബത്തിന്റെ അന്തസ്സിനും ചേർന്ന' തീരുമാനങ്ങളെടുത്തു, അടക്കിഭരിച്ചു.

എന്നാൽ ആദ്യദശകങ്ങൾ മുതൽ തന്നെ മലയാളത്തിലെ സിനിമാഖ്യാനങ്ങളുടെ പ്രമേയപശ്ചാത്തലം മാറ്റത്തിന്റേതായ ഒന്നായിരുന്നു: ജാതിസമൂഹത്തിലും, ദേശീയരാഷ്ട്രീയത്തിലും, വർഗ്ഗബന്ധങ്ങളിലും എല്ലാം വന്നുകൊണ്ടിരുന്ന മാറ്റത്തിന്റെ നിഴലുകളും വെട്ടവും ഈ ആഖ്യാനങ്ങളിൽ കാണാം. പഴയ വ്യവസ്ഥ പുതിയതിനു വഴിമാറുന്നതോ അല്ലെങ്കിൽ നിഷ്കാസനം ചെയ്യപ്പെടുന്നതോ ആയ ആ ആഖ്യാനങ്ങളിൽ സ്വാഭാവികമായും വൃദ്ധകഥാപാത്രങ്ങൾ എതിർപക്ഷത്തായിരുന്നു; പാരമ്പര്യത്തിന്റെ സംരക്ഷകരും മാറ്റങ്ങളെ എതിർക്കുന്നവരുമായിരുന്നു അവർ.

അതുകൊണ്ടുതന്നെ മാറുന്ന സാമൂഹ്യസാഹചര്യങ്ങളും യുവതലമുറയുടെ അവകാശസ്ഥാപനങ്ങളും മുതിർന്നവരെ/വൃദ്ധകഥാപാത്രങ്ങളെ പലതരം പ്രതിസന്ധികളിലാഴ്ത്തുന്നത് ഒട്ടേറെ സിനിമകളിൽ ആവർത്തിക്കുന്നതുകാണാം; മക്കളുടെയും ചെറുപ്പക്കാരുടെയും ആശയാഭിലാഷങ്ങൾ മുതിർന്നവരുമായുള്ള അഭിപ്രായവ്യത്യാസങ്ങളിലേക്കു നയിച്ചു; നവലോകം സ്വപ്നം കണ്ട അവർ മുതിർന്നവരുടെ ലോകത്തെയും ന്യായങ്ങളെയും ചോദ്യം ചെയ്തു. *ജീവിതനൗക*(1951), *നീലക്കുയിൽ* (1954), *രാരിച്ചൻ എന്ന പൗരൻ* (1956) തുടങ്ങിയ ചിത്രങ്ങ

ളിൽ പ്രത്യക്ഷപ്പെടുന്ന വൃദ്ധർ ഗതകാലത്തിന്റെയോ കാലഹരണപ്പെട്ട മൂല്യങ്ങളുടെയോ പ്രതിനിധികളാണ്. തങ്ങൾക്കു മുന്നിൽ സംഭവിക്കുന്ന മാറ്റങ്ങൾ അവരെ അമ്പരിപ്പിക്കുകയും ദേഷ്യപ്പെടുത്തുകയും നിരാശപ്പെടുത്തുകയും ചെയ്തു. തോപ്പിൽ ഭാസിയുടെ *നിങ്ങളെന്നെ കമ്മ്യൂണിസ്റ്റാക്കി*യിലെ പരമുപിള്ള എന്ന വൃദ്ധകർഷകനും, വിദ്യാഭ്യാസം നേടി തന്റെ സമൂഹമനുഭവിക്കുന്ന അസ്വാതന്ത്ര്യങ്ങൾക്കെതിരെ പോരാടുന്ന കമ്യൂണിസ്റ്റായ ഗോപൻ എന്ന മകനും (സിനിമയിൽ സത്യനും പ്രേംനസീറും അവതരിക്കുന്ന റോളുകൾ) ആയിരിക്കും ആ കാലഘട്ടത്തിന്റെ തലമുറകൾ തമ്മിലുള്ള സംഘർഷത്തിന് ശരീരം നല്കിയതും അതിനെ നാടകീയവല്ക്കരിച്ചതും

1960 കൾ തുടങ്ങിയുള്ള ചിത്രങ്ങളിൽ പഴയതും പുതിയതുമായ തലമുറകൾ തമ്മിലുള്ള വൈരുദ്ധ്യം കൂടുതൽ രൂക്ഷമാകുന്നതു കാണാം. ഉദാഹരണത്തിന് അന്നത്തെ നായകനടന്മാരായിരുന്ന സത്യനും പ്രേംനസീറും അവതരിപ്പിച്ച കഥാപാത്രങ്ങൾ കൂട്ടുകുടുംബത്തിന്റെ അതിർത്തികളും ആചാരങ്ങളും സമുദായ/വർഗ്ഗവിലക്കുകളും ലംഘിച്ചു പുറത്തുകടക്കാൻ ശ്രമിക്കുന്ന കാല്പനികരും കലാപകാരികളുമായ യുവനായകരുടേതാണ്. പഴയ ലോകത്തിന് അവർക്കായി ഒന്നും കരുതിവെക്കാനോ നല്കാനോ ഇല്ലായിരുന്നു, അതിനു പകരം അവർ സ്വപ്നം കണ്ടതും അവരെ കാത്തിരുന്നതും സ്വതന്ത്രമായ ഒരു നവനാഗരികലോകമായിരുന്നു; ജാതിയുടെ ബന്ധനത്തിൽനിന്നും ഗ്രാമത്തിന്റെ ചുറ്റുവട്ടത്തിൽനിന്നും സാമ്പത്തികമായ വറുതിയിൽനിന്നും വിടുതി നേടാൻ വെമ്പുന്ന, വിദ്യാഭ്യാസം നേടാനും തൊഴിൽചെയ്യാനും അങ്ങിനെ 'സ്വന്തം കാലിൽ നില്ക്കാനു'മുള്ള സമൂഹ അഭിലാഷങ്ങളുടെ പ്രതിരൂപ

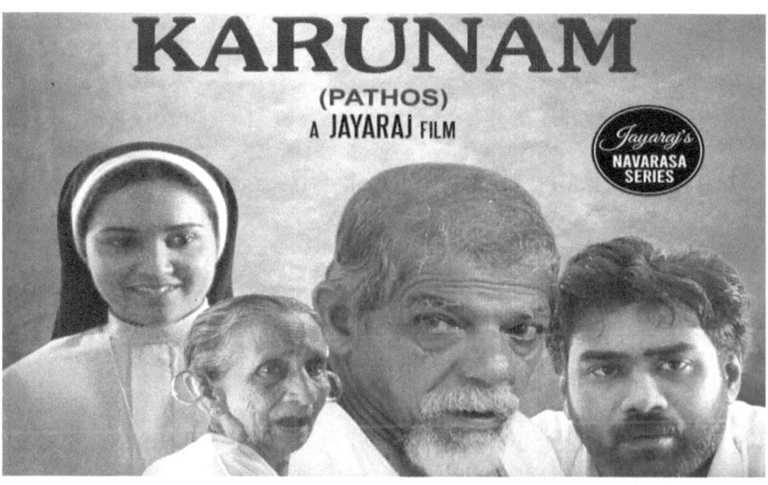

ങ്ങളായിരുന്നു അവർ; അങ്ങനെ സ്വതന്ത്രവ്യക്തികളായി മാറാനും ജീവിക്കാനുമാണ് അവർ ആഗ്രഹിച്ചത്. സ്വാഭാവികമായും അവരുടെ ആഗ്രഹാഭിലാഷങ്ങൾ ജാതിമതവർഗ്ഗഭേദങ്ങളെ അതിവർത്തിക്കുന്നവയായിരുന്നു. അവരുടെ കാല്പനികലോകത്തിൽ വൃദ്ധർക്ക് പ്രവേശനമില്ലായിരുന്നു; അവരെ സംബന്ധിച്ചിടത്തോളം തങ്ങളുടെ ജീവിതാഭിലാഷങ്ങൾക്ക് വിലങ്ങുതടികളായ വൃദ്ധർ/കാരണവർ തുടങ്ങിയവർ എതിർക്കേണ്ടവരും മറികടക്കേണ്ടവരും (പലപ്പോഴും) തോല്പിക്കേണ്ടവരും ആയിരുന്നു. സേതുമാധവന്റെ *കടൽപ്പാലം* (1969) എന്ന സിനിമയിൽ സത്യൻ തന്നെ അവതരിപ്പിക്കുന്ന കണിശക്കാരനും സ്വേച്ഛാധിപതിയുമായ അച്ഛന്റെയും സ്വാതന്ത്ര്യം ആഗ്രഹിക്കുന്ന മകന്റെയും റോളുകൾ ഈ വൈരുദ്ധ്യത്തെ നാടകീയമായി ആഖ്യാനവൽക്കരിക്കുന്നു.

ഒരുപക്ഷേ, വാർദ്ധക്യത്തെക്കുറിച്ച് ഇന്ത്യൻ സിനിമയിലെതന്നെ എക്കാലത്തെയും മികച്ച ചിത്രങ്ങളിലൊന്ന് സേതുമാധവന്റെ *അരനാഴികനേരം* (1970) ആയിരിക്കും. ഇതിൽ കൊട്ടാരക്കര ശ്രീധരൻ നായർ അവതരിപ്പിച്ച, മരണത്തെ മുഖാമുഖം കാണുന്ന വിശ്വാസിയായ കുഞ്ഞേനാച്ചൻ എന്ന വൃദ്ധൻ വാർദ്ധക്യാവസ്ഥയെ അതിന്റെ എല്ലാവിധ സംഘർഷങ്ങളോടെയും അവതരിപ്പിക്കുന്നു. താൻ കെട്ടിപ്പടുത്തതും തന്റെ ആശ്രയവുമായ കുടുംബം, പുത്രന്മാർ, അവരുടെ ഭാര്യമാർ, സുഹൃത്തുക്കൾ, ബന്ധുക്കൾ തുടങ്ങി ഒരുകൂട്ടം മനുഷ്യർ അയാളുടെ മരണത്തിനു തൊട്ടുമുമ്പുള്ള ദിനങ്ങളിൽ അയാളുടെ മുന്നിലൂടെ കടന്നുപോകുന്നുണ്ട്. മരണത്തെ കാത്തുകിടക്കുന്ന ആ ദിവസങ്ങളിൽ അയാൾ കാണുന്ന കാഴ്ചകൾ അയാളുടെ ജീവിതമൂല്യങ്ങളെത്തന്നെ തകിടം മറിക്കുന്നവയാണ്. ജീവിതത്തിൽ അയാൾ വിശ്വസിച്ചിരുന്ന അടിസ്ഥാനപ്രമാണങ്ങൾ ഒന്നൊന്നായി അവിടെ തകരുന്നു, സത്യമെന്നും നിത്യമെന്നും വിശ്വസിച്ചിരുന്ന പലതിന്റെയും പൊള്ളത്തരങ്ങൾ അയാൾക്ക് വെളിപ്പെടുന്നു. അങ്ങനെ തനിക്കുചുറ്റുമുള്ള 'യാഥാർത്ഥ്യം' ഒരു നാടകമായി അയാൾക്കു മുന്നിൽ അരങ്ങേറുന്നു; താൻ യാഥാർത്ഥത്തിൽ എത്ര അന്ധനായിരുന്നു എന്ന് അയാൾ സമയമാം രഥത്തിൽ തന്റെ അവസാനത്തെ സ്വർഗ്ഗയാത്ര നടത്തുന്നതിനുമുമ്പ് തിരിച്ചറിയുന്നു. വിജനമായ ഒരു ഭൂപ്രകൃതിയിലൂടെ ഇടറിനടക്കുന്ന കുഞ്ഞേനാച്ചന്റെ മുന്നിൽ ദൈവം പ്രത്യക്ഷപ്പെട്ട്, "പോകാം, സമയമായി, ഏറിയാൽ അരനാഴികനേരം" എന്ന് പറയുന്ന സ്വപ്നത്തോടെ തുടങ്ങുന്ന ഈ ചിത്രത്തിൽ ഉടനീളം മരണത്തെയും ജീവിതത്തിന്റെ അർത്ഥത്തെയും ഉദ്ദേശ്യത്തെയും സുഖത്തെയും സന്തോഷത്തെയും മറ്റും കുറിച്ചുള്ള നിരവധി പരാമർശങ്ങൾ ആവർത്തിക്കുന്നതു കാണാം. മരണത്തെ മുന്നിൽ കാണുന്ന ഒരു വൃദ്ധന്റെ വിഭ്രമാത്മകവും എന്നാൽ തികച്ചും യഥാതഥവുമായ കാഴ്ച്ചപ്പാടിൽനിന്ന് ജീവിതത്തെയും ലോകത്തെയും നോക്കിക്കാണുന്ന അപൂർവ്വം ഇന്ത്യൻ സിനിമകളിലൊന്നാണിത്.

പെരുന്തച്ചൻ - തിലകൻ, നെടുമുടിവേണു

1970 കൾ ക്ഷുഭിതയൗവനത്തിന്റെ കാലം

1970 കളുടെ മദ്ധ്യത്തിനുശേഷം, കൂടുതൽ സൂക്ഷ്മമായി പറഞ്ഞാൽ അടിയന്തരാവസ്ഥാനന്തര കാലഘട്ടം, വിവിധ ഇന്ത്യൻ ഭാഷകളിലുള്ള സിനിമകളിൽ പുരുഷനായകരൂപങ്ങളിൽ, പ്രത്യേകിച്ചും പിതൃരൂപങ്ങളിൽ വമ്പിച്ച രൂപഭാവാന്തരങ്ങൾ കൊണ്ടുവരുന്നതായി കാണാം. അമരീഷ് പുരി, ഓം പുരി, ഖുൽബുഷൻ ഖർബന്ധ തുടങ്ങിയ പൗരുഷസാന്നിദ്ധ്യങ്ങളാണ് ഹിന്ദിസിനിമയിൽ അതിനു രൂപം നല്കിയത്. അവർക്കു മുമ്പുള്ള പിതൃരൂപങ്ങൾ - പ്രൃഥിരാജ് കപൂർ, ബൽരാജ് സാഹ്നി തുടങ്ങിയവർ - തികച്ചും വ്യത്യസ്തമായ വാർപ്പുകളിലും താവഴികളിലും പെടുന്നു എന്നതും ശ്രദ്ധേയമാണ്. ദേശീയതലത്തിൽ സംഭവിച്ച ഈ രൂപമാറ്റത്തിൽ പല അന്തർദ്ധാരകളും ഉപരിധാരകളും കെട്ടുപിണഞ്ഞുകിടക്കുന്നു; സൂക്ഷ്മാഖ്യാനപരവും സാമൂഹ്യമനഃശാസ്ത്രപരവും ഒപ്പം ഇന്ത്യൻ ദേശരാഷ്ട്രത്തിനും രാഷ്ട്രീയസമ്പദ് വ്യവസ്ഥയ്ക്കും സംഭവിച്ച പരിണാമങ്ങളുമായും ബന്ധപ്പെടുത്തി ഈ ചുവടുമാറ്റത്തെ കാണാവുന്നതാണ്. അടിയന്തരാവസ്ഥ എന്ന ഇരുണ്ട രാഷ്ട്രീയ ദ്ധ്യായമാണ് ഒരു സുപ്രധാന നാഴികക്കല്ല്. അതിന്റെ അധികാരകേന്ദ്രത്തിൽ ഒരു സ്ത്രീയായിരുന്നു എന്ന തിരിച്ചറിവിനോടും അതു സൃഷ്ടിച്ച ആഘാതത്തോടുമുള്ള പ്രതികരണംകൂടി പുരുഷത്വത്തിന്റെ നേരെയുണ്ടായ ഈ തിരിച്ചടിയിൽ ഉണ്ടായിരിക്കാം. അക്കാലത്തെ സിനിമയിൽ നായകരൂപങ്ങളായി ഉയർന്നുവന്ന 'ക്ഷുഭിതയൗവന'ത്തിന് അനുയോജ്യമായ പിതൃരൂപങ്ങളും ആവാമിവർ. ആണത്തം ആഴത്തിൽ നേരിട്ട വെല്ലുവിളികൾക്കും ഭീഷണികൾക്കും ഒപ്പം അതിന്റെ പുനഃസ്ഥാപന

ത്വരകൾക്കും ഈ പിതൃരൂപങ്ങൾ എന്തൊക്കെയോ തര/ലത്തിൽ രൂപവും ഭാവവും ശബ്ദവും നല്കുന്നുണ്ട്. ഒരറ്റത്ത് സ്വന്തം സ്ഥാനനഷ്ട ത്തെക്കുറിച്ച് ഉൽക്കണ്ഠപ്പെടുന്ന പിതാവിനും, മറുഭാഗത്ത് ലോകത്തിലും ജീവിതത്തിലും സ്വന്തം സ്വത്വം കണ്ടെത്താനും ഉറപ്പിക്കാനും ഉദ്വേഗ പ്പെടുന്ന മകനുമിടയിലാണ് ഈ സംഘർഷം.

അടിയന്തരാവസ്ഥയ്ക്കു ശേഷമുള്ള കാലഘട്ടം പൊതുമനസ്സിൽ ഇന്ത്യ എന്ന രാഷ്ട്രഭാവനയ്ക്കു ദേശീയതലത്തിൽത്തന്നെ വലിയ ഇടിച്ചിൽ/ഇടർച്ച സംഭവിച്ച ഒന്നായിരുന്നു. ഗാഢവും സൂക്ഷ്മവുമെങ്കിലും വ്യാപകമായ അത്തരം വിശ്വാസനഷ്ടവും വഞ്ചനാബോധവും സമൂഹമ നസ്സിൽ ഒരുരീതിയിൽ 'പിതാവിന്റെ അഭാവം' തന്നെ സൃഷ്ടിച്ചിരിക്കാം; ഒപ്പം അത്തരം സാന്നിദ്ധ്യങ്ങൾക്കായുള്ള ഗൃഹാതുരത്വത്തിനും അതു വഴിതെളിച്ചിരിക്കാം.. അതുകൊണ്ടുതന്നെ ഈ പിതൃസാന്നിദ്ധ്യങ്ങൾ ശാസനാരൂപികളും കർക്കശസ്വഭാവക്കാരും ആയിരിക്കുമ്പോഴും മറുവശത്ത്, സുനിശ്ചിതവും പ്രവചനാധീനവുമായ ഒരു ക്രമത്തിനായുള്ള നായകന്റെ (നമ്മുടെ) അഭിലാഷങ്ങൾക്കുകൂടി ഇവർ രൂപം നല്കുന്നുണ്ട്.

അതുവരെ നിലനിന്നിരുന്ന പിതൃ/വൃദ്ധരൂപങ്ങളിൽ നിന്നുള്ള ചില പ്രകടമായ മാറ്റങ്ങളും ഈ കാലഘട്ടത്തിൽ കാണാവുന്നതാണ്: സംരക്ഷകനായ പിതാവ് ശാരീരികവും വൈകാരികവും ബൗദ്ധികവും ഭൗതികവും ആയ എല്ലാവിധ വിഭവങ്ങളുടെയും അധിപൻ - എന്നതിൽനിന്ന് പലപ്പോഴും ചൂഷകനും ശാസകനും മകന്റെതന്നെ അഭിലാഷ-മണ്ഡലങ്ങളിൽ ആധിപത്യം സ്ഥാപിക്കാനും അവയെയും തന്റേതാക്കാനും ശ്രമിക്കുന്ന ഒരു പിതൃരൂപത്തിലേക്കും, മകന്റെ ആണ ത്തത്തിന് ദിശയും വഴക്കവും നല്കുന്ന മാർഗ്ഗദർശകൻ എന്ന നിലവിട്ട് അവനുമായി ഒപ്പത്തിനൊപ്പം മത്സരിക്കുന്ന ഒരാൾ എന്ന നിലയിലേക്കും, മകനിലൂടെ തന്റെ പാരമ്പര്യത്തിന്റെയും ഭൂതകാലത്തിന്റെയും തുടർച്ചയും സനാതനത്വവും ഉറപ്പുവരുത്തുന്ന ഒരാൾ എന്നതിനപ്പുറം അടുത്ത തലമുറയുടെ 'മുതിരൽ' ശ്രമങ്ങളെത്തന്നെ ഭീഷണിപ്പെടു ത്തുന്ന, അവനെ ഒരിക്കലും പ്രായപൂർത്തിവരാൻ അനുവദിക്കാത്ത, എപ്പോഴും തന്റെ ചൊല്പടിക്കുനിർത്താൻ ആഗ്രഹിക്കുന്ന, ഒരു അധീശരൂപത്തിലേക്കും ഉള്ള മാറ്റമാണിത്. ഇന്ത്യൻ ആണത്തത്തിന്റെ തന്നെ സംഘർഷങ്ങളെ പിതാവെന്ന രീതിയിലും പുത്രനെന്ന രീതിയിലും, അകത്തും പുറത്തും ഉള്ളവയെ ഈ മാറ്റങ്ങൾ വരച്ചിടുന്നുണ്ട്. പ്രായത്തിന്റെ അലിവും കരുണയും തുടങ്ങി ഒരിക്കലും അയയാത്ത കാർക്കശ്യവും ശാഠ്യവും വരെയുള്ള ഭാവങ്ങളെ ഈ വൃദ്ധകഥാ പാത്രങ്ങൾ അവതരിപ്പിച്ചു. മലയാളത്തിൽ അത്തരം ഒരു പിതൃ/വൃദ്ധ പ്രതിരൂപം തിലകനായിരുന്നു എന്ന് നിസ്സംശയം പറയാം.

സൂപ്പർ താരോദയവും പുരുഷനായകരൂപത്തിൽ വന്ന മാറ്റവും

1990 കൾ വരെയുള്ള ദശകങ്ങളിൽ മലയാളസിനിമയിൽ ഒട്ടേറെ പ്രധാനപ്പെട്ട നടന്മാർ - തിക്കുറിശ്ശി, സത്യൻ, പ്രേംനസീർ, മധു എന്നിവരുടെ തലമുറയ്ക്കു ശേഷം വന്ന സുകുമാരൻ, സോമൻ, സുധീർ, രാഘവൻ, പിന്നെ, മമ്മൂട്ടി, മോഹൻലാൽ, ഗോപി, കരമന ജനാർദ്ദനൻ നായർ, നെടുമുടി വേണു തുടങ്ങിയവർ വിവിധ പ്രായത്തിലും രൂപത്തിലുമുള്ള പുരുഷനായകകഥാപാത്രങ്ങളെ അവതരിപ്പിച്ചു.

1980 കളുടെ അവസാനത്തോടെ മമ്മൂട്ടി-മോഹൻലാൽ ദ്വന്ദ്വത്തിനു ചുറ്റും കറങ്ങുന്ന സിനിമാ ആഖ്യാനങ്ങൾക്കാണ് മുൻതൂക്കം ലഭിച്ചത്. ക്രമേണ അമാനുഷികരൂപം കൈവന്നു തുടങ്ങിയിരുന്ന ഈ രണ്ടു പേരെയും ചുറ്റിപ്പറ്റിയുള്ള ആഖ്യാനങ്ങളിൽ പ്രത്യക്ഷപ്പെട്ട മുതിർന്നവർ (മുഖ്യമായും ഇവർ അവതരിപ്പിച്ച കഥാപാത്രങ്ങളുടെ മാതാപിതാക്കളോ മറ്റോ ആയി വന്നവർക്കും ആ പ്രഭാവത്തോട് കൂറുപുലർത്തേണ്ട ബാദ്ധ്യതയുണ്ടായിരുന്നു. ഇവരുടെ അച്ഛനമ്മമാരായിവന്ന ഇവരുടെ കാര്യത്തിലും ഒരുതരം ഇരട്ടിപ്പിക്കൽ അഥവാ പെരുപ്പിക്കൽ ആവശ്യമായി വന്നു. പിതാക്കൾക്ക് വലിപ്പവും കാർക്കശ്യവും പെരുമയും കുടുംബമഹിമയും മറ്റും വർദ്ധിച്ചപ്പോൾ അമ്മമാർ അങ്ങേയറ്റത്തെ വാത്സല്യത്തിന്റെയും മാതൃസ്നേഹത്തിന്റെയും മൂർത്തികളായി മാറി (തിലകൻ, നെടുമുടി വേണു, മധു, തുടങ്ങിയവർ അത്തരം പിതൃരൂപങ്ങളെയും കവിയൂർ പൊന്നമ്മ, ആറന്മുളപൊന്നമ്മ, സുകുമാരി തുടങ്ങിയവർ മാതൃഭാവങ്ങളെയും അവതരിപ്പിച്ചു). അപൂർവ്വം അപവാദങ്ങളൊഴിച്ചാൽ സൂപ്പർ താരങ്ങൾ അവതരിപ്പിച്ച വൃദ്ധകഥാപാത്രങ്ങൾ അവരുടെ തന്നെ താരബിംബത്തിന്റെ തന്നെ പെരുപ്പിച്ച ഇരട്ടകളായി മാറി (*ദാദാസാഹേബ്, രാവണപ്രഭു, പാലേരി മാണിക്യം, ബാല്യകാലസഖി* വരെ..)

തന്റെ മകന്റെ ഉയരുന്ന പ്രശസ്തിയിൽ അസൂയപ്പെടുകയും ഒടുക്കം മകനെ 'യാദൃച്ഛിക'മായി വകവരുത്തുകയും ചെയ്യുന്ന *പെരുന്തച്ചൻ* (1991. അജയൻ), മകന്റെ കഴിവിനെ ഒരിക്കലും അംഗീകരിക്കാതെ തന്റെ ഇഷ്ടം മാത്രം അവനിൽ അടിച്ചേല്പിക്കുന്ന *സ്ഫടിക*ത്തിലെ ചാക്കോ മാസ്റ്റർ (ഭദ്രൻ, 1995) തുടങ്ങിയവർ പിതൃരൂപത്തിന്റെ ഒരുവശം അവതരിപ്പിച്ചപ്പോൾ, ഭരതൻ-ജോൺ പോൾ കൂട്ടുകെട്ട് വാർദ്ധക്യത്തിന്റെ സങ്കീർണ്ണവും മാനുഷികവുമായ മാനങ്ങളെ ആവിഷ്കരിച്ചു: *ഒരു മിന്നാമിനുങ്ങിന്റെ നുറുങ്ങുവെട്ടം, സന്ധ്യമയങ്ങും നേരം,* ടി ദാമോദരൻ രചിച്ച *കാറ്റത്തെ കിളിക്കൂട്* (ഭരതൻ), പിന്നീട് ജോൺ പോൾ എം ടിയോടൊപ്പം ചെയ്ത *ഒരു ചെറുപുഞ്ചിരി*, എം ടി തിരക്കഥയെഴുതി കണ്ണൻ സംവിധാനം ചെയ്ത *തീർത്ഥാടനം*, തുടങ്ങിയ ചിത്രങ്ങൾ വാർദ്ധക്യത്തിന്റെ വിവിധതലങ്ങൾ അവതരിപ്പിച്ചു: അനപത്യതാദു:ഖം, വാത്സല്യം, കഴിഞ്ഞകാലത്തെക്കുറിച്ചുള്ള കുറ്റബോധം, പഴയ നഷ്ടപ്രണയത്തെ വീണ്ടും ജീവിപ്പിച്ചെടുക്കാനുള്ള വിഫലശ്രമങ്ങൾ, വാർദ്ധക്യകാലത്തു

ണരുന്ന പ്രണയം, അങ്ങനെ പലഭാവങ്ങളും ഇവിടെ പ്രത്യക്ഷപ്പെട്ടു. മധു കൈതപ്രത്തിന്റെ *ഏകാന്ത*ത്തിൽ ജീവിതസായാഹ്നത്തിൽ ഒത്തുചേരുന്ന സഹോദരൻ (തിലകനും മുരളിയും) ഈ രീതിയിൽ വ്യത്യസ്ത സഞ്ചാരങ്ങളെ പ്രതിനിധാനം ചെയ്യുന്നുണ്ട്; സ്ഥലത്തിൽ സഞ്ചരിച്ചയാളെ ഇവിടെ കാലം വേട്ടയാടുന്നു; അതേസമയം സ്ഥലത്തിൽ സ്ഥിതി ചെയ്തയാൾക്ക് കാലം കുറെക്കൂടി വഴങ്ങുന്നുണ്ടെങ്കിലും മറ്റു സ്ഥലപരമായ ഖേദങ്ങൾ പിന്തുടരുന്നു. അപൂർവ്വം ചിത്രങ്ങൾ മാത്രമാണ് വാർദ്ധക്യവുമായി സമരസപ്പെടുന്നതിനെയും ആ അവസ്ഥയെ ആഘോഷമാക്കി മാറ്റുന്നതും ചിത്രീകരിച്ചത്: *ത്രിവേണി, ഒരു ചെറു പുഞ്ചിരി,* ഒരു പരിധി വരെ *മൂന്നാം പക്കം* തുടങ്ങിയ ചിത്രങ്ങളായിരിക്കും ആ ജനുസ്സിൽ പെടാവുന്നവ. (*ഒരു ചെറുപുഞ്ചിരി* കണ്ടിറങ്ങിയ ശേഷം ബാലു മഹേന്ദ്ര 'മരിക്കാൻ കൊതിയാകുന്നു' എന്ന് പറഞ്ഞതായി ആ ചിത്രത്തിന്റെ നിർമ്മാതാവായിരുന്ന ജോൺ പോൾ ഓർക്കുന്നു). വാർദ്ധക്യത്തിലും ബാല്യത്തിന്റേതായ കുസൃതിയുടെയും കളിമ്പ ത്തിന്റെയും യൗവനത്തിന്റേതായ കൗതുകത്തിന്റെയും ശൃംഗാര ത്തിന്റെയും മറ്റും എന്തോ ചില ഇളക്കങ്ങൾ ഈ ചിത്രത്തിലെ കഥാപാ ത്രങ്ങൾ ഉള്ളിൽ മരിക്കാതെ സൂക്ഷിക്കുന്നുണ്ട്.

വാർദ്ധക്യത്തെ മറ്റൊരു തലത്തിൽ വിസ്തരിച്ച ചിത്രമാണ് ഷാജി കരുണിന്റെ *പിറവി* (1988). അടിയന്തരാവസ്ഥയിൽ പൊലീസ് കസ്റ്റഡിയിലായി പിന്നീട് ഒരു വിവരമോ തെളിവോ അവശേഷിപ്പിക്കാതെ അപ്രത്യക്ഷനായ തന്റെ മകനെതേടി പലവാതിലുകളിലും മുട്ടിയും പലരോടും താണുകേണപേക്ഷിച്ചുമുള്ള ആ അച്ഛന്റെ അവസാനിക്കാത്ത അന്വേഷണം സ്വേച്ഛാധിപത്യത്തിന്റെ എന്നപോലെ വാർദ്ധക്യത്തിന്റെ ഏകാന്തതയെയും കുറിച്ചുമുള്ള ഹൃദയഭേദകമായ കഥയാണ്. മോഹൻലാൽ അഭിനയിക്കുന്ന പി ടി കുഞ്ഞുമുഹമ്മദിന്റെ *പരദേശി* (2007) ആയിരിക്കും അത്തരത്തിൽ വാർദ്ധക്യത്തെ ദേശരാഷ്ട്രത്തിന്റെ തന്നെ അനിശ്ചിതാവസ്ഥയായും സ്വത്വപ്രതിസന്ധിയായും അവതരിപ്പിച്ച മറ്റൊരു ചിത്രം. പ്രിയനന്ദനന്റെ *നെയ്ത്തുകാരൻ* (2002) കമ്മ്യൂണിസ്റ്റ് പ്രസ്ഥാനത്തിനു സംഭവിച്ച അപചയത്തിന്റെ ദുരന്തമുഖം മുരളി അവതരിപ്പിച്ച അപ്പുമേസ്ത്രിയിലൂടെ അനാവരണം ചെയ്തു. വാർദ്ധ ക്യത്തെ രാഷ്ട്രീയാപചയമായും ചരിത്രത്തിലേക്കുള്ള തിരിഞ്ഞുനോ ട്ടമായും ആവിഷ്കരിക്കുന്ന ചിത്രങ്ങളാണ് ആർ ശരത്തിന്റെ *സായാഹ്നം* (ഒ മാധവൻ, 2000), രാജീവ് വിജയരാഘവന്റെ *മാർഗ്ഗം* (നെടുമുടി വേണു, 2003) എന്നിവ.

വികാരപ്രകടനത്തിന്റെ കാര്യത്തിൽ വൃദ്ധർക്ക് കൃത്യമായ ചില അലിഖിതനിയമങ്ങളുണ്ട്, ജീവിതത്തിലും സിനിമയിലും. ദേഷ്യം, സങ്കടം, നിരാശ, കരുണ, അലിവ്, ദയ തുടങ്ങിയവ അവർക്ക് സഹജമോ അവരുടെ അവകാശമോ ആണ്. അവയെ എത്ര വേണമെങ്കിലും വിസ്തരി ക്കാവുന്നതുമാണ്. അതേ സമയം ആഹ്ലാദം, കളി, ചിരി, സന്തോഷം,

കൗതുകം, ഭക്ഷണത്തോടും വേഷഭൂഷകളോടുമുള്ള ഭ്രമം, എന്നിവ ഒരു പരിധിവരെ മാത്രമേ അനുവദിക്കപ്പെട്ടിട്ടുള്ളൂ. അതിന്റെ അതിർത്തികൾ ലംഘിക്കുന്നതോ അവയുടെ പ്രകാശനങ്ങൾ കൂടുതൽ ഉച്ചത്തിലാവുന്നതോ അശ്ലീലമോ അസ്വാഭാവികമോ ആയാണ് പരിഗണിക്കപ്പെടുക.

പ്രേമം, കാമം, തുടങ്ങിയ മറ്റാസക്തികൾ അവർക്ക് തികച്ചും നിഷിദ്ധമാണ്. ഇത്തരം ചപലതകളെ അവർ അന്തിമമായും വർജ്ജിക്കേണ്ടതും അത്തരം ചോദനകളെ പൂർണ്ണമായും കീഴടക്കേണ്ടതുമാണ്. വൃദ്ധരുടെ നോട്ടത്തിലോ ചലനങ്ങളിലോ ഭാവഹാവാദികളിലോ കടന്നുവരുന്ന ലൈംഗികത നമ്മുടെ ചിത്രങ്ങളിൽ (അപൂർവ്വം അപവാദങ്ങളൊഴിച്ചാൽ) നിരന്തരം പരിഹസിക്കപ്പെടുകയാണ് പതിവ് (*വൃദ്ധന്മാരെ സൂക്ഷിക്കുക* എന്ന ചിത്രം, ഉണ്ണികൃഷ്ണൻ നമ്പൂതിരിയും സുബ്ബലക്ഷ്മിയും പ്രത്യക്ഷപ്പെടുന്ന രംഗങ്ങൾ). നമ്മുടെ സമൂഹത്തിലും കുടുംബത്തിലുമുള്ള വൃദ്ധരുടെ സാന്നിദ്ധ്യം സിനിമകളിൽ പ്രത്യക്ഷപ്പെടുമ്പോഴും അത് നായകന്റെ സംരക്ഷകഭാവത്തെ പൊലിപ്പിക്കുകയാണ് പതിവ്. (*മഴത്തുള്ളിക്കിലുക്കം, അമ്മക്കിളിക്കൂട്, രാപകൽ, ഇഷ്ടം..*).

1990കളും വാർദ്ധക്യം എന്ന ആശയത്തിന്റെ വാർദ്ധക്യവും

1990 കൾക്കുശേഷം അതായത് നവസാമ്പത്തികക്രമവും ഇന്റർനെറ്റ് അടക്കമുള്ള വിവരസാങ്കേതികവിദ്യാവിപ്ലവവും അരങ്ങേറിയതോടെ, വാർദ്ധക്യത്തെയും വൃദ്ധരെയും കുറിച്ചുള്ള ധാരണകൾക്കും പരിണാമം സംഭവിച്ചു. വൃദ്ധർക്ക് നമ്മുടെ സാമൂഹികഭാവനയിൽ പ്രത്യേകിച്ച് അങ്ങേയറ്റം മാധ്യമീകരിക്കപ്പെട്ട പൊതുസമൂഹത്തിലുള്ള സ്ഥാനം/ അന്തസ്സ് കുറഞ്ഞുവന്നു.

തിയറ്ററിന്റെയും സെല്ലുലോയ്ഡ് സിനിമയുടെയും കാലം കഴിയുകയും ഡിജിറ്റൽ സിനിമയുടെയും ടെലിവിഷൻ, ഇന്റർനെറ്റ്, ഡിവിഡി, മൊബൈൽ, ടാബ്ലെറ്റ്, തുടങ്ങിയ വ്യക്തികേന്ദ്രീകൃതമായ വിനോദസങ്കേതങ്ങളും വികസിച്ചതോടെ സിനിമയിൽനിന്ന് പ്രേക്ഷകർ പ്രതീക്ഷിക്കുന്ന രസങ്ങളും അതു കണ്ടാസ്വദിക്കുന്ന ഇടങ്ങളും പങ്കിടുന്ന സാഹചര്യങ്ങളും അതിന്റെ ഗുണനിലവാരങ്ങളെക്കുറിച്ചുള്ള പ്രതീക്ഷകളും മാറി. തിയറ്ററിൽ ഒന്നിച്ചിരുന്നു കാണുന്ന ഒരു പൊതുസാഹചര്യത്തിൽ നിന്ന് സിനിമ പിന്മാറിയതോടെ സിനിമ കൈകാര്യം ചെയ്യുന്ന പ്രമേയങ്ങൾക്കും മാറ്റം വന്നു. ടെലിവിഷൻ കുടുംബപ്രേക്ഷകരെ കൈയടക്കുകയും തിയറ്ററുകളുടെ എണ്ണത്തിൽ ഗണ്യമായ തോതിൽ ഇടിവു വന്നതോടെയും (1980കളിൽ 2000 തിയറ്ററുകൾ ഉണ്ടായിരുന്നിടത്ത് ഇന്ന് 700 ൽ താഴെയേ ഉള്ളൂ!) തിയറ്ററിലുള്ള സിനിമാപ്രേക്ഷകരുടെ പ്രായം കുറഞ്ഞുവന്നു; സൂപ്പർ താരങ്ങളുടെ ആരാധകക്കൂട്ടങ്ങളായി മാറിയ ആ ചെറുപ്പക്കാരുടെ അഭിരുചികൾക്കും പ്രതീക്ഷകൾക്കും അനുസരിച്ചുള്ള സിനിമകൾ, നിർമ്മിക്കപ്പെട്ടു തുടങ്ങിയതോടെ ആഖ്യാനത്തിലെ നായകസ്ഥാനത്തിനു

പ്രേംജി – പിറവി

തന്നെ ആസുരമായ ഒരു രൂപം കൈവന്നു. മാനുഷികവും സാധാരണവുമായ തോതുകളും വലിപ്പങ്ങളും വെടിഞ്ഞ മലയാളസിനിമ സൂപ്പർ താരങ്ങളുടെ പ്രായത്തെ എങ്ങനെയെങ്കിലും കുറച്ചും മറച്ചും കാണിക്കാൻ തത്രപ്പെട്ടു. ഇത്തരം ആഖ്യാനങ്ങൾക്കുള്ളിൽ ഒരു കഥാപാത്രം എന്ന നിലയ്ക്ക് വൃദ്ധരുടെ സാന്നിദ്ധ്യം ആലങ്കാരികമോ, അല്ലെങ്കിൽ താരനായകരെ കൂടുതൽ പെരുപ്പിക്കാനുള്ള 'പൈതൃകം' എന്ന ഉപാധികളോ ആയി മാറി. മധു, തിലകൻ, നെടുമുടി വേണു, രാജൻ പി ദേവ്, നരേന്ദ്രപ്രസാദ്, സായികുമാർ തുടങ്ങി പല മികച്ച നടന്മാർക്കും സൂപ്പർ താരങ്ങളുടെ അമാനുഷിക പ്രഭാവത്തിന്റെ പിതൃത്വം ഏറ്റെടുക്കേണ്ടി വന്നു.

കഴിഞ്ഞ പതിറ്റാണ്ടോടെ ലോകസിനിമകളും ഹിന്ദി/തമിഴ് സിനിമകളും നിരന്തരം കാണുന്ന യുവപ്രേക്ഷകരും അവയെ മലയാളത്തിൽ ആവിഷ്കരിക്കാൻ ശ്രമിക്കുന്ന സംവിധായകരും രംഗപ്രവേശം ചെയ്തതോടെ, മലയാളസിനിമയുടെ രൂപവും ഭാവവും മാറി. ഏകദേശം കഴിഞ്ഞ കാൽ നൂറ്റാണ്ടുകാലം മലയാളസിനിമയെ അടക്കിഭരിച്ച സൂപ്പർ താരങ്ങളുടെ അസ്തമയവും ഈ പ്രവണതയ്ക്ക് ആക്കംകൂട്ടി. 'ന്യൂ ജനറേഷൻ' എന്നു സ്വയം വിശേഷിപ്പിക്കുന്ന യുവസംവിധായകർ നമ്മുടെ സിനിമയ്ക്ക് ഒരു പുതിയ വേഗവും നിറവും നല്കി: *ട്രാഫിക്, 22 ഫീമെയിൽ കോട്ടയം, ആമേൻ, സാൾട്ട് ആന്റ് പെപ്പർ, ചാപ്പാക്കുരിശ്, ബ്യൂട്ടിഫുൾ, ഹണിബീ, 24 കാതം നോർത്ത്, അന്നയും റസൂലും, തിര* തുടങ്ങിയ ചിത്രങ്ങളുടെ ആഖ്യാനകേന്ദ്രങ്ങളിൽ വൃദ്ധർക്കും വാർദ്ധക്യത്തിനും വലിയ സ്ഥാനമില്ല; ഈ ചിത്രങ്ങളുടെ പരിചരണത്തിലെ ഗതിവേഗവും ദ്രുതശിഥിലമായ സന്നിവേശ രീതികളും വാർദ്ധക്യത്തിന്റെ മന്ദഗതികളുമായി ഒത്തുചേരുന്നവയല്ലതാനും. ചെറുപ്പക്കാരോടൊപ്പം എത്താൻ കഴിയാത്ത കുറച്ചു മദ്ധ്യവയസ്കർ മാത്രമാണിവിടെയുള്ളത്.

ഈ ചിത്രങ്ങളിൽ മിക്കവാറുമെല്ലാം തന്നെ എന്തെങ്കിലും രീതിയിൽ, അല്ലെങ്കിൽ സന്ദർഭത്തിൽ സൂപ്പർ താരങ്ങളെക്കുറിച്ചുള്ള ചില പരാമർശങ്ങൾ കടന്നുവരുന്നതു ശ്രദ്ധിക്കുക: അതു പലരീതിയിൽ അവരുടെ പ്രായാധിക്യത്തെയോ കാലഹരണപ്പെടലിനെയോ സൂചിപ്പിക്കുന്നുമുണ്ട്. സമകാലീനവും യൗവനയുക്തവും ആവുന്നതിനു തടസ്സമാകുന്ന ഈ വമ്പൻ വാർദ്ധക്യസാന്നിദ്ധ്യങ്ങളോടുള്ള ഈ ചിത്രങ്ങളുടെയും പുതിയ നായകരൂപങ്ങളുടെയും പ്രതികരണം തന്നെയായി ഈ പരാമർശങ്ങളെ കാണാവുന്നതാണ്. ചിലപ്പോൾ പരിഹാസം, അല്ലെങ്കിൽ ആരാധന, പ്രായത്തെക്കുറിച്ചുള്ള ഓർമ്മിപ്പിക്കൽ, അവരെ ഗൃഹാതുരത്വത്തിന്റെ അങ്ങനെ ഗതകാലചരിത്രത്തിന്റെ ഭാഗമാക്കി മാറ്റൽ, തുടങ്ങി പല രീതിയിലാണ് താരവാർദ്ധക്യം ചെറുപ്പക്കാരുടെ സിനിമയിൽ കടന്നു വരുന്നത്. ഇമ്മാനുവേൽ എന്ന ചിത്രത്തിന്റെ അന്ത്യത്തിൽ അതൊരു തുറന്ന പ്രസ്താവനതന്നെയായി പ്രത്യക്ഷപ്പെടുന്നതുകാണാം: ഉയർന്നു വരുന്ന താരവും നായകനുമായ ഫഹദ് ഫാസിൽ, തന്റെ കീഴിൽ ജോലിചെയ്യുന്ന മുതിർന്ന സഹപ്രവർത്തകനായ മമ്മൂട്ടി അവതരിപ്പിക്കുന്ന കഥാപാത്രത്തോട് 'നിങ്ങളാണ് സുപ്പർസ്റ്റാർ' എന്നു പറയുന്നത് ഒരർത്ഥത്തിൽ ആരാധനയും ഒപ്പം കാലഹരണത്തെയും ധ്വനിപ്പിക്കുന്നു.

വാർദ്ധക്യം എന്ന ആഖ്യാനമേഖലയും വൃദ്ധകഥാപാത്രങ്ങളും അപ്രസക്തമോ അനാവശ്യമോ ആയി കാലഹരണപ്പെട്ട 'ന്യൂജനറേഷൻ' ആഖ്യാനങ്ങൾ അഭിസംബോധന ചെയ്യുന്നതും അവയെ സഹർഷം (അല്ലെങ്കിൽ ആരവത്തോടെയെങ്കിലും) സ്വാഗതം ചെയ്യുന്നതും നവമാധ്യമങ്ങളിലും സാമൂഹ്യമാധ്യമങ്ങളിലും സജീവമായി പങ്കെടുക്കുന്ന യുവാക്കളാണ്. അവരുടെ ജീവിതത്തിലെ ഹർഷസംഘർഷങ്ങളെയാണ് ഈ സിനിമകൾ ആവിഷ്കരിക്കാൻ ശ്രമിക്കുന്നത്. അതുകൊണ്ടുതന്നെ വാർദ്ധക്യത്തിന് അവിടെ ലഭിക്കുന്ന പ്രാതിനിദ്ധ്യം/പ്രാമുഖ്യം എന്നത് അവരുടെ ജീവിതത്തിൽ കഴിഞ്ഞ തലമുറയ്ക്കും വൃദ്ധർക്കും എന്തു രീതിയിൽ, എത്ര ആഴത്തിലുള്ള സ്വാധീനമാണ് ഉള്ളത് എന്നതുമായി ക്കൂടി ബന്ധപ്പെട്ടിരിക്കുന്നു. ഈ ആഖ്യാനങ്ങൾ മിക്കവാറുമെല്ലാം തന്നെ നഗരകേന്ദ്രിതവും യുവാക്കളുമായി ബന്ധപ്പെട്ടതും സമകാലികമദ്ധ്യവർഗ്ഗ ജീവിതപരിസരത്തിലുള്ളവയും ആധുനിക തൊഴിൽ മേഖലകളുമായി (ഐ ടി, ഷോപ്പിങ് മാളുകൾ, ഹോട്ടൽ, ഇൻഷുറൻസ്, ആരോഗ്യരംഗം, റിയൽ എസ്റ്റേറ്റ് എന്നിവയുടെ നവമുഖങ്ങൾ തുടങ്ങിയവ) ബന്ധപ്പെട്ടവയാണ്. ഇതിനുപുറത്തുള്ള ജീവിതങ്ങൾ, ഇടങ്ങൾ, സാഹചര്യങ്ങൾ എന്നിവ ഇവിടെ പ്രത്യക്ഷപ്പെടുന്നില്ല എന്നു മാത്രമല്ല വർഗ്ഗപരവും വംശീയവും ലിംഗപരവുമായ കാര്യങ്ങളിൽ അങ്ങേയറ്റം വിമോചനവിരുദ്ധമായ നിലപാടുകൾ പുലർത്തുന്നവയാണ് ഈ ആഖ്യാനങ്ങൾ: ഇതരലൈംഗികാഭിമുഖ്യമുള്ളവർ, പുറത്തുനിന്ന് ഇവിടെ വന്നു ജോലിയെടുത്തു ജീവിക്കുന്ന തൊഴിലാളികൾ, ആദിവാസികൾ, കറുത്തതൊലിയുള്ളവർ, ഗ്രാമീണർ എന്നിവർ ഇവിടെ അസ്പൃശ്യരോ

പരിഹാസ്യരോ അപകടകാരികളോ ആണ്. ഇവരെയെല്ലാം പുറത്തുനിർത്തുന്ന നായക-നിർവ്വാഹകസങ്കല്പങ്ങളാണ് ഈ ചിത്രങ്ങളുടേത്. ഇവർക്കൊന്നും സ്വാഭാവികവും സാധാരണവും തുല്യനിലയിലുള്ളതുമായ സാന്നിദ്ധ്യമില്ല എന്നർത്ഥം; സംശയമുണർത്തുന്നവരോ അല്ലെങ്കിൽ അവരുടെ സാന്നിദ്ധ്യം വിശദീകരിക്കാൻ ബാദ്ധ്യതയുള്ളവരോ, നായകരൂപത്തിന്റെ അപരങ്ങളോ ശത്രുക്കളോ അല്ലെങ്കിൽ വെറും അലങ്കാരങ്ങളോ ഹാസ്യസ്രോതസുകളോ ആണിവർ. വൃദ്ധരും ഈ രീതിയിൽ ആഖ്യാനലോകത്ത് അപ്രസക്തരായതുകൊണ്ട് പുറത്തായ ഒരു വിഭാഗമാണ്.

ഇന്നത്തെ മദ്ധ്യവർഗ്ഗ യുവാക്കളുടെ പ്രൊഫഷണൽ ജീവിതം, അതിലെ സംഘർഷങ്ങൾ, സ്വപ്നദുഃസ്വപ്നങ്ങൾ, തൊഴിലിടങ്ങളിലെ സാഹചര്യങ്ങൾ/സമ്മർദ്ദങ്ങൾ, ലൈംഗികാഭിമുഖ്യങ്ങൾ, അഭിലാഷങ്ങൾ, പ്രണയപ്രകാശനങ്ങൾ/ ചേഷ്ടകൾ, വൈകാരിക പ്രതികരണങ്ങൾ, വികാരപ്രകടനശൈലികൾ, വികാരവിരേചനഭാഷകൾ, ആഹാര-ആഹാര്യ-ആചാരരീതികൾ, ജീവിതലക്ഷ്യങ്ങൾ, മൂല്യങ്ങൾ, ഇവയൊന്നുംതന്നെ ഒരുപക്ഷേ, കഴിഞ്ഞ 'ഇന്റർനെറ്റ് മൊബൈൽ-പൂർവ്വ' തലമുറയുമായി ബന്ധമില്ലാത്തതാണ്. പലപ്പോഴും അവ അവർക്ക് രസിക്കാത്തതോ ദഹിക്കാത്തതോ ആയതുകൊണ്ട് അവയെ ആസ്പദമാക്കിയുള്ള സിനിമാ ആവിഷ്കാരങ്ങളിൽ വൃദ്ധർക്കുള്ള സ്ഥാനം സ്വാഭാവികമായും പരിമിതവുമാണ്.

വാർദ്ധക്യം എന്ന യാഥാർത്ഥ്യം

ലോകത്തിലും മനുഷ്യജീവിതത്തിലും നടക്കുന്ന അവസാനിക്കാത്ത/ഒരിക്കലും തിരുത്താനാവാത്ത ആവർത്തനങ്ങളെ സാകൂതം കാണുന്ന വയസ്സന്മാർ (*വരവേല്പി*ലെ പഴയ ബസുടമയായി വരുന്ന തിക്കുറിശ്ശി, *വാസ്തവ*ത്തിലെ തിലകൻ, നെടുമുടി വേണുവും തിലകനും അവതരിപ്പിച്ചിട്ടുള്ള നിരവധി കഥാപാത്രങ്ങൾ), ശാന്തനായി തനിക്കു ചുറ്റും നടക്കുന്ന കാര്യങ്ങളെ നോക്കിക്കാണുന്ന ജ്ഞാനവൃദ്ധന്മാർ (*പരീക്ഷ*യിലെ തിക്കുറിശ്ശി, *തമ്പി*ലെ ഞെരളത്ത് രാമപ്പൊതുവാൾ, *ഉസ്താദ് ഹോട്ടൽ, ഇന്ത്യൻ റുപ്പി* എന്നിവയിൽ തിലകൻ), വയസ്സായിട്ടും കുരുട്ടുബുദ്ധികളായിരിക്കുന്ന ശകുനിമാർ, വയസ്സായിട്ടും ദുശ്ശാഠ്യവും വൈരാഗ്യവും കൈവിടാത്തവർ (*ഹിസ് ഹൈനസ്സ് അബ്ദുള്ള*യിൽ തിക്കുറിശ്ശി, *കാട്ടുകുതിര*യിലെ തിലകൻ, *ഗോഡ്ഫാദറി*ലെ എൻ എൻ പിള്ളയും ഫിലോമിനയും മറ്റും), വയസ്സായിട്ടും ആഗ്രഹങ്ങളും ആസക്തിയും ഉപേക്ഷിക്കാൻ കഴിയാത്തവർ (*ത്രിവേണി*യിലെ സത്യൻ, *ചെമ്മീനി*ലെ കൊട്ടാരക്കര ശ്രീധരൻ നായർ, *കാറ്റത്തെ കിളിക്കൂടി*ലെ ഗോപി..) തങ്ങളുടെ കാലിന്നടിയിൽനിന്ന് ലോകം ഒലിച്ചുപോകുന്നത് നിസ്സഹായരായി നോക്കിനില്ക്കുന്ന 'പഴയ' ആദർശവാദികൾ (*പഞ്ചാ*

*ഗ്നി*യിലെ തിലകൻ, *നിർമ്മാല്യ*ത്തിലെ വെളിച്ചപ്പാടിനെ അവതരിപ്പിച്ച പി ജെ ആന്റണി, അതിലെതന്നെ കഥകളിക്കാരൻ ശങ്കരാടി, *കിങ്* എന്ന ചിത്രത്തിലെ സ്വാതന്ത്ര്യസമരസേനാനിയായ കുതിരവട്ടം പപ്പു), കാലത്തിന്റെ മാറ്റത്തിന് സ്വയം മാറാതെ സാക്ഷിയാകുന്നവർ (*പൊന്തൻമാട*യിലെ മമ്മൂട്ടി, *കുട്ടപ്പൻ സാക്ഷി*യിലെ എം ആർ ഗോപകുമാർ), വയസ്സായിട്ടും അത് അംഗീകരിക്കാതെ കെട്ടിച്ചമയുന്നവർ (പറവൂർ ഭരതൻ, കുഞ്ചൻ, മീന, സുകുമാരി എന്നിവരുടെ ചില കഥാപാത്രങ്ങൾ) ചുറ്റുപാടാകെ മാറിയിട്ടും ലോകം തന്റെ നിയന്ത്രണത്തിലാണെന്നു വ്യാമോഹിക്കുന്നവർ (*കടൽപ്പാലത്തി*ലെ സത്യൻ, *മാന്യശ്രീവിശ്വാമിത്ര*നിലെ മധു), മൂല്യങ്ങളും മാനുഷികതയും തകർന്നടിയുന്നതു കാണേണ്ടിവരുന്നവർ (*അരനാഴികനേര*ത്തിലെ കൊട്ടാരക്കര, *ഇരകളി*ലെ വലിയപ്പൻ), ബന്ധങ്ങളുടെ ശക്തിയും ലോലതയും അനിത്യതയും തിരിച്ചറിഞ്ഞ് അനാസക്തരാകാൻ മുതിരുന്നവർ (*തിങ്കളാഴ്ച നല്ല ദിവസത്തിലെ* കവിയൂർ പൊന്നമ്മ, *ഒരു മിന്നാമിനുങ്ങിന്റെ നുറുങ്ങുവെട്ട*ത്തിലെ നെടുമുടി വേണുവും ശാരദയും), ജീവിതത്തെ ഒരുവട്ടം കൂടി ആഞ്ഞുപുല്കുവാൻ വൃഥാ ശ്രമിക്കുന്നവർ (*തീർത്ഥാടന*ത്തിലെ ജയറാം, *ഡാനിയിലെ മമ്മൂട്ടി*യും മല്ലികാ സാരാബായും), ചെയ്തുപോയ കൃത്യങ്ങൾ വേട്ടയാടുന്നവർ (*സന്ധ്യമയങ്ങും നേരത്തിലെ* ഗോപി), തന്റെ നേരുകളും ശരികളും ലോകത്തിൽ അടിച്ചേല്പിക്കാൻ ശ്രമിക്കുന്നവർ (*സ്ഫടിക*ത്തിലെ തിലകൻ), പുതിയ തലമുറയോട് കലഹിക്കുകയും അസൂയപ്പെടുകയും ചെയ്യുന്നവർ (*പെരുന്തച്ച*നിലെ തിലകൻ), ഒരു കരുണയുമവശേഷിക്കാത്ത വ്യവസ്ഥയുമായി വ്യർത്ഥമെന്നറിയുമ്പോഴും പൊരുതുന്ന അച്ഛൻ (*പിറവി*), നമ്മിലെപ്പോഴും നിഗൂഢതയും അത്ഭുതവും അവശേഷിപ്പിക്കുന്നവർ (*അനന്തര*ത്തിലെ മൂന്നു വൃദ്ധന്മാർ, ബഹദൂറിന്റെ അനവധി റോളുകൾ), നാം എപ്പോഴും തിരിച്ചെത്തി മടിയിൽക്കിടക്കാൻ ആഗ്രഹിക്കുന്ന അമ്മമാർ (കവിയൂർ പൊന്നമ്മ, ആറന്മുള പൊന്നമ്മ, സുകുമാരി), തന്റെ നാടൻ ശീലങ്ങൾ ഒരു പരിഷ്കാരത്തിനും വിട്ടുകൊടുക്കാത്തവർ (അടൂർ ഭവാനി, ഫിലോമിന), കുടുംബത്തിന്റെ മാനവും അന്തസ്സും എന്തുവിലകൊടുത്തും സൂക്ഷിക്കാൻ സ്വയമർപ്പിച്ച, പലപ്പോഴും അതിനുവേണ്ടി കർക്കശക്കാരാകേണ്ടി വരുന്ന കാരണവന്മാർ (കൊട്ടാരക്കരയും പി ജെ ആന്റണിയും അവതരിപ്പിച്ച അനവധി കഥാപാത്രങ്ങൾ) ഇങ്ങനെ വിവിധ ഭാവത്തിലും രൂപത്തിലും അവസ്ഥയിലുമുള്ള വൃദ്ധകഥാപാത്രങ്ങൾ നമ്മുടെ സിനിമയിൽ നിറഞ്ഞുനിന്നു (ഇതു 'പൂർണ്ണ'മായ ഒരു പട്ടികയല്ല, പെട്ടെന്ന് ഓർമ്മയിൽ വന്ന ചിത്രങ്ങളും അഭിനേതാക്കളും മാത്രമേ ഇതിലുൾപ്പെട്ടിട്ടുള്ളൂ).

ചില വൃദ്ധകഥാപാത്രങ്ങൾ തങ്ങൾക്കു ചുറ്റും ത്രസിച്ചുതഴയ്ക്കുന്ന ജീവിതത്തിന്റെ ഒഴുക്കിനോട് മത്സരിക്കാനാവാതെ, അംഗീകരിക്കാനോ മനസ്സിലാക്കാനോ ആവാതെ അന്തംവിട്ടു നില്ക്കുന്നവരാണ്; തങ്ങൾക്കു ചുറ്റും ആസുരമായിക്കറങ്ങുന്ന ആ ചുഴിക്കു നടുവിലെ നിശ്ചലത

ദുൽഖർ സൽമാൻ, തിലകൻ – ഉസ്താദ് ഹോട്ടൽ

യാണവർ. മറ്റു ചിലർ അവർ കെട്ടിപ്പടുത്ത സാമ്രാജ്യങ്ങളും അടിസ്ഥാനമാക്കിയ വിശ്വാസങ്ങളും തന്റെ കണ്മുന്നിൽ തകർന്നടിയുന്നതിനു സാക്ഷിയാകേണ്ടിവരുന്നവരാണ്. താൻ പ്രയോജനരഹിതനോ മറ്റുള്ളവർക്ക് ബാദ്ധ്യതയോ ആയിത്തീരുന്നു എന്ന തോന്നലാണ് ചിലരെ മഥിക്കുന്നത്. ചിലർക്ക് ജീവിച്ച ജീവിതത്തെയോർത്തു നോക്കുമ്പോൾ (അഥവാ അത് തന്നെ ഇന്ന് തിരിഞ്ഞു തുറിച്ചുനോക്കുമ്പോൾ) അവരെ വേട്ടയാടുന്നത് കുറ്റബോധം, നഷ്ടബോധം, നൈരാശ്യം, പാപഭീതി, പരാജയബോധം തുടങ്ങിയവയാണ്. മറ്റു ചിലർക്കുള്ളത് താൻ ജീവിക്കാത്ത ജീവിതത്തെയോർത്തുള്ള നിരാശയോ വേദനയോ ആണ്: താൻ ജീവിതത്തിൽ നഷ്ടപ്പെടുത്തിയ അവസരങ്ങൾ, തിരിച്ചറിയാതെപോയ സൗഭാഗ്യങ്ങൾ, മുതിരാതെ/മുകരാതെ പോയ സുഖങ്ങൾ.. ഇവ അവരുടെ ജീവിതത്തെ അപരിഹാര്യമായ ഒരു അപൂർണ്ണതയാക്കി മാറ്റുന്നു. വളരെ അപൂർവ്വം പേർ മാത്രമാണ് വാർദ്ധക്യത്തെ (മരണത്തെയും) ഒരു സ്വാഭാവിക അവസ്ഥയായി അംഗീകരിക്കുന്നതും അതിന്റേതായ സുഖഭോഗങ്ങൾക്കും വികാരവിചാരവിരേചനങ്ങൾക്കുമായി ശരീരവും മനസ്സും തുറന്നിടുന്നത്; ജീവിച്ച ജീവിതത്തെക്കുറിച്ച് തൃപ്തിയും അതിനോട് നന്ദിയും, വാർദ്ധക്യത്തോട് സമരസപ്പെടാനും സൗമനസ്യപ്പെടാനും കഴിയുന്നത് അപൂർവ്വം മനുഷ്യർക്ക് മാത്രമാണ് സാധിക്കുന്നത് — ജീവിതത്തിലും സിനിമയിലും.

തീർച്ചയായും വാർദ്ധക്യം എന്നത് ഒരാൾ തികച്ചും വ്യക്തിപരമായി മാത്രം അനുഭവിക്കുന്ന/ അനുഭവിക്കേണ്ട ഒരവസ്ഥയല്ല; സുബോധമുള്ള ഒരു സമൂഹം അതിന്റെ കാഴ്ചപ്പാടുകളിലും നയപരമായ കാര്യങ്ങളിലും അടിസ്ഥാന സൗകര്യസംവിധാനങ്ങളിലുമെല്ലാം മനുഷ്യജീവിതത്തിന്റെ വിവിധ ഋതുക്കളെയും വൃദ്ധിക്ഷയങ്ങളെയും രോഗാരോഗ്യാവസ്ഥ

കളെയും പരിഗണിക്കുന്ന ഒന്നായിരിക്കണം. പക്ഷേ, വാർദ്ധക്യത്തെയും മരണത്തെയും ഓരോ വ്യക്തിയും അറിയുന്നതും മനസ്സിലാക്കുന്നതും ആവിഷ്കരിക്കുന്നതും (മരണത്തെ ആവിഷ്കരിക്കാനാകുമോ?) നിർണ്ണായകമായ രീതികളിൽ അവരവരെത്തന്നെ ആശ്രയിച്ചിരിക്കുന്നു. ഒരാളുടെ വിധിയും അവസ്ഥയുമാണത്. അതുകൊണ്ടുതന്നെയായിരിക്കണം എക്കാലത്തും മനുഷ്യഭാവനയെ ഈ പ്രമേയങ്ങൾ ഉത്തേജിപ്പിച്ചുകൊണ്ടിരിക്കുന്നതും.

നന്ദി

ജോൺ പോൾ, ശ്രീറാം

മാറുന്ന നായകർ, മറയുന്ന നായകത്വം

അടുത്തകാലത്തിറങ്ങിയ ചില ജനപ്രിയജനുസ്സിലുള്ള മലയാള ചിത്രങ്ങൾ ശ്രദ്ധിക്കുക: *ഉയരെ, ഇഷ്ക്, തമാശ, തൊട്ടപ്പൻ, കുമ്പളങ്ങി നൈറ്റ്സ്, പറവ, സുഡാനി ഫ്രം നൈജീരിയ, മായാനദി, വരത്തൻ, തൊണ്ടിമുതലും ദൃക്സാക്ഷിയും, മഹേഷിന്റെ പ്രതികാരം.* മലയാളസിനിമയുടെ രൂപവും ഭാവവും മാറിയിരിക്കുന്നു എന്നു തെളിയിക്കുന്ന ചിത്രങ്ങളാണിവ. പ്രമേയഭൂമികകളും ആഖ്യാനരീതികളും അഭിനയശൈലികളും സംഭാഷണഗതികളും ദൃശ്യപരിചരണവും എല്ലാം പാടെ മാറിയിരിക്കുന്നു. ഇവയെല്ലാംതന്നെ ഇന്ത്യയിൽ ആഗോളവല്ക്കരണ-ഉദാരവല്ക്കരണനയങ്ങൾ നടപ്പാക്കിയതിനു ശേഷം ജനിച്ചവരോ മുതിർന്നവരോ ആയ ഒരു തലമുറയുടെ പ്രകാശനങ്ങളാണ് എന്നതായിരിക്കും ഇവയെ എല്ലാം ബന്ധിപ്പിക്കുന്ന പ്രധാനപ്പെട്ട ഒരു സമാനത. ഒരു തലമുറയുടെ പിന്മാറ്റത്തെയും പുതിയ ഒന്നിന്റെ വരവിനെയും ഈ മാറ്റം സൂചിപ്പിക്കുന്നുണ്ട്. ഫഹദ് ഫാസിൽ, ദുൽഖർ സൽമാൻ, നിവിൻ പോളി, അസിഫ് അലി, ടൊവിനോ തോമസ്, വിനായകൻ, സൗബിൻ ഷഹീർ, ചെമ്പൻ വിനോദ്, ഷൈൻ നിഗം തുടങ്ങിയ നടന്മാരും റീമ കല്ലിങ്ങൽ, പാർവ്വതി തുടങ്ങിയ നടിമാരും സജീവമാകുന്നതും ഇക്കഴിഞ്ഞ രണ്ടു ദശകത്തിനിടയിലാണ്. ഈ മാറ്റം നടീനടന്മാരിൽ മാത്രം ഒതുങ്ങിനില്ക്കുന്നില്ല. മറിച്ച് സാങ്കേതികവിദഗ്ദ്ധരുടേയും, മറ്റു കലാകാരന്മാരുടേയും തിരക്കഥാകൃത്തുക്കളുടേയും കാര്യത്തിലും, അതിനോടൊപ്പം പൊതുവായുള്ള ജീവിതസമീപനത്തിലും കലാപ്രയോഗത്തിലും കൂടി പ്രകടമായ ഒന്നാണ്. അതിനാൽ തന്നെ ഇവർ ഒരു 'പുതുതലമുറ' എന്ന് വിശേഷിപ്പിക്കപ്പെടാൻ യോഗ്യതയുള്ളവരുമാണ്.

വാസ്തവത്തിൽ കേരളത്തിലെ സ്വതന്ത്ര/കലാസിനിമയും ഇന്ന്

വളരെ സജീവവും ശക്തവുമാണ്; വളരെ വ്യത്യസ്തമായ ഒട്ടേറെ സിനിമകൾ മുഖ്യധാരയ്ക്കു പുറത്തുനിന്നുകൊണ്ട് സമാന്തരധാരയിൽ നിർമ്മിക്കപ്പെടുന്നുണ്ട്. പ്രമേയപരവും ആഖ്യാനപരവുമായ വ്യക്തിത്വം പുലർത്തുന്നവയുമാണ് അവ. ജനപ്രിയസിനിമകൾ പ്രതിപാദിക്കുന്ന പല സാമൂഹ്യപ്രതിസന്ധികളേയും വൈയക്തികസംഘർഷങ്ങളേയും വളരെ തീവ്രമായും സർഗ്ഗാത്മകമായും ഈ ചിത്രങ്ങൾ അവതരിപ്പിക്കുന്നുമുണ്ട്. ഈ ഭാവുകത്വപരിണാമത്തെ പലതലങ്ങളിൽനിന്നുകൊണ്ടു പരിശോധിക്കാവുന്നതാണ്. ഇവിടെയുള്ള ശ്രമം എന്നത് ജനപ്രിയസിനിമയിലെ പുരുഷനായകസങ്കല്പത്തിൽ പുതിയ തലമുറ കൊണ്ടുവന്ന മാറ്റങ്ങളെക്കുറിച്ച് പരിശോധിക്കുക മാത്രമാണ്. അതുകൊണ്ടുതന്നെ പ്രധാനമായി ഇവിടെ പ്രതിപാദിക്കുന്നതും ഉദാഹരണങ്ങളായിയെടുക്കുന്നതും ജനപ്രിയ സിനിമകളും നായകനടന്മാരും മാത്രമാണ്.

1 മാറുന്ന നായകസ്ഥാനങ്ങൾ

മലയാളസിനിമയിലെ നായകരൂപങ്ങളെയും സങ്കല്പങ്ങളെയും സംബന്ധിച്ചിടത്തോളം കഴിഞ്ഞ ഒന്നര ദശകത്തെ 'സൂപ്പർതാരാനന്തര' കാലഘട്ടം എന്ന് വിശേഷിപ്പിക്കാവുന്നതാണ്. മുമ്പു സൂചിപ്പിച്ചതുപോലെ ഒരു പുതിയ തലമുറ നായകനടന്മാർ കടന്നുവന്നിരിക്കുന്നു. മലയാളസിനിമയുടെ രൂപഭാവങ്ങൾക്കും ആഖ്യാന–പ്രമേയങ്ങൾക്കും വന്ന പരിണാമത്തിന്റെ പ്രത്യക്ഷരൂപങ്ങളാണ് അവർ എന്ന് പറയാം. മമ്മൂട്ടി–മോഹൻലാൽ എന്നീ ദ്വന്ദ്വങ്ങളുടെയും സുരേഷ് ഗോപി, ജയറാം തുടങ്ങിയവരുടേയും ഏകദേശം മൂന്നു പതിറ്റാണ്ടു നീണ്ടുനിന്ന ആധിപത്യത്തിന്റെ അന്ത്യം കൂടി ഇവരുടെ ഉയർച്ച സൂചിപ്പിക്കുന്നുണ്ട്. ദിലീപ്, പൃഥ്വിരാജ്, ജയസൂര്യ തുടങ്ങിയ സൂപ്പർതാരാനന്തര നായകനടന്മാരെ നേരത്തെ പറഞ്ഞ 'പുതുതലമുറ'യിൽനിന്നും പഴയതലമുറയിൽ നിന്നുമൊഴിവാക്കുന്നത് അവർ ഈ രണ്ടു തലമുറകൾക്കും ഇടയിൽ നില്ക്കുന്നതു

കൊണ്ടാണ്; ഒരു രീതിയിൽ നോക്കിയാൽ സൂപ്പർ താരങ്ങളുടെ പാതയും പടുതിയും പിന്തുടരുവാൻ ശ്രമിക്കുന്നവരാണ് ഈ നടന്മാർ. 'ന്യൂജനറേഷൻ' ലാഘവത്വമോ നിത്യജീവിതസംഘർഷങ്ങളോ അല്ല ഇവരുടെ താരസ്വരൂപങ്ങളെ നിർണ്ണയിക്കുന്നത്; ഇവർ അവതരിപ്പിക്കുന്ന നായകരൂപങ്ങളും അതിനെ അടിസ്ഥാനമാക്കിയുള്ള ആഖ്യാനങ്ങളും സൂപ്പർ താരങ്ങൾ ആടിയുറപ്പിച്ച അതേ 'ബാണി'യാണ് പൊതുവെ പിന്തുടരാൻ ശ്രമിക്കുന്നത്.

സൂപ്പർതാരങ്ങളുടെ മെല്ലെമെല്ലെയെങ്കിലുമുള്ള അസ്തമയം അല്ലെങ്കിൽ അവരുടെ യഥാർത്ഥപ്രായത്തോടടുക്കുന്ന കഥാപാത്രങ്ങളെ അവതരിപ്പിക്കേണ്ടിവരുന്ന സാഹചര്യം മലയാളത്തിലെ സിനിമാഖ്യാനങ്ങളെ വലിയരീതിയിൽ വിമോചിപ്പിക്കയും സ്വതന്ത്രമാക്കുകയും ചെയ്തു. ടെലിവിഷന്റെ സൂപ്പർതാരാടിമത്തം പതിറ്റാണ്ടുകളോളം സിനിമാഖ്യാനങ്ങളെ അവർക്കു ചുറ്റും കെട്ടിയിടേണ്ട ഒരവസ്ഥ നിലനിർത്തിയിരുന്നതിനാൽ സൂപ്പർ താരങ്ങൾ വല്യേട്ടന്മാരായും മാടമ്പിമാരായും ബിഗ് ബോസായും ഗ്രാന്റ് മാസ്റ്ററായും ഉസ്താദായും ദാദാ സാഹേബായും ഒക്കെ അവതരിച്ചുകൊണ്ടേയിരുന്നു. ഇവരുടെ അമാനുഷസ്വരൂപങ്ങൾക്കും അത്തരം കഥാപാത്രങ്ങൾക്കുമൊപ്പിച്ചായിരുന്നു കഥയും മറ്റു കഥാപാത്രങ്ങളും വിന്യസിക്കപ്പെട്ടിരുന്നത്. ഒരു സാധാരണ പ്രണയകഥ പോലും പറയാൻ പറ്റാത്ത ഈ ആഖ്യാനാന്തരീക്ഷം നായികാനായകൻ എന്ന സങ്കല്പത്തെതന്നെ അസ്ഥിരമാക്കി. നായകനും നായികയും തമ്മിലുള്ള പ്രായത്തിലുള്ള അന്തരം വർദ്ധിക്കുന്നതിനോടൊപ്പം, ആഖ്യാനത്തിനകത്തുള്ള മറ്റു നടീനടന്മാരുടെ നില സൂപ്പർതാരങ്ങൾ അവതരിപ്പിക്കുന്ന നായകകഥാപാത്രങ്ങളുടെ ശിങ്കിടികളോ ആശ്രിതരോ അണികളോ ആയി ഒതുങ്ങി, ഒരർത്ഥത്തിൽ സിനിമയ്ക്കകത്തുതന്നെയുള്ള ഫാൻസ് സംഘടനയായി മറ്റു നടീനടന്മാർ ചുരുങ്ങി.

ഈ അവസ്ഥയിൽനിന്ന് മലയാളസിനിമ പുറത്തുവന്നത് പുതുതലമുറയുടെ കടന്നുവരവോടെയാണ്: അവർ വലിയ രീതിയിൽ ആഖ്യാനങ്ങളെ 'സാധാരണ'വും ലളിതവും ദൈനംദിനജീവിതബദ്ധവുമാക്കി; പുരുഷനായകരെ അവർ മനുഷ്യന്റെ തോതിലേക്കും വലിപ്പത്തിലേക്കും തിരിച്ചുകൊണ്ടുവന്നു. വള്ളുവനാട്ടിൽനിന്ന് മലയാളസിനിമയെ അവർ ഇടുക്കിയിലേക്കും തൃശ്ശൂരിലേക്കും അങ്കമാലിയിലേക്കും കാസർഗോഡിലേക്കും കുമ്പളങ്ങിയിലേക്കും ഒക്കെ സഞ്ചരിപ്പിച്ചു; കൊച്ചിനഗരവും അതിന്റെ പരിസരങ്ങളുമാണ് ഇന്ന് ഏറ്റവുമധികം പ്രത്യക്ഷപ്പെടുന്ന ആഖ്യാനഭൂമിക എങ്കിലും സ്ഥലം കൂടുതൽ പ്രധാനമായ ഈ ആഖ്യാനങ്ങളിൽ മറ്റ് പലയിടങ്ങളിലെയും ജീവിതങ്ങളും ജീവനരീതികളും അതിജീവന പ്രശ്നങ്ങളും കടന്നുവന്നു. വള്ളുവനാടൻ ഗ്രാമത്തിൽനിന്നും അവിടുത്തെ ഉപരി/മദ്ധ്യവർഗ്ഗ/ജാതി തറവാട്ടുകുടുംബങ്ങളിൽനിന്നും അതിന്റെ ഇരുണ്ട വാസ്തുപരിസരങ്ങളിൽനിന്നും

ആവാസവ്യവസ്ഥയിൽനിന്നും സിനിമ മറ്റിടങ്ങളിലെ വിവിധങ്ങളായ ജാതിമതസമൂഹങ്ങളിലേക്കും ജീവിതസംഘർഷങ്ങളിലേക്കും ശിഥിലമായ കുടുംബബന്ധങ്ങളിലേക്കും തെരുവുകളിലേക്കും വീടകങ്ങളിലേക്കുമൊക്കെ ചുവടുമാറി. ആഖ്യാനപരിചരണത്തിലും പ്രമേയപരിസരങ്ങളിലും വന്ന 'ഗൗരവപൂർണ്ണമായ ലാഘവത്വ'മാണ് ഈ സിനിമകളുടെ പ്രത്യേകത; വളരെ ഗൗരവമാർന്ന വിഷയങ്ങൾ കൈകാര്യം ചെയ്യുമ്പോഴും അവ ഒരുതരം ഇരുണ്ട ലാഘവത്വം പുലർത്തുന്നു. മുമ്പ് ജാതി, ഹിംസ, ലൈംഗികത, രാഷ്ട്രീയം തുടങ്ങിയ 'കനപ്പെട്ട' വിഷയങ്ങൾ കനത്തതും ഭാരമുള്ളതുമായ ഭാഷയിലും രീതികളിലുമാണ് പ്രതിപാദിക്കപ്പെട്ടിരുന്നത് എങ്കിൽ ഇവിടെ അവയൊക്കെ ആഖ്യാനത്തിന്റെ ഉപപാഠങ്ങളോ ആനുഷംഗികമെങ്കിലും പ്രധാനപ്പെട്ടതോ ആയ അടരുകളായാണ് വരുന്നത്. കഥയുടെ സ്ഥലപരിസരം, കാലപ്പരപ്പ്, അഭിനയശൈലി, ആഹാര്യം തുടങ്ങിയവയിലെ ലഘുത്വം ഈ ചിത്രങ്ങൾക്ക് യാഥാതഥ്യലാവണ്യത്തിന്റേതായ ഒരുതരം സ്വാഭാവികതയും ഒഴുക്കും അനായാസതയും നല്കുന്നുണ്ട്.

വിനയ് ഫോർട്ടിനെ ഒരു കഷണ്ടിക്കാരന്റെ വേഷത്തിൽ മുഖ്യകഥാപാത്രമാക്കാനും (*തമാശ*) വിനായകനെയും ചെമ്പൻ വിനോദിനെയും മണികണ്ഠനെയും മറ്റും (*ഈമയൌ, ഠമാർ പഠാർ, തൊട്ടപ്പൻ, കമ്മട്ടിപ്പാടം*) നായകരാക്കാനും ഇന്ന് മലയാളസിനിമയ്ക്ക് കഴിയുന്നുണ്ട് എന്നത് നായകരൂപത്തിലും താരസ്വരൂപങ്ങളിലും വന്ന രാസ/രസ മാറ്റത്തെയാണ് സൂചിപ്പിക്കുന്നത്.

2 മാറ്റത്തിന്റെ ദിശകൾ – രേഖീയമായ കാലത്തിൽനിന്ന് പരന്ന സ്ഥലരാശിയിലേക്ക്

പുതിയ തലമുറയിലെ സിനിമകളുടെ ഒരു സവിശേഷത അവയുടെ കാലസങ്കല്പത്തിൽ വന്ന ചുരുക്കമാണ്. മിക്കവാറും ചിത്രങ്ങളുടെയും ആഖ്യാനം വളരെ ചുരുങ്ങിയ ഒരു സമയദൈർഘ്യത്തിൽ ചുരുൾ നിവരുന്നവയാണ് (*ട്രാഫിക്, തൊണ്ടിമുതലും ദൃക്സാക്ഷിയും, ഈ മ യൌ, എസ് ദുർഗ്ഗ, ലുക്കാ ചുപ്പി, ഒഴിവുദിവസത്തെ കളി, ചോല, ഒരു വെള്ളിയാഴ്ച, ആഭാസം, ഇഷ്ക്, കിസ്മത്, രണ്ടു പേർ, കോക്ക്ടെയിൽ, മറവി* തുടങ്ങി നിരവധി ഉദാഹരണങ്ങൾ ഈ ജനുസ്സിൽ ചൂണ്ടിക്കാണിക്കാനാകും) ഒന്നോ രണ്ടോ ദിവസങ്ങളിൽ നടക്കുന്ന പലപ്പോഴും യാദൃച്ഛികമായ സംഭവങ്ങളെ കോർത്തിണക്കുന്ന രീതിയിലാണ് പല ചിത്രങ്ങളുടെയും ആഖ്യാനം ചിട്ടപ്പെടുത്തിയിരിക്കുന്നത്. ഒരൊറ്റ ദിവസത്തിൽ നടക്കുന്ന കാര്യങ്ങൾ, ഒരു അപകടം, ഒരു മരണം പോലുള്ള സംഗതികൾ തൊടുത്തുവിടുന്ന സംഭവശൃംഖലകൾ, ഒരു യാത്ര, ഒരു ദൗത്യം, സുഹൃത്തുക്കളുടെ ഒത്തുചേരൽ എന്നിവയെയൊക്കെ ചുറ്റിപ്പറ്റിയാണ് പുതു ആഖ്യാനങ്ങൾ വികസിക്കുന്നത്.

ട്രാഫിക്

പൊതുവെ ഈ സംഭവശൃംഖലയുടെ നടുവിലുണ്ടാവുക ഒരാളോ കുറച്ചു സുഹൃത്തുക്കളോ കാമുകീകാമുകന്മാരോ ദമ്പതിമാരോ ഒക്കെയായിരിക്കും. ഉദാഹരണത്തിന് *ഈ മ യൗവിൽ* ചെമ്പൻ വിനോദ് അവതരിപ്പിക്കുന്ന ഈശിയുടെ അച്ഛൻ ഒരു വൈകുന്നേരം യാദൃച്ഛികമായി വീട്ടിലേക്കുവരുന്നതും അന്നു രാത്രി പെട്ടെന്നുള്ള അയാളുടെ മരണവുമാണ് അതിലെ സംഭവങ്ങൾക്ക് തുടക്കമിടുന്നത്. *ഇഷ്ക്* കാമുകീകാമുകന്മാർ നടത്തുന്ന യാത്രയും അതിലവർക്കുണ്ടാവുന്ന അനുഭവങ്ങളുമാണെങ്കിൽ, *ഈട* അങ്ങേയറ്റം വിഭജിതമായ ഒരു സമൂഹത്തിൽ ജീവിക്കുന്ന രണ്ടു പേരുടെ പ്രണയം സൃഷ്ടിക്കുന്ന സംഘർഷങ്ങളെക്കുറിച്ചാണ്; *തൊണ്ടിമുതലിൽ* വിവാഹിതരായ രണ്ടു പേരും ഒരു കള്ളനുമാണ് ആഖ്യാനകേന്ദ്രത്തിലുള്ളത്. *ആഭാസ*ത്തിന്റെയും *എസ് ദുർഗ്ഗ*യുടേയും *കോക്ക്ടെയിലി*ന്റെയും ആഖ്യാനത്തിന് ഒരു യാത്രയുടെ പശ്ചാത്തലവും ദൈർഘ്യവുമാണുള്ളത് എങ്കിൽ, *ഒരു വെള്ളിയാഴ്ച, ലുക്കാ ചുപ്പി* എന്നീചിത്രങ്ങൾ ഒന്നോ രണ്ടോ ദിവസം അല്ലെങ്കിൽ ഒരു രാത്രിയും പകലും നടക്കുന്ന സുഹൃദ് സമാഗമത്തിന്റെയും അതിൽനിന്നുണ്ടാവുന്ന സംഭവങ്ങളെയുമാണ് കഥിക്കുന്നത്.

ആഖ്യാനത്തിലെ സമയദൈർഘ്യത്തിൽ വരുന്ന ഈ ചുരുക്കം നായകരൂപങ്ങളെയും സ്ഥാനത്തെയും സ്വാധീനിക്കുന്നുണ്ട്. നമുക്ക് പരിചയമുള്ളതും സൂപ്പർതാരങ്ങൾ അവതരിപ്പിച്ചുകൊണ്ടിരുന്നതുമായ അതിമാനുഷികവും വീരസാഹസികവുമായ റോളുകൾക്കും ദുരന്തനാ

യക കഥാപാത്രങ്ങൾക്കും ആഖ്യാനത്തിനകത്ത് കാലപരമായ ഒരുതരം വിസ്തൃതി ആവശ്യമാണ്; തലമുറകളിലൂടെ നീളുന്നതും, നായകന്റെ ജീവിതത്തിലെ വിവിധ ഘട്ടങ്ങളെ വിസ്തരിക്കുന്നതും, ബാല്യം മുതൽ വാർദ്ധക്യം വരെ ഉൾക്കൊള്ളുന്നതും ഒക്കെയാണ് പൊതുവെ അത്തരം ആഖ്യാനങ്ങളുടെ കാലഭാവന. മറ്റൊരു രീതിയിൽ പറഞ്ഞാൽ ഇത്തരം നായകാഖ്യാനങ്ങൾ കാലത്തിലുള്ള സഞ്ചാരങ്ങളാണ്. ഭൂതകാലത്തിൽ ആഴത്തിൽ വേരൂന്നി, വർത്തമാനകാലത്തിൽ പടർന്നുപന്തലിച്ച് ഭാവിയെ കീഴ്പ്പെടുത്താനും നിർണ്ണയിക്കാനും വെമ്പുന്ന കഥാപാത്രങ്ങളോ നായകസ്വരൂപങ്ങളോ ആണവർ. പലപ്പോഴും ഭൂതകാലത്ത്/കുട്ടിക്കാലത്ത് അവരനുഭവിച്ച അവമതികൾക്ക്/അവഗണനകൾക്ക് പകരം ചോദിക്കാനോ പഴയ കണക്കുകൾ തീർക്കാനോ നഗരത്തിലെ അജ്ഞാതവാസത്തിൽനിന്ന് വർത്തമാനകാലത്തിലെ നാട്ടിലേക്കും തറവാട്ടിലേക്കും തിരിച്ചുവരുന്നവരാണവരിൽ പലരും. അതുകൊണ്ടുതന്നെ കാലത്തിലാണ് അവരുടെ കഥ വിന്യസിക്കപ്പെട്ടിരുന്നതും വികസിക്കുന്നതും. കാലാശ്രയികളായ അത്തരം വീര/ദുരന്തനായകന്മാരുടെ കാലം കഴിഞ്ഞതായാണ് ഇന്നത്തെ സിനിമയിൽ കാണുന്നത്. കാലം, സമയം എന്നതൊക്കെ നൈമിഷികമായ അനുഭവങ്ങളിലേക്കും ദൈർഘ്യങ്ങളിലേക്കും ചുരുങ്ങുമ്പോൾ, ലോകവും ജീവിതവുമെല്ലാം വർത്തമാനകാലം എന്ന ഒഴുക്കായി, ഭൂതത്തിനും ഭാവിക്കും പ്രസക്തിയില്ലാത്ത ഒരു നൈരന്തര്യം മാത്രമായി അനുഭവപ്പെടാനും ആവിഷ്കരിക്കപ്പെടാനും തുടങ്ങുമ്പോൾ ആഖ്യാനങ്ങൾക്കും അതിനകത്തെ നായകരൂപങ്ങൾക്കും അവരുടെ നിർവ്വാഹകത്വത്തിനും എല്ലാം മാറ്റം/ചുരുക്കം വരുന്നു.

കാലഭാവനയിലും സമയാനുഭവത്തിലും വന്ന ഈ ചുരുക്കം നമ്മുടെ മാറിയ ലോകാനുഭവവുമായിക്കൂടി ബന്ധപ്പെട്ടിരിക്കുന്നു. അങ്ങേയറ്റം മാധ്യമീകരിക്കപ്പെട്ട ജീവിതാവസ്ഥ നിരന്തരം നിങ്ങൾ ലോകവുമായി മാധ്യമത്തിലൂടെ ബന്ധപ്പെട്ടും ബന്ധനപ്പെട്ടും ഇരിക്കുന്ന ഇന്നത്തെ ജീവിതാവസ്ഥ നമുക്കു ചുറ്റും, നമ്മിലും അവസാനിക്കാത്ത ഒരു വർത്തമാനകാലത്തെ സൃഷ്ടിക്കുകയും നിലനിർത്തുകയും അതിനകത്ത് നിരന്തരമായി ജീവിക്കാൻ നിർബ്ബന്ധിക്കുകയും ചെയ്യുന്നുണ്ട്; നമ്മളുടെ അനുഭവവും അതുകൊണ്ടുതന്നെ ഭാവനകളും പ്രകാശനങ്ങളും അതിന്റെ ചക്രവാളങ്ങളിലേക്കും നിരന്തരമായ ഒഴുക്കിലേക്കും ഒരുങ്ങുന്നു; ഒതുങ്ങുന്നു. സമ്പദ്വ്യവസ്ഥാപരമായ കോണിൽനിന്നു നോക്കുമ്പോൾ നാളത്തെക്കുറിച്ച് ഒരുറപ്പുമില്ലാത്ത ഒരു കാലത്തിൽ ജീവിക്കുന്ന ഊഹമൂലധനം ആഗോളസമ്പദ് വ്യവസ്ഥയെ ജീവിതത്തെയും ജീവനത്തെയും നിർണ്ണയിക്കുന്ന ഒരു കാലത്ത്-മനുഷ്യർക്കുള്ള ഏക ആശ്രയം/ഇടം വർത്തമാനകാലവും അതിന്റെ ഒഴുക്കുണ്ടാക്കുന്ന ഹരങ്ങളും ഹർഷങ്ങളും മാത്രമാകുന്നതും യാദൃച്ഛികമല്ല.

അതുകൊണ്ടായിരിക്കാം പുതിയസിനിമകളുടെ സമയക്രമം അഥവാ

കാലഭാവന സന്നിഹിത വർത്തമാനത്തിന്റെ സന്ദിഗ്ദ്ധതകളിലേക്ക് ചുരുങ്ങുന്നതും അതിൽ അഭിരമിക്കുന്നതും. കാലം അപ്രസക്തമാകുന്ന ഈ സാഹചര്യത്തിൽ സ്വാഭാവികമായും സ്ഥലത്തിന് (ചില സന്ദർഭ ങ്ങളിൽ സംസ്കാരത്തിനും) കൂടുതൽ പ്രാധാന്യം കൈവരുന്നു; ഒഴിഞ്ഞു പോയ കാലത്തിലേക്ക് സ്ഥലം വന്നുനിറയുന്നതുപോലെയാണത്. മിക്കവാറും നവതലമുറ സിനിമകളും സ്ഥലത്തിന് പ്രാമുഖ്യം നല്കു ന്നവയാണ്; അവയുടെ ആഖ്യാനങ്ങൾ വിസ്തരിക്കപ്പെടുന്നത് നിർവ്വ ചിതവും ഒപ്പം സങ്കീർണ്ണവുമായ സ്ഥലരാശികളിലാണ്: കൊച്ചിയും പരിസരപ്രദേശങ്ങളുമാണ് പല ചിത്രങ്ങൾക്കും ഏറ്റവും പ്രിയപ്പെട്ട ആഖ്യാനഭൂമിക (*കമ്മട്ടിപ്പാടം, അന്നയും റസൂലും, പറവ*); പക്ഷേ, മറ്റിട ങ്ങളും ഇവിടെയുണ്ട്. അവിടങ്ങളിലെ വൈവിദ്ധ്യമാർന്ന ജാതിമത സമുദായജീവിതങ്ങൾ, വാസ്തുരീതികൾ, ആവാസവ്യവസ്ഥകൾ, തെരുവുകൾ, വീടകങ്ങൾ, ജീവനശൈലികൾ - ഇവയെല്ലാം പല ചിത്രങ്ങളുടേയും ആഖ്യാനത്തിന്റെ ഊടും പാവും നെയ്യുന്നതു കാണാം

നായകകേന്ദ്രിതമല്ല ഈ ആഖ്യാനങ്ങൾ; നായകവിജയത്തെയോ ദുരന്തത്തെയോ എന്നതിനേക്കാൾ നിലനില്പിനും അതിജീവനത്തിനു മാണ് ഇവിടെ പ്രാമുഖ്യം. ലോകത്തിന്മേലും ജീവിതത്തിന്മേലുമുള്ള നിയന്ത്രണം നഷ്ടപ്പെട്ട, സംഭവങ്ങളുടേയും സംഗതികളുടേയും ഒഴുക്കിൽ പെട്ട് അതിൽനിന്ന് മോചിതനാകാനും ശ്രമിക്കുന്ന നായികാനായകന്മാരെ യാണ് ഇവിടെ നിങ്ങൾ കാണുക. പിടിവിട്ടൊഴുകുന്ന സംഭവസംഘർഷ ങ്ങളുടെ ചുഴിയിൽപെട്ട ഈ മനുഷ്യർ ജീവിക്കുന്നതും അതിജീവിക്കുന്നതും അവരുടെമുന്നിലുള്ള ഓരോ നിമിഷത്തെയുമാണ്; അതിലെ അനുനി മിഷം ഉയർന്നുവരുന്ന സന്ദിഗ്ദ്ധതകളെയാണ്. ഇവിടെ ഭൂതകാലമഹിമയോ തറവാടിത്തഘോഷണമോ പ്രത്യയശാസ്ത്രബോദ്ധ്യങ്ങളോ മൂല്യബോ ധമോ ഒന്നും അയാൾക്ക് ആശ്രയമോ ബലമോ അല്ല. അപ്പപ്പോൾ ഉണ്ടാകുന്ന സംഭവങ്ങളെയും പ്രതിസന്ധികളെയും നേരിട്ടും അവയോട് പ്രതികരിച്ചും പരിഹരിച്ചുംകൊണ്ട് മനുഷ്യർ മുന്നേറുന്നതിനെക്കുറിച്ചാണ് ആഖ്യാനം: ഉദാഹരണത്തിന് *തൊണ്ടിമുതലും ദൃക്സാക്ഷിയും* എന്ന ചിത്രത്തിലെ ദമ്പതികളും കള്ളനും അവർ എത്തിപ്പെടുന്ന സംഘർ ഷത്തെ മറികടക്കുന്നതോടെ അവരവരുടെ ജീവിതത്തിലേക്ക് തിരിച്ചുപോ കുന്നു. *മഹേഷിന്റെ പ്രതികാരം* പോലുള്ള ചിത്രങ്ങളിൽ നായകനെ നയിക്കുന്നത് അയാൾ യാദൃച്ഛികമായി എടുക്കുന്ന ഒരു പ്രതികാരശപഥം മാത്രമാണ്; അത് പൂർത്തിയാക്കുന്നതോടെ പിന്നീടത് അയാൾക്ക് ഒരു പ്രശ്നവുമല്ല.. അത്തരം ഒരുപാട് തികച്ചും യാദൃച്ഛികവും അപ്രതീക്ഷിത വുമായ മുഖാമുഖങ്ങളും അപകടങ്ങളും സംഭവങ്ങളും നിറഞ്ഞതാണ് ഈ ചിത്രങ്ങൾ; അതുകൊണ്ടു തന്നെ ഇവിടെ നായകരൂപങ്ങളെക്കാൾ, അവരുടെ വൈയക്തികമായ പ്രഭാവങ്ങളെക്കാൾ പ്രധാനം യാദൃച്ഛിക തയുടെ പ്രവചനാതീതമായ ബലതന്ത്രങ്ങളും ഗതിവിഗതികളുമാണ്. സാധാരണ ജീവിതപരിസരങ്ങളും നിത്യജീവനസംഘർഷങ്ങളും നിറ

ഞ്ഞ ഈ ഇടത്തിൽ സാമ്പ്രദായികനായകന്മാർക്ക് പ്രസക്തിയില്ല; തീർച്ചയായും ഇവിടേയും അധികാരത്തിന്റേയും വ്യവസ്ഥയുടേയും സ്ഥാപനങ്ങളുമായുള്ള ഏറ്റുമുട്ടലുകളുണ്ട് ലിംഗാധികാരപ്രയോഗങ്ങളും ജാതീയതയും സാമൂഹ്യമുൻവിധികളുമായുള്ള കെട്ടിമറിച്ചിലുകളുണ്ട്; (*കിസ്മത്, ഇഷ്ക്, ഈട, തൊണ്ടിമുതലും ദൃക്സാക്ഷിയും, തമാശ..*) പക്ഷേ, ഇവിടെയൊന്നും വ്യവസ്ഥയെ വെല്ലുവിളിച്ച് വിജയിക്കുന്ന നായകർ എന്നതിനേക്കാൾ അതിനെ പലരീതിയിലും നേരിടുന്ന/ അതിജീവിക്കുന്ന മനുഷ്യരാണ് കൂടുതലും.

സാമ്പ്രദായികമായ നായകരൂപത്തിന് ഒരു പശ്ചാത്തലവും ഭൂതകാലവും ആവശ്യമുണ്ട്. അപ്പപ്പോൾ നടക്കുന്ന സംഭവങ്ങളുടെ ഒഴുക്കിനകത്ത് നില്ക്കുന്ന നായകകഥാപാത്രങ്ങളെ സംബന്ധിച്ചിടത്തോളം ഭൂതകാലവും പാരമ്പര്യവും ചരിത്രവുമെല്ലാം താൻ നേരിടുന്ന സന്ദിഗ്ദ്ധതകൾക്കുമുന്നിൽ അപ്രസക്തമോ അപ്രധാനമോ ആണ്; അതുകൊണ്ടു തന്നെ നായികാനായകന്മാർ ഓരോ സന്ദർഭവുമായുള്ള ഇടപെടലിലൂടെയും ഏറ്റുമുട്ടകളിലൂടെയും ഉണ്ടായിത്തീരുന്നവരാണ് ഇന്നത്തെ നായകരും കഥാപാത്രങ്ങളും. അവർ നില്ക്കുന്നത് ശുദ്ധവർത്തമാനത്തിലാണ്, ലോകവും പരിസരവുമായി തല്ക്ഷണം പ്രതികരിക്കേണ്ടിവരുന്ന ശരീരങ്ങളാണവർ, അവരെ ചൂഴ്ന്നു നില്ക്കുന്ന മനുഷ്യരും അധികാരവ്യവസ്ഥയും അവരുടെ ജീവിതത്തിലുണ്ടാക്കുന്ന ആഘാതങ്ങളാണ് അവരുടെ പെരുമാറ്റത്തെയും സ്വഭാവത്തെയും നിർണ്ണയിക്കുന്നതും നിർവ്വചിക്കുന്നതും. അവർക്കു ഒരു നിയന്ത്രണവുമില്ലാത്ത ലോകഗതിയുടെ അനിശ്ചിതത്വങ്ങളും സംഭവഗതികളുമാണ് അവരെ നയിക്കുന്നത്.

ഇഷ്ക് – ഷെയ്ൻ നിഗം, ആൻ ശീതൾ

3 തുറന്ന അന്ത്യങ്ങൾ, തുടരുന്ന ജീവിതങ്ങൾ

അതുകൊണ്ടുതന്നെ ഗതകാലനായകന്മാരെപ്പോലെ കാലത്തിന്റെ രേഖീയതയിലല്ല, മറിച്ച് സ്ഥലത്തിന്റെ പരപ്പാണ് അവരുടെ ആവാസവ്യവസ്ഥ/അരങ്ങ്; ആ പരപ്പിലാണ് അവർ വസിക്കുന്നതും വെളിച്ചപ്പെടുന്നതും. ഇവിടെ ആദർശധീരരായ വീരനായകരോ അവരെ ആരാധിക്കുന്ന കോമാളിച്ചങ്ങാതിമാരോ അവർക്കുവേണ്ടി എല്ലാം ത്യജിക്കുന്ന കാമുകിമാരോ അവർക്ക് മടിയിൽ തലചായ്ക്കാൻ ഒരുങ്ങിയിരിക്കുന്ന അമ്മമാരോ മുത്തശ്ശിമാരോ അപൂർവ്വമാണ്; പലപ്പോഴും ധാർമ്മിക ശൂന്യമായ ഇടങ്ങളിലാണ് കഥ വികസിക്കുന്നത്, ഭൂതകാലത്തിന്റെ കടബാദ്ധ്യതകളോ പ്രമാണിത്തങ്ങളോ, ഭാവിയിലേക്കു നീളുന്ന പ്രതിബദ്ധതകളോ പ്രതീക്ഷകളോ ഇവിടെയില്ല; ഈ ചിത്രങ്ങൾ അത് തുറന്നിടുന്ന സമസ്യകളെയും പ്രശ്നങ്ങളേയുമെല്ലാം പരിഹരിച്ചുകൊണ്ടുള്ള അന്ത്യത്തിലെത്തുന്നില്ല; ഒരു അന്തിമകുടുംബം അല്ലെങ്കിൽ പ്രണയസാക്ഷാല്ക്കാരം പുനഃസമാഗമം ഇണയുടെ മേൽ അധികാരം/അവകാശം സ്ഥാപിക്കൽ തുടങ്ങിയ ശുഭപര്യവസാനങ്ങളിലോ ചെന്നൊടുങ്ങുന്നില്ല. അത്തരം 'അടവു'കളേക്കാൾ ഇനിയും എന്തും സംഭവിക്കാവുന്ന അനിശ്ചിതത്വങ്ങളിലാണ് അവ എത്തിച്ചേരുന്നത്; മറ്റ് സന്ദിഗ്ദ്ധതകൾക്കും യാദൃച്ഛികതകൾക്കും ഒപ്പം അത്ഭുതങ്ങൾക്കും അവിടെ ഇനിയും സാദ്ധ്യതകളുണ്ട്. ഇവിടെ ആത്യന്തികമായി നീതിയുടെയോ നന്മയുടെയോ വിജയമോ അനീതിയുടെയും തിന്മയുടേയും നാശമോ സംഭവിക്കണമെന്നില്ല. തുടർച്ചകളും ഒഴുക്കുമാണ് എല്ലാം. അത്തരം ഒരു ആഖ്യാനാന്തരീക്ഷത്തിൽ നായകൻ എന്ന വ്യക്തിക്കും അയാളുടെ പ്രഭാവത്തിനും വളരെയധികം പരിമിതികളുണ്ട്; അത്തരം നായകസാഹസികതകളും സർവ്വപ്രശ്നപരിഹാര അന്ത്യങ്ങളും ഇന്നത്തെ സാഹചര്യത്തിൽ 'പണ്ടേപ്പോലെ ഫലിക്കുന്നില്ല' എന്നുവേണം കരുതാൻ. മൂല്യങ്ങളുടെയോ ആദർശങ്ങളുടെയോ പ്രതിരൂപങ്ങളല്ല പുതിയ നായകർ ('നായകർ' എന്നവരെ വിശേഷിപ്പിക്കാമെങ്കിൽ), മറിച്ച് മനുഷ്യർ ചെന്നുപെടുന്ന ചില സംഘർഷങ്ങളുടെയും പ്രതിസന്ധികളുടെയും ജീവിതാവസ്ഥകളുടെയും പ്രതിരൂപങ്ങളാണിവർ.

സമകാലിക ലോകത്തിന്റെയും ജീവിതത്തിന്റെയും നിത്യജീവനത്തിന്റെയുമെല്ലാം സങ്കീർണ്ണതകൾ ഇത്തരം ആഖ്യാനാന്തരീക്ഷത്തിലുണ്ട്; വീരന്മാരും അതിമാനുഷരും ഇവിടെ നമ്മുടെ രക്ഷയ്ക്കെത്തുകയില്ല എന്ന ബോദ്ധ്യം സാമ്പ്രദായിക നായകസ്വരൂപത്തെ വലിയ രീതിയിൽ അപ്രസക്തമാക്കുന്നുമുണ്ട്. പക്ഷേ, ഏതൊരു സമൂഹത്തിനും നായകരേയും ബിംബങ്ങളേയും ആവശ്യമുണ്ട്; കല, പ്രത്യേകിച്ചും ജനപ്രിയ കല ചെയ്യുന്നത് അത്തരം മോഹങ്ങൾക്ക് ശരീരവും രൂപവും ശബ്ദവും നല്കുക എന്നതാണ്. ഇന്നത്തെ നായകർ കലുഷവും ഒന്നും പ്രവചിക്കാനാവാതെ കലങ്ങിയതും എല്ലാം അസ്ഥിരവും അനിശ്ചിതവുമായ ഒരു

ചാപ്പാ കുരിശ്

കാലത്തിന്റെയും പ്രതിനിധികളാണ്. അവർ ഈ നിമിഷത്തിൽ ജീവിക്കുന്നു, സഹിക്കുന്നു, എതിർക്കുന്നു, ചിലപ്പോൾ ചില ചെറിയ വിജയങ്ങൾ കൈവരിക്കുന്നു, പലപ്പോഴും പരാജയപ്പെടുന്നു. പക്ഷേ, ഒന്നും ഇവിടെ അന്തിമമല്ല, എല്ലാം താല്ക്കാലികം മാത്രം, അതുകൊണ്ടുതന്നെ മാറ്റങ്ങൾക്കും തകിടം മറിച്ചിലുകൾക്കും എപ്പോഴും ഇവിടെ ഇടമുണ്ട് (കാലമില്ലെങ്കിലും). ഉദാഹരണത്തിന് സ്വന്തം ശാരീരികവ്രണത്തെ ലോകത്തിൽനിന്നും കാമുകന്മാരിൽനിന്നും മറച്ചുവെക്കാത്ത *ഉയരെ*യിലെ നായിക അന്തിമവിജയങ്ങളൊന്നും നേടുന്നില്ല; പക്ഷേ, അവൾ പുരുഷന്മാർ – അച്ഛനായാലും, കാമുകനായാലും മുതലാളിയായാലും – നിർമ്മിക്കുന്ന/നിയന്ത്രിക്കുന്ന ലോകത്തിൽനിന്നും അതിന്റെ യുക്തികളിൽനിന്നും മോചനം നേടുന്നുണ്ട്. പുതിയ തുടക്കങ്ങളുടെ സാദ്ധ്യതയിലും അനിശ്ചിതത്വത്തിലുമാണ് ചിത്രം അവസാനിക്കുന്നത്. *വരത്തനി*ലെ ദമ്പതിമാർ തല്ക്കാലം അവർ താമസിച്ചിരുന്ന മലപ്രദേശത്തെ വിടന്മാരെ തോല്പിക്കുന്നുണ്ട് എങ്കിലും അവരുടെ ഭാവി അനിശ്ചിതമായിത്തന്നെ തുടരുന്നു. ഒരുദിവസത്തിനിടയിൽ പുരുഷസമൂഹത്തിൽനിന്ന് അവൾ അനുഭവിക്കുന്ന ഭീകരത *ഇഷ്കി*ലെ നായികയെ ഒരു പുന:സമാഗമത്തിലോ പുരുഷനിൽ സ്വയം അർപ്പിക്കലിലോ അല്ല കൊണ്ടുചെന്നെത്തിക്കുന്നത്. പക്ഷേ, ചില പുതിയ തിരിച്ചറിവുകളിലേക്കാണ്; നമുക്കു പരിചിതമായ ഒരു ശുഭാന്ത്യം അവളെ കാത്തിരിക്കുന്നില്ല..

ആഖ്യാനം സ്ഥലത്തിനും നിത്യജീവിതസാധാരണത്വത്തിനും (അതി)ജീവനപ്രതിസന്ധികൾക്കും നിത്യജീവിതസംഘർഷങ്ങൾക്കും പ്രാമുഖ്യം നല്കിയതോടെ പരമ്പരാഗത നായകരൂപങ്ങൾ കാലഹരണപ്പെട്ടു. പല ജാതിമതങ്ങളിലും സംസ്കാരങ്ങളിലും പ്രദേശങ്ങളിൽ

നിന്നെല്ലാമുള്ള മനുഷ്യർ ഈ ആഖ്യാനങ്ങളുടെ കേന്ദ്രമായിമാറി. നേരത്തേ സൂചിപ്പിച്ചതുപോലെ വിനായകൻ, ചെമ്പൻ വിനോദ്, അസിഫ് അലി, വിനോദ് ഫോർട്ട് തുടങ്ങി പലതരം രൂപഭാവങ്ങളുള്ള നടന്മാർക്ക് ആഖ്യാനകേന്ദ്രത്തിൽ സ്ഥാനം പിടിക്കുവാനുള്ള അവസരങ്ങളുണ്ടായി.

4. പുതിയ നായകരും സൂപ്പർതാരാനന്തരബോധവും

ന്യൂജെൻ എന്നു വിശേഷിപ്പിക്കപ്പെടുന്ന ചിത്രങ്ങളിൽ കാണാവുന്ന ഒരു സവിശേഷത അവയിലുള്ള സൂപ്പർതാരങ്ങളെക്കുറിച്ചുള്ള പരാമർശ ങ്ങളാണ്. മൂന്നോളം ദശകങ്ങൾ മലയാള സിനിമാഖ്യാനങ്ങളിൽ കേന്ദ്ര സ്ഥാനവും ആധിപത്യവും നിലനിർത്തിയ നടന്മാരുടെ അസാന്നിദ്ധ്യം ഈ ചിത്രങ്ങളെ നിരന്തരം വേട്ടയാടുന്നതുകാണാം. അവരുടെ അസാന്നി ദ്ധ്യം പൗരുഷത്തിന്റെ കൂടി അസാന്നിദ്ധ്യമായി പ്രത്യക്ഷപ്പെടുന്നു. പലരൂപത്തിലും പുതുതലമുറ സിനിമക്കാർ തങ്ങൾ സൂപ്പർതാരാനന്തര കാലത്തെ പ്രതിനിധീകരിക്കുന്നു എന്ന് പ്രത്യക്ഷമായും പരോക്ഷമായും സിനിമയിൽതന്നെ സൂചിപ്പിക്കുന്നതു കാണാം; ചിലപ്പോൾ തമാശയായി, പലപ്പോഴും ദൃശ്യശ്രാവ്യ സൂചനകളിലൂടെ, മറ്റു ചിലപ്പോൾ അനുകര ണങ്ങളിലൂടെ, ഗതകാല നായകർ/സൂപ്പർ താരങ്ങൾ – അസന്നിഹിതമായ ഒരു സാന്നിദ്ധ്യമായി – പ്രത്യക്ഷപ്പെട്ടു കൊണ്ടേയിരിക്കുന്നു;. *മഹേഷിന്റെ പ്രതികാരത്തിൽ* സൂപ്പർതാരങ്ങളെ താരതമ്യം ചെയ്യുന്ന ഒരു രംഗം തന്നെയുണ്ട്. *ചാപ്പാക്കുരിശി*ലെ അൻസാരിയും നഫീസയും മമ്മൂട്ടി ഫാൻസാണ്; *ഓൺ വേ ടിക്കറ്റ്* എന്ന ചിത്രത്തിൽ പൃഥ്വിരാജ് അവതരിപ്പിക്കുന്ന കഥാപാത്രം ഒരു മമ്മൂട്ടി ഫാൻസ് അസോസിയേഷന്റെ മലപ്പുറം ജില്ലാ സെക്രട്ടറിയാണ്; *ഈ അടുത്ത കാലത്ത്* എന്ന ചിത്രത്തിൽ മോഹൻലാലിനെ കളിയാക്കിക്കൊണ്ടുള്ള ഒരു സംഭാഷണം ഇടയ്ക്ക് കടന്നുവരുന്നു. *കായംകുളം കൊച്ചുണ്ണി, ലൂസിഫർ, പോക്കി രിരാജ* തുടങ്ങിയ പലസിനിമകളിലും പുതിയ നായകർ സൂപ്പർ താരങ്ങ ളുടെ ആശ്രിതരോ അനിയന്മാരോ ആരാധകരോ ആണ്. സൂപ്പർതാര ഗതകാല ആണത്തത്തോടുള്ള വിധേയത്വമോ ഗൃഹാതുരത്വമോ അതിന്റെ ആവാഹനമോ ആണ്.

സൂപ്പർ താരങ്ങളുടെ നിഷ്കാസനം അല്ലെങ്കിൽ കാലഹരണപ്പെടൽ മലയാളസിനിമയുടെ ആഖ്യാനലോകത്ത് വലിയ ഒരു ആണത്തപ്രതി സന്ധി സൃഷ്ടിച്ചിട്ടുണ്ട്. നേരത്തെ സൂചിപ്പിച്ച പോലെ ഇന്നത്തെ നായ കൻ പഴയ നായകരെപ്പോലെ തിന്മയേയും ലോകത്തെയും കീഴടക്കുന്ന വീരസാഹസികനോ അല്ലെങ്കിൽ ലോകത്തിന്റെ അനീതിയെ എതിർത്ത് രക്തസാക്ഷിത്വം വഹിക്കുന്ന ദുരന്തനായകനോ അല്ല. പുതിയ നായ കരിൽ പലരും ദുർബ്ബലരും സ്വന്തം ജീവിതത്തെ കൈയിലെടുക്കാനുള്ള ശേഷിയില്ലാത്തവരും പരാജിതരും ഷണ്ഡരും ആണ്; പലപ്പോഴും അവർ സ്ത്രീയുടെ/കാമുകിയുടെ രക്ഷകരാകാൻ കെല്പില്ലാത്തവരോ

സ്ത്രീസാന്നിദ്ധ്യത്തിൽ പതറുന്നവരോ ആണ് (*ഇഷ്ക്ക്, ഈട, കിസ്മത്, എസ് ദുർഗ്ഗ, ഉയരെ, തമാശ*). സ്ത്രീകളാൽ ഷണ്ഡന്മാരാകുന്നവർ പോലും അവർക്കിടയിലുണ്ട് (*22 ഫീമെയിൽ കോട്ടയം*)

ഈ ആണത്തനഷ്ടം അഥവാ പൗരുഷത്തിന്റെ പ്രതിസന്ധി എന്നത് ഒരു വശത്ത് സൂപ്പർ താരങ്ങൾ അവതരിപ്പിച്ചിരുന്ന *വല്യേട്ടൻ/ഉസ്താദ്/ആറാം തമ്പുരാൻ* കഥാപാത്രങ്ങളുടെ അതായത് ആഖ്യാനത്തെ ഒന്നാകെ നിയന്ത്രിക്കാനും ലോകത്തെ സ്വന്തം ശക്തിയും ഇച്ഛയും കൊണ്ട് കീഴടക്കാനും പെണ്ണുങ്ങളെ 'നിലയ്ക്കുനിർത്താനും' കഴിവുള്ള പുരുഷന്മാരുടെ അഭാവം കൂടിയാണ്. ഇത്തരം കഥാപാത്രങ്ങളുടെയും അതവതരിപ്പിച്ചിരുന്ന താരങ്ങളുടെയും അഭാവം ഒരു ശേഷിക്കുറവായി/പരിഹരിക്കാനാവാത്ത വിടവായി, പുതിയ ആഖ്യാനങ്ങളെ വേട്ടയാടിക്കൊണ്ടേയിരിക്കുന്നു. പുതിയ നായകർക്ക് മുൻകാല നായകരുടെ അധികാരവും ശക്തിയും നിർവ്വാഹകത്വവും ഇല്ലാത്ത/ഏറ്റെടുക്കാനാവാത്ത അല്ലെങ്കിൽ അർഹിക്കാത്ത ഒരു അവസ്ഥ. ആഖ്യാനത്തിനകത്തെ ഒരു ശൂന്യതയായി അത് പ്രത്യക്ഷപ്പെടുന്നു; നായകന്റെ ഭീരുത്വമായി, ആത്മവിശ്വാസക്കുറവായി, കഷണ്ടിയായി, ഷണ്ഡത്വമായി, മരണഭയമായി, രോഗമായി പല രൂപഭാവങ്ങളിൽ അത് ആഖ്യാനത്തിലേക്ക് കടന്നുവന്നുകൊണ്ടേയിരിക്കുന്നു. പൊതുസമൂഹത്തിലും വിമൻ ഇൻ സിനിമാ കളക്ടീവ് പോലുള്ള സംഘടനകളിലൂടെ സിനിമാരംഗത്തും സ്ത്രീകൾ കൈവരിച്ച അധികാരവും അവകാശബോധവുമായും ഇതിന് അബോധബന്ധമുണ്ടായിരിക്കാം. പുരുഷന്മാർക്ക് ലോകത്തിന്മേലും ജീവിതത്തിലും അതിലും പ്രധാനമായി സ്ത്രീകളുടെ മുകളിലുമുള്ള അധികാരം നഷ്ടപ്പെട്ട അല്ലെങ്കിൽ നഷ്ടപ്പെടുന്നു എന്നുള്ള ഒരുതരം ഭീതി പല ചിത്രങ്ങളുടെയും അന്തർദ്ധാരയായോ പ്രത്യക്ഷത്തിൽ തന്നെയോ ഉണ്ട്.

5

അനിശ്ചിതത്വവും അരക്ഷിതത്വവും നിഴൽ വീശിയ, 'ആണത്തം' വലിയ രീതിയിൽ ചോദ്യം ചെയ്യപ്പെടുന്ന ഒരു അന്തരീക്ഷത്തിലാണ് പുതിയ ആഖ്യാനങ്ങൾ ആവിഷ്കരിക്കപ്പെടുന്നത്. ജീവിതവും ജീവനവും ഇന്നത്തെ നമ്മുടെ സാമ്പത്തിക സാമൂഹ്യ അവസ്ഥയെപ്പോലെ തികച്ചും അപ്രതീക്ഷിതവും പ്രവചനാതീതവും ആയി മാറിയ സാഹചര്യത്തിൽ ഒരു തരം സന്ദിഗ്ദ്ധാവസ്ഥ ആഖ്യാനങ്ങളെ മൂടിനില്ക്കുന്നു; എന്തും എപ്പോഴും സംഭവിക്കാം; ആർക്കും ഒന്നിന്മേലും ഒരു നിയന്ത്രണവുമില്ലാത്ത, കുടുംബവും മനുഷ്യബന്ധങ്ങളും കെട്ടഴിഞ്ഞ ഒരു അവസ്ഥ. ഈ സന്ദിഗ്ദ്ധതയുടെ ആൾരൂപങ്ങളും പ്രകാശനങ്ങളും കൂടിയാണ് പുതിയ നായകർ.

വിഗതകുമാരന്റെ യാത്രകൾ

"തെല്ലകലത്തുനിന്നെത്തിനോക്കീടുന്നു നല്ലൊരു നാളെ..
മെല്ലെയടിവെച്ചടിവെച്ചടുക്കുന്നു, നല്ലൊരു നാളെ..
പുല്ലാം കുഴലു വിളിക്കുന്നു ദൂരത്തു, നല്ലൊരു നാളെ..
എല്ലാരുമെല്ലാരുമങ്ങനെ കൈകോർത്തു ചെല്ലുകനീളെ
ഉണർന്നേറ്റു ചെല്ലുക നീളെ..."

(കെ സി പൂങ്കുന്നം, പി രാമദാസിന്റെ *ന്യൂസ് പേപ്പർ ബോയ്* എന്ന ചിത്രത്തിലെ അന്ത്യഗാനം)

കുട്ടിക്കാലത്തെക്കുറിച്ചുള്ള വ്യവഹാരങ്ങളെല്ലാംതന്നെ മുതിർന്നവർ നിർമ്മിക്കുന്നതായതിനാൽ സ്വാഭാവികമായും അവ മൂല്യബദ്ധവും പലപ്പോഴും ഗൃഹാതുരത്വപരമാവാൻ സാദ്ധ്യതയുള്ളതുമാണ്. കുട്ടിക്കാലം എന്നത് ഓരോ വ്യക്തിക്കും തന്റെ മുന്നിൽ അനന്തസാദ്ധ്യതകളുണ്ടായിരുന്ന ഒരു ഭൂതകാലസന്ദർഭം കൂടിയാണ്; വളർന്നുമുതിർന്നാണ് നമ്മൾ ആ സാദ്ധ്യതകളെ ഓരോന്നായി ഇല്ലാതാക്കി ഈ ഒരൊറ്റ ഞാനായി ചുരുങ്ങുന്നത്. അതുകൊണ്ടുതന്നെ കുട്ടിക്കാലത്തെക്കുറിച്ചുള്ള ആഖ്യാനങ്ങൾ എപ്പോഴും ഇന്നത്തെ 'ഞാൻ' എന്ന അവ്യവസ്ഥിതിക്ക് ഒരു മുൻ തുടർച്ച നല്കാൻ ശ്രമിക്കുന്ന ഒരു തിരിഞ്ഞുനോട്ടമോ ഭൂതകാലത്തെക്കുറിച്ചുള്ള വിലയിരുത്തലോ/കണക്കെടുക്കലോ, സ്വന്തം വേരന്വേഷണങ്ങളുമായി ബന്ധപ്പെട്ടതോ ആയിരിക്കും.

സിനിമയെ സംബന്ധിച്ചിടത്തോളം കുട്ടിക്കാലം എക്കാലത്തും വളരെ പ്രധാനപ്പെട്ട ഒരു പ്രമേയമായിരുന്നു. പ്രസ്തുത സിനിമ ഉണ്ടാക്കപ്പെട്ട സമൂഹത്തെക്കുറിച്ചുകൂടി അതു പറയുന്നുണ്ട്. നിയോറിയലിസ്റ്റ് സിനിമകളായാലും, യൂറോപ്യൻ നവതരംഗമായാലും, പിന്നെ ഇറാനിയൻ വസന്തമായാലും കുട്ടികളേയും ബാല്യത്തേയുംകുറിച്ചുള്ള ഏറ്റവും

സ്മരണീയമായ ചിത്രങ്ങൾ ഉല്പാദിപ്പിച്ചിട്ടുണ്ട് എന്നത് ബാല്യത്തിന്റെ രാഷ്ട്രീയഭാവനാപരമായ മാനത്തെ സൂചിപ്പിക്കുന്നു.

മലയാളസിനിമയിൽ ബാല്യത്തിനു ആദ്യകാലം മുതൽ നീളുന്ന ഒരു കഥ പറയാനുണ്ട്. മലയാളത്തിലെ ആദ്യചിത്രം തന്നെ *വിഗതകുമാരൻ* (അക്ഷരാർത്ഥത്തിൽ 'നഷ്ടപ്പെട്ട കുമാരൻ') ആണ് എന്നത് യാദൃച്ഛികമല്ല. കിശോരബാലന്മാരെ ആദ്യദശകങ്ങളിലെ സിനിമകൾ തൊട്ടുതന്നെ നമുക്കുകാണാം: *നീലക്കുയിലിലെ* നീലിയുടെ മകൻ, *രാരിച്ചൻ എന്ന പൗരൻ, ന്യൂസ് പേപ്പർ ബോയ്, ഓടയിൽനിന്ന്* എന്നിവയിലെ നായകന്മാർ തുടങ്ങിയവരായിരിക്കും പെട്ടെന്നു മനസ്സിൽ വരിക. സ്വന്തം അദ്ധ്വാനത്തിലും അതിന്റെ അന്തസ്സിലും വിശ്വസിച്ച്, വിധിയുമായി മല്ലിട്ട് ജീവിതത്തെ നേരിടാനിറങ്ങിത്തിരിക്കേണ്ടിവരുന്ന ഇവർ കേരളം എന്ന ദേശരാഷ്ട്രത്തിന്റെ തന്നെ പ്രതിരൂപങ്ങളായിരുന്നു. കൂട്ടുകുടുംബത്തിൽനിന്നും സമൂഹത്തിൽനിന്നും പുറന്തള്ളപ്പെട്ട ഭാവിപൗരന്മാരാണ് അവർ. അതുകൊണ്ടുതന്നെ ഭൂത-വർത്തമാന കാലങ്ങൾ അവരെ സംബന്ധിച്ചിടത്തോളം കലുഷവും നിഷേധിക്കപ്പെടേ

ഓടയിൽനിന്ന്

ണ്ടവയുമായിരുന്നു. ഭാവിയാണ് അവരുടെ ഏകപ്രതീക്ഷ, ലക്ഷ്യം. വർഗ്ഗപ്രതിനിധികളായ ഇവരുടെ സോഷ്യൽ റിയലിസ്റ്റ് സ്വപ്നങ്ങൾ ഒരർത്ഥത്തിൽ തൊഴിലാളിവർഗ്ഗ വിമോചനം തന്നെയായിരുന്നു. കെ എസ് സേതുമാധവന്റെ *ഓടയിൽ നിന്ന്* എന്ന ചിത്രത്തിലെ ആദ്യരംഗത്തിൽ ഒരു പ്രാവിനെ ക്ലാസിൽ കൊണ്ടുവന്നതിന് നായകനായ പപ്പുവിനെ ക്ലാസിൽ നിന്ന് ഇറക്കിവിടുന്നുണ്ട്. ആ സന്ദർഭത്തിൽ, സഹപാഠികളെ മർദ്ദിക്കുന്ന അദ്ധ്യാപകനോട് അവൻ ഇങ്ങനെ തട്ടിക്കയറുന്നു: "ആ കുട്ടി ജന്മിത്തമ്പുരാന്റെ മകനായതുകൊണ്ടല്ലേ നിങ്ങൾ അവനെ അടിക്കാത്തത്? എന്നെ തൊട്ടുപോയാൽ!... ഇവിടെ പക്ഷാഭേദമുണ്ട്, പക്ഷാഭേദം! നിങ്ങളാരുമിവിടെ പഠിക്കരുത്, എന്റെ കൂടെ ഇറങ്ങിവരൂ...." എന്നിട്ടും ക്ലാസിൽതന്നെയിരിക്കുന്ന കുട്ടികളെ നോക്കി അവൻ ഇങ്ങനെ പുച്ഛത്തോടെ പറഞ്ഞുകൊണ്ട് ഇറങ്ങിപ്പോകുന്നു: "നിങ്ങളൊക്കെ പട്ടികളാണെടാ പട്ടികൾ." പിന്നെയും ഒന്നു രണ്ടു സന്ദർഭങ്ങളിൽ പപ്പു അവന്റെ കൂട്ടുകാരോടും സഹപ്രവർത്തകരോടും ഇതേ രോഷം ആവർത്തിക്കുന്നുണ്ട്. ഈ രീതിയിൽ അവനവനെക്കുറിച്ചുള്ള വർഗ്ഗപരമായ ആത്മബോധവും അഭിമാനവും പല കഥാപാത്രങ്ങളിലും ഇക്കാലത്തു കാണാം.

എന്നാൽ ഈ കിശോരബാലന്മാരൊന്നുംതന്നെ അവരുടെ ലക്ഷ്യമണയുന്നില്ല എന്നത് മലയാളസിനിമയും ആധുനികതാപദ്ധതിയും തമ്മിലുള്ള മുഖാമുഖത്തിലെ സംഘർഷത്തെക്കൂടിയാണ് നാടകീയവല്ക്കരിക്കുന്നത്. ആഖ്യാനാന്ത്യത്തിൽ പപ്പു ഒരു ക്ഷയരോഗിയായ റിക്ഷാക്കാരനായിത്തീരുന്നു, ആർക്കും വഴങ്ങാത്ത അഭിമാനബോധം അയാളെ എവിടെയും എത്തിക്കുന്നില്ല. *ന്യൂസ് പേപ്പർ ബോയി*യിലെ അപ്പുവിന്റെ കാര്യവും വ്യത്യസ്തമല്ല, *നീലക്കുയിലി*ൽ കടുത്ത കുറ്റബോധം മൂലം പിതാവ് ശ്രീധരൻ നായർ നീലിയിൽ തനിക്കുണ്ടായ മകനെ അവസാനം ഏറ്റെടുക്കുന്നുണ്ട് എങ്കിലും ആ ആദിമവഞ്ചനയുടെ ഓർമ്മ ശിഷ്ടജീവിതത്തിലും അവനെ പിന്തുടരാനാണ് സാദ്ധ്യത. തനിക്ക് ആശ്രയം നല്കിയ കുടുംബത്തെ സഹായിക്കാനായി മോഷണം നടത്തുന്ന രാരിച്ചനും ഒടുവിൽ സമൂഹനിയമത്തിന്റെ പിടിയിലകപ്പെട്ട് ഒരു ദുർഗ്ഗുണപരിഹാര പാഠശാലയിലാണ് എത്തിച്ചേരുന്നത്.

പിന്നീടുള്ള ദശകങ്ങളിലെ (70–80കൾ) ബാല്യം കഴിഞ്ഞ ദശകങ്ങളിലെപ്പോലെ കീഴാള–തൊഴിലാളിവർഗ്ഗപ്രതിനിധികളുടേതല്ല; ആദ്യദശകങ്ങളിലെ ബാലന്മാർ നിഷേധികളും താന്തോന്നികളും ആയിരുന്നെങ്കിൽ, പുതിയ തലമുറയിലെ കുട്ടികൾ സാഹസികരായ അപരാമ്പേഷകരായിരുന്നു. ഭൂപരിഷ്കരണാനന്തര കേരളത്തിൽ ഉയർന്നുവന്ന മദ്ധ്യവർഗ്ഗകുടുംബത്തിനകത്താണ് അവരുടെ കിശോരബാല്യം. ഗ്രാമവും കൂട്ടുകുടുംബങ്ങളും കാർഷികവൃത്തിയും വിട്ട് അവർ പട്ടണങ്ങളിലും അണുകുടുംബത്തിലും മറ്റുതൊഴിലുകളിലേക്കും (കൂടുതൽ പ്രധാനമായി, തൊഴിലില്ലായ്മയിലേക്കും) എത്തിയിരുന്നു. അഭ്യസ്തവിദ്യനും

തൊഴിൽ രഹിതനുമായ ചെറുപ്പക്കാരനാണ് അക്കാലത്തിന്റെ പ്രധാന നായകമാതൃക. ഇക്കാലത്തെ ബാലന്മാരുടെ സംഘർഷങ്ങളും കലാപങ്ങളും നിലനില്പിനു വേണ്ടിയുള്ളതായിരുന്നില്ല, അതിനേക്കാളധികം അവ ലൈംഗികതയെക്കുറിച്ചുള്ള കൗതുകങ്ങളാൽ ചകിതമായ ഒന്നായിരുന്നു. അണുകുടുംബത്തിലെ പരിമിതമായ സാമൂഹികതയും അസ്വാതന്ത്ര്യവും നഗരവല്ക്കരണത്തിന്റെ അന്യതാബോധവും ഏകാന്തതയും ഇവരെ ലൈംഗികതയുടെ മാസ്മരികചോദനകളിലേക്കും വൈകാരികതുറസ്സുകളിലേക്കും ക്ഷണിച്ചു. പലപ്പോഴും അത് നഗരത്തിന്റെ നിർവ്യക്തികതയിൽനിന്ന് ഗ്രാമത്തിന്റെ ഐന്ദ്രിയ-വന്യതയിലേക്കുള്ള ഒരു ഒഴിവുകാലയാത്ര കൂടിയാണ്; അവയിൽ പലതും ആൺകുട്ടികളെ ചുറ്റിപ്പറ്റിയുള്ള coming of age ചിത്രങ്ങളായിരുന്നു എന്നത് യാദൃച്ഛികമല്ല; ഈ 'പ്രായപൂർത്തിയാവൽ' ലൈംഗികതയെക്കുറിച്ചുള്ള അറിവിലേക്കും അനുഭവത്തിലേക്കുമുള്ള മുതിരൽ കൂടിയായിരുന്നു (*രതിനിർവേദം, ഇടവേള, അനന്തരം, ലോറി..*) ഒറ്റയ്ക്കും കൂട്ടായും നടത്തുന്ന പരീക്ഷണങ്ങളും സാഹസികോദ്യമങ്ങളും അവകൊണ്ടെത്തിക്കുന്ന അപ്രതീക്ഷിതമായ സംഭവങ്ങളും അങ്ങനെ ഒരു മുതിർന്ന ഒരാണായിത്തീരുക എന്ന വീഴ്ചയും ആയിരുന്നു ആഖ്യാനകേന്ദ്രത്തിൽ. കുടുംബത്തിനു പുറത്തേക്കുള്ള ഒരു അപഥസഞ്ചാരമായിരുന്നു അത്. മറ്റുള്ളവരേയും ലോകത്തേയും (രതിയേയും സ്ത്രീയെയും) ഒളിഞ്ഞുനോക്കിയും തൊട്ടറിയാൻ ശ്രമിച്ചുമാണ് പലപ്പോഴും അവരുടെ ആന്തരികത/സ്വകാര്യത രൂപപ്പെട്ടത്. അതിന്റെ ഒരുവശം രതി ആയിരുന്നു എങ്കിൽ ഹിംസയായിരുന്നു അതിന്റെ മറുവശം. ഒരുപക്ഷേ, ഇക്കാലത്ത് പെൺകുട്ടികളെയും അവരുടെ അഭിലാഷങ്ങളേയും കേന്ദ്രത്തിൽ നിർത്തിയ അപൂർവ്വം ചിത്രങ്ങൾ പത്മരാജന്റെ

ദേശാടനക്കിളി കരയാറില്ല, നൊമ്പരത്തിപ്പൂവ് തുടങ്ങിയവയായിരിക്കും.

എന്നാൽ 90 കൾക്കു ശേഷമുള്ള മലയാളസിനിമയിൽ മുമ്പ് പുറത്തു പോകാൻ ശ്രമിച്ച ഈ ബാലന്മാരെല്ലാം സ്വകുടുംബങ്ങളിലേക്കും മുതിർന്നവരുടെ സംരക്ഷണയിലേക്കും മടങ്ങിയതായി/ ഒതുങ്ങിയതായി കാണാം. മുമ്പ് അതിജീവനവും അഭിമാനവും അഭിലാഷങ്ങളും ആയിരുന്നു ഈ കിശോരബാലന്മാരെ ആഖ്യാനകേന്ദ്രത്തിലെത്തിച്ചിരുന്നത് എങ്കിൽ ഇന്നവരുടെ ആശയ/അഭിലാഷചക്രവാളസീമ കുടുംബവും, അന്തിമലക്ഷ്യം വ്യക്തിപരമായ നേട്ടങ്ങളുമാണ്. സിനിമയിലെ ഇപ്പോഴത്തെ ബാല്യം ഉപരി/മദ്ധ്യജാതി/വർഗ്ഗത്തിൽപ്പെട്ട കുടുംബത്തിന്റെയകത്തു പുലരുന്ന ഒന്നാണ്; അങ്ങേയറ്റം സംരക്ഷിതവും മേൽനോട്ടത്തിനു വിധേയമാവുകയും ചെയ്യുന്ന ഒന്ന്. ഒരിക്കലും സ്വന്തം വിധിയെ സ്വയം നേരിടേണ്ടതില്ലാതെ, ശരിക്കും കുട്ടികളായിത്തീർന്ന ഇവർ അച്ഛനമ്മമാർ അവർക്കു ചുറ്റും നിർമ്മിച്ചെടുത്ത, അവരാൽ പൂർണ്ണമായും നിയന്ത്രിക്കപ്പെടുന്ന ഒരു സാമൂഹ്യസാമ്പത്തിക അന്തരീക്ഷത്തിലാണ് ജീവിക്കുന്നത്. കുട്ടിയെ കേന്ദ്രമാക്കിക്കറങ്ങുന്ന വാത്സല്യത്തിന്റേതായ ഈ തടവറയിൽ ഇനിയൊരാൾക്കുകൂടി ഇടമില്ല (*അച്ചുവിന്റെ വീട് എന്റേയും*) പലപ്പോഴും മാതാപിതാക്കളുടെ നടക്കാതെ പോയ സ്വപ്നങ്ങൾ സാക്ഷാല്ക്കരിക്കുക എന്നതാണ് അവരുടെ ജീവിതദൗത്യം (*തന്മാത്ര*). മുൻദശകങ്ങളിലെ വിദ്യാർത്ഥികൾ പ്രേമത്തിനായി സമുദായത്തേയും സമൂഹത്തെയും വെല്ലുവിളിക്കുകയും വീടുവിട്ടിറങ്ങുകയും ചെയ്തപ്പോൾ ഇന്നുള്ളവർ തങ്ങളെ പോറ്റിവളർത്തിയ കുടുംബത്തിനായി സ്വന്തം പ്രണയത്തെപ്പോലും ത്യജിക്കാൻ തയ്യാറായവരാണ് (*നിറം, അനിയത്തിപ്രാവ്*).

മുതിർന്നവർ നിയന്ത്രിക്കുന്ന, കണക്കറ്റ് താലോലിക്കപ്പെട്ട കുട്ടികളുടെ പ്രേമകഥകളാണ് ഒരു വശത്തുള്ളത് എങ്കിൽ കുട്ടികളെക്കുറിച്ച് പ്രത്യേകിച്ചും പെൺകുട്ടികളെക്കുറിച്ച് – ഉള്ള ഭീതിയാണ് മറ്റുപല ചിത്രങ്ങളിൽ നിഴൽ വീഴ്ത്തുന്നത്. പുറംലോകവുമായുള്ള ഏതൊരു ബന്ധവും ഇവിടെ ഭീഷണിയായി മാറുന്നു. *ഭൂതക്കണ്ണാടി*യിൽ മകളെക്കുറിച്ചുള്ള ആധി നായകനായ പിതാവിനെ വിഭ്രാമകമായ മാനസികാവസ്ഥയിലേക്കു തള്ളിയിടുന്നു, *വെറുതെ ഒരു ഭാര്യ*യിൽ ഭാര്യയുടെ ഇറങ്ങിപ്പോക്കിനുപുറമെ മകളെ വഴിതെറ്റിക്കുന്ന വില്ലനായി വരുന്നത് അവൾക്ക് അച്ഛൻ വാങ്ങിക്കൊടുക്കുന്ന മൊബൈൽ ഫോൺ ആണ്. വിവിധതലങ്ങളിൽ പെൺകുട്ടികളെ ചൂഴ്ന്നുനില്ക്കുന്ന ചൂഷണത്തിന്റേതായ ഒരന്തരീക്ഷത്തെയാണ് ഇന്നു നമ്മുടെ പല സിനിമകളും ആവിഷ്കരിക്കുന്നത് (*ഭൂമിമലയാളം, ദലമർമ്മരങ്ങൾ*)

പുരുഷനോ(നേ)ട്ടത്തിലധിഷ്ഠിതമായ ഒരു വൈകാരിക/വൈചാരിക ലോകത്തിൽ പെൺകുട്ടികളുടെ അഭിലാഷങ്ങൾക്ക് യാതൊരു സ്ഥാനവുമില്ല; പ്രേമഭാജനം എന്നതൊഴിച്ചാൽ, കുടുംബത്തിനകത്തുതന്നെ ലൈംഗിക–ഇരകളായിത്തീരാനുള്ള സാദ്ധ്യതയും ഇവരുടെ ബാല്യത്തെ

കലുഷമാക്കുന്നു (*മഞ്ഞു പോലൊരു പെൺകുട്ടി*, *ഗ്രാമഫോൺ*). *സഞ്ചാരം* പോലുള്ള അപൂർവ്വ ചിത്രങ്ങളിൽ മാത്രമാണ് മലയാളസിനിമ ഉഭയലൈംഗികതയുടെ തുരങ്കവീക്ഷണങ്ങളെ ഭേദിച്ച് മറ്റു ലൈംഗികാഭിമുഖ്യങ്ങളെ അഭിസംബാധന ചെയ്യാൻ തുനിയുന്നത്.

കുട്ടികളിന്മേൽ കുടുംബത്തിനുള്ള ഈ വമ്പിച്ച സാമ്പത്തിക-വൈകാരിക നിക്ഷേപം ഇന്നു സമൂഹത്തിൽ ആഴത്തിലുള്ള പ്രതിസന്ധികൾ നേരിട്ടുകൊണ്ടിരിക്കയാണ്. അത് മാറിയ തൊഴിൽ-ജീവനസാഹചര്യങ്ങൾക്കുമനുസരിച്ച് അണുകുടുംബങ്ങളെ മാറാനും, വിവാഹത്തിന്റെ കാര്യത്തിലും മറ്റുമുള്ള കടുംപിടുത്തങ്ങൾ ഉപേക്ഷിക്കാനും സന്നദ്ധരാക്കിയിരിക്കുന്നു. എന്നാൽ നമ്മുടെ സിനിമയ്ക്കകത്തെ കുടുംബം ഇന്നും സുദൃഢവും അസങ്കരവുമായി തുടരുന്നു.

ന്യൂസ് പേപ്പർ ബോയ് സമൂഹചക്രവാളത്തിൽ അന്നു മുഴക്കിയ ആഹ്വാനം ഇന്ന് കുടുംബത്തിന്റെ ഭിത്തികളിലാണ് പ്രതിദ്ധ്വനിക്കുന്നത്. ആ *വിഗതകുമാരൻ* ഇനി തിരിച്ചുവരുമോ?

ഫിലിം ഇൻസ്റ്റിറ്റ്യൂട്ടിലെ വിദ്യാർത്ഥി സമരവും ഇന്ത്യൻ വിദ്യാഭ്യാസത്തിന്റെ ഭാവിയും

മനുഷ്യരുടെ ചിന്തയെയും ഭാവനയെയും പ്രതീക്ഷകളെയും നിരാശകളെയും ഒരു സമൂഹത്തിൽ രൂപപ്പെടുത്തുകയും അവയെ ഉദ്ദീപിപ്പിക്കയും ഗതിമാറ്റിവിടുകയും അതിർത്തികൾ തിരുത്തുകയും ഒക്കെ ചെയ്യുന്നതിൽ വിദ്യാഭ്യാസത്തിനും മാധ്യമങ്ങൾക്കും നിർണ്ണായകമായ പങ്കുണ്ട്. അടിസ്ഥാനവിദ്യാഭ്യാസം, ഉന്നതവിദ്യാഭ്യാസം, ഗവേഷണം, എന്നീ മേഖലകളുടെ മുകളിൽ ഉത്തരവാദിത്വമുള്ള സ്ഥാപനങ്ങൾ, സർവ്വകലാശാലകൾ എന്നിവ അവയുടെ പ്രവർത്തനങ്ങളിലൂടെ സമൂഹത്തിന്റെ അറിവു ഘടനകളെയും ജ്ഞാനപദ്ധതികളെയും യുക്തിവിചാരങ്ങളെയും നിരന്തരം രൂപപ്പെടുത്തുന്നു. മാധ്യമസ്ഥാപനങ്ങളാണെങ്കിൽ ഒരു സമൂഹത്തിലെ വാർത്തകളെയും വിവരങ്ങളെയും സംബന്ധിക്കുന്ന വ്യവഹാരങ്ങളെയും അവയുടെ വ്യാപനവിനിമയരീതികളേയും ശൈലികളെയും ദിശകളെയും സ്വാധീനിച്ചുകൊണ്ടിരിക്കുന്നു.

വിദ്യാഭ്യാസം, മാധ്യമം എന്നീ രണ്ടു മേഖലകളെയും തങ്ങളുടെ വരുതിയിൽ കൊണ്ടുവരിക എന്നത് സമഗ്രാധിപത്യസ്വപ്നങ്ങളുള്ള ഏതൊരു ഭരണകൂടത്തിന്റെയും ദീർഘകാലപദ്ധതിയുടെ ഭാഗമാണ്. ഇവയ്ക്കുമേലുള്ള നിയന്ത്രണത്തിലൂടെ ഒരു ജനതയുടെ ഭൂതകാലത്തെക്കുറിച്ചുള്ള സങ്കല്പങ്ങളെയും ധാരണകളെയും തിരുത്താനും ഭാവിയെയും വർത്തമാനത്തെയുംകുറിച്ചുള്ള ആശങ്കകളെയും അഭിലാഷങ്ങളെയും ചിട്ടപ്പെടുത്താനും കഴിയും. മുമ്പ് പ്രയോഗിക്കാമായിരുന്ന പലവിധ നിയന്ത്രണ ആയുധങ്ങളെയും ഇന്ന് വിവരസാങ്കേതികവിദ്യ അസാദ്ധ്യമോ അപ്രസക്തമോ ആക്കിയിട്ടുണ്ട്. വിവരങ്ങളുടെ പാഠമോ, ശബ്ദമോ, ദൃശ്യമോ എന്തുതരം പ്രകാശനമോ ആകട്ടെ ഒരിടത്തുനിന്ന് മറ്റൊരിടത്തേക്കുള്ള സഞ്ചാരത്തെ നിയന്ത്രിക്കുക ഇന്ന് എളുപ്പമല്ല.

സോഷ്യൽ മീഡിയപോലുള്ള വേദികൾ മുമ്പൊരിക്കലും സ്വപ്നം കാണാനാവാത്ത വിധം പ്രകാശന–വിനിമയനിബിഡവും നിയന്ത്രണാതീതവുമാണ്. ഏതൊരാൾക്കും തന്റെ അഭിപ്രായത്തെ ലോകമെമ്പാടുമെത്തിക്കാൻ ഇന്ന് ഒരു പ്രയാസവുമില്ല. എന്നാൽ ലോകത്തെമ്പാടുമുള്ള ഭരണകൂടങ്ങൾ രണ്ടു രീതിയിൽ ഈ 'പ്രശ്ന'ത്തെ നേരിടാൻ ശ്രമിക്കുന്നു; ഒന്ന്, ഈ രംഗങ്ങളിലെല്ലാം തങ്ങളുടെ പ്രതിനിധികളെ വിന്യസിക്കുക, ഒപ്പം എല്ലാറ്റിനെയും നിരീക്ഷണവിധേയമാക്കുക; രണ്ട്, പല നിയമങ്ങളും ഉന്നയിച്ചും വ്യാജകുറ്റാരോപണങ്ങൾ നടത്തിയും സ്വതന്ത്രശബ്ദങ്ങളെ ഒതുക്കുക, ഭീഷണിപ്പെടുത്തുക, ഇല്ലാതാക്കുക.

ജനാധിപത്യപ്രകാശനങ്ങളെയും രാഷ്ട്രീയപ്രക്രിയകളെയും അലോസരവും തടസ്സവുമായിക്കാണുന്ന ഭരണകൂടാധികാരം യഥാർത്ഥത്തിൽ അഗ്രഹിക്കുന്നത് ഇത്തരം 'ഒച്ചകൾ' ഒരു കാരണവശാലും ഉയർന്നുവരാതിരിക്കുക എന്നുള്ളതാണ്. അതിന് അത്തരം ശ്രമങ്ങളെ സ്രോതസ്സിൽത്തന്നെ ഇല്ലാതാക്കേണ്ടതുണ്ട്. അതിന് വിദ്യാഭ്യാസത്തെയും സംസ്കാരത്തെയും തങ്ങളുടെ വരുതിയിൽ കൊണ്ടുവരിക എന്നതാണ് ഏറ്റവും ഫലപ്രദമായ ഒരു മാർഗ്ഗം. അത്തരം ഒരു ശ്രമത്തിന്റെ ഭാഗമായാണ് ഇന്ത്യൻ കൗൺസിൽ ഫോർ ഹിസ്റ്റോറിക്കൽ സ്റ്റഡീസിന്റെ അധിപനായി അഖില ഭാരതീയ ഇതിഹാസ് സങ്കലൻ യോജനയുടെ തലവനായ സുദർശന റാവുവിനെ നിയമിക്കുന്നതും, സെൻട്രൽ ബോർഡ് ഓഫ് ഫിലിം സർട്ടിഫിക്കേഷൽ പുനഃസംഘടിപ്പിക്കുന്നതും മറ്റും. ഇതിന്റെ തുടർച്ചയാണ് പൂനെ ഫിലിം ആന്റ് ടെലിവിഷൻ ഇൻസ്റ്റിറ്റ്യൂട്ടിലെ മേധാവിയായി ഗജേന്ദ്ര ചൗഹാനെ നിയമിച്ചതും. നാളിതുവരെ ഇൻസ്റ്റിറ്റ്യൂട്ടിന്റെ നേതൃത്വത്തിലിരുന്നത് സിനിമാരംഗത്ത് പ്രതിഭയും അറിവും തെളിയിച്ചിട്ടുള്ളവരായിരുന്നു: അടൂർ ഗോപാലകൃഷ്ണൻ, ശ്യാം ബെനഗൽ, യു ആർ അനന്തമൂർത്തി, ഗിരീഷ് കർണാഡ് തുടങ്ങിയവർ. അതിൽനിന്നുള്ള ഒരു വലിയ വ്യതിയാനമാണ് ചൗഹാന്റെ നിയമനം. അത്തരം ഒരു പദവി ആവശ്യപ്പെടുന്ന ഉത്തരവാദിത്വങ്ങൾ നിറവേറ്റാൻ ഈ വ്യക്തി പ്രാപ്തനാണോ എന്നതിനപ്പുറം, അത്തരം ഒരു നീക്കത്തിലൂടെ നിയമനമര്യാദകളെയും മാനദണ്ഡങ്ങളെയും ആ സ്ഥാപനത്തിന്റെ അടിസ്ഥാനലക്ഷ്യങ്ങളെയും സംബന്ധിക്കുന്ന യുക്തിയുക്തമായ വ്യവഹാരങ്ങളെത്തന്നെ അസാദ്ധ്യമോ അപ്രസക്തമോ ആക്കുക എന്നതാണ്. പക്ഷേ, ഇത്തരം അതിക്രമങ്ങൾ വീണ്ടും വീണ്ടും നമ്മെ അടിസ്ഥാനപരമായ ചോദ്യങ്ങളിലേക്കു തന്നെ തിരിച്ചെത്തിക്കുന്നു: വിദ്യാഭ്യാസ–ഗവേഷണ സ്ഥാപനങ്ങൾക്ക് അവശ്യംവേണ്ട സ്വാതന്ത്ര്യം, പൊതുമേഖലാ സ്ഥാപനങ്ങൾക്കുള്ള സ്വയംഭരണാവകാശം, ഇത്തരം സ്ഥാപനങ്ങളെയും വിദ്യാഭ്യാസ/പാഠ്യപദ്ധതികളെയും നയിക്കേണ്ട മതേതരമൂല്യങ്ങൾ, പിന്തുടരേണ്ട അടിസ്ഥാനപ്രമാണങ്ങൾ.. ഇവയെല്ലാം ഇവിടെ നിഷേധിക്കപ്പെട്ടുകൊണ്ടിരിക്കയാണ്.

എസ് കെ പാട്ടീൽ സമിതിയുടെ റിപ്പോർട്ടിന്റെ അടിസ്ഥാനത്തിൽ

1960 ലാണ് ഫിലിം ഇൻസ്റ്റിറ്റ്യൂട്ട് ഓഫ് ഇന്ത്യ എന്ന സ്ഥാപനം നിലവിൽ വന്നത് (ദില്ലിയിൽ പ്രവർത്തിച്ചിരുന്ന ടെലിവിഷൻ വിഭാഗത്തെക്കൂടി ചേർത്ത് 1971 ൽ അതിനെ ഫിലിം ആന്റ് ടെലിവിഷൻ ഇൻസ്റ്റിറ്റ്യൂട്ട് ഓഫ് ഇന്ത്യ എന്ന് പുനർനാമകരണം ചെയ്തു). പിന്നീടുള്ള ദശകങ്ങളിൽ ഇന്ത്യൻ സിനിമയുടെ ഊടും പാവും മാറ്റിയെടുത്ത ഒട്ടേറെപ്പേർ അവിടെനിന്ന് വന്നവരായിരുന്നു. ആദ്യമായി വ്യവസായത്തിന്റെയും കച്ചവടത്തിന്റെയും അന്തരീക്ഷത്തിൽനിന്നും വിനോദമാത്രമായ നിർമ്മാണവ്യവസ്ഥയിൽനിന്നും മാറിനിന്ന് സിനിമ എന്ന മാധ്യമത്തിന്റെ സാങ്കേതികവിദ്യയും ലാവണ്യവും ചരിത്രവും ചിട്ടയോടെ പഠിപ്പിക്കുന്ന സ്ഥാപനമായിരുന്നു ഫിലിം ഇൻസ്റ്റിറ്റ്യൂട്ട്. പൊതുമേഖലയിലുള്ള ഒരു ദേശീയസ്ഥാപനമായതുകൊണ്ടുതന്നെ അവിടുത്തെ വിദ്യാർത്ഥികൾ ഇന്ത്യയിൽ നിന്നെമ്പാടും നിന്നുള്ളവരുണ്ടായിരുന്നു. ആസാം, ഒഡിഷ, മണിപ്പൂർ, തുടങ്ങി കേരളത്തിൽനിന്നും കർണാടകത്തിൽ നിന്നുമൊക്കെയുള്ള സാധാരണ കുടുംബങ്ങളിൽ നിന്നുവന്ന സിനിമാമോഹികൾക്ക് ഫിലിം ഇൻസ്റ്റിറ്റ്യൂട്ട് അതിന്റെ വാതിൽ തുറന്നിട്ടു. അടൂർ ഗോപാലകൃഷ്ണൻ, കെ ജി ജോർജ്ജ്, കെ ആർ മോഹനൻ, ജോൺ അബ്രഹാം, ഷാജി എൻ കരുൺ, എം പി സുകുമാരൻ നായർ, സന്തോഷ് ശിവൻ, രാമചന്ദ്ര ബാബു, ദേവദാസ്, മധു അമ്പാട്ട്, വേണു, കൃഷ്ണനുണ്ണി തുടങ്ങി ഒട്ടനവധി സംവിധായകരെയും സാങ്കേതികവിദഗ്ദ്ധരെയും മലയാളസിനിമയ്ക്കു എഫ് ടി ഐ ഐ സംഭാവന ചെയ്തു. ഇന്ത്യയിലെ മറ്റു ഭാഷാസിനിമകളുടെയും സ്ഥിതി വ്യത്യസ്തമല്ല: ഗിരീഷ് കാസറവള്ളി, കുമാർ ഷാഹ്നി, മണി കൗൾ, സയ്യദ് മിർസ, കുന്ദൻ ഷാ, കേതൻ മേഹ്ത, ജാഹ്നു ബറുവ, എ കെ ബീർ, കെ കെ മഹാജൻ തുടങ്ങി പലരും ആ കൂട്ടത്തിൽ

പൂനെ ഫിലിം ഇൻസ്റ്റിറ്റ്യൂട്ട് സമരം

പെടും. വ്യക്തിപ്രതിഭകളെയും സാങ്കേതികവിദഗ്ദ്ധരെയും ഉല്പാദിപ്പിച്ചു എന്നു മാത്രമല്ല, ഇന്ത്യൻ സിനിമയിൽ മിക്കവാറും എല്ലാ ഭാഷകളിലും സിനിമയിൽ ഒരു നവോന്മേഷത്തിന് ഇവർ ത്വരകമായി.

1970 കളിൽ ഇന്ത്യൻ സിനിമയിൽ സംഭവിച്ച നവോന്മേഷത്തിനും ഉണർച്ചയ്ക്കും പിന്നിലും നെഹ്റുവിയൻ കാലഘട്ടത്തിലെ ദേശീയാദർശബോധത്തിന്റെ ഫലമായി തുടങ്ങിയ നിരവധി പൊതുമേഖലാ സ്ഥാപനങ്ങളുടെയും സംരംഭങ്ങളുടെയും (ഫിലിം ഫിനാൻസ് കോർപ്പറേഷൻ, ഫിലിം ഇൻസ്റ്റിറ്റ്യൂട്ട്, ഫിലിം ആർക്കൈവ്സ്, ദേശീയ ചലച്ചിത്രോത്സവം, ദേശീയപുരസ്കാരങ്ങൾ തുടങ്ങിയവ) സംഭാവനയുണ്ടായിരുന്നു. വിപണി എന്നത് നമ്മുടെ പൊതുബോധവും സാമാന്യബോധവും ആവുകയും എല്ലാറ്റിന്റെയും പിന്നിലെ ചാലകശക്തിയും യുക്തിയുമായി ധരിപ്പിക്കപ്പെട്ടുകൊണ്ടിരിക്കുന്നതുമായ ഇക്കാലത്ത് നമ്മൾ കാണുന്നത് അതിൽനിന്നൊക്കെയുള്ള തിരിച്ചുപോക്കു മാത്രമല്ല, അത്തരം ഓരോ സ്ഥാപനത്തിന്റെയും ചിട്ടയോടെയുള്ള നശീകരണമാണ്. ഇന്ത്യൻ ഇൻസ്റ്റിറ്റ്യൂട്ട് ഓഫ് ടേക്നോളജി, ഇന്ത്യൻ ഇൻസ്റ്റിറ്റ്യൂട്ട് ഓഫ് മാനേജ്മെന്റ്, നാഷണൽ ഇൻസ്റ്റിറ്റ്യൂട്ട് ഓഫ് ഡിസൈൻ, സാഹിത്യ-സംഗീതനാടക-ലളിതകലാ അക്കാദമികൾ, ഇന്ത്യൻ കൗൺസിൽ ഫോർ സോഷ്യൽ സയൻസ് റിസർച്ച്, തുടങ്ങി പൊതുമേഖലയിലും സർക്കാർ നിയന്ത്രണത്തിലും ഉണ്ടായിരുന്ന സ്ഥാപനങ്ങൾ വിജ്ഞാനത്തിന്റെയും കലയുടെയും സംസ്കാരത്തിന്റെയും ഉയർച്ചയ്ക്ക് കാരണമായത് അവർക്ക് പ്രവർത്തനസ്വാതന്ത്ര്യമുള്ളതുകൊണ്ടും, അവ ഉയർത്തിപ്പിടിച്ച മതേതര-ജനാധിപത്യ മൂല്യങ്ങൾകൊണ്ടും കൂടിയാണ്. ഇന്ന് പുതിയ നിയമനത്തിലൂടെ ഫിലിം ഇൻസ്റ്റിറ്റ്യൂട്ടിലെ വിദ്യാർത്ഥികൾക്കിടയിൽ ഉറപ്പുവരുത്താൻ ശ്രമിക്കുന്ന 'ദേശീയബോധം' 'ഇന്ത്യൻ സംസ്കാരം' എന്നിവകൊണ്ട് എന്താണ് ഉദ്ദേശിക്കുന്നത് എന്നത് വ്യക്തമാണ്. മഹത്തായ ഈ സ്ഥാപനത്തെ സിനിമാക്കച്ചവടത്തിന്റെ പരിശീലനവിഭാഗമാക്കി മാറ്റാൻ പതിറ്റാണ്ടുകളായി ശ്രമിച്ചുകൊണ്ടിരിക്കുന്നവരെയും, സ്വകാര്യമേഖലയിൽ വമ്പിച്ച ഫീസ് ഈടാക്കിക്കൊണ്ട് ഇത്തരം സ്ഥാപനങ്ങൾ നടത്തുന്നവരെയും മാത്രമേ ഇത് സഹായിക്കുകയുള്ളൂ.

വിദ്യാഭ്യാസത്തിന്റെ സ്വകാര്യവല്ക്കരണം

ഇന്ന് നമ്മുടെ വിദ്യാഭ്യാസരംഗം പ്രത്യേകിച്ചും ഉന്നത/സാങ്കേതിക വിദ്യാഭ്യാസം വമ്പിച്ച രീതിയിലുള്ള സ്വകാര്യവല്ക്കരണത്തെ നേരിട്ടുകൊണ്ടിരിക്കയാണ് സ്വകാര്യമേഖലയുടെ വളർച്ചയ്ക്ക് അനുസൃതമായും താല്പര്യങ്ങൾക്ക് അനുസരിച്ചും പൊതുമേഖലയിലുള്ള സ്ഥാപനങ്ങൾ വളരെ 'ശാസ്ത്രീയ'മായ രീതിയിൽത്തന്നെ അവഗണിക്കപ്പെടുകയും പിന്തള്ളപ്പെടുകയും ചെയ്യപ്പെടുന്നുമുണ്ട്. പൊതുവിദ്യാഭ്യാസ സൗകര്യങ്ങളുടെയും സ്ഥാപനങ്ങളുടെയും അപചയം ഏറ്റവുമധികം ബാധിക്കു

അടൂർ ഗോപാലകൃഷ്ണൻ

ന്നത് അർഹതയും യോഗ്യതയുമുള്ള സാധാരണക്കാരെയാണ്. എല്ലാ മേഖലകളിലും അന്തർദ്ദേശീയ നിലവാരമുള്ള സ്ഥാപനങ്ങൾ നമുക്ക് പൊതുമേഖലയിലുണ്ട്; ഇവയാണ് പഠിക്കാൻ കഴിവും താല്പര്യവുമുള്ള സാധാരണക്കാരുടെ ഏക ആശ്രയം. ഇവയുടെ നാശം വിദ്യാഭ്യാസത്തെ ഒരു കച്ചവടമാക്കുക മാത്രമല്ല അതിനെ സാധാരണക്കാർക്ക് അപ്രാപ്യവുമാക്കിത്തീർക്കുന്നു. അതുപോലെതന്നെ ഏതൊരു മേഖലയിലും എന്നപോലെ വിദ്യാഭ്യാസരംഗത്തും ശക്തമായ പൊതുമേഖലാസാന്നിദ്ധ്യം ഫീസിന്റെയും പഠനസൗകര്യങ്ങളുടെയും അദ്ധ്യാപകനിലവാരത്തിന്റെയും പാഠ്യപദ്ധതിയുടെയും വിദ്യാർത്ഥികളുടെ തെരഞ്ഞെടുപ്പിന്റെയും മറ്റും കാര്യത്തിൽ ഒരു നിലവാരമാനദണ്ഡം (ബെഞ്ച് മാർക്ക്) ക്രമേണ സ്ഥാപിച്ചെടുക്കുന്നുണ്ട്; അത്തരം സാഹചര്യത്തിൽ സ്വകാര്യമേഖലയെ സംബന്ധിച്ചിടത്തോളം ഇക്കാര്യങ്ങളിലെല്ലാംതന്നെ ഒരു താരതമ്യമായി അല്ലെങ്കിൽ ഗുണഭോക്താക്കളെ സംബന്ധിച്ചിടത്തോളം ഒരു മേഖലയുടെ ഗുണനിലവാരമാപിനിയായി അവ നമ്മുടെ സമൂഹത്തിൽ നിലകൊള്ളുന്നുണ്ട്. അത്തരമൊരു അവസ്ഥയിൽ സ്വകാര്യമേഖലയിൽ വരുന്ന സ്ഥാപനങ്ങൾക്ക് ഒന്നുകിൽ പൊതുമേഖലയുടെ ഒപ്പത്തിനൊപ്പം നില്ക്കേണ്ടിവരുന്നു, അല്ലെങ്കിൽ മികവിന്റെയോ സൗകര്യത്തിന്റെയോ കാര്യത്തിൽ അതിനപ്പുറം പോകേണ്ടിവരുന്നു. പക്ഷേ, നേരെമറിച്ചാണ് 1990 കൾക്കു ശേഷമുള്ള ദശകങ്ങളിൽ സംഭവിക്കുന്നത്. നയപരമായിത്തന്നെ പൊതുമേഖലയെ ദുർബ്ബലപ്പെടുത്തുക (അവർക്കുള്ള പദ്ധതിവിഹിതം വെട്ടിക്കുറയ്ക്കുക, പ്രവർത്തനസ്വാതന്ത്ര്യം നിയന്ത്രിക്കുക, അയോഗ്യരെ നേതൃസ്ഥാനത്ത് നിയമിക്കുക, പുതിയ നിയമനങ്ങൾ നിർത്തലാക്കുക, അങ്ങനെ പലരീതിയിലും..)

അങ്ങനെ സ്വകാര്യമേഖലയ്ക്ക് താരതമ്യങ്ങളില്ലാത്ത ഒരു തുറന്നരശ് അല്ലെങ്കിൽ ഒരു കച്ചവടമേഖല മാത്രമായി വിദ്യാഭ്യാസം ചുരുങ്ങുന്നു, അല്ലെങ്കിൽ ചുരുക്കപ്പെടുന്നു. ഇന്ന് ഇന്ത്യയിൽ ഉന്നതപഠനമേഖലയിൽ സംഭവിച്ചുകൊണ്ടിരിക്കുന്നത് ഇതാണ്; നൂറ്റാണ്ടുകൾ പഴക്കമുള്ളതും ഏറ്റവും പ്രതിഭാധനരായ പണ്ഡിതരെ സൃഷ്ടിച്ചതുമായ സർവ്വകലാശാലകളും വിദ്യാഭ്യാസസ്ഥാപനങ്ങളും, അവയ്ക്കായുള്ള പൊതുധനവിഹിതം കുറഞ്ഞതോടെ സ്വകാര്യമേഖലയ്ക്ക് അടിയറവ് പറയുന്ന ഒരവസ്ഥ.. പ്രശസ്തരായ പല അദ്ധ്യാപകരും ഗവേഷകരും ഇന്ന് വ്യവ

സ്ഥാപിത സർവ്വകലാശാലകളും സ്ഥാപനങ്ങളും ഉപേക്ഷിച്ച് സ്വകാര്യ-അന്തർദ്ദേശീയ സ്ഥാപനങ്ങളിലേക്ക് കൂടുമാറിക്കൊണ്ടിരിക്കയാണ്. ദൃശ്യ മാധ്യമരംഗം വമ്പിച്ച തോതിൽ വളർന്നുകൊണ്ടിരിക്കുന്ന ഇക്കാലത്ത് പൊതുമേഖലയിലുള്ള ഫിലിം ഇൻസ്റ്റിറ്റ്യൂട്ടുപോലുള്ള സ്ഥാപനത്തോട് അതും ഈ രംഗത്തെ മുന്നോടിയും മാർഗ്ഗദർശിയുമായ ഒന്ന് – കേന്ദ്ര സർക്കാർ പുലർത്തുന്ന ഈ ശ്രദ്ധാപൂർവ്വമായ അനാസ്ഥ യാദൃച്ഛികമല്ല. അതിനുപിന്നിലുള്ള സാമ്പത്തിക-രാഷ്ട്രീയദർശനവും വളരെ വ്യക്ത മാണ്. അതുകൊണ്ടുതന്നെ ഈ സമരത്തിന് കാരണമായത് ഒരു മാധ്യമ-വിദ്യാഭ്യാസ സ്ഥാപനമാണ് എന്നതും അതിനു മുന്നിൽ നില്ക്കു ന്നത് വിദ്യാർത്ഥികളാണ് എന്നതും വളരെ രാഷ്ട്രീയപ്രസക്തിയുള്ള കാര്യങ്ങളാണ്.

കഴിഞ്ഞ ഒരൊറ്റ വർഷത്തെ അനുഭവങ്ങൾ തെളിയിക്കുന്നത് ഫിലിം ഇൻസ്റ്റിറ്റ്യൂട്ടിൽ സംഭവിക്കുന്നത് ഒരു ഒറ്റപ്പെട്ട സംഭവമോ അബദ്ധമോ അല്ല എന്നുള്ളതാണ്. മറിച്ച് അത് ദേശീയവ്യാപ്തിയുള്ളതും നവഉദാര സാമ്പത്തികക്രമത്തിന്റെയും വർഗ്ഗീയവല്ക്കരണത്തിന്റെയും ഭാഗമായു ള്ളതുമാണ്. ജനാധിപത്യം, മതേതരത്വം, സ്വാതന്ത്ര്യം, തുടങ്ങിയ അടിസ്ഥാനമൂല്യങ്ങൾ തന്നെ ഭീഷണിനേരിടുന്ന ഈ സാഹചര്യം വലിയ രീതിയിലുള്ള കൈകോർക്കലുകൾ/ കൂട്ടായ്മകൾ നമ്മിൽനിന്ന് ആവശ്യപ്പെടുന്നു: വിവിധ മണ്ഡലങ്ങളിൽ പ്രവർത്തിക്കുന്നവർ, ജനാധി പത്യത്തിൽ വിശ്വസിക്കുന്നവർ, മനുഷ്യാവകാശപ്രവർത്തകർ, വിദ്യാർ ത്ഥികൾ, ഗവേഷകർ, ബുദ്ധിജീവികൾ, കലാകാരന്മാർ തുടങ്ങി എല്ലാ മേഖലകളിലുമുള്ളവർ ഒരുമിക്കേണ്ട സാഹചര്യമാണിത്. അത്തരം ഒരു സാഹചര്യം ഒരുക്കിയിരിക്കുന്നത് വിദ്യാർത്ഥികളാണ് അല്ലെങ്കിൽ ഒരു വിദ്യാർത്ഥിസമരമാണ് എന്നത് ഭാവാത്മകമായ ഒരു സൂചനയായിക്കാ ണണം. മറ്റൊരു കാര്യം, മുമ്പും എഫ് ടി ഐ ഐയിൽ വിദ്യാർത്ഥി സമരങ്ങൾ ഉണ്ടായിട്ടുണ്ടെങ്കിലും ഈ സമരത്തിന് ഇത്രയും ജന ശ്രദ്ധ നേടാനായതാണ് അതിനു ള്ള ഒരു പ്രധാനകാരണം സോ ഷ്യൽ മീഡിയയും അതുണ്ടാക്കിയ അഭിപ്രായരൂപീകരണവുമാണ്. യുവാക്കളുടെ വൻ സാന്നിദ്ധ്യ മുള്ള ഈ മണ്ഡലത്തിന്റെ വിമോ ചന/പ്രതിരോധ ശേഷി ഈ സമര ത്തിനെ ദേശവ്യാപകമാക്കി മാറ്റു ന്നതിൽ നിർണ്ണായകപങ്കു വഹി ച്ചിട്ടുണ്ട്. അങ്ങനെ തികച്ചും പ്രാദേ ശികമോ സ്ഥാപനപരമോ മാത്ര മായി ഒടുങ്ങിയേക്കാമായിരുന്ന

കെ ജി ജോർജ്

ഈ പ്രതിഷേധത്തിര സാമ്പ്രദായിക/വ്യവസ്ഥാപിത മാധ്യമങ്ങൾക്കും ക്രമേണ ഏറ്റെടുക്കേണ്ടിവന്നു. വമ്പിച്ചതോതിൽ വർഗ്ഗീയശക്തികൾക്ക് മുൻകൈയുള്ള സാമൂഹ്യമാധ്യമരംഗത്തെ അങ്ങനെ ഈ സമരം പ്രതിരോധസജ്ജമാക്കുന്നതിൽ സഹായിച്ചു. ഇതിലൂടെ ദേശീയ തലത്തിൽ തന്നെ ഉയർന്നുവരുന്ന വിദ്യാർത്ഥികളും അദ്ധ്യാപകരും ബുദ്ധിജീവികളും ഗവേഷകരും കലാകാരന്മാരും രാഷ്ട്രീയ-മനുഷ്യാവകാശ പ്രവർത്തകരും എല്ലാമടങ്ങിയ സ്വതന്ത്രമായ പ്രതിരോധകൂട്ടായ്മ ഒരു പുതിയ ദേശീയസഖ്യമായി വളരുക/വളർത്തുക എന്നത് സ്വാതന്ത്ര്യത്തിലും മതേതരത്വത്തിലും വിശ്വസിക്കുന്ന നമ്മൾ ഓരോരുത്തരുടെയും ആവശ്യം കൂടിയാണ്.

www.ingramcontent.com/pod-product-compliance
Lightning Source LLC
LaVergne TN
LVHW100224051026
849517LV00006B/1798
* 9 7 8 9 3 9 4 7 5 3 5 4 9 *